பனை மரமே! பனை மரமே!
பனையும் தமிழ்ச் சமூகமும்

பனை மரமே! பனை மரமே!

பனையும் தமிழ்ச் சமூகமும்

ஆ. சிவசுப்பிரமணியன் (பி. 1943)

பொருள்களுக்கும் மக்களுக்கும் இடையிலான உறவு தொடர்பான ஓர் அறிவுப் புலம் 'பொருள்சார் பண்பாடு'. இத்துறை சார்ந்து நின்று, பனை மரம் என்ற பயன்மிகு மரம் குறித்த ஆய்வே இந்நூல்.

தமிழர்களின் சமூக வாழ்வில் பனை மரம் வகிக்கும் இடத்தை வரலாறு, கல்வெட்டு, இலக்கியம், இலக்கணம், சமய ஆய்வியல் எனப் பல்வேறு அறிவுத் துறைகளின் துணையுடன் இந்நூல் ஆராய்கிறது. இதன் வழியாகத் தமிழ்ச் சமூக வரலாற்றின் ஒரு பகுதியை அறிமுகம் செய்யும் நூலாகவும் இந்நூல் விரிகிறது.

ஆ. சிவசுப்பிரமணியன் தமிழகத்தின் முக்கியச் சமூக விஞ்ஞானிகளுள் ஒருவர். தூத்துக்குடி நகரில் வாழ்ந்துவரும் இவர் நாட்டார் வழக்காற்றியல், அடித்தள மக்கள் வரலாறு ஆகிய துறைகளில் பல நூல்கள் எழுதியுள்ளார். இந்திய விடுதலைப் போராட்ட வரலாற்றில் தமிழகத்தின் பங்களிப்பு குறித்து ஆராய்வதிலும் ஆர்வம்கொண்டவர். பேராசிரியர் நா. வானமாமலையின் மாணவர்.

ஆசிரியரின் பிற காலச்சுவடு வெளியீடுகள்

- ❖ கிறித்தவமும் சாதியும்
- ❖ தமிழகத்தில் அடிமைமுறை
- ❖ உபதேசியார் சவரிராயபிள்ளை 1801 – 1874 (பதிப்பு)
- ❖ வரலாறும் வழக்காறும்
- ❖ ஆகஸ்ட் போராட்டம்
- ❖ உப்பிட்டவரை...
- ❖ ஆஷ் கொலையும் இந்தியப் புரட்சி இயக்கமும்
- ❖ மந்திரமும் சடங்குகளும்
- ❖ கிறித்தவமும் தமிழ்ச்சூழலும்
- ❖ தமிழ்க் கிறித்தவம்
- ❖ ஆணவக் கொலைச் சாமிகளும் பெருமிதக் கொலை அம்மன்களும்

ஆ. சிவசுப்பிரமணியன்

பனை மரமே! பனை மரமே!

பனையும் தமிழ்ச் சமூகமும்

காலச்சுவடு பதிப்பகம்

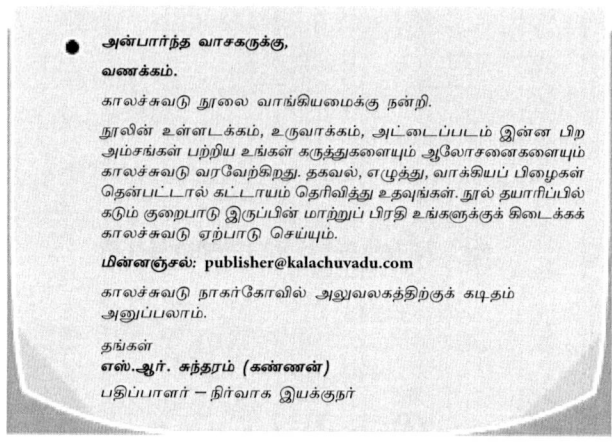

பனை மரமே! பனை மரமே! பனையும் தமிழ்ச் சமூகமும் ❖ ஆய்வு நூல் ❖ ஆசிரியர்: ஆ. சிவசுப்பிரமணியன் ❖ © ஆ. சிவசுப்பிரமணியன் ❖ முதல் பதிப்பு: டிசம்பர் 2016, மேம்படுத்தப்பட்ட நான்காம் பதிப்பு: மே 2019, எட்டாம் பதிப்பு: அக்டோபர் 2023 ❖ வெளியீடு: காலச்சுவடு பப்ளிகேஷன்ஸ் (பி) லிட்., 669, கே.பி. சாலை, நாகர்கோவில் 629001 ❖ கோட்டோவியங்கள்: கே.பி. கதிரவவேல்

panai maramee! panai maramee! The Palmyara tree and Tamil Society ❖ Author : A. Sivasubramanian ❖ © A. Sivasubramanian ❖ Language: Tamil ❖ First Edition: December 2016, Improved Fourth Edition: May 2019, Eighth Edition: October 2023 ❖ Size: Demy 1 x 8 ❖ Paper: 18.6 kg maplitho ❖ Pages: 360 plus 16 Colour Pages

Published by Kalachuvadu Publications Pvt. Ltd., 669 K.P. Road, Nagercoil 629001, India ❖ Phone: 91-4652-278525 ❖ e-mail: publications@kalachuvadu.com ❖ Line Drawings: K.B. Kathiravavel ❖ Printed at Compuprint Premier Design House, Chennai 600086

ISBN: 978-93-5244-078-8

10/2023/S.No. 755, kcp 4736, 18.6 (8) rss

'தொடித்தலை விழுத்தண்டு ஊன்றி'
நிற்கும் என்னைப் பேணிக் காக்கும்
அன்பு மகன்கள்
சி. ஆழ்வார்
சி. இராமலிங்கம்
இருவருக்கும்

பொருளடக்கம்

முன்னியம்பல்	11
நுழைவாயில்	17
நன்றியுரை	27
1. தமிழகத்தில் பனை	31
2. பனைத் தொழில்நுட்பம்	53
3. பனை மரமே! பனை மரமே!	77
4. ஓலையும் ஈர்க்கும்	116
5. ஓலையும் சுவடியும்	143
6. கள்ளும் பதநீரும்	172
7. கருப்புக்கட்டியும் கற்கண்டும்	215
8. மருந்துப் பொருள்	239
9. பனையும் சைவமும்	247
10. பனையும் கிறித்தவமும்	283
11. ஆங்கிலக் காலனியமும் பனையும்	306
12. பனையின் சிதைவு	314

பின்னிணைப்புகள்

    1. பனையின் பெயர்கள் — 327

    2. பனையின் பெயர்க் காரணம் — 329

    3. பனை மர சோபனம் — 334

    4. கள் குத்தகைச் சீட்டு — 338

    5. பாலத்தின் பராமரிப்புச் செலவும் பனையும் — 340

    6. குலசேகரன்பட்டினத்தில் இயங்கிய இரயில் — 341

    7. பின்பற்றிய கள ஆய்வு முறை — 342

துணை நூற்பட்டியல் — 351

வண்ணப்படங்கள் — 361

முன்னியம்பல்

பேராசிரியர் ஆ. சிவசுப்பிரமணியன் நாமெல்லாம் அதிசயத்துப் பார்க்கத்தக்க நம் காலத்து ஆய்வாளர். சமூக வரலாறு, நாட்டார் வழக்காற்றியல், தமிழ்க் கிறித்தவம், காலனிய வரலாற்றியல், மார்க்சியம், நாட்டார் சமயம், மானுடவியல் முதலான களங்களையெல்லாம் இணைத்துப் பல்துறை ஆய்வை முன்னெடுத்துத் தமிழ் அறிவுப் புலத்திற்குப் பங்காற்றியுள்ளவர்.

பேராசிரியர் நா. வானமாமலையின் கல்வி வாரிசாக நின்று ஆரம்பகாலத்தில் நாட்டார் வழக்காற்றியல், மானுடவியல் புலங்களின் தேவையை உணர்த்திய பெருமை ஆ. சிவம் அவர்களுக்கு உண்டு. மந்திரம் சடங்குகள், தச்சுக்கழித்தல், முளைப்பாரி, பூச்சியம்மன் வில்லுப்பாட்டு, சாமியாடும் மனைவி என நம்முடைய பண்பாட்டுப் புலத்தின் அறியப்படாத எண்ணற்ற களங்களில் முன்னோடி ஆய்வுகளை அவர் செய்திருக்கிறார்.

பண்பாடு என்பதைக் கற்றோர் மரபு என்ற நிலையிலிருந்து மாற்றி நாட்டார் புலத்தின் மீது நம் கவனத்தைத் திருப்பிய சிந்தனை மரபுக்குரியவர் ஆ. சிவம். பண்பாட்டின் எல்லைகளை யும் விளிம்புகளையும் கண்டறிந்து ‘அடித்தள மக்கள் வரலாறு’ எழுதியவர். புழங்குபொருள் பண்பாடு எனும் ஒரு புதிய ஆய்வுக் களத்தில் முதன்முதலாக ‘தோணி’ பற்றிய முன்னெடுப்பும், ‘உப்பிட்டவரை’ எனும் நூலும் பேராசிரியரின் புலமையாக்கங்களில் பெருமதியானது. பண்பாட்டாய்வில்

தோணி, உப்பு ஆகியவற்றைத் தொடர்ந்து தமிழர் புழங்கு பொருளாக வந்திருப்பது 'பனை மரமே! பனை மரமே!'. "புழங்கு பொருட்கள் உண்பதற்கும் உடுப்பதற்கும் உறங்குவதற்குமானவை அன்று. அவை சமூகத்தின் சிந்தனை மரபைக் காட்டுபவை" எனும் கூற்றை மெய்ப்பிக்கும் நூலிது. 'பனை மரமே! பனை மரமே!' தாவர வழக்காற்றியல் என்பதாகவும், புழங்கு பொருள் பற்றிய மானுடவியலாகவும் பரிணமிக்கும் வகையில் நாணயத்தின் இரண்டு பக்கங்கள் போன்றதாகும்.

உலகில் இன்று காணக்கூடிய 7000க்கும் மேற்பட்ட பெருஞ்சமூகங்களில் தமிழ்ச் சமூகம் ஒரு பழமைச் சமூகம். அது நீண்ட நெடிய அறுபடாத தொடர்ச்சி கொண்டது. மேலும், 2000 ஆண்டுகளுக்கும் மேற்பட்ட எழுத்து மரபைக் கொண்ட சமூகமாகவும் விளங்குகிறது. உலகில் உருவான அத்தனை வகையான சமூகப் பண்பாட்டுப் படிமலர்ச்சி நிலைகளையும் ஒரு சிறிய புவியியல் பரப்பில் கொண்டிருக்கக் கூடிய சமூகமாகவும் காணப்படுகிறது.

அத்தகைய நீண்ட நெடிய அறுபடாத மரபு கொண்ட தமிழ்ச் சமூகத்தின் மிகவும் தொன்மையான, முக்கியமான புழங்கு பொருளாக விளங்கக்கூடியது பனை. அது பற்றி 5000 ஆண்டுகளுக்குப் பின்னர்தான் பல்துறைசார்ந்த ஒரு முழுமையான பதிவு கிடைத்திருக்கிறது. தமிழ்ச் சிந்தனை மரபிலும், தமிழர் அறிவுப் புலத்திலும் பனை பெற்றுள்ள வகிபாகம் முழுவதையும் அறியத்தக்க பெரும்பரப்பில் இந்நூல் பயணம் செய்கிறது.

இந்நூலில் 12 இயல்கள் உள்ளன. ஒவ்வொன்றும் தனித்துவமானது; முதன்மையானது; பெருமதியானது. பனை தமிழ்ச் சமூகத்தின் வாழ்வோடும் பண்பாட்டு மரபோடும் அறிவுப் புலத்தோடும் பின்னிப் பிணைந்து நிற்கிறது. இதனைக் கருப்பொருள் ஆய்வு, வரலாறு, சமூகம், பண்பாடு, நாட்டார் வழக்காற்றியல், மருத்துவம், உணவு, பொருளாதாரம், தொழில்நுட்பம், சைவம், கிறித்தவம், காலனியம், உலகமயம் எனப் பரந்த தளங்களோடு இணைத்தறியும் பெரும் வாசிப்பை ஆ. சிவம் நம்முன் நிறுத்துகிறார்.

அறிவுப்புல நிலையிலிருந்து பார்த்தால் பனை பற்றிய ஒரு புழங்கு பொருளின் தேடுதலில் தொடர்புடைய பல அறிவுத் துறைகளின் சங்கமத்தை *(transdisciplinary)* முன்னெடுத்துள்ளார் ஆ. சிவம். மேற்குலக ஆய்வு மரபிலிருந்து விலகி ஓர் மண்சார்ந்த தேடுதல் மரபொன்றை நம் கண்முன் நெடிதுயர்த்தி நிறுத்தியுள்ளார். தனக்கேயுரிய சுயாதீனமான புலமை மரபை இந்நூலில் மீண்டும் ஒரு முறை நிரூபித்துக் காட்டியுள்ளார். இனி நாம்

மேற்குலகக் கோட்பாடுகளைச் சார்ந்திருக்க வேண்டியதில்லை என்ற ஒரு வலுவான தடத்தையும் இந்நூலில் அவர் காட்டுகிறார். இது ஓர் அச்சு அசலான மண்சார்ந்த ஆய்வுமுறை எனலாம்.

பனை பற்றித் தமிழக வரலாற்றின் தொன்மை தொடங்கி அதன் தொடர்ச்சியான காலகதியில் எழுந்த அனைத்து எழுத்துப் பதிவுகளையும் இந்நூலில் அவர் பேசுகிறார். கல்வெட்டு, தொல்காப்பியம், சங்கஇலக்கியம் தொடங்கி, சைவம், கிறித்தவம் காலனியம் ஊடாக, இன்றைய உலகமயச் சூழல்வரை வரலாற்றின் நெடும் பயணத்தை நமக்குக் காட்டுகிறார். கற்காலம், செப்புக்காலம், இரும்புக்காலம் ஊடாக வெள்ளி, தங்கம், வைரம், பிளாட்டினம் காலம்வரை பொருட்களின் படிமலர்ச்சி விரிந்துள்ளது. இந்த வரிசையில் மரக்காலம் என்ற ஒன்று அடையாளப்படுத்தப்படவில்லை. மரங்களின் பயன்பாடு காலங்களை வென்று வந்துள்ளது ஒரு காரணமாக அமைகின்றதா? யோசிக்கலாம்.

தமிழ்ச் சமூகத்தில் **800**க்கும் மேற்பட்ட பயன்பாடுகளைக் கொண்டிருப்பது பனை. அதற்கு **100**க்கும் மேற்பட்ட பெயர்கள். காலத்தின் ஆழத்தாலும் ஐந்திணைப் பரப்பின் அகலத்தாலும் எழுந்தவையே இத்தன்மைகள். எஸ்கிமோக்கள் பனிச் சூழல் பற்றியும், மீனவர்கள் கடற் சூழல் பற்றியும் மிக விரிவான அறிதிறனைக் *(cognition)* கொண்டுள்ளனர். எல்லாவற்றிற்கும் மேலானதோர் அறிதிறனைத் தமிழ் மக்கள் பனை பற்றிக் கொண்டுள்ளனர்.

விளாடிமர் பிராப் ரஷ்ய தேவதைக் கதைகளைத் தொகுத்து நாட்டார் கதைகளின் அமைப்பியல்புகளைக் கண்டார். கிளாட் லெவிஸ்ட்ராஸ் உலகளாவியத் தொன்மங்களைத் தொகுத்துப் புராதன மனத்தின் அமைப்பியல்பு களைக் கண்டார். கதைகளாகவும் தொன்மங்களாகவும் விரிவுபெற்றிருந்த வடிவங்களிலிருந்து அவர்கள் இருவரும் பொதுவான அமைப்பியல்புகளைக் காண முயன்றனர். அவ்வாய்வுகள் குவிமையம் நோக்கியவை. பனை எனும் ஒரு பொருள் **800**க்கும் அதிகமான பரிமாணங்களில் விரிந்து நிற்கும் வடிவங்களை நோக்கும் இவ்வாய்வு விரிமையம் நோக்கியது.

ஒவ்வொரு புழங்கு பொருளும் வரலாற்றின் ஓர் அலகு. பொருட்கள் வரலாற்றைக் கொண்டிருக்கின்றன. வரலாறாகவே பொருட்கள் உள்ளன. இதில் சமூக வரலாறும் பண்பாட்டு வரலாறும் கலை வரலாறும் முதன்மை யானவை. இவற்றைப் 'பனை மரமே! பனை மரமே!' மூலம் நூலாசிரியர் அணுகியிருப்பது இந்நூலின் பெருமதியாகும்.

இந்நூலில் ஆ. சிவத்தின் அறிவின் பயனை நாம் அனுபவிக்கலாம். புழங்கு பொருட்களில் ஒவ்வொரு பொருளும் ஒரே நேரத்தில் பொருளாகவும் இருக்கிறது, கலையாகவும் இருக்கிறது. இது சமூக ஞானத்துக்குரியது, கூட்டு ஓர்மைக்குரியது என்பதையும் காட்டுகிறார். மேலும், எல்லாப் பொருட்களுமே சூழலுக்குரியவை. பயன்பாடே அதன் அர்த்தத்தை முழுமையாக்குகிறது. பொருட்களுக்கும் மக்களின் வாழ்க்கைக்குமான உறவில் மட்டுமே அர்த்தம் பிறக்கிறது என்பதை நூல் நெடுகிலும் பேசுகிறார். பொருளில் வரலாறும், வரலாற்றில் பொருளும் அதன் இருப்பை விளக்குகின்றது என்றும் சொல்கிறார்.

ஆ. சிவத்தின் நுட்பமான கட்புலத் தேடுதல் மூலம் தமிழ்ச் சமூகத்தில் பனையின் புழங்கு பொருட்கள் யாவற்றையும் கணக்கில் கொள்கிறார். அழகுப் பொருள், தினசரிப் பொருள், நுகர்வுப் பொருள், உணவுப் பொருள், மதிப்புப் பொருள், பரிசில் பொருள், பாதுகாக்கும் பொருள், அணிகலப் பொருள், அறிவுப் பொருள் (சுவடி, எழுது பொருள், படிப்புப் பொருள்) எனப் பலவகைகளையும் நூல் நெடுக விவாதிக்கிறார்.

எல்லாப் பொருட்களும் நம்முடைய வாழ்வு எனும் முழுமையில் பகுதிகளாக விளங்குபவை. பகுதிகளால் ஆக்கப் பெற்றதே முழுமை. உறுப்பு களின் உறவுகளாலேயே மனித உடல் இயங்குகிறது. சமூகமும் பண்பாடும் அவ்வாறு இயங்குகின்றன. இத்தகையதோர் இயங்கியல் அசைவியக்கத்தைப் பனை வழி நம்முன் படம் பிடித்துக் காட்டுகிறார் ஆ. சிவம்.

புழங்கு பொருட்கள் பற்றிய ஓர் ‘அடர் விவரிப்பை’ *(thick description)* ஆ. சிவம் முன்னெடுத்துள்ளார். இதன் மூலம் புழங்கு பொருட்களில் மனிதன் இயற்கையோடு ஊடுருவிய தன்மைகளைக் காட்டுகிறார். இயற்கையையும் பண்பாட்டையும் இணைப்பவையாகப் புழங்கு பொருட்கள் உள்ளன. மனிதர்களின் அசாதாரணமான கலை நுட்பங்களையும் அறிவையும் புழங்கு பொருட்களில் காண முடிகிறது. மனிதர்களை இறைவன் படைப்பது போன்றே மக்களும் புழங்கு பொருட்களைப் படைக்கின்றனர். சில புழங்கு பொருட்களைச் செய்யும்போது பாதம் என்றும், வயிறு என்றும், கழுத்து, தலை, முகம் என்றெல்லாம் மனித உடலுறுப்புகளைப் போன்றே கலைப் படைப்புக்களையும் செய்கின்றனர்.

பழங்காலத்தில் புழங்கு பொருட்கள் ‘கைவினைப்பொருள்’ *(artefact)* என்பதாக மதிப்புப் பெற்றிருந்தது. ஆனால் இன்றைய வணிக, நுகர்வுச்

சூழலில் அவை 'பொருள்' (goods) எனும் அளவிற்கு மாறியுள்ளன. இதுவரை என்னென்ன மாற்றங்கள் ஏற்பட்டனவோ அவையாவும் தொடர்ந்து மாறக் கூடியவைதான் என்பதை எண்ணற்ற எடுத்துக்காட்டுகள் மூலம் ஆ. சிவம் விவாதிக்கிறார். பனையோலைச் சுவடிகள் சார்ந்த அசைவியக்கம் பெரும் கவனத்திற்குரியதாக உள்ளது. அச்சுக்கலைக்கு முந்தைய சுவடிகள் பற்றிய பதிவுகள் நுட்பமானவை.

இந்த நூலில் ஆ. சிவம் சுட்டிக்காட்டும் கலைமரபு நம் கவனத்தை நிச்சயம் ஈர்க்கும். பனையோலைப் பொருட்களில் தமிழ்க் கைவினைக் கலைஞர்களின் வடிவியல் (geometry) அறிவு பெரிதும் சீர்மை (symmetrical) பெற்றிருப்பதைக் காணமுடிகிறது. மையத்தில் தொடங்கி நாலாபுறமும் விரியும் வடிவமைப்பும், மற்றொன்றில் ஒருபுறம் தொடங்கி மறுபுறம் போய் முடியும் வடிவமைப்பும், இன்னொன்றில் சிக்குப் பின்னலாகச் சுழன்று செல்லும் வடிவமைப்பும் காணமுடிகிறது. அழகியல் உணர்வும் வண்ண உணர்வும் இவற்றில் இணைகின்றன.

பனையின் தொன்மை, பனை பற்றிய சொல்லாராய்ச்சி, பனையின் பால்நிலை, வகைகள், பனம்பழத்தின் 17 வகைகள், ஓலை பற்றிய வழக்காறுகள், ஓலைப் பெட்டியின் வகைகள், புழங்குபொருட்கள், ஓலையும் சுவடியும், ஓலை ஆவணங்கள், ஓலை ஊழியங்கள், சித்திரச் சுவடி, சித்திர இராமாயணம், கள்ளும் பதநீரும், கள்விலையாட்டி, கருப்புக்கட்டி, கற்கண்டு, பனையின் மருந்துப் பொருட்கள், பனையும் சைவமும், பனையும் கிறித்தவமும், காலனிய காலத்தில் பனை, பனையின் சிதைவு என எண்ணற்ற கருத்தினங்களில் மேற்கூறிய அணுகுமுறைகளில் ஆ. சிவம் விவாதித்திருக்கிறார்.

ஆ. சிவத்தின் பனை பற்றிய இத்தேடுதல் 20 ஆண்டுகளுக்கும் மேலாக நீடித்து வந்துள்ளது. மலையடிவாரங்கள், ஆற்றுப்பாசனப் பகுதிகள், கரிசல் பிரதேசம், தேரிக்காட்டுப் பகுதி, கடலோரப் பகுதிகள் எனத் தூத்துக்குடி, திருநெல்வேலி மாவட்டங்களில் பயணம் செய்து கள ஆய்வு மூலம் சேகரித்த தரவுகளைப் பகுத்தாய்ந்து நூலாக்கியுள்ளார். பல்துறை அணுகுமுறைகளுடன் பனை பற்றிய தேடுதல் ஒரு முழுமை சார்ந்த புரிதலுக்கு வழிவகுத்துள்ளது. இலங்கையின் தாலவிலாசம், வரலாற்றின் ஏழ்குறும்பனை நாடு, பாணிதம் பற்றிய கி.மு.1ஆம் நூற்றாண்டுக்குரிய கல்வெட்டு, எகிப்தியரின் முதல் காகிதம், பனைவரியாகிய ஓலைக் கூலம், கட்டாய வேலையாகிய ஓலை ஊழியம்,

சூந்து சுத்துதல் எனப் பனையின் வேறுபல கூறுகளும் நம் கவனத்தை ஈர்க்கின்றன. தமிழர் பண்பாடு உறைந்துள்ள புழங்கு பொருட்கள் பற்றி இளந் தலைமுறையினர் கவனம் செலுத்த வேண்டும்.

இடைவிடாத தேடலின் பயனாக விளைந்துள்ளது இந்நூல். தமிழ்ப் புலமை மரபிலும் பண்பாட்டாய்வு நிலையிலும் இந்நூல் என்றும் வாசிக்கப்படும் நூலாக அமையும்.

புதுச்சேரி
04.12.2016

முனைவர் **பக்தவத்சல பாரதி**

இயக்குநர்
புதுச்சேரி மொழியியல் பண்பாட்டு
ஆராய்ச்சி நிறுவனம்

நுழைவாயில்

பொருள்களுக்கும் மனிதர்களுக்கும் இடையேயான உறவுகளைப் புரிந்துகொள்ளும்போது நம்முடைய புதிய வரலாற்றையே வெளிக்கொணர்கிறோம்.

சிட்னி மிண்ட்ஸ்

ஆங்கிலேயர்களால்தான் நமக்கு அறிவியல் அறிமுகமானது என்ற தவறான கருத்தைக் காலனிய வரலாற்றியலர்களும் அதை விமர்சனம் இன்றி அப்படியே ஏற்றுக்கொண்ட நம் நாட்டு அறிஞர்களும் பரப்பியுள்ளனர். ஆனால் உண்மை இதற்கு நேர்மாறானது.

நமக்கென ஒரு தொழில்நுட்ப அறிவும் அறிவியல் அறிவும் நம்மிடையே உருவாகி வழக்கில் இருந்துள்ளன. ஆயினும் இதில் ஒரு சிக்கலும் உண்டு. வெகுதிரளான அடித்தள மக்கள் பிரிவினருக்கு எழுத்தறிவு எளிதில் கிட்டாமையால், இவர்கள் நடைமுறைத் தொழில்நுட்ப அறிவு மட்டுமே உடையவர்களாகக் குறுகிப்போனார்கள்.

மேட்டிமையோர், நூலறிவைத் தம் உடைமையாகப் பாவித்து தம்மிடையே பாதுகாப்பாக வைத்துக்கொண்டனர். இதனால் நடைமுறை சார்ந்த தொழில்நுட்ப அறிவு ஒருசாராரிடமும், நூலறிவு மற்றொரு சாராரிடமும் என இரண்டாகப் பிரிந்து நின்றன. இவை இரண்டும் இணைக்கப்படாமையே இந்திய அறிவியல் தொழில்நுட்ப அறிவின் தேக்கநிலைக்குக் காரணமாய்ப்

போனது. மற்றொரு பக்கம் ஆங்கிலக் காலனியம் தன் நாட்டுத் தொழில்நுட்ப அறிவையும் அறிவியலையும் புகுத்தி நம் பாரம்பரிய அறிவாற்றலைச் சிதைத்தது.

இந்திய தேசிய இயக்கத்தை ஒட்டி ஏற்பட்ட பண்பாட்டு விழிப்புணர்ச்சியில் மேட்டிமையோரின் இந்து சமயம் சார்ந்த சிந்தனைப்போக்கே மேலோங்கியது. தேசிய இயக்கம் வலுப்பெற்றபோது நம் பாரம்பரிய அறிவாற்றலை எடுத்துரைக்க வேண்டிய கட்டாயம் ஏற்பட்டது. இதன் வெளிப்பாடாக 'இந்து கணிதவியல்', 'இந்து வானவியல்', 'இந்து வேதியியல்' என்ற தலைப்புகளில் நூல்கள் வெளியாயின.

தம் அன்றாடத் தொழில்களில் அறிவியலை நடைமுறைப்படுத்தித் தலைமுறை தலைமுறையாக அதைப் பாதுகாத்துப் பராமரித்து வந்த அடித்தள மக்களின் அறிவு கண்டுகொள்ளப்படவில்லை. வண்ணார், மருத்துவர் (நாவிதர்), தோல் தொழிலாளர், உழவர், ஆயர், கடல்சார் தொழில்புரிவோர், கொல்லர், தச்சர், கன்னார், பொற்கொல்லர், கல்வேலை செய்வோர், நெசவாளர் போன்றோர் பின்பற்றிவந்த தொழில்நுட்ப முறைகளும் இவை தொடர்பான வாய்மொழித் தரவுகளும் எழுத்தாவணமாக மாற்றப்படவில்லை. இன்றும்கூட இதில் குறிப்பிட்டுச் சொல்லும் அளவுக்கு முன்னேற்றம் ஏற்படவில்லை. பல தரவுகளை நாம் இழந்து நிற்கிறோம், இழந்துவருகிறோம்.

பாரம்பரிய அறிவுசார்ந்த பதிவுகளை மேற்கொள்வதில் தொடர்புடைய நாட்டார் வழக்காற்றியல் என்னும் அறிவுத் துறை, கல்விப் புலங்களுக்குள் ஒடுங்கிப் போய்விட்டது. வாய்மொழி இலக்கியம், நிகழ்த்துகலைகள், தெய்வங்கள், சடங்குகள் என்பனவற்றை மட்டுமே உள்ளடக்கியதுதான் நாட்டார் வழக்காற்றியல் என்ற தோற்றத்தை உருவாக்குவதில் கல்விப் புல ஆய்வுகள் பெரும் பங்காற்றிவருகின்றன!

மற்றொரு பக்கம் நம் அறிவியல் துறையினர், நம் மண்சார்ந்த அறிவியல், தொழில்நுட்பம் தொடர்புடைய வழக்காறுகளைப் பதிவுசெய்து பாதுகாப்பதிலும் பயன்படுத்தும் வாய்ப்புகளைக் கண்டறிவதிலும் ஆர்வம் காட்டவில்லை.

சுற்றுப்புறச் சூழலியாளர்கள், இயற்கை மருத்துவர்கள், இயற்கை வேளாண்மை விரும்பிகள் என்போர் மட்டிலுமே இக்குறைபாட்டைப் போக்கும் வகையில் செயல்பட்டு வருகின்றனர். இத்தகையோரின் செயல்பாடு, பனை மரம் குறித்த இந்நூலுக்குத் தூண்டுதலாய் அமைந்துள்ளது.

பனை என்பது ஒரு மரம் மட்டும் அல்ல; தமிழர்களின் சமூகப் பண்பாட்டு வாழ்விலும் வரலாற்றிலும் பொருளியலிலும் இரண்டாயிரம் ஆண்டுகட்கும் மேலாகத் தொடர்ச்சியான தாக்கத்தை ஏற்படுத்திவந்த சிறப்புக்குரியது. இதன் உயரத்தைப் போன்றே இதன் வரலாறும் நெடியது. இத்தகைய பாரம்பரியம் மிக்க பனை மரம் இன்று அழிவின் விளிம்பில் நிற்கிறது.

நம் கண் முன்பே இதன் அழிவு நிகழ்கிறது. ஆனால், நம்மில் பலருக்கும் இதன் அழிவு தெரியவில்லை. இதன் அழிவைத் தடுத்து நிறுத்தும் இயக்கங்கள் எவையும் உருவாகாத தமிழ்நாட்டுச் சூழலில் இம்மரம் தொடர்பான செய்திகளை ஆவணப்படுத்தி எதிர்காலத் தலைமுறைக்கு வழங்கலாம் என்ற எண்ணத்தில் உருவானதே இந்நூல்.

இப்பணியில் எனக்கு முன்னோடிகளாகப் பலர் இருந்துள்ளனர். அவர்களைக் குறித்து சுருக்கமாகவாவது பதிவு செய்வது அவசியமானது.

ஸ்ரீலங்காவின் யாழ்ப்பாணப் பகுதி தமிழ்நாட்டின் தென்மாவட்டங்களைப் போன்று பனை மரங்கள் மிகுந்த நிலப்பரப்பைக் கொண்டது. இங்கே பணியாற்றிய வில்லியம் பெர்கூசன் என்ற ஆங்கிலேயர் *'The Palmyra Palm Borassu's Flabelliformis'* என்ற தலைப்பில் சிறுநூல் ஒன்றை 1888ஆம் ஆண்டில் வெளியிட்டார். இதில் பனையின் பயன்பாடுகளாக 800 பயன்பாடுகளைக் குறிப்பிட்டுள்ளார்.

'விலாசம்' என்ற சிற்றிலக்கிய வகையில் 'தாலவிலாசம்' (தாலம்: பனை) என்ற தலைப்பில் இரு நூல்கள் வெளியாகி உள்ளன. இவற்றுள் ஒன்று குடந்தை அருணாசலப் புலவர் எழுதியது (மாதவன், 2000:48). மற்றொன்று யாழ்ப்பாண நவாலியூர் சோமசுந்தரப் புலவர் (1974) எழுதியது. மேற்கூறிய பெர்கூசனின் ஆங்கில நூலைத் தாம் படித்தறிந்து பயன்படுத்தியுள்ளதாகத் தம் நூலின் முன்னுரையில் சோமசுந்தரப் புலவர் குறிப்பிட்டுள்ளார்.

'பனைமர சோபனம்' என்ற தலைப்பில் குஜிலிக் கடைப்பதிப்பு ஒன்றும் தமிழ்நாட்டில் வெளியாகியுள்ளது. தான் வழங்கும் பயன்களைப் பனை மரம் பட்டியலிடும் போக்கில் இந்நூல் எழுதப்பட்டுள்ளது (பி.இ. 3). இதுபோல் பனையின் கூற்றுவடிவில் அமைந்த வாய்மொழிப் பாடல்கள் நாட்டார் பாடல் தொகுப்புகளில் இடம்பெற்றுள்ளன.

பனையை மையமாகக் கொண்டு உருவான வாய்மொழிப் புராணக் கதைகளை உள்ளடக்கிய 'வலங்கையர் சரித்திரம்', 'அகிலத்திரட்டு', 'பனை எழுபது' என்ற செய்யுள் நூல்களும் அச்சுவடிவம் பெற்றுள்ளன.

பனையின் பயன்பாடு, பனைத் தொழில்நுட்பம், மேற்கொள்ள வேண்டிய தொழில்நுட்ப முறைகள் என்பனவற்றை வெளிப்படுத்தும் வகையில் 'இனிக்கும் பதநீர்' *(1966)*, பனைத்தொழில் (முதல் தொகுதி *1968*, இரண்டாவது தொகுதி *1981)* என்ற தலைப்புகளில் மூன்று நூல்களைக் கே. சம்பந்தம் எழுதியுள்ளார். ஆழமான கள ஆய்வின் அடிப்படையில் இவை எழுதப்பட்டுள்ளன. இவற்றை அடியொற்றிக் கோவையில் செயல்பட்டுவரும் 'கோல்பிங் இந்தியா' என்ற அமைப்பு *2002*இல் 'பனைவளம்' என்ற நூலை வெளியிட்டுள்ளது.

இந்நான்கு நூல்களின் அடிப்படை நோக்கம் பனைத்தொழிலை மேற்கொண்டுள்ளவர்களுக்கும், இத்தொழிலில் புதிதாக ஈடுபடப்போகிறவர் களுக்கும் வழிகாட்டுவதாகும். இந்நோக்கம் இந்நூல்களில் சிறப்பாக வெளிப்பட்டுள்ளது. மற்றபடி சமூக வரலாற்று ஆய்வை இவர்கள் மேற்கொள்ள வில்லை. இதன் பொருட்டு இவர்களைக் குறைகூற முடியாது. ஏனெனில், இவர்கள் நூல் எழுதியதன் நோக்கம் இதுவல்ல.

பொதுமக்களுக்கும் இம்மரம் குறித்த புரிதலை ஏற்படுத்தும் வகையில் 'பனை மரம்' என்ற தலைப்பில் எஸ்.ஏ. சூசைராஜா *(1982)* எழுதியுள்ள நூல் பனை மரம், பனைத்தொழில், பனையின் பயன்பாடு என்பன குறித்து அறிமுகம் செய்யும் எளிமையான நல்ல அறிமுக நூலாகும்.

இவைதவிரப் பனையை மையமாகக் கொண்ட அறிமுகக் கட்டுரைகளும் ஆய்வுக் கட்டுரைகளும் அவ்வப்போது வெளிவந்துகொண்டிருக்கின்றன.

தமிழர்களின் எழுதுபொருளாகப் பனை ஓலை அமைந்திருந்தமையால் ஓலைச்சுவடியின் அமைப்பு, அதை உருவாக்கிப் பாதுகாத்தல், ஓலைச்சுவடியில் எழுதும் முறை, பதிப்பிக்கும் முறை என்பன தொடர்பான செய்திகள் அடங்கிய நூல்களும் வெளியாகியுள்ளன. மு.கோ. ராமன் *(2006)*, மகாலட்சுமி *(2009)*, இ. சுந்தரமூர்த்தி *(2005)*, பூ. சுப்பிரமணியம் *(2004)* என்போர் எழுதியுள்ள நூல்கள் இவ்வகையில் குறிப்பிடத்தக்கவை. தாவரவியலாளர்களான சீனிவாசன் *(1987)*, த.வி. கிருஷ்ணமூர்த்தி *(2007)* ஆகியோரின் நூல்களில் பனை குறித்த தாவரவியல் செய்திகள் பதிவுசெய்யப்பட்டுள்ளன.

பனை தொடர்பான இந்நூலை எழுத இந்நூல்கள் அனைத்தும் எனக்குத் துணை நின்றுள்ளன. ஆயினும் இவற்றின் போக்கிலிருந்து வேறுபட்டு இந்நூலை எழுதியுள்ளேன்.

பனை என்ற மரத்திற்கும் இம்மரம் வளர்ந்து நிற்கும் தமிழ் மண்ணிற்கும் இடையிலான தொன்மையான உறவையும் தமிழரின் பண்பாட்டு வாழ்வில்

இதன் தாக்கத்தையும் பனை தொடர்பான தொழில்நுட்பச் செய்திகளையும் வாய்மொழி வழக்காறுகளையும் உரிய முறையில் பதிவுசெய்வது என் அடிப்படையான நோக்கமாகும்.

ஒரு மரத்தைக் குறித்து அறிவியல் அடிப்படையில் நூல் ஒன்றை எழுதும் அளவுக்கு நான் ஒரு தாவரவியலாளன் அல்லன். பள்ளி மாணவனாக இருந்தபோது படித்தறிந்த 'அல்லிவட்டம்', 'புல்லிவட்டம்', 'மகரந்தப்பை', 'மகரந்தச்சேர்க்கை' என்ற சொற்களைத் தாண்டி எதுவும் எனக்குத் தெரியாது. இந்நூலை நான் எழுதப் புகுந்தமைக்கான காரணம் அடித்தள மக்கள் வரலாறு, நாட்டார் வழக்காற்றியல் என்ற இரு அறிவுத் துறைகளின் மாணவனாக இருந்து வருவதுதான். இவ்விரு அறிவுத் துறைகளும்தான் இந்நூலை எழுதும்போது என்னை வழிநடத்திச் சென்றுள்ளன. இது தொடர்பான சில செய்திகளை வாசகர்களுடன் பகிர்ந்துகொள்ள விரும்புகிறேன்.

* * *

நாட்டார் வழக்காற்றியல் அறிவுத் துறையில் ஒரு முக்கியக் கூறாக அமைவது வழக்காறுகளை வகைப்படுத்தல் ஆகும். இவ்வாறு வகைப்படுத்தும் போது 'பொருள்சார் பண்பாடு' ***(material culture)*** என்ற வகைமை ஒன்றை உருவாக்கியுள்ளனர். புழங்குபொருள் பண்பாடு என்றும் இதை அழைப்பதுண்டு. நாட்டார் வழக்காற்றியல் துறையினர் மட்டுமின்றிப் பண்பாட்டு மானுடவியலாரும் தம் துறை சார்ந்த ஒன்றாகப் பொருள்சார் பண்பாட்டை ஏற்றுக்கொண்டுள்ளனர்.

பொருள்சார் பண்பாடு என்ற வகைமையானது ஒரு குறிப்பிட்ட பொருளுக்கும் அதைப் புழங்கும் சமூகத்திற்கும் இடையிலான உறவை ஆராய்கிறது. இவ்வாறு மேற்கொள்ளும் ஆய்வு ஒரு குறிப்பிட்ட சமூகத்தின் நாகரிகம், பண்பாடு என்பனவற்றை வெளிப்படுத்தும் தன்மையது. அத்துடன் ஒரு குறிப்பிட்ட பொருள் தொடர்பான கலைச்சொற்கள் அப்பொருளைப் புழங்குவோரின் மொழிவளத்தையும் சூழலியல் அறிவையும் நாம் உணர்த்தும் தன்மையன.

சான்றாக, 'பனி' தொடர்பாக எஸ்கிமோக்களிடம் வழங்கும் கலைச் சொற்கள், ஐரோப்பியர்களிடம் வழங்கும் கலைச் சொற்களின் எண்ணிக்கையை விட அதிகம். நம் கடலோடிகளிடம் வழங்கும் காற்றைக் குறிக்கும் சொற்களின் எண்ணிக்கை உள்நாட்டுப் பகுதி மக்களிடம் வழங்கும் சொற்களைவிட எண்ணிக்கையில் அதிகம்.

இதுபோல இசைக் கருவிகள், மது, உணவு, ஆடை, பிற நுகர்பொருள்கள் தொடர்பான பெயர்களும் அவற்றைப் பயன்படுத்தும் முறையும் சமூகத்திற்குச் சமூகம் வேறுபடுகின்றன.

இவை அனைத்தையும்விடப் பொருள்சார் பண்பாட்டின் சிறப்பான கூறாக அமைவது வரலாற்று வரைவுக்கான அடிப்படைத் தரவாக அது விளங்குவதே. குறிப்பாகச் சமூக, பண்பாட்டு வரலாற்று வரைவுக்கு இவை துணைபுரியும் தன்மையன. சான்றாக, கிறித்துவிற்கு முந்தைய காலத்தைச் சேர்ந்த தொல்தமிழ் (பிராமி) கல்வெட்டுக்களில் இடம் பெற்றுள்ள வணிகர்களின் பெயருக்கு முன்னால் காணப்படும் அடைமொழிகளைக் குறிப்பிடலாம்.

சமண முனிவர்களுக்கு மலைப்பகுதியில் கற்படுகைகள் அமைத்துக் கொடுத்த வணிகர்கள் தாம் செய்த வாணிபத்தையும் கல்வெட்டில் பதிவு செய்துள்ளனர்.

அறுவை வணிகன் (கி.மு. முதல் நூற்றாண்டு)

கொழு வணிகன் (கி.மு. முதல் நூற்றாண்டு)

உப்பு வணிகன் (கி.மு. முதல் நூற்றாண்டு)

பொன் வணிகன் (கி.பி. மூன்றாம் நூற்றாண்டு)

எண்ணெய் வணிகன் (கி.பி. மூன்றாம் நூற்றாண்டு)

என அவர்கள் மேற்கொண்ட வாணிபம் குறிப்பிடப்பட்டுள்ளது. மேல் எழுந்தவாறு நோக்கினால் துணி, இரும்பு, ஏரின் கொழு, பொன் ஆகிய பொருட்களை வாணிபம் செய்தோரை அல்லது உற்பத்தி செய்தோரை இவை குறிப்பதாக மட்டுமே தோன்றும். ஆழ்ந்து நோக்கினால் கிறித்துவிற்கு முந்தைய காலத்திலேயும் கிறித்துவிற்குப் பிந்தைய காலத்தின் தொடக்கத்திலும் இப்பொருட்கள் எல்லாம் வணிகர்களால் விற்பனை செய்யப்பட்டமை குறித்த செய்தியானது பண்டைத் தமிழ்ச் சமூகத்தின் பண்பாட்டுத் தொன்மையை உணர்த்தி நிற்பதை அறிய முடியும்.

ஏரில் பொருத்தும் இரும்பால் ஆகிய கொழு, ஆயத்த நிலையில் விற்பனைப் பொருளாக விளங்கியுள்ளதைக் 'கொழுவணிகன்' என்ற சொல் நாம் அறியும்படிச் செய்கிறது. வேளாண்மைத் தொழில் பரவலாக நிகழ்ந்தமையை இதனால் உணர முடிகிறது.

அறுவை (துணி), கொல் (இரும்பு) பொன் ஆகிய பொருட்கள் வளர்ச்சி யடைந்த சமூகத்தினர் பயன்படுத்தும் பொருட்களாகும். இப்பொருட்களின் பயன்பாடானது பண்டைத் தமிழ்ச் சமூகம் நாகரிக வாழ்வை அடைந்திருந்ததை உணர்த்துகிறது.

எனவே, பொருள் என்பது அதன் பயன்பாட்டு எல்லையுடன் நின்று விடுவதில்லை. இந்த எல்லையைக் கடந்து சமூக – பண்பாட்டு வரலாற்று வரைவுக்கு உதவும் தரவாகவும் விளங்குகிறது.

மானுடவியலாரும் நாட்டார் வழக்காற்றியலரும் பண்பாடு என்ற ஒன்றை மட்டுமே கருத்தில் கொண்டமையால், பொருள்சார் பண்பாடு என்ற கலைச்சொல்லை உருவாக்கிப் பயன்படுத்தி வருகின்றனர். இது ஒருவகையில் பொருத்தமானதுதான். ஆயினும், இவ்வெல்லையைக் கடந்து வரலாற்றுடனும் நெருங்கி நிற்கும் தன்மை பொருள்சார் பண்பாட்டிற்கு உண்டு.

இங்கு வரலாறென்பது ஆள்வோரை மையமாகக் கொண்ட வரலாறன்று. மன்னரையும் அவனைச் சார்ந்தோரையும் முன்னிருத்தி எழுதப்படும் வரலாற்று வரைவு இன்று கேள்விக்குள்ளாகியுள்ளது. வரலாற்றின் மையத்தில் இடம் மறுக்கப்பட்டு வரலாற்றின் விளிம்பில் நிறுத்திவைக்கப்பட்ட 'விளிம்பு நிலை' மக்கள் திரளை மையத்திற்குள் கொண்டுவரும் வரலாற்று வரைவுகள் இன்று அறிமுகமாகியுள்ளன.

இப்புதிய வரலாற்று வரைவுக்கு வழக்கமாகப் பயன்படுத்தும் வரலாற்றுத் தரவுகள் மட்டுமே துணைபுரியா நிலையில் புதிய தரவுகளின் தேவை அவசியமாகிவிட்டது. இப்புதிய தரவுகளில் ஒன்றாகப் 'பொருள்சார் பண்பாடு' இடம்பெறுகிறது. இந்தியச் சூழலில் இது மிகவும் முக்கியமான ஒன்றாகும்.

எவ்வாறெனில் ஒரு பொருளை இந்தியச் சமூகத்தினர் அனைவரும் பாவிக்கும் உரிமை கடந்த காலத்தில் கிடையாது. பாவித்தாலும் சில கட்டுத்திட்டங்களுக்கு உட்பட்டே பாவிக்க முடியும். இன்றும்கூட இது ஆங்காங்கே தொடர்கிறது.

செருப்பு, தேநீர்க்குவளை, துண்டு என்ற புழங்கு பொருட்களைப் பொதுவெளியில் பயன்படுத்துவது தொடர்பான கட்டுப்பாடுகள் ஆதிக்க வகுப்பினரால் இன்றும்கூட நடைமுறைப்படுத்தப்படுவதைக் காண்கிறோம்.

ஒரு பொருளை யார் யார் பயன்படுத்தலாம், யார் யார் பயன்படுத்தக் கூடாது, அப்படியே பயன்படுத்தினாலும் எம்முறையில் பயன்படுத்த வேண்டும் என்ற இறுக்கமான விதிமுறைகளையும் இணைத்தே இந்தியச் சமூக வரலாற்றில் பொருட்களைக் காண வேண்டும்.

இப்படிக் காணும்போதுதான் உண்மையான மக்கள் வரலாற்றை எழுத முடியும்.

நெடிய பாரம்பரியத்தைக் கொண்ட பனை மரத்தையும் இவ்வாறு தான் காண வேண்டும். பனைவினைஞர் (பனைத் தொழில் புரிவோர்) மீது தமிழ்நாட்டில் பரவிய வடபுல வைதீக சமயத்தின் தாக்கமும் இங்கு நிலவிய மேட்டிமைசாதி ஆதிக்கமும் பண்பாட்டு ஒடுக்குமுறையை நிகழ்த்தி உள்ளன; வரிக்கொடுமைகளுக்கும் பனை வினைஞரை ஆளாக்கியுள்ளன.

எனவே, பனை மரத்தைக் குறித்த அறிதல் என்பது பாரம்பரியத் தொழில்நுட்ப அறிவு, பனையின் பல்வேறு பயன்பாடுகள் என்பனவற்றுடன் மேற்கூறிய உண்மைகளையும் உள்ளடக்கியது.

பண்டைத் தமிழ் இலக்கியங்கள், கல்வெட்டுக்கள், வரலாறு, சமயம், தத்துவம் எனப் பல்வேறு அறிவுத் துறைகளில் பனை குறித்த பதிவு ஏதேனும் ஒரு வகையில் இடம்பெற்றுள்ளது. பனையை மையமாகக் கொண்டு உருவான நாட்டார் வழக்காறுகளுக்கும் குறைவில்லை.

இதனால் தமிழகத்தின் சமூக வரலாற்று வரைவுக்கான தரவுகளில் ஒன்றாகப் பனை விளங்குகிறது.

எனவே, பயன்பாட்டு மதிப்பில் மட்டுமே பனை மரத்தை ஆராய்ந்தால் அது முழுமையான ஆய்வாக அமையாது.

- ❖ தமிழகத்தில் 5.19 கோடி பனை மரங்கள் உள்ளன.
- ❖ இந்தியாவில் உள்ள மொத்தப் பனை மரங்களின் எண்ணிக்கையில் இது 50 விழுக்காடு ஆகும்.
- ❖ தமிழ்நாட்டின் தென்மாவட்டங்களில்தான் அதிக அளவில் பனை மரங்கள் உள்ளன.
- ❖ தூத்துக்குடி மாவட்டம் பனைவளத்தில் முதலிடம் பெற்றுள்ளது.

தமிழ்நாடு வேளாண்மைப் பல்கலைக்கழகத்தின் துணைவேந்தராக இருந்த அ. கன்னையன் தமது உரை ஒன்றில் கூறிய செய்திகள் இவை (*தினமணி*, மதுரைப் பதிப்பு, 21.1.2001).

பனை மரங்கள் மிகுந்த தூத்துக்குடி மாவட்டத்தில் வாழ்ந்து வருபவன் என்ற முறையில் நான் மிகவும் அறிந்த மரம் இது. பதநீர் இறக்குவதையும் நுங்கு வெட்டுவதையும் வியப்புடன் கழுத்து வலிக்க அண்ணாந்து பார்த்த சிறுவயது நிகழ்வுகளில் தொடங்கிப் பனை மரம் குறித்த பல காட்சிகள் இன்றும் பசுமையாய் உள்ளத்தில் அழியாது நிலவுகின்றன. ஏதேனும் ஒரு வகையில் பனையின் பயன்பாடுகளை நுகர்ந்து வளர்ந்தவன் நான்.

இன்று என் முதுமைப் பருவத்தில் இம்மரம் மெல்ல மெல்ல அழிவுக்காளாகிவருவதை வேதனையுடன் பார்த்து நிற்கிறேன். கடந்த கால வரலாற்றின் எச்சமாக, ஒரு காட்சிப் பொருளாக இம்மரம் மாறும் நாள் தொலைவில் இல்லை என்ற அச்சவுணர்வு ஆட்டுகிறது. இந்த அச்ச உணர்வே இந்நூலை எழுதி முடிக்க என்னைத் தூண்டியுள்ளது.

நான் கண்டறிந்த, கேட்டறிந்த, படித்தறிந்த, அனுபவித்துணர்ந்த செய்திகளின் கலவையாய் இந்நூல் அமைந்துள்ளது. நீண்ட காலமாக என் உள்ளத்தை நிலையமாகக் கொண்டு என்னை ஆட்டிப் படைத்து வந்த 'பனை மர ஆவியை' ஒரு பீடத்தில் நிலைநிறுத்த முயன்று வந்தேன். தற்போது ஒரு வழியாக வாசகர்களின் மனப்பீடத்தை நிலையமாக்கி நிறுத்திவிட்டேன்.

பீடத்தில் நிறுத்தத் துணைநின்ற காலச்சுவடு கண்ணனுக்கு என் நன்றி.

முன்னியம்பல் என்ற தலைப்பில் ஓர் ஆழமான அணிந்துரையை வழங்கிய அன்பிற்குரிய முனைவர் பக்தவத்சல பாரதி அவர்களுக்கும் என் நன்றி உரியது.

இந்நூலாக்கத்திற்கு உற்சாகமூட்டி வந்த அன்பிற்குரிய அண்ணாச்சி நினைவில் வாழும் திரு. நெல்லை நெடுமாறன் அவர்களை நன்றியுடன் நினைவு கூர்கிறேன்.

தூத்துக்குடி **ஆ. சிவசுப்பிரமணியன்**
08.12.2016

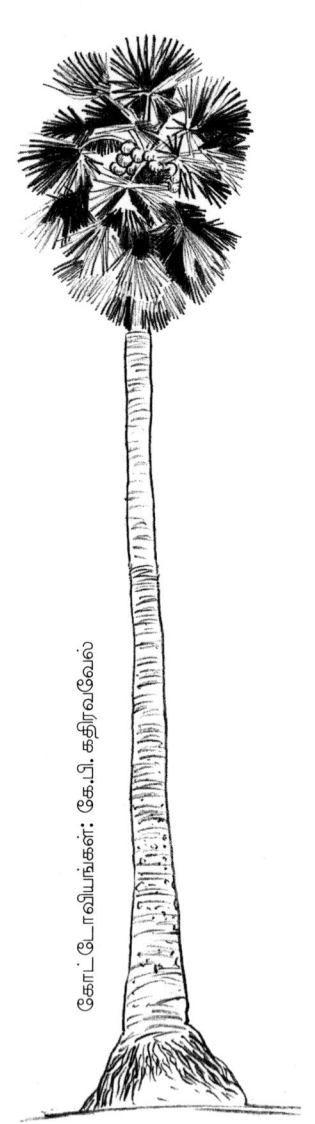

கோட்டோவியங்கள்: கே.பி. கதிரவேல்

உச்சி சலசலக்கும்
உடல் நீண்டு இருக்கும்
நிறம் கறுத்து இருக்கும்
நின்று பார்த்தால்
கழுத்து வலிக்கும்
அது என்ன?

நன்றியுரை

இந்நூல் உருவாக்கத்திற்குப் பல்வேறு நிலைகளில் துணைநின்ற பின்வரும் அன்புள்ளங்களுக்கு என் உளமார்ந்த நன்றி உரியது.

அவதானிப்பின் *(observation)* பொருட்டு நான் சென்ற ஊர்களில் நான் எழுப்பிய ஐய வினாக்களுக்கு விடையளித்தும் கலந்துரையாடியும் என்னுள் புரிதலை ஏற்படுத்திய பனைவினைஞர்கள்.

பெயர்பதிவு செய்யாத இவர்களிடமிருந்து பெற்ற செய்திகளின் அடிப்படையில் உருவாக்கிய வினாநிரலின் அடிப்படையில் நிகழ்த்திய நேர்காணலின்போது பின்வரும் பனைவினைஞர்கள் வாயிலாக மேலும் பல தரவுகள் கிட்டின. அடைக்கலாபுரம் ஊரைச் சேர்ந்த திரு. தாவீது நாடார் மகன் அருள்ராஜ், திரு. ஜெபமாலை நாடார் மகன் மரியபீட்டர் என்ற இருவரும் தொழில் என்ற எல்லையைக் கடந்து பனைத்தொழில் மீது பற்றுதலும் மரியாதையும் கொண்டவர்கள். மிகுந்த ஆர்வத்துடன் சிறிதும் சோர்வின்றி, வினாநிரல் எல்லைக்குள் நின்றும் எல்லையைக் கடந்தும் அவர்கள் கூறியுதவிய செய்திகள் வினாநிரலில் சிற்சில மாற்றங்களை ஏற்படுத்தத் தூண்டின.

திரு. பேரின்ப நாடார் மகன் தங்கராஜ் அறிவியல் கற்கும் மாணவர்களுக்குப் பயிற்சியளிக்ககும் ‘செயல்முறைப் பயிற்சியாளர்’ போன்று பனைத் தொழிலுக்கான கருவிகளை

ஒவ்வொன்றாகக் காட்டி விளக்கியதுடன் பனை ஏறும் முறையையும் படிப்படியாக ஏறிக்காட்டி விளக்கினார். அடைக்கலாபுரம் புனித வளனார் ஏதிலார் இல்லத்துக்கு உரிமையான பனங்காட்டில் இதற்கான ஏற்பாடுகளைச் செய்துதவியவர் அருட்பணியாளர் ச.தே. செல்வராசு அடிகளார்.

காயல்பட்டினம் அருகில் உள்ள பூந்தோட்டம் என்ற பகுதியில் கருப்புக்கட்டி, பானைக்கருப்புக்கட்டி தயாரிக்கும் பட்டறைகளுக்குத் தொழிற்சங்கவாதியும் இந்தியக் கம்யூனிஸ்ட் கட்சியின் தூத்துக்குடி மாவட்டக் கிளையின் பொருளாளரும் ஆன தோழர் மு.பரமசிவம் அழைத்துச் சென்று பார்வையிட உதவினார். பட்டறை ஒன்றின் உரிமையாளரான திரு. ஆனந்த் வினாக்களுக்குச் செயல்முறை விளக்கத்துடன் விடை கூறி உதவினார்.

இந்தியக் கம்யூனிஸ்ட் கட்சியின் தூத்துக்குடி மாவட்டச் செயலாளராக இருந்த அன்பு மாணவர் அ.மோகன்ராஜ் பெரியசாமிபுரம் என்ற கடற்கரைச் சிற்றூருக்கு அழைத்துச் சென்று அங்குள்ள பனங்காட்டுப் பகுதியில் கள ஆய்வு செய்ய உதவினார்.

அவ்வப்போது நான் எழுப்பிய வினாக்களுக்கும் நான் உருவாக்கிய வினாநிரலின் வினாக்களுக்கும் விடையளித்துதவியோர் வேலப்பநாடார் ஊர் பனைவினைஞர்களான திருவாளர்கள் தா.செல்லப்பா, தா.அரண்மனைக்கிளி, மா.தாமரைக்கனி, சு.செல்லக்கனி, வேலம்மாள், மாரியம்மாள், ஜெயசந்திரன், செ.விஜயராஜ், சேர்மன், ரா.ராமதுரை, பரமசிவன் என்ற குமார் ஆகியோராவர். ஒருங்கிணைப்பாளராகச்செயல்பட்டவர் உதவித் தோட்டக்கலை அதிகாரி திரு. வைகுண்டசாமி.

இவர்களைப் போன்றே ஆதனூரைச் சேர்ந்த திருவாளர்கள் சின்னத்தம்பி, மருதமுத்து, உத்தண்டராஜ், வள்ளியூர் அருகிலுள்ள கண்ணைநல்லூரைச் சேர்ந்த திருமதி செல்லத்தாய், டோனாவூரைச் சேர்ந்த திரு. பால்ராஜ், அவரது துணைவியார் முனைவர் ஜான்சி எமீமாஆகியோரும் எழுதும்போது தோன்றும் ஐயங்களைத் தீர்த்துவைத்ததுடன் சில புதிய செய்திகளையும் கூறி உதவினர்.

இந்நூலின் முக்கிய அங்கமாகத் திகழும் புகைப்படங்களை பாளையங்கோட்டை தூய சவேரியார் கல்லூரியின் நாட்டார் வழக்காற்றுத் துறைப் பேராசிரியர் திரு. பீட்டர்ஆரோக்கியராஜ், நூலகராகப் பணியாற்றிய முத்துராஜ், பொறியாளர் மோகனசுந்தரம் (த.மு.எ.க.ச. தஞ்சாவூர்) திரு. பால்ராஜ் ஜான்சி எமீமா இணையர் (டோனாவூர்), ஏ. சிவன் (பாரதி

ஸ்டுடியோ கோவில்பட்டி), மாலதி (திருவண்ணாமலை) ஆகியோர் எடுத்துதவினர். தொல்லியலாளர் ச. இராசகோபால், தொல்லியலாளர் கி. ஸ்ரீதரன், தஞ்சை தமிழ்ப் பல்கலைக்கழகப் பேராசிரியர் மோ.கோ. கோவைமணி ஆகியோர் தம் சேகரிப்பிலிருந்த படங்கள் சிலவற்றைத் தந்துதவினர்.

கல்வெட்டறிஞர் செ. இராசு யாழ்ப்பாணத்தில் அச்சான 'தால விலாசம்' என்ற அரிய நூலின் படியைத் தந்துதவினார்.

'சித்திர இராமாயணம்' நூலைப் பெற்றுத் தந்த அன்புத்தம்பி பேராசிரியர் நா. இராமச்சந்திரன், இந்நூலுக்காக நான் சேகரித்த படங்களைத் தொகுத்து வகைப்படுத்தித் தம் கணினியில் பாதுகாப்பாக வைத்திருந்து உரிய நேரத்தில் வழங்கி உதவினார்.

ஓலைச்சுவடிகளின் மின்படியை அன்பிற்குரிய நண்பரும் பேராசிரியருமான அ.கா. பெருமாள் அவர்கள் வழங்கியதுடன் குமரி மாவட்டத்தின் சுவடி தொடர்பான செய்திகளையும் பகிர்ந்துகொண்டார்.

கையெழுத்துப்படி தயாரிப்பில் பேரா. க. சுப்புலட்சுமி, திருமதி ஞா. மெர்சி எஸ்தர், ஜெய்சிங் கணினிப்படி தயாரிப்பில் திரு. செண்பகப்பெருமாள், திருமதி விஜி ஆகியோரும் துணை நின்றுள்ளனர்.

மெய்ப்புப் பார்த்து உதவிய திரு. எம்.எஸ். (நாகர்கோவில்), திரு. செல்லப்பா (சென்னை) ஆகியோருக்கு நன்றி.

கையெழுத்துப்படியைக் கவினுறு நூலாக்கியதுடன் நூலின் அட்டைப் படத்தையும் சிறப்பாக வடிவமைத்தவர் மஞ்சு முத்துக்குமார். எல்லாவற்றிற்கும் மேலாகப் பக்க ஒழுங்கு செய்து முடித்த பின்பும்கூட நான் செய்யும் மாறுதல் களைப் பதிவுசெய்து பொறுமை காத்தவர். அவரது ஆர்வமும் ஒத்துழைப்பும் இந்நூல் உருவாக்கத்திற்குப் பெரிதும் துணை நின்றுள்ளன.

இந்நூலுக்கான கோட்டோவியங்களை மிகுந்த ஆர்வத்துடன் வரைந்து உதவியவர் கதிர் என்ற கதிரவவேல். நாட்டார் வழக்காற்றியலில் முதுகலைப் பட்டம் பெற்றவர் என்பதால் மிகுந்த ஈடுபாட்டுடன் பனைத்தொழில் நிகழும் இடங்களுக்குச் சென்று பார்வையிட்டுப் படங்களை வரைந்து உதவியுள்ளார். அவரது கோட்டோவியங்கள் இந்நூலுக்கு மெருகூட்டியுள்ளன.

தேவையான நூல்களைப் பெறுவதில் சகோ. முனைவர் அருளானந்த மேரி (மேனாள் முதல்வர், புனித மரியன்னை கல்லூரி, தூத்துக்குடி), பேரா. ஜெயசீலன் ஸ்டீபன் (புதுச்சேரி), முனைவர் எஸ். கணேஷ்ராம்

(முதல்வர், எஸ்.ஆர். நாயுடு நினைவுக் கல்லூரி, சாத்தூர்), திருவாளர்கள் பாலு என்ற பாலசுப்பிரமணியன் (கிளை மேலாளர் என்.சி.பி.எச்., திருநெல்வேலி), ரெங்கையா முருகன் (எம்.ஐ.டி.எஸ், சென்னை), இரா. காமராசு (இலக்கியத் துறைத் தலைவர், தமிழ்ப் பல்கலைக்கழகம்), ந. அதியமான் (நீர் அகழ் ஆய்வுத் துறைத் தலைவர், தமிழ்ப் பல்கலைக்கழகம்), க. காமராஜன் (வெளியிட்டுத் துறை, என்.சி.பி.எச்., சென்னை), இளசைமணியன் (எட்டயபுரம்), பா. ஆனந்தகுமார் (தமிழ்த் துறைத் தலைவர், காந்திகிராமப் பல்கலைக்கழகம்), ந. கோவிந்தராஜன் (பேராசிரியர், அமெரிக்கன் கல்லூரி) ஆகியோர் துணை புரிந்துள்ளனர்.

துலுக்கன்பட்டி (தஞ்சை மாவட்டம்) திரு. கணபதி நாடார், அவரிடம் கொண்டு சேர்த்த தோழர் தஞ்சை சாம்பான், செய்யாறு, திருப்பனங்காட்டூர் என்ற இரு ஊர்களிலும் கள ஆய்வு செய்யத் துணை நின்ற காவல் துறை துணைக் கண்காணிப்பாளர் திரு. தில்லைநாயகம், உடன் நின்று உதவிய தோழர் த.ம. பிரகாஷ் (திருவண்ணாமலை) ஆகியோர் நன்றிக்குரியவர்கள்.

கள ஆய்வு, தரவுகள் சேகரிப்பு, நூல் உருவாக்கம் என அனைத்து நிலை களிலும் உறுதுணையாய் நின்றவர் வ.உ.சி. கல்லூரி பேராசிரியர் ரகு அந்தோனி.

கிறித்தவம் தொடர்பான ஐயப்பாடுகளைப் போக்கி உதவியவர்கள் அருட்பணியாளர்கள் ர. ஜார்ஜ் சே.ச., பிரிட்டோ வின்சென்ட் சே.ச.

இவர்கள் அனைவரின் ஒத்துழைப்பின்றி இந்நூலை நான் எழுதி முடித்திருக்க முடியாது. இவர்கள் அனைவருக்கும் என் உளமார்ந்த நன்றி உரியது. இறுதியாக அறிவார்ந்த பணிகளுக்குத் தேவைப்படும் ஆரோக்கியமான, மகிழ்ச்சியான குடும்பச்சூழலை உருவாக்கிப் பேணிக் காத்துவரும் வாழ்க்கைத் துணைவி சி. அருணாவிற்கும் அதற்கு உறுதுணையாய் விளங்கும் மருமகள்கள் ரா. அருணா, சோ. கலைப்பொன்னி ஆகியோருக்கும் என் நன்றி.

என் எழுத்துக்களின் வாசகர்களாகவும் விமர்சகர்களாகவும் செயல்படும் அன்பிற்குரிய அண்ணாச்சி தோழர் இரா. நல்லகண்ணு அவர்களுக்கும் அன்பிற்குரிய மாணவர்கள் தோழர் மு. அப்பாதுரை, முனைவர் ந. முத்துமோகன் ஆகியோருக்கும் என் நன்றி உரியது.

தூத்துக்குடி **ஆ. சிவசுப்பிரமணியன்**

08.12.2016

1

தமிழகத்தில் பனை

பனை(த்) துறை வெஸன அதட்அனம்
(கி.மு. முதல் நூற்றாண்டு தமிழ் – பிராமிக் கல்வெட்டு)

தமிழக வரலாற்றில், தொடர்ச்சியான எழுத்துப் பதிவு கொண்ட மரம் பனை. தமிழக வரலாற்றின் தொடக்கக் காலத்தில் இருந்தே இலக்கிய, இலக்கண நூல்களிலும் கல்வெட்டுக்களிலும் பனை மரம் குறித்த செய்திகள் இடம்பெற்றுள்ளன. மேலும், தமிழரின் பெருமிதத்திற்குரிய இலக்கிய, இலக்கண நூல்கள் அனைத்தும் பனை ஓலையில்தான் எழுதப்பட்டு வந்துள்ளன. ஒரு மரம் என்பது உணவு, மருத்துவம் என்பனவற்றுடன் தொடர்பு கொண்டிருப்பது வழக்கமான ஒன்று, இவ்வெல்லையைத் தாண்டி நுகர்பொருளாகவும் அது அமைவதுண்டு.

ஆனால், இவற்றையெல்லாம் கடந்து ஒரு சமூகத்தின் வரலாறு, பண்பாடு என்பனவற்றுடன் நெருக்கமான தொடர்புடையதாக அமையும் சிறப்பு சில மரங்களுக்குண்டு. இத்தகைய சிறப்புடைய மரமாகத் தமிழரின் சமூக வாழ்வில் இடம்பெறும் மரம் பனை.

தொன்மை

தமிழின் தொன்மைக்குச் சான்றாக மூன்று எழுத்துப் பதிவுகள் அமைகின்றன. முதலாவது கி.மு.வில் பொறிக்கப்பட்ட தொல்தமிழ்க் கல்வெட்டுக்கள் (தமிழ் பிராமிக் கல்வெட்டுக்கள்).

இரண்டாவது, இலக்கண நூலான தொல்காப்பியம். மூன்றாவது, சங்க இலக்கியம் என்ற வகைப்பாட்டினுள் அடங்கும் ‘எட்டுத்தொகை’, ‘பத்துப்பாட்டு’ நூல்கள்.

இவை மூன்றனுள்ளும் பனை இடம்பெற்றுள்ளது. இதனால், தமிழகத்தில் இதன் தொன்மை புலப்படுகிறது.

கல்வெட்டுக்களில்

அழகர்மலையில் கி.மு.முதல் நூற்றாண்டைச் சேர்ந்த கல்வெட்டொன்று கிடைத்துள்ளது. ‘பாணித வாணிகன் நெடுமலன்’ என்பவனை இக்கல்வெட்டு குறிப்பிடுகிறது. சமண முனிவர்களுக்கு நெடுமலன் என்ற பாணித வணிகன் கற்படுக்கை அமைத்துக் கொடுத்துள்ளதை இக்கல்வெட்டால் அறிய முடிகிறது (அய்ராவதம் மகாதேவன் 2014:439).

பாணிதம் என்பது பனையின் பதநீரைக் காய்ச்சி உருவாக்கும் இனிப்பான பாகைக் குறிக்கும் சொல்லாகும். இதனால் கி.மு.முதல் நூற்றாண்டிலேயே வாணிபப் பொருளாகப் பாணிதம் விளங்கியுள்ளதை அறிய முடிகிறது.

இக்கல்வெட்டில் இடம்பெறும் பாணிதம் கரும்புச்சாறிலிருந்து உருவாக்கப்படுவது என்பது இக்கல்வெட்டைப் பதிப்பித்த அய்ராவதம் மகாதேவனின் (2014:589) கருத்தாகும். சென்னைப் பல்கலைக்கழகத்தின் தமிழ் லெக்சிகன், திவாகரம், பிங்கல நிகண்டுகள், பாலி மொழி ஆங்கில அகராதி, மோன்யர் வில்லியம்சின் சமஸ்கிருத ஆங்கில அகராதி, ஆகியனவற்றின் துணையுடன் இம்முடிவுக்கு வந்துள்ளார். ஒரு வகையில் இது சரியானதுதான்.

ஆயினும் மற்றொருபக்கம், பதநீரைக் காய்ச்சி எடுக்கும் பாகைக் குறிக்கவும் ‘பாணி’ என்ற சொல் பிற்கால வழக்கில் இருந்துள்ளது. கரும்புச் சீனியின் விலை அதிகமாகவும், கருப்புக்கட்டியின் விலை குறைவாகவும் இருந்தபோது, பதநீர்ப் பாகை’, தென்மாவட்டங்களின் சிறிய தேநீர் விடுதிகளில் பயன்படுத்தி வந்தனர். இதைப் பயன்படுத்தும் காபி, தேநீர் ஆகியன முறையே ‘பாணிகாப்பி’ ‘பாணி டீ’ என்றே அழைக்கப்பட்டன.

சீனி தயாரிக்கப் பதநீர்ப் பாகைச் சேமித்து வைத்திருந்த நிறுவனம் ஒன்று ‘பாணிகம்பெனி’ என்றே திருநெல்வேலி சந்திப்பில் பெயர் பெற்றிருந்தது. 1839இல் வெளியான, ‘இராட்லர்’ தமிழ் அகராதியில் ‘பாணி’ என்ற சொல்லுக்கு ‘கள்’ என்ற பொருளும் இடம்பெற்றுள்ளது. வரலாற்றாய்வாளர் ராஜன் குருக்கள் (2016:41) பாணிதம் என்பதை, கள் என்றே பொருள்கொண்டுள்ளார்.

ஆனால், கள்ளைக் கடிந்தொதுக்கும் சமண முனிவர்களுக்கு கள்வணிகன் கற்படுக்கை அமைத்துக் கொடுத்தது குறித்து ஐயம் எழவும் இடமுள்ளது.

* * *

கேரளமாநிலம் வயநாடு மாவட்டத்தில் எடக்கல் என்ற ஊரின் மலையில் குகை ஒன்று உள்ளது. இக்குகையில் நான்கு தமிழ்—பிராமிக் கல்வெட்டுக்கள் உள்ளன. இவற்றுள் ஒரு கல்வெட்டில் ‘கடுமி புதசேர’ என்ற தொடர் இடம்பெற்றுள்ளது. இக்கல்வெட்டின் காலம் கி.பி.மூன்றாம் நூற்றாண்டாகும். இத்தொடரில் சேர என்ற சொல்லை அடுத்து கீறல் சித்திரமாக மரம் ஒன்று இடம்பெற்றுள்ளது.

இக்கல்வெட்டைப் பதிப்பித்த அய்ராவதம் மகாதேவன் *(2014: 244, 517)* கல்வெட்டின் இறுதியில் ‘சேர’ என்ற சொல் இடம்பெற்றுள்ளதன் அடிப்படையில் சேர மன்னர்களின் அடையாளமான பனை மரமே இச்சித்திரத்தில் இடம்பெற்றுள்ளது என்ற முடிவுக்கு வருகிறார். சித்திரத்தில் இடம்பெற்றுள்ள மரத்தின் உருவமும் அவர் கருத்துக்கு வலுவூட்டுகிறது.

* * *

கரூர் மாவட்டம் குளித்தலை வட்டத்தில் சத்திய மங்கலம் என்ற ஊர் உள்ளது. இங்குள்ள இரத்தினகிரி மலையில், குகையொன்றில் சமண முனிவர்களுக்கு அமைக்கப்பட்ட அதிட்டானம் எனப்படும் கற்படுகை ஒன்றுள்ளது. இதை வெஸன் என்பவன் அமைத்துக் கொடுத்ததை கி.மு.முதல் நூற்றாண்டைச் சேர்ந்த தமிழ் – பிராமிக் கல்வெட்டு குறிப்பிடுகிறது *(ஸ்ரீதர்.தி.ஸ்ரீ 2006:56–57).*

இக்கல்வெட்டில் அவனது ஊர் ‘பனைத்துறை’ என்று குறிப்பிடப்பட்டுள்ளது. தற்போது இப்பகுதி ‘அய்யர்மலை’ என்றழைக்கப்படுகிறது. இவ்வூருக்கு அருகில் காவிரி ஆறு ஓடுவதுடன், ‘பனைத்துறை’ என்ற பெயருடன் ஊர் ஒன்றும் உள்ளது. துறை என்பது கடல் அல்லது ஆற்றில் நீராடும் பகுதியைக் குறிப்பதாகும். பனை மரங்கள் மிகுந்த பகுதியில் உள்ள துறை என்ற பொருளில் இப்பெயர் உருவாகி இருக்கலாம் என்று கல்வெட்டியல் அறிஞர் அய்ராவதம் மகாதேவன் *(2014:455,597)* கருதுகிறார். பனை மரம் மிகுந்த பகுதி என்பதன் அடிப்படையில் நீர்த்துறை ஒன்று பனைத்துறை என்றழைக்கப்பட்டு ஊரின் பெயராகவும் வழங்கி உள்ளது. பனை மரத்தை அடிப்படையாகக் கொண்டு ஊரின் பெயரை உருவாக்கும் மரபு கி.மு. முதல் நூற்றாண்டிலேயே தோன்றியமைக்கு இக்கல்வெட்டு சான்றாகிறது.

* * *

இடைக்காலத் தமிழகத்தில் நிலைபெற்றிருந்த சோழப் பேரரசு 'மண்டலம் வளநாடுகள்' என்ற பெரும்பிரிவுகளாகப் பிரிக்கப்பட்டிருந்தது. மண்டலம் வளநாடுகளை உள்ளடக்கியிருந்தது. வளநாடுகள் 'நாடு' என்ற உட்பிரிவுகளையும் 'நாடுகள் கூற்றம்' என்ற உட்பிரிவுகளையும் கொண்டிருந்தன. கூற்றமானது ஊர் அல்லது சதுர்வேதி மங்கலங்களைக் கொண்டிருந்தது.

இவற்றுள் பனங்களூர் நாடு, தென் பனங்காடு நாடு என்ற பெயர்களில் இருநாடுகளும் பனையூர் நாடு என்ற பெயரில் இரண்டு நாடுகளும், பனை என்ற பெயரைக் கொண்டுள்ளன (சுப்பராயலு 2014:37).

(1) பனங்காடி (2) பனைக்குடி (3) பனைக்குளம் (4) பனையகுலம் (5) பனையூர் (பனையூர் நாடு) (6) பனையூர் (புரங்கரம்பை நாடு) (7) பனையூர் (வலிவலக் கூற்றம்) (8) பனையூர் (அண்ட நாடு) (9) பனையூர் குளமங்கலம் என ஒன்பது ஊர்கள் பனையைப் பெயராகக் கொண்டுள்ளன. (சுப்பராயலு 2014:50). இந்நாடுகளும் ஊர்களும் பனை மரச் செழிப்பின் அடிப்படையில் இப்பெயர்களைப் பெற்றிருக்க வேண்டும்.

பனை மரத்தை மையமாகக் கொண்ட பொருளாதாரம் குறிப்பிடத்தக்க ஒன்றாகத் தமிழகத்தில் இருந்துள்ளது. இதனால்தான், சோழர் காலத்தில் ஊரின் எல்லையில் தென்னையும் பனையும் வளர்ப்பதற்கான உரிமையைச் சோழ மன்னர்கள் வழங்கியுள்ளனர்.

புதிய ஊர்கள் உருவாக்கும்போது, பனைத்தொழில் புரிவோரையும் அப்பகுதியில் குடியேறச் செய்துள்ளனர். இராமனாதபுரம் மாவட்டத்தில் உள்ள இளமநேரி என்ற ஊரில், காடுகளை அழித்துக் கழனியாக்கிக் குடியேறும் உரிமையைச் சோளக சேர்வைக்காரன் என்பவனுக்கு இரகுநாத சேதுபதி என்ற கிழவன் சேதுபதி (1674–1710) வழங்கியுள்ளான். இதைக் குறிக்கும் இளமனூர்ச் செப்பேடு, 15–6–1687ஆம் ஆண்டைச் சார்ந்ததாகும். புதிதாக உருவாக்கப்பட்ட பகுதியில் குடியேற்றப்பட்டோர் குறித்து

> இளமனேரியில் காடுகரை வெட்டிக் குடியேத்திவிச்சி கைக்கோளக்குடி (நெசவாளர்) சாணார்குடி உடனே சிறுகுடியும் யேத்தி வீச்சு கண்மாய் கரை ஊருணியும் வெட்டி

என்று இச்செப்பேடு குறிப்பிடுகிறது. காட்டுப் பகுதியில் தானாக வளர்ந்துள்ள பனைகளை வணிக நோக்கில் பயன்படுத்தவே நாடார்களின் குடியேற்றத்தைச் செய்துள்ளனர் என்பது உறுதி.

* * *

பனை வரி

தொழில் ஒன்று வரிவிதிப்புக்கு ஆளாகும்போது, இரண்டு உண்மைகள் புலனாகின்றன. முதலாவது அத்தொழில் பரவலாக நிகழ்வது. இரண்டாவது அதன் நுகர்வு அதிக அளவில் அமைவது.

இவ்வகையில் பனைத் தொழில் அரசின் வருவாய் இனங்களில் ஒன்றாக மன்னர் ஆட்சிக் காலத்தில் விளங்கியுள்ளது. பனைத் தொழில்மீது விதிக்கப்பட்ட வரிகள் சிலவற்றின் பெயர்கள் இடைக்காலத் தமிழ்க் கல்வெட்டுகளில் இடம்பெற்றுள்ளன. அவற்றின் பெயர்களும், அவை குறிக்கும் பொருளும் குறித்த செய்திகள் வருமாறு:

ஈழப்பூச்சி

ஈழப்பூட்சி, ஈழம்பூச்சி, ஈழம் புஞ்சை என்ற பெயர்களிலும் இது குறிப்பிடப் பட்டுள்ளது. கள் இறக்குவோர் ஈழவர் என்றழைக்கப்பட்டதால், இவ்வரியானது கள் இறக்குவோர் செலுத்திய வரி எனக் கொள்ள இடம் உண்டு. இவ்வரி தொடர்பாக 'ஈழற்கடிவரி' என்ற சொல்லையும் தி.நா. சுப்பிரமணியன் *(2011:14)* குறிப்பிடுகிறார்.

ஏணிக்காணம்

இதுவும் ஈழவர் மீதான வரியாகும். 'ஏணியின் மீது விதிக்கப்பட்ட வரி. கள் இறக்குவோர் போன்ற மரமேறிகள் செலுத்த வேண்டியது போலும்' என்று தி.நா.சுப்பிரமணியன் *(2011:19)* பொருள் கூறுகிறார். 'ஏணிவைத்து மரமேறும் ஈழவர்க்குரிய வரி. இது காசாக வசூலிக்கப் பெறும்' என்று கோவிந்தராசன் *(1987:81)* குறிப்பிடுகிறார்.

ஓலை எழுத்து வத்தனை

வத்தனை என்பது வரியைக் குறிக்கும். ஓலை எழுதும் 'எழுத்தர், கணக்கர் பொருட்டுச் செலுத்தும் வரி' என்று எ. சுப்பராயலு *(2002:134)* பொருள் உரைப்பார்.

ஓலைக்கூலம்

ஓலை எழுதுவோருக்கு வழங்கப்பட்ட ஊதியம் 'ஓலைக்கூலம்' என்றும் அழைக்கப்பட்டுள்ளது. கூலம் என்ற சொல் தானியத்தைக் குறிக்கும். ஓலை எழுதுவோருக்குப் பணமாக அன்றி கூலமாக ஊதியம் வழங்கப்பட்டதன்

அடிப்படையில் 'ஓலைக்கூலம்' என்ற பெயர் உருவாகியிருக்கலாம் என்பது செ. இராசுவின் (2001:89) கருத்தாகும்.

ஓலைச்சம்படம்

இப்பெயருடன் தொடர்புடையதாய் 'ஓலைச்சம்பளம்', 'ஓலைசம்மாதம்' என்ற சொற்களைக் குறிப்பிடும் தி.நா.சுப்பிரமணியன் (2011:21) 'ஓலை எழுதும் அதிகாரிகளுக்குக் கொடுக்க வேண்டிய வர்த்தனை' (வரி) என்று பொருள் கூறுகிறார்.

'மர இறை', 'மரக்கடமை' என்ற பெயரிலான வரிகளைத் தமிழ்க் கல்வெட்டுகள் குறிப்பிடுகின்றன. பயன்மரங்களுக்கான இவ்வரி பனை மரத்தின் மீதும் விதிக்கப்பட்டிருக்கலாம். பிற்காலத்தில், திருவிதாங்கூர் மன்னராட்சியின்போது, பனை மரங்களுக்கு வரிவிதிக்கப்பட்டிருந்தது. ஸ்ரீமூலம் திருநாள் என்ற மன்னர் பனை மரம் மீதான வரியை நீக்கி உள்ளார்.

தொல்காப்பியம்

தமிழர்களின் பழமையான இலக்கண நூலான தொல்காப்பியம், 'எழுத்ததிகாரம்', 'சொல்லதிகாரம்', 'பொருளதிகாரம்' என மூன்று பகுதிகளாகப் பகுக்கப்பட்டுள்ளது. இவற்றில் பொருளதிகாரம் ஆறு இயல்களை உள்ளடக்கியது. இவ்வியல்களில், இறுதியாக இடம்பெறுவது 'மரபியல்' ஆகும். மரபியல் என்று பெயரிட்டமை குறித்து, தொல்காப்பிய உரையாசிரியர்கள் விளக்கம் அளித்துள்ளனர். மரபியலைப் பதிப்பித்த நம் காலத்தியத் தமிழ் அறிஞர் க. வெள்ளைவாரணனார் (1994:4) தமது ஆய்வுரையில்

> உலக வழக்கிலும் செய்யுள் வழக்கிலும் நெடுங்காலமாக, வழங்கிவரும் சொற்பொருள் மரபு உணர்த்தினமையின் இது மரபியல் என்னும் பெயர்த்தாயிற்று.

என்று விளக்கமளித்துள்ளார். அத்துடன் 'உலகியல் மரபு', 'நூல் மரபு' என்பனவெல்லாம் மரபெனப்படும்' என்றும் குறிப்பிடுகிறார் (மேலது).

இம்மரபியலில் 'புல்', 'மரம்' என்ற இரண்டுக்கும் தொல்காப்பியர் வரையறை செய்துள்ளார். புல் என்பது குறித்த அவரது வரையறை வருமாறு:

புறக்காழெனவே புல்லெனப்படுமே   (மரபியல், 86)

இளம்பூரணர் என்ற உரையாசிரியர் 'புறைவயிர்ப் புடையனவற்றைப் புல் என்று சொல்லுவர்' என்று உரை எழுதியுள்ளார். 'புறைவயிர்ப்புடையன'

என்று இளம்பூரணர் குறிப்பிடும் சொல்லுக்குப் 'புறத்தே வயிரம் (திண்ணிய பட்டை) உடைய என்று வெள்ளைவாரணார் (1994:19) பொருள் உரைப்பார். இந்நூற்பாவிற்கு உரை எழுதிய இளம்பூரணர், 'அவையாவன தெங்கு, பனை, கமுகு, மூங்கில் முதலியன' என்று எடுத்துக்காட்டாகக் குறிப்பிடுகிறார். இந்நூற்பாவிற்கு 'உள்வயிர்ப்புடையனவற்றை மரமெனப் படுமென்றவாறு' என்று இளம்பூரணர் உரையெழுதியுள்ளார். இதன்படி 'உள்ளே வயிரம் (திண்மை) உடையன மரமாகும். மேற்கூறிய இரு நூற்பாக்களையும் ஒரே நூற்பாவாகக் கொண்டே 'பேராசிரியர்' என்ற உரையாசிரியர்.

பனையுந் தெங்கும் கமுகும் புல் எனப்படும். இலுப்பையும் புளியும் ஆச்சாவும் முதலியன மரமெனப்படும்.

என்று விளக்கம் அளிக்கிறார். பனையின் உட்பகுதி ஈரப்பதத்துடன் மிருதுவாய் இருப்பதால் 'புல்' என்ற வகைமைக்குள், உரையாசிரியர்கள் அதை அடக்கியுள்ளனர்.

அடுத்து புல் என்று வகைப்பாட்டிற்குள் அடங்கும் தாவரங்களின் உறுப்புகள் குறித்த மரபுப் பெயர்களை

தோடே மடலே ஓலை என்றா
ஏடே இதழே பாளை என்றா
ஈர்க்கே குலையே நேர்ந்தன பிறவும்
புல்லோடு வருமெனச் செப்பினர் புலவர்   (மரபியல், 88)

என்கிறார் தொல்காப்பியர். தோடு – மடல் – ஓலை – ஏடு – பாளை – ஈர்க்கு – குலை என்பன இன்றளவும் பனையின் உறுப்புக்களைக் குறிக்கும் பெயர்ச் சொற்களாக வழக்கில் உள்ளன. மேற்கூறிய நூற்பாவின் மூன்றாவது அடியின் இறுதிச் சீரான, 'பிறவும்' என்ற சொல் குறித்து:

பிறவும் என்றதனால் குரும்பை, நுங்கு, நுகும்பு (மடல்விரியாத குருத்து) போந்தை (கருக்கு)

என்பனவற்றையும் சுட்டுவதாக, உரையாசிரியரான பேராசிரியர் பொருள் கூறுகிறார். பண்டைத் தமிழர்களின் தாவர அறிவியல் குறித்த செய்திகளை மேற்கூறிய தொல்காப்பிய நூற்பாக்களும் உரையாசிரியர்களின் உரைகளும் எடுத்துரைக்கின்றன. இவற்றின் அடிப்படையில் பார்க்கும்போது, 'புல்' என்ற வகைப்பாட்டிற்குள் பனை மரத்தை நம் முன்னோர்கள் அடக்கி உள்ளனர் என்பது தெளிவாகிறது.

பனை என்னும் சொல் வல்லெழுத்து மிகாது அம் என் சாரியையோடு பொருந்தி முடியும் என்று தொல்காப்பியம் (நூற்பா 287) குறிப்பிடுகின்றது. இதற்கு எடுத்துக்காட்டாக 'பனங்காய்', 'பனம்பூ' என்ற சொற்களை உரையாசிரியர் குறிப்பிடுகிறார்.

பனையின் முன்னர் அட்டு வருகாலை
நிலை இன்றாகும் ஐ என் உயிரே
ஆகாரம் வருதல் ஆவயின் ஆன (கணேசையர் : 284)

என்ற நூற்பா தொல்காப்பியத்தில் இடம்பெற்றுள்ளது.

பனை என்னும் சொல்லின் முன்னர், அட்டு என்னும் சொல் வருமொழியாய் வரின், ஐ என்ற உயிர் நிற்றல் இல்லை. ஆகாரம் அம்மெய் மேல் ஏறி முடியும் என்று கூறும் இத்தொல்காப்பிய நூற்பாவிற்கு எடுத்துக்காட்டாக 'பனாஅட்டு' என்ற எடுத்துக்காட்டை உரையாசிரியர்கள் குறிப்பிடுகின்றனர்.

இடைக்காலத் தமிழகத்தில் தோன்றிய நன்னூலில்

பனைமுன் கொடிவரின் மிகலும்
வலிவரின்; ஐ போய் அம்மும்

என்ற நூற்பா (203) இடம்பெற்றுள்ளது. இந்நூற்பாவிற்கு எடுத்துக்காட்டாகப் பின்வரும் எடுத்துக்காட்டுகள் உரையாசிரியரால் குறிப்பிடப்பட்டுள்ளன.

பனை + கொடி = பனைக்கொடி

பனை + காய் = பனங்காய்

பனை + பழம் = பனம்பழம்

தமிழ்ச் சமூகத்தில் தவிர்க்க இயலாத மரமாகப் பனை மரம் இருந்ததை வெளிப்படுத்தும் சான்றுகளாக இவ்விலக்கண விதிகள் அமைகின்றன.

இலக்கியங்களில்

சங்க இலக்கியங்கள் தொடங்கி தனிப்பாடல்வரை வருணனைகளாகவும், உவமைகளாகவும் பனை இடம்பெற்றுள்ளது. இது குறித்து ஆங்காங்கே இந்நூலில் குறிப்பிடுவதால் இங்கு அதை விரித்துரைக்கவில்லை. ஆயினும், சில எடுத்துக்காட்டுகளை மட்டும் காண்போம்.

பனை தரும் பயன்களில், நுங்கு, பனம்பழம், பனங்கிழங்கு என்ற மூன்றும் முக்கியமானவை. இவை மூன்றையும் உள்ளடக்கிய புறநானூற்றுப்பாடல் *ஒன்றுள்ளது (225: 1–3).*

சோழன் நவங்கிள்ளியின் படைபலத்தைக் குறிப்பிடும் போது ஆலத்தூர் கிழார் என்ற புலவர்

    தலையோர் நுங்கின் தீஞ்சேறு மிசைய
    இடையோர் பழத்தின் பைங்கனி மாந்தக்
    கடையோர் விடுவாய்ப் பிசிரொடு சுடுகிழங்கு நுகர.

என்று உயர்வு நவிற்சியாகக் குறிப்பிடுகிறார். சோழன் நலங்கிள்ளியின் படைவீரர்கள் முற்பட வரும் போது நுங்கை உண்கின்றனர். அவர்களையடுத்துப் பின்தொடர்வோர் வரும் போது பனம்பழம் உருவாகி விடுகிறது. அவர்கள் பனம்பழத்தை உண்கின்றனர். இறுதியாக வரும் படைவீரர்கள் சுட்ட பனங்கிழங்கை உண்கின்றனர். நுங்கு பனம்பழமாகி, பனம்பழத்தில் உள்ள கொட்டையை ஊன்றுவதால் விளையும் பனங்கிழங்கு கிடைக்கும் காலஇடைவெளியளவு செல்லும் படை என்பது மேற்கூறிய புறப்பாடல் அடிகள் உணர்த்தும் செய்தியாகும். பனங்கள் குறித்தும் குறிப்பிடத்தக்க அளவிலான பதிவுகள் சங்க இலக்கியத்தில் உள்ளன.

பனை மரங்கள் மிகுதியாகக் காணப்படாத சோழநாட்டில் வாழ்ந்த கம்பனும் பனையின் சிராம்பை முன்கை மயிருக்கு உவமையாகக் கூறியுள்ளார் (அ.ச.ஞானசம்பந்தம் செய்யுள் 1958) அடுத்து, பருந்து நீண்ட கரத்தை

பனை அலாம் நெடுங்கரம்	(மேலது 1395)
பனைத் தடக்கை	(மேலது 2045)
பனையின் நீள்கரம்	(மேலது 1829)

என்று குறிப்பிட்டுள்ளதுடன் யானையின் துதிக்கையைப் 'பனைக்கை' (மேலது 844) என்று குறிப்பிட்டுள்ளார்.

பிற்காலக் கவிஞர்களுள் ஒருவரான காளமேகப்புலவர் வசை கவி பாடுவதில் மட்டுமின்றிப் பாலியல் தன்மையுடன் கூடிய சிலேடை பாடுவதிலும் வல்லவர். இரண்டாவதாகக் குறிப்பிட்ட தன்மையில் பனை மரத்திற்கும் வேசைக்கும் சிலேடையாகப் பாடல் ஒன்றைப் பாடியுள்ளார். அப்பாடல் வருமாறு:

    கட்டித் தழுவுவதால் கால் சேர ஏறுதலால்
    எட்டிப் பண்ணாடை இழுத்தலால் – முட்டப் போய்
    ஆசைவாய்க் கள்ளை அருந்துதலால் அப்பனையும்
    வேசை எனல் ஆமே விரைந்து.

பனை மரமே! பனை மரமே!

என்ற பாடலிலே ஒரு விலைமாதையும் பனை மரத்தையும் சிலேடையாகப் பாடியுள்ளார்.

கட்டித் தழுவுதலால் கால்சேர ஏறுவதால் – பனை மரத்திலே ஏறும்போது அதைக் கட்டிப்பிடித்துக்கொண்டு இரண்டு கால்களும் மரத்திலிருந்து பிரியாமல் மரத்தோடு உராய்ந்தவண்ணம்தான் ஏற வேண்டும். ஒரு பெண்ணைத் தழுவும்போதும் அப்படியே.

எட்டிப் பன்னாடை இழுத்தலால் – பனையின் உச்சிக்கு ஏறியதும், அங்கே பாளைகளை மறைத்துக்கொண்டு தடையாக இருக்கும் பன்னாடைகளை இழுத்து களைந்து எறிய வேண்டும். பெண்ணுக்கும் ஆடைகளைக் களைதல் வேண்டும்.

முட்டப்போய் ஆசைவாய்க் கள்ளை அருந்துதலால் – பாளையின் அருகே நெருங்கிச் சென்று அங்கே சுரந்திருக்கும் கள்ளை அருந்த வேண்டும். பெண்ணையும் நெருங்கி அருகில் சென்று ஆசையோடு இதழ்பருக வேண்டும்.

எனவே இத்தகைய பொதுப் பண்புகளால் பனையும் பெண்ணும் ஒன்று.

(விளக்கவுரை: சு. ஸ்ரீகாந்த ராசா, ஆஸ்திரேலியா)

பனையின் பெயர்கள்

சங்க இலக்கியங்களில் பனை என்ற சொல்லாட்சி மட்டுமின்றி, 'போந்தை', 'பெண்ணை' ஆகிய சொற்களும் பனையைக் குறிக்கப் பயன்படுத்தப்பட்டுள்ளன. கி.பி. எட்டாம் நூற்றாண்டைச் சேர்ந்த திவாகரம் நிகண்டு (நூற்பா. 700) பனையின் பெயர்களை

பெண்ணை தாலம் புல் தாளி போந்தை என்று
எண்ணிய நாமம் பனையின் பெயரே.

என்று தொகுத்துரைக்கின்றது. போந்தை என்பது இளம் பனையைக் குறிக்கும் சொல் என்பதை,

'போந்தை இளம்பனை ஆகப்புகல்வர்' என்று இதே நூல் (நூற்பா. 701) குறிக்கிறது. தமிழ்ப் பல்கலைக்கழகம் வெளியிட்ட 'மர இனப்பெயர்த் தொகுதி', பனையின் பெயர்களாக 101 பெயர்களைக் குறிப்பிடுகிறது. (பி.இ.1)

பனையின் பெயர்கள் குறித்த சொல்லாராய்ச்சியை யாழ்ப்பாணத் தமிழ் அறிஞர் ஞானப்பிரகாசர் அடிகள் நிகழ்த்தியுள்ளார். அவரது ஆய்வு 'பனையின் பெயர்கள்' என்ற தலைப்பில் மதுரைத் தமிழ்ச் சங்கத்தின் 'செந்தமிழ்' இதழில் (1937) வெளியாகியுள்ளது (பி.இ.2).

அளவுப் பெயர்

நீட்டலளவையாகவும் முகத்தலளவையாகவும் பனையைக் குறிப்பிடும் வழக்கம் இருந்துள்ளது. அளவில் பெரியதைக் குறிக்கப் பனை என்ற சொல்லைப் பயன்படுத்தியுள்ளனர். தொல்காப்பியம் எழுத்ததிகாரத்தில் (நூற்பா 170) இடம்பெறும் 'பனையென் அளவு' என்று தொடங்கும் நூற்பா, அளவுப் பெயராகப் பனை இடம்பெற்றிருந்ததைக் குறிப்பிடுகின்றது.

> திணைத்துணை நன்றி செயினும் பனைத்துணையாக்
> கொள்வர் பயன்தெரி வார். (குறள். 104)

> தினைத்துணையாங் குற்றம் வரினும் பனைத்துணையாக்
> கொள்வர் பழிநாணு வார். (குறள். 433)

> தினைத்துணையும் ஊடாமை வேண்டும் பனைத்துணையும்
> காமம் நிறைய வரின் (குறள். 1282)

இம்மூன்று குறள்களிலும் இரட்டை எதிர்மறையாகத் தினையும் பனையும் இடம்பெற்றுள்ளன. இதில் சிற்றளவாகத் தினையும் பேரளவாகப் பனையும் அமைகின்றன. நீட்டல் அளவையில் பேரளவையாகப் பனை இன்றும் இடம்பெறுகிறது. நீரின் ஆழத்தைக் 'கால்பனை', ஆழம் 'அரைப்பனை ஆழம்' என்று குறிப்பிடுவது உண்டு.

பயன்மரம்

நல்ல பண்புடையவனிடம் சேரும் செல்வத்தின் சிறப்பை

> பயன்மரம் உள்ளூர்ப் பழுத்தற்றால் செல்வம்
> நயனுடை யான்கட் படின். (குறள். 216)

என்று திருவள்ளுவர் குறிப்பிடுகிறார். இக்குறளில் இடம்பெறும் பயன்மரம் என்ற சொல்லுக்குப் 'பயன் படுமரம்' என்று பரிமேலழகரும், மணக்குடவரும் பொருள் உரைக்கின்றனர். பரிதியார் என்ற உரையாசிரியர் 1) மாமரம் 2) பலா மரம் 3) பனை மரம் என்று எடுத்துக்காட்டாக இம்மூன்று மரங்களைக் குறிப்பிடுகிறார். சோழர் செப்பேடு ஒன்று (மகாதேவன், 2009)

> **மாவும் பலாவுங் கமுகும் பனையுங்கொடியும் உள்ளிட்ட பல்லுருவில் பயன்மரம் இடவும் நடவும் பெறுவதாகவும்**

என்று பயன்மரங்கள் எவை என்று பட்டியலிடுகிறது. (கொடி என்பது வெற்றிலைக் கொடியாகும்). இதனால் பிற்காலச் சோழர் காலத்திலும் பயன்மரம் என்ற வகைமையுள் பனை இடம்பெற்றிருந்தமையை அறிய முடிகிறது.

ஈழவரும் தீயரும்

பனை வினைஞர்களாக விளங்கிய சமூகத்தினர் குறித்த தமிழ் பிராமிக் கல்வெட்டுக்கள் சிலவும் உள்ளன. புலிமான்கோம்பை என்ற இடத்தில் காணப்படும் நடுகல் ஒன்றில்

> கூடல் ஊர் ஆகோள்
>
> பெரு தீயன் அந்தவன்
>
> கல்

என்ற தொடர் தமிழ் பிராமி எழுத்தில் எழுதப்பட்டுள்ளது. இதன் காலம் கி.மு. முதல் நூற்றாண்டு என்று அய்ராவதம் மகாதேவன் (2014:545) கருதுகிறார். இக்கல்வெட்டில் இடம்பெறும் 'தீயன்' என்பது சாதிப் பெயராகும் என்று அவர் கருதுகிறார் (மேலது: 643). அந்தவன் என்பது அந்துவன் என்ற பெயராக இருக்கலாம் என்பதும் அவர் கருத்தாக உள்ளது. இப்பெயரானது பாறைகளில் பொறிக்கப்பட்ட எழுத்துக்களிலும், சங்க இலக்கியங்களுள் ஒன்றான அகநானூற்றிலும் (59:12) காணப்படுவதாக அவர் குறிப்பிட்டுள்ளார். தீயன் சாதியினான அந்துவன் என்று அவர் பொருள் கொள்கிறார். தீயன் என்போர் பனைவளர்த்தல், கள் இறக்குதல், சர்க்கரை தயாரித்தல் என்ற தொழில்களை மேற்கொண்டிருந்தனர். கேரளத்தில் வாழும் தீயர் சாதியினர் கள் இறக்கும் தொழிலை முன்னர் பரவலாக மேற்கொண்டிருந்தனர்.

திருப்பரங்குன்றம் குகைக் கல்வெட்டில் எருகாடுங் இழுகுடும்பிகன் பொலாலையன் செய்தான் ஆய்சயன் நெடுசாதன் என்ற தமிழ் பிராமி எழுத்து இடம்பெற்றுள்ளது. இதன் காலம் கி.பி. முதல் நூற்றாண்டாகும். இக்கல்வெட்டில் இடம்பெறும் 'இழ' என்ற சொல் ஈழ என்பதும், 'குடும்பிகள்' என்ற சொல் குடும்ப உறுப்பினர் என்பதும் அய்ராவதம் மகாதேவனின்

(2014:465) கருத்தாகவுள்ளது. இதன் அடிப்படையில், ஈழ குலத்தைச் சார்ந்தவனை இக்கல்வெட்டு குறிப்பிடுகிறது என்ற முடிவுக்கு அவர் வருகிறார். பனைத் தொழிலுடன் தொடர்புடைய குலமாக, இடைக்கால கல்வெட்டுகளிலும், செப்பேடுகளிலும் ஈழவர்கள் குறிப்பிடப்பட்டுள்ளனர். ஈழவர்கள் வாழும் குடியிருப்புப்பகுதியை 'ஈழச்சேரி' என்று சோழர்கால கல்வெட்டுகள் குறிப்பிடுகின்றன.

படை அதிகாரிகளுக்குரிய 'ஏனாதி' என்ற பட்டம் பெற்ற ஒருவர் அறுபத்து மூன்று நாயன்மார்களுள் ஒருவாக இடம்பெற்றுள்ளார். இவரை 'ஈழதலைச் சான்றார் ஏனாதி நாதனார்' என்று சேக்கிழார் *(செய்யுள். 609)* குறிப்பிடுகிறார்.

பனைவினைஞர்களாக விளங்கிய, ஈழவர், தீயர் என்ற இவ்விரு சமூகங்களும் பனைத் தொழில் சார்ந்தே இயங்கி உள்ளனர். இழிதொழிலாகப் பனைத் தொழில் கருதப்படவில்லை என்பதையும் உய்த்துணர முடிகிறது.

பனை குறித்த தோற்றக் கதைகள்

தான் பயிர் செய்யும் தாவரங்களை மையமாகக் கொண்டு சில வாய்மொழிக் கதைகளை மனித சமூகம் உருவாக்கியுள்ளது.

மரியாலீச் *(1972:830 – 831)* என்ற நாட்டார் வழக்காற்றியலர் தாம் தொகுத்துள்ள நாட்டார் வழக்காற்றியல் அகராதியில், 'பயிரிடும் தாவரங்களின் தோற்றம் குறித்த புராணங்கள்' என்று இக்கதைகளை வகைப்படுத்தியுள்ளார்.

இவ்வகைப்பாட்டினுள் அடங்கும் கதைகள் தொடர்பாக, எடுத்துக் காட்டுகள் சிலவற்றை அவர் குறிப்பிட்டுள்ளார். மேலும், இவ்வகைமையில் இடம்பெறும் கதைகள் வட்டாரத்திற்கு வட்டாரம் வேறுபடும் என்பதும் அவரது கருத்தாக உள்ளது. பண்பாட்டு வீரன் ஒருவனாலோ விலங்கு ஒன்றினாலோ உணவுக்குப் பயன்படும் தாவரங்கள் அறிமுகம் ஆனதாக இப்புராணங்கள் கூறும் என்று குறிப்பிடும் இவர், இதற்கு எடுத்துக்காட்டாக தென் அமெரிக்கப் புராணங்கள் சிலவற்றையும் எடுத்துக் காட்டுகிறார்.

அவரது இக்கூற்று தமிழ்நாட்டுத் தாவரமான கரும்புக்கும் பொருந்தி வருகிறது. அதிகமான் என்ற சங்ககாலக் குறுநில மன்னனின் முன்னோர்கள் தேவருலகில் இருந்து பூவுலகிற்குக் கரும்பைக் கொண்டுவந்ததாக அவ்வையார் கூறும் செய்தி புறநானூற்றில் இடம்பெற்றுள்ளது.

பனை மரம் குறித்தும் இது போன்ற புராணக் கதைகள் தமிழ்நாட்டில் வழக்கிலுள்ளன. சாதிய வேறுபாடுகளின் காரணமாக இக்கதைகள் சாதிகளின் தோற்றப் புராணக் கதைகளுடன் இணைந்து வழங்குகின்றன. இதன் அடிப்படையில், ஒரு புறம் தாவரம் ஒன்றின் தோற்றப் புராணமாகவும், மற்றொரு புறம் சாதிகளின் தோற்றப் புராணமாகவும் இரட்டைத் தன்மையுடன் இக்கதைகள் விளங்குகின்றன.

நாடார்களும் பனையும்

தமிழ்நாட்டின் முக்கியச் சாதிகளில் ஒன்றாக நாடார் சாதி விளங்குகிறது. இச்சாதியில் ஒரு பிரிவினர் பனைத் தொழிலை மேற்கொண்டிருந்தார்கள். ஏனையோர் நன்செய், புன்செய் நில உரிமையாளர்களாகவும், வேளாண்மை, வர்ம வைத்தியம், சித்த வைத்தியம், களரி சிலம்ப ஆசான்கள், வணிகர்கள் எனப் பல்வேறு தொழில்களை மேற்கொண்டு வாழ்ந்துள்ளனர். ஆயினும், பனைத்தொழில் ஒன்றுடன் மட்டுமே இச்சாதியை இணைத்துப் பார்க்கும் தவறான அணுகுமுறை பிற்காலத்தில் ஏற்பட்டுவிட்டது.

இச்சாதியின் தோற்றப் புராணக் கதையில் பனை மரத்திற்கும் இச்சாதிக்கும் இடையிலான உறவு குறித்த பதிவுகள் இடம்பெற்றுள்ளன. ஒரு வேளை இதுவே இத்தகைய தவறான கருத்து உருவாகக் காரணமாக இருந்திருக்கலாம்.

பனை மரம் தோன்றியது குறித்தும், நாடார் சமூகத்தின் தோற்றம் குறித்தும் வழங்கும் கதைகள் ஒன்றுடன் ஒன்று இணைந்தே விளங்குகின்றன. இக்கதைகள் வாய்மொழிக் கதை வடிவிலும், கதைப்பாடல் வடிவிலும் வழக்கில் உள்ளன. தொடக்கத்தில் ஓலைச் சுவடிகளிலும், அடுத்து காகிதத்திலும் இவை எழுப்பட்டுள்ளன. சில அச்சு வடிவமும் பெற்றுள்ளன.

இடைக்காலத் தமிழகத்தில் உருவாகி, ஆங்கிலக் கிழக்கிந்தியக் கம்பெனி ஆட்சிவரை தமிழ்நாட்டின் பல்வேறு சாதிகள் இடங்கை, வலங்கை என்ற இரு பிரிவுகளுக்குள் அடங்கியிருந்தன. நாடார் சாதி வலங்கைப் பிரிவுக்குள் இடம்பெற்றிருந்தது.

இதன் அடிப்படையில் வலங்கையர் கதை என்ற பெயரில் இச்சாதியின் தோற்றப் புராணம் இடம்பெற்றுள்ளது, இச்சாதியின் மூலவராக வித்யாதர முனிவர் என்பவர் குறிப்பிடப்படுகிறார்.

வித்தியாதர முனிவர்

நாகலோகத்தில் இருந்து ஏழு நாக கன்னியர், நீர்ச்சுனை ஒன்றுக்கு நீராட வந்தனர். இப்பகுதியில் இருந்த வித்தியாதர முனிவர் இவ்வேழு நாக கன்னியரைக் கண்டதும் அவர்கள் மீது காமுற்றார். நேரடியாக அவர்களது இசைவுபெற்று, தன் விருப்பத்தை நிறைவேற்ற முடியாது என்பதை அவர் உணர்ந்தார்.

ஆகையால், தன் தவ ஆற்றலின் துணைகொண்டு, மழையையும் குளிரையும் உருவாக்கிவிட்டு நெருப்பு வடிவில் நின்றார். குளிரால் நடுங்கிய நாக கன்னியர் எழுவரும் குளிரைப் போக்கிக்கொள்ள நெருப்பருகில் வந்தபோது, நெருப்பு வடிவில் அவர்களைத் தழுவிப் புணர்ந்தார். 'ரிஷி கர்ப்பம் ராத்தங்காது' என்பதற்கேற்ப எழுவரும் கருவுற்று ஏழு ஆண் குழந்தைகளைப் பெற்றெடுத்தனர். திருமணம் ஆகாத கன்னியர் இக்குழந்தைகளுடன் நாகலோகம் திரும்ப முடியாது என்பதால், ஏழு குழந்தைகளையும் தந்தையான வித்தியாதர முனிவரிடமே விட்டு விட்டு நாகலோகம் திரும்பினர்.

பத்திரகாளியின் வளர்ப்பில்

தன் உறவால் நாகலோக கன்னியர் பெற்றெடுத்த ஏழு ஆண் குழந்தைகளையும் வளர்க்கும் பொறுப்பைக் காளியிடம் வித்தியாதர முனிவர் ஒப்படைத்தார். காளியும் அதை ஏற்றுக்கொண்டு, ஏழு குழந்தைகளையும் வீரர்களாக வளர்ந்தெடுத்தாள்.

தாருதன் வதை

தாருதன் என்ற அசுரன் தேவலோக வாசிகளைத் துன்புறுத்தி வந்தான். பெண் ஒருத்தியால்தான் அவனை வெல்ல முடியும் என்ற வரத்தை, அவன் பெற்றிருந்தமையால் தேவர்களால் அவனை வெல்ல முடியவில்லை. எனவே, அவனைக் கொல்லும்படி தேவர்கள் பத்திரகாளியை வேண்டினர். அவளும் அதை ஏற்று அவனுடன் போரிட்டுக் கொன்று அவன் குருதியைக் குடித்தாள்.

ஏழு பிள்ளைகளும் தாருதனுடன் போரிட்டு அவனைச் சிறைப்பிடித்து காளியிடம் அழைத்து வந்ததாகவும், அதன் பின்னரே காளி அவன் குருதியைக் குடித்தாகவும் ஒரு கதை வடிவம் உண்டு.

தாருதனின் குருதியைக் குடித்தமையால் பத்திரகாளிக்கு மிகுந்த நீர்வேட்கை தோன்றியது. இதைப் போக்கும் பொருட்டு தான் வளர்த்த ஏழு பிள்ளைகளையும் நீர் எடுத்துவர ஏவினாள். அவர்களும் அதை ஏற்று நீர் தேடிச் சென்றார்கள்.

அமிர்தம்காணல்

காளியின் தாகத்தைத் தீர்க்கும் நோக்கில் நீர் நிரம்பிய சுனை ஒன்றை அடைந்தார்கள். அச்சுனையில் சுபதேவன் என்ற முனிவனும் அவன் மனைவியும் தேவலோகத்து அமிர்தத்தை மறைத்து வைத்துப் பாதுகாத்து வந்தனர். இதை ஏழு பிள்ளைகளும் கண்டறிந்தனர். இச்செய்தியைக் கூறி காளியை அழைத்து வந்து அமிர்தத்தைப் பருகச் செய்து அவள் தாகத்தைத் தணிக்கலாம் என்ற நோக்கில் காளியிடம் விரைந்தனர்.

முனிவனின் செயல்

இதை உணர்ந்து கொண்ட முனிவனும் அவன் மனைவியும் தாம் மறைந்து வைத்திருந்த அமிர்தத்தைக் குடித்துக் காலி செய்துவிட்டனர். பின்னர், காளியின் வருகைக்கு அஞ்சி அருகில் உள்ள காட்டில் ஒளிந்துகொண்டனர்.

காளியின் வருகை

அமிர்தம் பருகி, தன் அடங்காத தாகத்தைப் போக்கும் நோக்கில் ஏழு சிறுவர்களுடன் விரைந்துவந்த காளி, முனிவனைக் காணாது, நடந்ததை உணர்ந்துகொண்டாள். கோபமுற்ற காளி முனிவனையும் அவன் மனைவியையும் தேடிக் கண்டுபிடித்துவிட்டாள்.

காளியின் செயல்

பின் முனிவனையும் அவன் மனைவியையும் பனை மரங்களாக்கி தலைகீழாக நட்டுவைத்தாள். அவர்கள் இருவரும் பருகிய அமிர்தத்தை மீட்க முடிவு செய்து, அதற்கு உதவும் வகையில் கருவிகள் செய்தாள். தன் ஆயுதமான சூலத்தை ஒடித்து குறடாக ஆக்கினாள். (குறடு போன்ற கருவியால் பாளையை நசுக்கியே பனையில் இருந்து இன்றும் சாறு எடுக்கப்படுகிறது) தான் ஏந்தியுள்ள கபாலத்தை கலசமாக்கினாள்.

ஏழு சிறுவருள் ஒருவனை அழைத்து பனையின் சாறை இறக்கி வரும்படி பணித்தாள். அவனும் அவ்வாறே அக்கலையத்தில் பனையின் சாறைக் கொணர்ந்தான். இவ்வாறு அமிர்தத்தைப் பருகிய முனிவனிடம் இருந்து, அமிர்தம் மீட்டெடுக்கப்பட்டது. பதநீர் இறக்கப் பயன்படுத்தும் மண் கலையத்தை 'அமிர்தகலசம்' என்று குறிப்பிடுவது இக்கதையின் தாக்கத்தால்தான். பனைத் தொழில் கருவியின் சிலவற்றின் பெயரும் இக்கதையுடன் தொடர்பு கொண்டுள்ளது.

சில கதைவடிவங்களில் முனிவன் அவன் மனைவி என்பதற்குப் பதிலாக பிராமணன், பிராமணத்தி என்று குறிப்பிடப்படுகின்றனர். அய்யா வைகுண்டசாமி தமது 'அகிலத்திரட்டு அம்மானை' என்ற நூலில் பிராமணன் பிராமணத்தி என்றே குறிப்பிடுகிறார் *(பெருமாள் அ.கா, 2009:183–185).*

பனங்கொட்டை

பனையிலிருந்து அமுதம் இறக்கிப் பருகிய பின்னர், இம்மரத்தை இன விருத்தி செய்யும் நோக்கில் பனம் பழத்தையெல்லாம் ஏழு சிறுவர்களும் பாற்கடலில் எறிந்தனர். தேவர்கள் பாற்கடலைக் கடையும்போது, பனங்கொட்டை கிடைக்கிறது. அதை மண்ணில் ஊன்றி பனை மரத்தை இனப் பெருக்கம் செய்கின்றனர்.

மண்சுமக்க மறுத்தல்

காவிரி ஆற்றுக்குக் கரிகாலன் கரை அமைத்தபோது, வீரர்களாகவும், செல்வந்தர்களாகவும் இருந்த நாடார் குடும்பம் ஒன்றின் ஏழு ஆண் பிள்ளைகளை அழைத்து, மண்சுமக்கும்படிக் கூறினான். அதைச் செய்ய அவர்கள் மறுக்கவே ஒவ்வொருவராக ஆறு பேரை யானைக் காலால் இடறவைத்துக் கொன்றான். ஏழாவது பையனும் அஞ்சாது மறுத்தான். அவனை மட்டும் கொல்லாது விட்டுவிட அவன் சோழநாட்டில் இருந்து இடம்பெயர்ந்து. தென் பாண்டிப் பகுதிக்கு வந்து பனைத் தொழில் புரிந்து வளம் அடைந்தான் *(வானமாமலை: 1976:13–14).*

கொங்குநாட்டுப் பகுதியில் உள்ள நாடார்களிடம் இடம்பெற்றிருந்த வாய்மொழி வழக்காறுகளிலும் ஆறு இடம்பெற்றிருந்ததாகக் கருத இடமுள்ளது. இவ்வாறு கருத இப்பகுதியில் கிடைத்துள்ள கருமாபுரம் செப்பேடு உதவுகிறது.

இச்செப்பேட்டின் தொடக்கத்தில் பத்திரகாளியின் உருவமும் பனைத் தொழில் தொடர்பான தொழிற்கருவிகளின் உருவமும் பொறிக்கப்பட்டுள்ளதாக இதைப் பதிப்பித்துள்ள செ. இராசு (1991:231) குறிப்பிட்டுள்ளார். நாடார்கள் மண்சுமக்க மறுத்த செய்தி இச்செப்பேட்டில் பின்வருமாறு இடம்பெற்றுள்ளது:

> வாடையடித்து மாமழை பொழிந்து ஓடைகளெல்லாம் உடைந்திடச் சோழன் கரையது வுயரக் கட்டிய னாளில், இவன்றலை யதனை ஈடுபடக் கடகரி விட்டிடரும்போது எங்கள் குலம் சாணகுலம் ஏரிவரி சுங்கங்கொடோம். கொத்தெடுத்து மண்வெட்டோம். கொற்றவரைக் கைய்முகையோம்[1]. கூடை தொடோம். வெட்டி[2] செய்யோமென்று மிகவிருது பேசி வீரவெண்பாப் பாடிய சாணகுலதீரன்.

கொங்குப் பகுதியில் உள்ள இராசிபுரம் என்ற ஊருக்கு அருகில் உள்ள கோப்பம்பட்டி என்னும் ஊரினரான கன்னிதாசன் (18ஆம் நூற்றாண்டு) என்பவர் ‘பனை எழுபது’ என்ற சிற்றிலக்கியத்தைப் படைத்துள்ளார். (தமிழ்நாடன் 2013:3) மண்சுமக்க நாடார்கள் மறுத்த செய்தி இந்நூலில்

> வற்றாத வையற் கரை தனக்கு
> மண்ணெடுத் திடென்றரசன் கூற
> கொத்து மண்வெட்டி கூடை தொடோம்
> கூடோர் மனைவரிச் சங்கும் கொடோம்
> எத்தலம் புகழ் சாணர் நாங்கள்
> என்றே எதிரிட்டு வாதாடி
> வெற்றி முனை கீர்த்தி பெற்றோர் பனை
> வீரர் சவுரிய வில்லுடையோர்

என்று குறிப்பிடப்பட்டுள்ளது (மேலது: 15). எவ்வாறாயினும் மண்சுமக்கும்படி மன்னன் ஒருவன் இட்ட கட்டளைக்கு இவர்கள் உடன்பட மறுத்தனர் என்ற செய்தி இக்கதைகளில் புதைந்துள்ளது.

குடும்பரும் பனையும்

தேவேந்திர குல வேளாளர் அல்லது தேவேந்திரக் குடும்பர் என்றழைக்கப்படும் சாதியினரைப் பனையுடன் தொடர்புபடுத்தும் கல்வெட்டொன்று

---

1. வணங்கோம்
2. ஊதியமின்றி மேற்கொள்ளும் கட்டாய வேலை

திருநெல்வேலி மாவட்டம் சங்கரன்கோவிலில் காணப்படுகிறது. எழுத்தமைதியின் அடிப்படையில் 17 அல்லது 18ஆம் நூற்றாண்டைச் சேர்ந்தது என்று இதைப் பதிப்பித்த ஏ. சுப்பராயலு (2015:385) கருதுகிறார். இக்கல்வெட்டு, இச்சாதியின் தோற்றப் புராண வடிவம் ஒன்றைக் கூறுகிறது. அதன் சுருக்கம் வருமாறு:

முன்னொரு காலத்தில் கடும் வறட்சி ஏற்பட்டபோது, உக்கிரப்பெருவழுதி என்ற பாண்டிய மன்னன், சேர, சோழ மன்னர்களுடன் மழை வேண்டி தேவேந்திரன் அவைக்குச் சென்றான். பொய்வாக்குறுதிகள் வழங்கி இந்திரன் காலம் கடத்திக்கொண்டிருந்தான்.

இதனால் கோபமுற்ற பாண்டிய மன்னன் தேவ கன்னியரின் மக்களுள் நான்கு குடும்பத்தாரைக் கைப்பிடியாக அழைத்து வந்தான். அவர்களுடன் செந்நெல் விதையும் கதலி வாழைக்கன்றும் பனை விதையும் வேறுபல வித்துக்களும் பசுமாடும் காளைமாடும் கொண்டுவந்தான்.

நாடார்களின் தோற்றப் புராணத்தைப் போன்று இங்கு, பனையுடன் தேவேந்திரர்கள் தொடர்புபடுத்தப்பட்டுள்ளனர். இவ்விரு சாதியினரின் தோற்றக் கதைகளில் இடம்பெற்றுள்ள இயற்கை பிறழ்ந்த நிகழ்ச்சிகள் ஒரு பக்கம் இருக்க, பனை மரத்தைத் தேலோகத்துடன் தொடர்புபடுத்துவதானது அதன் முக்கியத்துவத்தை வெளிப்படுத்துகிறது. 'கற்பக விருட்சம்' என்ற தேவலோக மரத்தின் பெயரை இட்டு பனை மரத்தைக் குறிப்பிடுவதும் இங்கு நோக்கத்தக்கது.

'பயன்மரம்' என்று வள்ளுவர் பொதுவாகக் குறிப்பிடுவதை உரையாசிரியர்கள் விளக்கும்போது, பனை மரத்தையும் குறிப்பிடுவதை மேலே கண்டோம். பயன்பாட்டு மதிப்புமிக்க மரமாக இருக்கும் காரணத்தால் பனை தேவலோகத்துடன் தொடர்புபடுத்தப்பட்டுள்ளது.

ஒரு கட்டத்தில், சமணமும் வைதீக சமயமும் பனைதரும் கள்ளை இழிவானதாகப் பார்க்கத் தொடங்கியதை அடுத்து, பனைத் தொழில் செய்வோரும் இழிவானவர்களாகக் கருதப்படலாயினர். இதன் அடிப்படையிலேயே ஏதோ விதிவசத்தால் மேற்கொண்ட தொழிலாகப் பனைத் தொழிலைப் பார்க்கத் தொடங்கியுள்ளனர். இதன் வெளிப்பாடாகச் சோழ மன்னன் அல்லது பாண்டிய மன்னன் இழைத்த கொடுமையிலிருந்து

தப்பிக்க வேறு வழியின்றி மேற்கொண்ட தொழிலாகப் பனைத் தொழிலைக் குறிப்பிடலாயினார். வலங்கையர் சரித்திரம், அகிலத்திரட்டு அம்மானையில் இடம்பெறும் பனை குறித்த செய்திக்கும் சோழ, பாண்டிய மன்னர்களை மையமாகக் கொண்ட பனை குறித்த செய்திக்கும் இடையில் வேறுபாடு காணப்படுகிறது.

பனைத் தொழிலானது நாடார் சமூகத்திற்கு மட்டுமே உரிய தொழில் என்ற கருத்து தவறானது என்பதற்குச் சங்கரன்கோவில் கல்வெட்டுச் செய்தி சான்றாகிறது. இன்றும்கூடத் தூத்துக்குடி மாவட்டத்தில் உள்ள சில ஊர்களில் தேவேந்திரக் குடும்பர்களும், இவர்களில் ஒரு பிரிவினரான வாதிரியார்களும் பனைத் தொழிலை மேற்கொண்டுள்ளனர்.

சான்றாக, தூத்துக்குடி மாவட்டம் விளாத்திகுளம் வட்டத்தில் உள்ள, செவல்பட்டி, பல்லாகுளம், மாடுநயினார்புரம், முத்தலாபுரம், கீழசெய்த்தலை ஆகிய ஊர்களில் இச்சமூகத்தினர் பனைத் தொழிலை மேற்கொண்டு வாழ்கின்றனர். இதே மாவட்டத்தில் இதே வட்டத்தில் அடங்கிய, குஞ்சையபுரம், ஆத்தங்கரைப்பள்ளிவாசல், காட்டுநாயக்கன்பட்டி ஆகிய ஊர்களில் இவர்களும் வாதிரியார்களும் பனைத் தொழில் புரிகின்றனர்.

விளாத்திகுளம் வட்டத்தில் அடங்கிய சிதம்பரநகர், வேடப்பட்டி, எட்டையபுரம் வட்டத்தில் அடங்கிய சோழபுரம் ஆகிய ஊர்களில் வாதிரியார்கள். பனைத் தொழிலை மேற்கொண்டுள்ளனர். விளாத்திகுளம் வட்டத்தில் உள்ள வேம்பாறு என்ற கடற்கரைக் கிராமத்தில் மீனவ சமூகத்தினரான 'வலையர்' என்போரும் குஞ்சையபுரம் என்ற கிராமத்தில் அருந்ததியினரும் இத்தொழிலைச் செய்கின்றனர்.

நாடார்களுக்கு உரிமையான பனை மரங்களைக் குத்தகைக்கு எடுத்து பனைத் தொழிலை மேற்கொள்வோரும் இதில் அடங்குவர்.

* * *

இவ்வாறு தமிழரின் தொன்மையான கல்வெட்டுக்களிலும் இலக்கிய, இலக்கண நூல்களிலும் புராணங்களிலும் இடம்பெற்றுள்ள பனை மரம் குறித்தும் அதன் பயன்பாடுகள் குறித்தும் அடுத்துவரும் இயல்களில் ஆராய்வோம்.

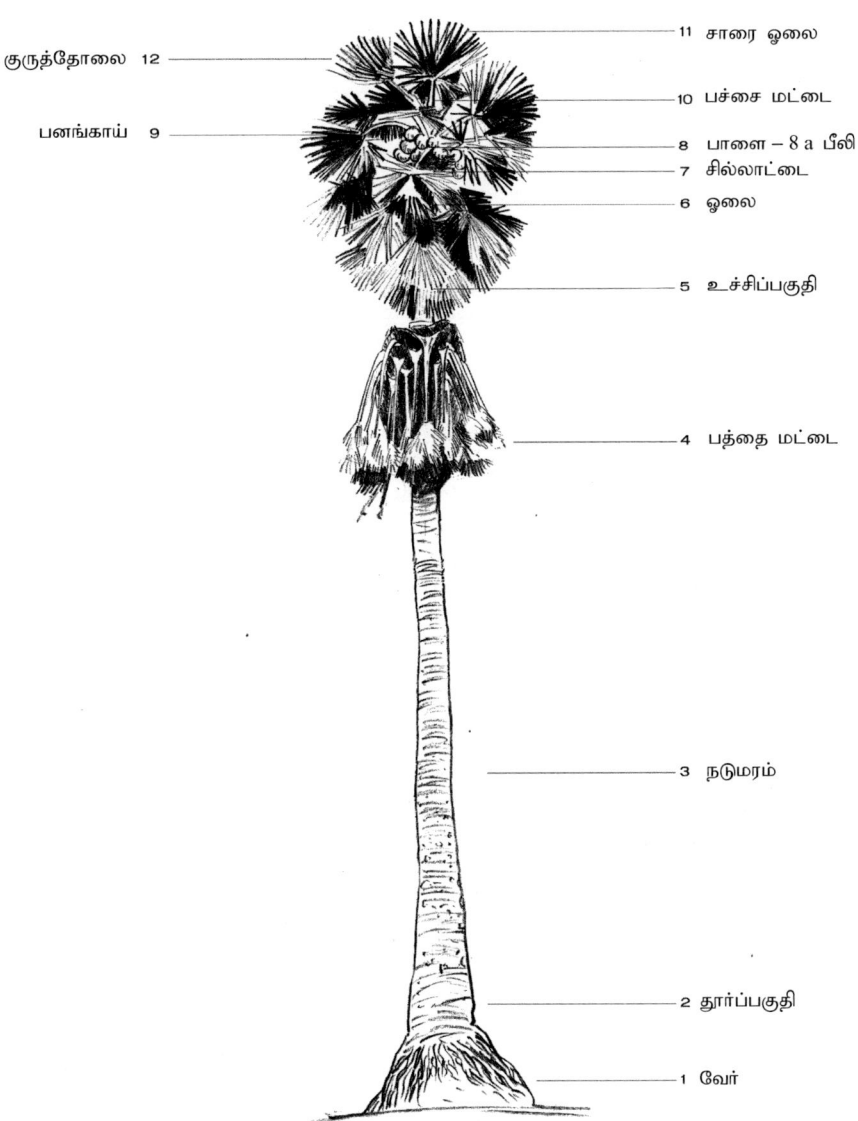

பனை மரமே! பனை மரமே!

உறுப்பு எண்	உறுப்பின் பெயர்	பயன்பாடுகள்
12	குருத்தோலை	தோரணம் கட்ட, அழகியல் பொருட்கள் செய்ய.
11	சாரை ஓலை	கூடை, பெட்டி, பாய், கைவினைப்பொருட்கள் செய்ய.
10	பச்சை மட்டை	வேலி அமைக்க. நார் எடுக்க. நார்ப்பெட்டியிலும் சுளவிலும் (முறத்திலும்) வலுவான விளிம்பு அமைக்க செருப்பாக. காய்ந்த நிலையில் எரிபொருளாக.
9	பனங்காய் (குரும்பை)	(பெண்பனையில் மட்டும் காணப்படுவது) உண்ணப் பயன்படும் நுங்கும், பனம்பழமும் உருவாக. பனம்பழம் பறித்து முற்றிய நிலையில் கிட்டும் பனங்கொட்டையைப் பெற, பனங்கிழங்கை விளைவிக்க. கைவினைப் பொருட்கள் செய்யவும், எரிபொருளாகவும் பனங்கொட்டை பயன்படுகிறது.
8 – 8 a	பாளை – பீலி	கள் அல்லது பதநீர் பெற. பாளையைச் சுற்றி உறைபோல் உள்ள பீலி துடைப்பம் செய்ய உதவும்.
7	சில்லாட்டை	பன்னாடை (பதநீரை வடிகட்ட உதவும் அரிப்பு) செய்ய. எரிபொருளாக (குறிப்பாகப் பதநீர் காய்ச்ச) துடைப்பம் செய்ய.
6	ஓலை	கூரைவேய, கிடைக்குடில் அமைக்க, மீன்பிடி வலைகளை, வெயிலில் இருந்து பாதுகாக்க. பதநீர், கஞ்சி ஆகியன ஊற்றிக் குடிக்க, நுங்கு, மீன், இறைச்சி, வெள்ளரிப்பழம் ஆகியவற்றை எடுத்துச்செல்லும் பட்டை செய்ய, தண்ணீர் இறைக்கவும் முகரவும் பயன்படும் பட்டை செய்ய, விளைநிலத்தில் உவர் நீக்க, மணல், சேறு மிகுந்த பகுதியில் வண்டிச் சக்கரங்கள் புதையாமல் தடுக்கும் தளமாக, ஈர்க்கு எடுக்க, எழுதுபொருளாக, எரிபொருளாக. கூடை, பெட்டி, பாய் ஆகியன முடைய, கைவினைப் பொருட்கள் செய்ய.
5	உச்சிப்பகுதி (கொண்டைப் பகுதி)	பத்தல் (மரத்தொட்டி) செய்ய, பாசனக் குளங்களில் தூம்பு (மடை) ஆக.
4	பத்தை மட்டை	தும்பு எடுக்க. தரை தேய்க்கும் பிரஷ் செய்ய, தட்டி அடைக்க.
3	நடுமரம்	சிறு உத்திரம் செய்ய. காரை (மடப்பா) வீடுகளின் மேல்பகுதியில் குறுக்குக் கட்டையாக ஓடு வேயும் வீடுகளில்; குறுக்குக் கட்டையாக, விட்டமாக, நிலை அமைக்க. துலா (ஏற்றம்) அமைக்க. பாரம் ஏற்றும் மாட்டு வண்டிகளில் 'வாரி' ஆக. எரிபொருளாக.
2	தூர்ப்பகுதி (அடிமரம்)	வட்ட வடிவிலான 'பத்தல்' (நீர்த்தொட்டி) ஆகப் பயன்படும்.
1	வேர்	மழைக்காலங்களில் நிகழும் மண் அரிப்பைத் தடுக்கும். கூடை முடையப் பயன்படும்.

2

பனைத் தொழில்நுட்பம்

பனைக்குப் பத்தடி
....
வெட்டிக்கெட்டது தென்னை
வெட்டாமக் கெட்டது பனை   *(பழமொழி)*

வெப்ப மண்டலத்தில் வளரும் மரவகைகளில் பனையும் ஒன்று. வளம் குன்றிய மண்ணிலும் இது வளரும் தன்மையது. விதையின் மூலம் இது பயிரிடப்படுகிறது. இதன் விதை, கொட்டை எனப்படும்.

நீர்வளம் மிக்க பகுதியில் வளரும் பனையில் பதநீரும் நுங்கும் அதிக அளவில் கிடைக்கும். ஆனால், சுவை குன்றி இருக்கும். செம்மண், கரிசல், மணற்பாங்கான நிலங்களில் வளரும் பனைகளும் மண்ணிற்கேற்ப, அவை தரும் பதநீர், நுங்கு, பனங்கிழங்கு ஆகியனவற்றில் சுவை வேறுபாட்டைக் கொண்டிருக்கும்.

கார, அமிலத்தன்மையில்லாத செம்மண் நிலங்களில் வளரும் பனை மரத்தின் பதநீர், நுங்கு, கிழங்கு ஆகியன சுவைமிக்கதாக இருக்கும் என்பது பொதுவான கருத்து.

களிமண் நிலம், செம்மண் நிலம், மணற்பாங்கான நிலம் என்ற மூன்று நிலப்பகுதிகளிலும், தமிழ்நாட்டில் இது வளர்கிறது. பொதுவாகத் தனிமரமாக இன்றி கூட்டமாகவே

பனை மரமே! பனை மரமே!

பனை மரங்களைக் காண முடியும். தமிழ்நாட்டின் ஆறு, வாய்க்கால், குளம் ஆகிய நீர்நிலைகளின் கரைகளிலும், புன்செய் நிலங்களின் எல்லையிலும், நன்செய் நிலங்களின் இடையில் அமைந்துள்ள மேட்டுப் பகுதியிலும், கடற்கரை ஓரங்களிலும், சாலை ஓரங்களிலும், பனை மரங்கள் கூட்டமாக வளர்ந்து காட்சியளிக்கும். சில பகுதிகளில் பரந்துபட்ட நிலப்பரப்பில் ஆயிரக்கணக்கான பனைகள் வளர்ந்திருக்கும். ஓர் ஏக்கர் நிலப்பரப்பில் ஏறத்தாழ ஆயிரம் பனைகள்வரை வளர்க்கலாம் என்பது பொதுவான கருத்து.

பனையில் பலவகை உண்டு. தமிழ்நாட்டில் வளரும் பனை, பாமே (Palmae) என்ற தாவரக் குடும்பத்தைச் சேர்ந்தது. இதன் தாவரவியல் பெயர் *flabellifer* என்பதாகும்.

கிளைகள் எதுவுமின்றி 50 அடி முதல் 100 அடி வரை இம்மரம் வளரும் தன்மையது. இதன் ஆயுட்காலம் நூறு முதல் நூற்றியிருபது ஆண்டுகள். இம்மரத்தின் வேர், தூர்ப்பகுதி, மரம், காம்பு (மட்டை) இலை (ஓலை), இதில் சுரக்கும் இனிப்பான சாறு என்பனவெல்லாம் பல்வேறு நிலைகளில் மனிதர்களுக்குப் பயன்தருகின்றன. வேறு எந்த மரமும் இந்த அளவுக்கு முழுமையாகப் பயன் தருவதில்லை. இப்பயன்பாட்டின் அடிப்படையிலேயே 'கற்பக விருட்சம்' என்ற பெயரை இம்மரத்திற்கு இட்டுள்ளனர்.

இச்சிறப்புமிக்க பனையை வளர்த்தலும், அதிலிருந்து பயன்களைப் பெறுதலும் எளிதானதல்ல. இதற்கென்று உரிய தொழில்நுட்ப அறிவு அவசியம் தேவைப்படுகிறது.

பனங்கொட்டை

பனை மர வளர்ப்பின் தொடக்க நிலையாக அமைவது பனங்கொட்டைகளைச் சேகரித்து அவற்றை ஊன்றி வளர்ப்பதாகும். பனைவளர்த்தலின் தொழில்நுட்பமானது. பனங்கொட்டைகளைச் சேகரித்து நடுவதிலிருந்து தொடங்குகிறது.

பனை மரத்திலிருந்து பெறும் நுங்கை வெட்டாமல் விட்டுவிட்டால் அது பழுத்துவிடும். இதையே பனம்பழம் என்பர். இதைப் பறிக்காது விட்டுவிட்டால் மரத்தில் இருந்து கீழே உதிர்ந்துவிடும். அவ்வாறு உதிரும் முன்னர் பனம் பழக் குலையைக் கயிறுகட்டி இறக்க வேண்டும். தானாக உதிரும் பழமும் வெட்டிக் கீழே சாய்க்கும் பழமும் உயரத்திலிருந்து தரையில் விழுவதால் ஏற்படும் அதிர்வால் சேதமடையும் வாய்ப்புள்ளது. இங்கு சேதம் என்பது

பனையின் வளர்ச்சிக்கு ஆதாரமாக, பனங்கொட்டையின் உள்ளே உள்ள கருப்பகுதி அடையும் சேதமாகும். இச்சேதம் கண்ணுக்குப் புலப்படாது.

பறித்த பனம்பழங்களைக் குவித்துவைத்து அக்குவியலைச் சாக்கினால் மூடிவைக்க வேண்டும். இது ஒருவாரம் வரை நீடிக்கலாம். மூடிவைப்பதால் ஏற்படும் வெப்பத்தால் பனம் பழங்கள் அனைத்தும் ஒரே சீராகப் பழுத்துவிடும்.

பின்னர் பழத்தின் சதைப் பகுதியை நீக்க வேண்டும். இதற்குக் கருவி எதுவும் தேவையில்லை. நன்றாகப் பழுத்த பழங்கள் மிருதுவாக இருப்பதால் கைகளால் பிதுக்கியே பனம் பழத்தின் உள்ளே உள்ள கொட்டையை எடுத்துவிட முடியும்.

பனம் பழத்தின் உள்ளே இடம்பெற்றுள்ள கொட்டைகளின் எண்ணிக்கையில் வேறுபாடு காணப்படும். ஒன்று முதல் மூன்றுவரை கொட்டைகளின் எண்ணிக்கை அமையும். கொட்டைகள் நீளமாக இருப்பின் அவை விரைவாக வளரும் தன்மையன. குட்டையான பனையிலிருந்து எடுக்கப்படும் கொட்டைகள் சிறப்புடையன. ஏனெனில், நெட்டையான மரங்களைவிட உயரம் குறைவான பனைகளில்தான் பதநீர்ச் சுரப்பு அதிகமாக இருக்கும். இங்கு குட்டைப் பனை என்பது பனையின் ஒரு ரகமாகும்.

கொட்டைகளைச் சுற்றி நார்ப்பொருள் காணப்படும். இது கொட்டைக்குப் பாதுகாப்பளிக்கும் கவசம் போன்றது. இதனால் இதை நீக்கிவிடக் கூடாது. ஒருவாரம் அல்லது பத்து நாட்கள் இக்கொட்டைகளை வெயிலில் உலரவைக்க வேண்டும். (பூஞ்சைக் காளான் தோன்றுவதை இது தடுக்கும்) சூம்பிப்போய் உள்ள கொட்டைகளை நீக்கிவிட்டு, திரண்டு காணப்படும் கொட்டைகளையே தேர்வுசெய்ய வேண்டும். வண்டு துளைத்த கொட்டைகளையும் கழித்துவிட வேண்டும்.

இவ்வாறு தேர்வுசெய்த பனங்கொட்டைகளை, பத்தடி இடைவெளியில் குழிவெட்டி, கொட்டையின், 'கண் பாகம்', கீழ் நோக்கி இருக்கும்படி நட வேண்டும். 'பனைக்குப் பத்தடி' என்ற பழமொழி ஒன்றும் உள்ளது. நடுவதற்கான நிலம் களிமண் நிலமாக இல்லாதிருப்பின் பனை விரைவாக வளரும். மணற்பாங்கான நிலமும் குருவை மண்ணும் களித்தன்மையற்ற செம்மண் நிலமும் பனைக்கு உகந்த இடங்கள். இத்தகைய இடங்களில் ஒன்று அல்லது ஒன்றரை அடி ஆழத்தில் குழி தோண்டி பனங்கொட்டையை நடுவர்.

பனையின் வளர்ச்சி

தொடக்கத்தில் நான்கு மாத காலம் பனங் கொட்டையில் உள்ள தவண் என்ற பகுதியை உணவாகக் கொண்டு பனை வளரத் தொடங்குகிறது. பின் கிழங்கு முளைக்கத் தொடங்கியதும் கிழங்கின் நுனியில் உருவாகும்; ஆணி வேர் மூலம் உணவு சேகரிப்பு நிகழும். (வளர்ந்த பனையில் ஆணிவேர் இராது)

முளைவிடும் பனங்கொட்டை

நான்காவது மாதத்தில் பூமிக்கு மேல் குருத்து போன்று பனை ஓலை இரண்டு வெளிப்படும். இதைப் 'பீலி', என்பர். ஓராண்டு கடந்ததும் இருபீலிகளின் நடுவில் மற்றொரு 'பீலி' வெளிப்படும். இது முதலில் தோன்றிய இரு பீலிகளைக் காட்டிலும் அளவில் சற்றுப் பெரியதாய் அமையும். பார்ப்பதற்கு இது பெரிய அளவிலான பனை ஓலை விசிறியைப் போல் இருக்கும். இதன் தொடர்ச்சியாக அடுத்தடுத்து கிட்டத்தட்ட ஒருமாத இடைவெளியில் பீலிகள் தோன்றும். கொட்டை ஊன்றி நான்காவது மாதம் தொடங்கி இரண்டாவது ஆண்டு முடிய உள்ள இக்காலத்திற்குப் பீலிப் பருவம் என்ற பெயர் உண்டு. பீலிகள் தோன்றும் பருவம் என்பதால், இப்பெயர் பெற்றுள்ளது. பீலிப் பருவப் பனையை 'வடலிக்கன்று' என்றும் 'பனைக்குட்டி' என்றும் அழைப்பர்.

வடலிக்கன்று

இதை அடுத்து ஆண்டுதோறும் பனையின் வளர்ச்சி (உயரம்) அதிகரிக்கத் தொடங்கும். 25 ஆண்டுகள் வரை இது விரைவாக நிகழ்ந்து பின் வளர்ச்சியின் வேகம் குறையும். வடலிக்கன்றுப் பருவம் கடந்தபின் பத்தாண்டு காலம் வரையிலான பனையை 'வடலிப்பனை' என்பர்.

வடலிப்பனைப் பருவத்தில் மழைக்காலம் தொடங்கும் முன்னர் நன்றாக உழுது ஆட்டுக்கிடை (பட்டி) போடுவர். இதனால் களைகள்

ஆ. சிவசுப்பிரமணியன்

கட்டுப்படுவதுடன், பெய்யும் மழைநீர் வடிந்து ஓடாது உழுத சால்களில் தேங்கி நின்று நிலத்தின் ஈரப்பதத்தைப் பாதுகாக்கும். அத்துடன் உரச்சத்தும் கிடைக்கும். தற்போது இம்முறை மறைந்துவருகிறது.

பத்தை சீவல் / வெட்டுதல்

வடலிப் பருவப் பனையில், பக்கவாட்டில் கருக்கு மட்டையுடன் ஓலைவெளிப்பட்டு நிற்க ஆரம்பிக்கும். உச்சியில் மட்டுமே ஓலையுடன் கூடிய வளர்ந்த பனை மரத்துடன் ஒப்பிடுகையில் இது அழகற்றதாகத் தோன்றும். அவ்வப்போது இம்மட்டைகளை வெட்டி அகற்றுவது அவசியம். இவ்வாறு அகற்றாவிடில் மரத்தின் வளர்ச்சிக்குத் தேவையான சத்துக்களை இம்மட்டைகளும் ஓலைகளும் பகிர்ந்துகொண்டு மரத்தின் வளர்ச்சிக்கு இடையூறு செய்யும். இவ்வாறு வெட்டிய பின் பனையின் உடற்பகுதியில் வெட்டுண்டு காணப்படும் மட்டையைக் குரங்குமட்டை என்பர்.

பறவைகளின் எச்சங்களின் மூலம் வேறு மரங்களின் விதைகள், மட்டையும் நடுமரமும் சந்திக்கும் இடத்தில் விழுந்து மழைக்காலத்தில் முளைக்க ஆரம்பிக்கும். ஓரளவு வளர்ந்ததும் தம் வேர்களைப் பனையினுள் செலுத்தி வளரத் தொடங்கிவிடும். ஆல், வேம்பு, அத்தி போன்ற மரக்கன்றுகள் இவ்வாறு வளர்ந்து நிற்கும் மரங்களில் முக்கியமானவை. பத்தைவெட்டு இதைத் தடுக்கும்.

இவை தவிர காட்டுக்கொடி ஒன்றும் பனையைச் சுற்றிப்படரத் தொடங்கும். ‘பால் ஆட்டுக்கொடி’ என்று இதைக் கூறுவதுண்டு. இதைத் தின்னும் வெள்ளாடு நன்றாகப் பால் சுரக்கும் என்பது நம்பிக்கை. இதையும் அறுத்தெறிவது அவசியம். மரத்தை இது வளரவிடாது அமுக்கிவிடும் என்பர்.

இப்பணிகளை ஒழுங்காகச் செய்து வந்தால்தான் உரிய காலத்தில் பனை பயன் நல்கும். இச்செய்திகளின் அடிப்படையில் பார்க்கும்போது, பனையிலிருந்து பல்வேறு பயன்களைப் பெற அம்மரம் குறித்த அறிவும், அதன் பயன்களைப் பெற உதவும். தொழில்சார்ந்த உழைப்பும் உழைப்புக்கருவிகளும் உறுதுணையாய் இருந்துள்ளமை புலனாகும்.

வடலிப் பருவம் கடந்து முப்பது அல்ல முப்பத்தைந்து ஆண்டுகளுக்குப் பின்னர் மரத்தின் உட்பகுதி வலுவடையத் தொடங்கும். இதை ‘வைரம் பாய்தல்’ என்பர். வைரம் பாய்ந்த பின்னரே வலுவான மரம் என்ற தகுதியைப்

பனை அடைகிறது. 90 ஆண்டுகளுக்குப் பின் வைரம் பாய்தலின் விளைவாக, உட்பகுதி இறுக்கம் அடைந்து நீரையும் உரச்சத்தையும் பனையின் கொண்டைப் பகுதிக்கு (உச்சிப் பகுதிக்கு) அனுப்பும் ஆற்றலைப் படிப்படியாக மரம் இழந்துவிடுகிறது. இதனால் உச்சியில் உள்ள குருத்து வாடத் தொடங்கி ஒரு கட்டத்தில் கருகிப் போய்விடுகிறது. இதுவே பனை மரத்தின் மரணமாக அமைகிறது. இதன் பின்னர் வெட்டப்படும் நிலைக்கு அது ஆளாகிறது. ஆனால், 'மரணமில்லாப் பெருவாழ்வு' என்பது போல் மரணித்த பின்பும் பயன்படும் மரமாக நிலைக்கிறது.

பனை வெட்டிய கதை

மரத் தேவைக்காக பனையை வெட்டுவதை மையமாகக் கொண்டு உருவான வாய்மொழிக் கதை ஒன்று உள்ளது. தென்மாவட்டங்களின் கரிசல் நிலப் பகுதியில் வழங்கும் இக்கதை வருமாறு:

> ஒரு கிராமத்தில் சம்சாரி (விவசாயி) ஒருவரது புஞ்சையில் (புன் செய் நிலம்) பனை மரம் ஒன்று வளர்ந்திருந்தது. வீட்டை எடுத்துக்கட்டிக் (விரிவுபடுத்தி) கொண்டிருந்தபோது, வீட்டு வேலைக்கு மரம் தேவைப்பட்டது. விலைக்கு வாங்கித் தோதுப்பட்டது (கட்டுபடியாகாது) என்று நினைத்த அவர் பனையை வெட்டிவிடலாம் என்று முடிவுசெய்து ஆட்களுடன் புஞ்சைக்குச் சென்றார்.
>
> வெட்டிய பனையைக் கொண்டுவர, ஓட்டிச் சென்ற வண்டியை, புஞ்சையின் ஓரத்தில் நிறுத்திவிட்டுப் பனையை வெட்டத் தொடங்கினார்.
>
> அப்போது, அந்த வழியே வந்த ஒருவர் அவரைப் பார்த்து பழக்கம் விட்டார் (பேசினார்). பிறகு சம்சாரியைப் பார்த்து, "உமக்குக் கொஞ்சமாவது கூறு (மூளை) இருக்கா" என்றார். "என்ன" என்று கோபத்துடன் கேட்ட சம்சாரியைப் பார்த்து, "இவ்வளவு பெரிய மரத்தை வெட்டிப் போட்டு வண்டில எப்படித் தூக்கி வைப்ப? அதுக்கு ஆள் வேணும்லா"ண்ணார். சம்சாரியும், "ஆமா"ண்ணு சொன்னதும், அந்த ஆளு ஒரு வழி சொன்னார்.
>
> "பேசாம வண்டியக் கொண்டுவந்து பனை மரத்துக்கு நேரே நிறுத்தீரும். மரத்த வெட்டி வண்டீல சாச்சிரும். பெறவு அப்படியே வண்டிய அடிச்சிட்டு (ஓட்டிக் கொண்டு) வீட்டுக்கு போய்ரலாம்"ண்ணாரு.

இதுவும் மச்சியோசனைதான் (நல்லயோசனை) அப்டின்னு அவரும் வண்டியப்பூட்டி (மாடுகள் வண்டியில் பிணைத்து) பனைமரத்துக்கு நேர நிறுத்தி பனையவெட்டி வண்டில சாச்சார் (சாய்த்தார்).

வண்டி சுக்கு நூறாப் போச்சு. மாடுகளும் மண்டையப் போட்டுட்டுக. அப்ப புஞ்சக்காரர் 'மச்சி யோசன பண்டி (வண்டி) சாட சப்பட்ட' என்றார். இது கரிசல் நிலப் பகுதியில் வழங்கும் தெலுங்குமொழிச் சொலவடை ஆகும். 'யோசனை நல்ல யோசனைதான் வண்டிதான் ஓட்ட உடசல்' என்பது இதன் பொருளாகும். முட்டாள்த்தனமான செயல்களை யாராவது செய்துவிட்டால் இச்சொலவடையைக் கூறுவார்கள். ஆனால், கதையைக் கூறி விளக்கமாட்டார்கள். இதைக் கேட்பவர்களுக்கு இச்சொலவடையில் அடங்கியுள்ள கதை தெரிந்த ஒன்றுதான் (நா. சுப்புராம், நள்ளிகுமாரபூரம், விருதுநகர் மாவட்டம்).

ஆண் பனை (வண்ணப்படம் இனி வ.படம்)

ஆண்பனையின் பாளை

மனிதர்களைப் போன்றே பனையிலும் ஆண், பெண் என்ற பாகுபாடு உண்டு. அலகுப் பனை, கட்டுப் பனை என்றும் ஆண்பனையைக் குறிப்பர். மேலே குறிப்பிட்ட வடலிப் பருவத்தில் இப்பாகுபாடு கிடையாது. ஆண் பனை, பெண் பனை என்ற இரண்டையும் இச்சொல் குறிக்கும்.

வடலிப் பருவம் முடியும்போது, அதாவது பனங்கொட்டை ஊன்றிப் பத்து அல்லது பன்னிரெண்டு ஆண்டுகள் கழித்த பின்பு பனையில் பால்வேறுபாடு தெரியவரும். ஆண் பனை என்பதைக் கண்டறியும் அடையாளமாக அமைவது, பனையின் உச்சியில் உருவாகும் பாளை என்ற உறுப்பில் கதிர்கள் தோன்றி அதில் பூ பூப்பதாகும். இதன் அடிப்படையில் 'கதிர்மரம்' என்றும் கூறுவதுண்டு.

ஆண் பனையில் குரும்பைகள் தோன்றாது. இதனால் நுங்கும் பனம்பழமும் ஆண்பனையில் கிட்டாது. ஆனால், இதில் உருவாகும் பாளையைச் சீவி, 'கள்', 'பதநீர்' ஆகியவற்றை இறக்கலாம். இதற்கு மட்டுமே ஆண் பனை பயன்படும்.

ஆனால், பனையின் இனவிருத்திக்கு ஆண் வடலிப் பனை அவசியமாகிறது. ஆண் வடலியின் பாளையில் தோன்றும்

மகரந்தம் காற்றில் பரவத் தொடங்கும். மற்றொரு பக்கம் பெண் வடலி மரங்களின் மடல்கள் விரிந்து காணப்படும். ஆண் வடலியில் உருவாகும் மகரந்தத்தூள் காற்றின் துணையால் பறந்துவந்து இம்மடல்களில் படியும். இதனால் பெண்வடலிப் பனைக் கருவுற்று பாளைகளைத் தோற்றுவிக்கும். இது ஒருமுறை நிகழ்ந்தாலே போதும். ஆண்டுதோறும் மகரந்தச் சேர்க்கை நிகழ வேண்டிய அவசியமில்லை.

பெண் பனை (வ.படம்)

நுங்கும் பனம் பழமும் தரும் பனையே பெண் பனை ஆகும். (இதைப் பருவப் பனை என்றும் 'பனங்காய்' மரம் என்றும் குறிப்பிடுவர்) இம்மரத்திலிருந்து இவற்றைத் தொடர்ந்து பெற வேண்டுமானால் இம்மரத்தின் பாளையைச் சீவி, கள் அல்லது பதநீர் இறக்காமல் இருக்க வேண்டும். கள் அல்லது பதநீரைப் பெறப் பெண் பனையைப் பயன்படுத்திவிட்டால், பின்னர் நொங்கு, பனம் பழம் ஆகியனவற்றைப் பெற முடியாது. ஆனால் இது தற்காலிகமான நிலைதான்.

பதநீர் இறக்கி வந்த பெண் பனையில் புதிதாகத் தோன்றும் பாளைகளைச் சீவாது விட்டுவிட்டால், அவை காய்க்கத் தொடங்கும். இவ்வாறு பெண் பனையை, ஆண் பனையைப் போன்று பதநீர் தரும் மரமாக மாற்றவும் முடியும். மீண்டும் பெண் பனையாக ஆக்கவும் முடியும். என்றாலும், பெண் பனையிலிருந்து பதநீர் இறக்குவது குறித்துத் திட்டமிட்டு முடிவு செய்வது அவசியம்.

பனை ஏறல்

பனைத் தொழிலின் முக்கிய இடர்ப்பாடாக அமைவது, உயரமான பனை மரத்தில் ஏறி இறங்குவதுதான். எவ்விதப் பக்கவாட்டுக் கிளைகளும் இன்றி செங்குத்தாக வளர்ந்துள்ள பனை மரத்திலிருந்து அது தரும் பயன்களைப் பெறுவது கடினமான ஒன்று. இம்மரத்தின் அமைப்புக் குறித்து, சலிப்புற்ற நிலையில் கதைகளை மக்கள் உருவாக்கி உள்ளனர். தஞ்சை மாவட்டம்

துலுக்கன்பட்டி கிராமத்தில் பனைத் தொழில் மேற்கொண்டு வாழும் திரு.கணபதி நாடார் (4.9.2007) கூறிய கதை ஒன்று வருமாறு:

> முன்பு, ஒரு பெரம்பினால் பனை மரத்தின் தூர்ப் பகுதியில் தட்டினால் பனை மரம் வளைந்து நிற்கும். இதனால் நுங்கு பறிப்பதும், கள் இறக்குவதும் எளிதாக இருந்தது. வேலை முடிந்ததும் மீண்டும் தூர்ப் பகுதியில் தட்டினால் பனை நிமிர்ந்து விடும்.
>
> ஒருநாள், நாடார் ஒருவர் 'இந்த மரம் நட்டமே (நேராக) நின்னா(ல்) ஏறி இறங்க வசதியாய் இருக்குமே.
>
> ஏந்தான் ஆண்டவன் இப்படிப் படைச்சிருக்கானோ தெரியிலையே என்று சலித்துக் கொண்டாராம்.
>
> அப்போது, அந்த வழியே வந்த பரமசிவன் காதில் இது விழுந்துவிட்டது. உடனே பனை மரம் எப்போதும் நட்டமாய் இருக்கும்படி, அவர் செய்துவிட்டாராம்.
>
> அன்றிலிருந்து உயரமான பனை மரத்தின் மீது ஏறி இறங்கி நாடார்கள் கஷ்டப்பட வேண்டியதாயிற்று.

இதையொத்த கதை கோண்ட் பழங்குடிகளிடமும் வழங்குகிறது. ஆய்வாளர் திரு.ரெங்கையா முருகன் (2010:431 –432) சேகரித்து வெளியிட்டுள்ள அக்கதை வருமாறு:

> மகாபிரபு வனத்தினிடையே அலைந்து திரியும்பொழுது, வழியில் பூமிக்கு அடியில் உள்ள வேர், கிழங்கினத்தைத் தோண்டிச் சாப்பிடுவதை வழக்கமாகக் கொண்டிருந்தார். ஒருநாள் அதே மாதிரி பூமியைத் தோண்டும்போது, ஒரு வேரிலிருந்து திரவம் சுரப்பதைக் கண்டார். பின்பு அதைச் சுவைக்க ஆசைப்பட்டுத் திரவத்தை அருந்தியதும் மனக் கிறக்கத்துடன் சந்தோஷம் அடைந்தார். பின்பு வனத்திலேயே தங்கி, தொடர்ந்து திரவத்தை உறிஞ்சிக் குடிக்க ஆரம்பித்ததில், தன் மனைவியை மறந்துவிட்டாராம். பொறுமை இழந்த மனைவி சீதா தன் கணவனைத் தேடி காட்டிற்குள் செல்லும்போது, கணவன் செயலை நேரிடையாகப் பார்த்துவிட்டார். அதன் காரணத்தைப் புரிந்துகொண்ட சீதா கோபமுற, அதைக் கண்ட மகாபிரபு அந்த இடத்திலிருந்து ஓட ஆரம்பித்தார். சீதை கோபத்துடன் குட்டையாக இருந்த மரத்தையும்,

கீழே இருந்த வேரையும் அடியோடு பிடுங்கி ஆகாயத்தின் வழியாகக் கடலுக்குள் தூக்கி எறிந்தார். அதைக் கண்ட மகாபிரபு மீண்டும் ஓடி வந்து மனைவியின் பின்புறமாக வந்து கட்டிக்கொள்ள சீதா உடனே அந்த மரத்தை இவ்வாறாகச் சபித்தார். 'இன்றிலிருந்து இந்த மரத்தின் மூலம் கிடைக்கும் திரவம் உச்சியில் கிடைக்கக் கடவாய்! கீழே கிடைக்கக் கூடாது' என்று சபித்தாராம். அன்றிலிருந்து பனை மரத்தின் 'கள்' மேல்புறத்தில் கிடைத்ததாக போண்டா பழங்குடியினர் பழமரபுக்கதை உள்ளது.

இக்கதைகளை உருவாக்கிய மக்கள் இவற்றைக் கூறுவதுடன் நின்றுவிடவில்லை. பனை மரத்திலிருந்து பயன்பெற அதில் ஏறி ஆக வேண்டிய நிலையில் பனை ஏறும் முறைகளை உருவாக்கிக் கொண்டார்கள். இவை நாட்டார் தொழில்நுட்பம் என்ற வகைமைக்குள் அடங்கும்.

நாட்டார் தொழில்நுட்பத்தின் இயல்புகளில் ஒன்றாக அதன் வட்டாரத் தன்மை அமையும். வட்டாரத்திற்கு வட்டாரம் நாட்டார் தொழில்நுட்பம் சிற்சில வேறுபாடுகளைக் கொண்டிருக்கும். பனை ஏறும் முறையிலும் சிற்சில வேறுபாடுகள் உண்டு. இவ்வேறுபாடுகளின் அடிப்படையில் பனை ஏறுதலைப் பின்வருமாறு பகுப்பர்:

1. நெஞ்சணைத்து ஏறுதல்
2. கைக்குத்தி ஏறுதல்
3. இடைகயிற்றால் ஏறுதல்
4. குதித்துக் குதித்து ஏறுதல்

இந்நான்கு முறைகளும் பாரம்பரியமான முறைகளாகும்.

தொழிற் கருவிகள்

இவற்றுள் எந்த ஒரு முறையைப் பயன்படுத்திப் பனை ஏறினாலும், அடிப்படையான தொழிற்கருவிகள் சில தேவைப்படுகின்றன. தொழிற்கருவிகளைத் தமக்கென உருவாக்கி கொள்ளுதலும் அவற்றைத் திறம்படப் பயன்படுத்தலும் தொழில்புரிவோரின் வளர்ச்சிக்கும் அத்தொழிலின் வளர்ச்சிக்கும் உறுதுணையாய் அமைகின்றன.

ஆ. சிவசுப்பிரமணியன்

இவ்வகையில் பனைவினைஞர் தம் தொழிலுக்கு அவசியமான கருவிகளை உருவாக்கிப் பயன்படுத்தி வருகின்றனர். சங்ககாலம் தொட்டு இன்றுவரை தொடரும் இத்தொழிலில், காலந்தோறும் இவற்றைப் பயன்படுத்தியும் மாறுதல்களுக்குள்ளாக்கியும் வந்திருப்பர் என்பதில் அய்யமில்லை. இத்தொழிலுக்குத் தேவைப்படும் சில அடிப்படையான தொழிற்கருவிகளாகப் பின்வருவன அமைகின்றன.

நெஞ்சுத் தோல்

பெரும்பாலும் எருமைத் தோலால் இது செய்யப்படும். இது வலுவான தாகவும், மிருதுவானதாகவும் பதப்படுத்தப்படும். பழைய கிராம அமைப்பில் தோல் தொழில் செய்யும் உள்ளூர்வாசிகளால் இது செய்யப்பட்டது. தற்போது அருகிலுள்ள சிறுநகரங்களின் செருப்புக்கடைகளில் தயாரிக்கப்படுகிறது. ஆயத்தமான நிலையில் இது கிடைப்பது அரிது. தேவைப்படுவோர் கேட்பதன் பெயரில் தயாரிக்கப்படுகிறது. தற்போது எருமைத் தோலை மட்டுமின்றி பிற விலங்குகளின் தோலையும் பயன்படுத்துவதால் தரம் குறைந்துள்ளதாக முதியவர்கள் கூறுகிறார்கள்.

இது மிகவும் எளிமையான தொழில் நுட்பம் கொண்டது. 7 இலிருந்து 8 அங்குலம் வரையில் தோலைச் சதுர வடிவில் வெட்டி அதன் நான்கு மூலைகளில் துவாரம் இடப்படும். மேல்பகுதித் துவார்ங்களிலும் கீழ்ப்பகுதித் துவாரங்களிலும் இடமிருந்து வலமாக நார் கோக்கப்பட்டிருக்கும். நார் இல்லாமல், தோல் வாரால் நிரந்தரமாக இணைக்கப்படுவதும் உண்டு,

நெஞ்சுத்தோல் அணிவதால், சொர சொரப்பான பனையின் மேற்பகுதி. நெஞ்சில் குத்தி புண் ஏற்படாது. பாளை சீவும் போதும், பதநீர்க் கலையங்களைக் கையாளும்போதும், நெஞ்சில் பனையின் மட்டைப் பகுதி உராய்ந்து புண் ஏற்படாது. மார்பால் பனையை அழுத்தி ஏறுவதால் மார்புத் தசைகளில் உண்டாகும் வலிக்கான வாய்ப்பும் குறையும்.

தளைநார்

இது பனைநாரால் செய்யப்படுவது. பாதத்தில் சிலம்பு அணிய வேண்டிய இடத்தில் அணிவதால் 'இரட்டைச் சிலம்பு' என்றும் அழைப்பர். இதன் தோற்றமும் சிலம்பின் தோற்றத்தை ஒத்திருக்கும். இரண்டு சிலம்புகளின் நீளத்திற்கு இணையாக, ஒரே சிலம்பு வடிவில் இது அமையும். பனைநாரைக் கயிறுபோல் மிருதுவாகக் கிழித்து இடமிருந்து வலமாகவும் வலமிருந்து இடமாகவும் உள்ளும் புறமும் சுற்றுவர். இதனால் தளைநார் முறுக்கேறாது. நாரின் இருமுனைகளையும இணைக்கும் முடிச்சு நடுப்பகுதியில் அமையும்படி காலில் அணிவர். இதனால் காலில் முடிச்சு அழுத்தாது.

தொடர்ந்து காலில்படும் தளைநார் சற்றுத் தேயும். அப்பகுதியை நாரால் அவ்வப்போது சுற்றிக்கொள்வர்.

தளைநார் போட்டு ஏறுவதால், ஏறும்போது கால்வழுக்காது. ஒரே நிலையில் காலை நிறுத்திக் கொள்ள இது உதவியாய் இருக்கும்.

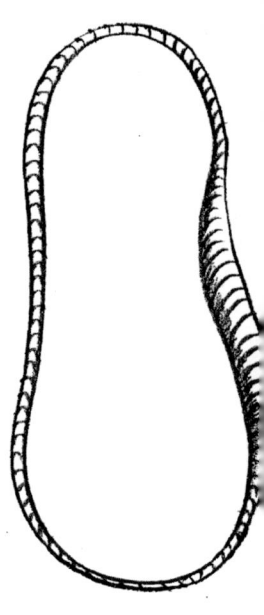

கால்தோல்

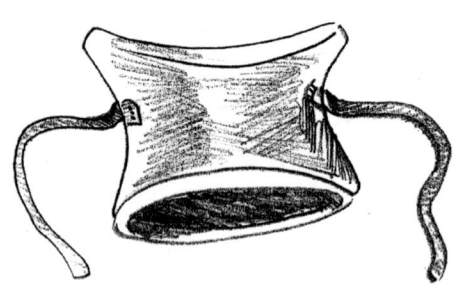

இரண்டு கணுக்கால்களிலும் அணிந்து கொள்ளும் தோலானது கால்தோல் எனப்படும். இதுவும் நெஞ்சுத் தோல் போன்று எருமைத் தோலில் செய்யப்படும். தளைநார் பயன்படுத்தும்போது, அது தொடர்ந்து கணுக்காலில் படுவதால் உராய்வு ஏற்படும் வெடிப்புகள், கொப்புளங்கள் தோன்றி வருத்தும். இவை ஏற்படாது தடுக்கவே கால்தோல் பயன்படுத்தப்படுகிறது.

முருக்குத்தடி

வலிமையான மரக்கட்டை கொண்ட மூன்று அல்லது நான்கடி உயரத்தில் செய்யப்பட்ட செவ்வக வடிவிலான கட்டையே முருக்குத்தடியாகும். இதன் மேற்பகுதியில் பிறைச் சந்திரன் வடிவில் சிறிய மரச்சட்டம் ஒன்று பொருத்தப்பட்டிருக்கும். ஒருவகையில் கோவில் சப்பரம் தூக்குவோர், சப்பரத்தை ஆங்காங்கே நிறுத்தப் பயன்படுத்தும் ஆயக்கால் போல் இச்சட்டம் அமைந்திருக்கும். இதைச் சுமந்து செல்லும்போது, அதிகப் பளு இல்லாது இருப்பது அவசியம். அதே நேரத்தில் வலுவானதாகவும் இருக்க வேண்டும். இவ்விரு பண்புகளும் கொண்ட மஞ்சணத்தி, பூவரசு, இலுப்பை மரங்களை இதைச் செய்யப் பயன்படுத்துகிறார்கள். இலந்தை மரத்திலும் செய்வதுண்டு.

முருக்குத்தடியின் ஒருபக்கத்தில் முக்கால் அடி நீளத்தில் தீட்டுப் பலகை (தட்டுக்கட்டை) ஒன்று பொருத்தப்பட்டிருக்கும். மிருதுத் தன்மையும் வழவழப்பான தன்மையும் கொண்டதாக இப்பலகை அமைந்திருப்பதால் இதில் பாளைசீவப் பயன்படுத்தும் அரிவாளைத் தீட்டிக் கொள்வர். வலிமையும் அதே நேரத்தில் வழுவழுப்பும் தேவையென்பதால் வேம்பு மரத்தால் இதைச் செய்வது வழக்கம்.

ஊருக்கு வெளியே பணிபுரிய வேண்டிய சூழலில் தம் முக்கிய தொழிற் கருவியான பாளை சீவும் அரிவாள் கூர் மழுங்கிப்போனால் சாணைதீட்ட அலைய முடியாது. அதற்காக, சாணை தீட்டும் கருவியைச் சுமந்து செல்லவும் முடியாது. இக்காரணத்தால் முருக்குத்தடியின் ஒரு பக்கம் சாணை தீட்டும் பலகை யைப் பொருத்தி வைத்துள்ளார்கள். இருந்தாலும், அரிவாள் கூர்மழுங்கிப் போகும்போது, சாணை தீட்டுவர்களிடம் சென்று தாம் பயன்படுத்தும் அரிவாளை அவ்வப்போது தீட்டிக்கொள்வர்.

முருக்குத்தடியைத் தரையில் ஊன்றி அதன் மேற்பகுதியைப் பனை மரத்தில் சாத்திவைக்கும்போது, யாருடைய உதவியும் இன்றி அது சாய்வாக நிற்கும். அப்படி நிறுத்திவிட்டு தீட்டாம் பலகையில் அரிவாளைத் தீட்டிக்கொள்வார்கள். இவ்வாறு தீட்டுவதற்கு உதவும் வகையில் பரும்புக்கல்லை (சரள்கல்) நன்றாகப் பொடி செய்து மூங்கில் குழாய் ஒன்றில் போட்டு வைத்திருப்பார்கள். இக்குழாயை, 'பொடிக்குழாய்' என்பர். தற்போது தாளில் பொட்டலமாகக் கட்டி எடுத்துச் செல்லும் பழக்கமும் உருவாகியுள்ளது.

பனையேறத் தொடங்கும்போது, நான்கடி உயரத்தில் உள்ள முருக்குத்தடியைப் பனை மரத்தில் சாத்தி வைப்பர். அப்போது பனை மரத்தில் இடதுகாலை ஊன்றி வலது காலை முருக்குத்தடியில் வைத்துப் பனையில் ஏறுவர். பின்னர், வலதுகாலில் மட்டும் மாட்டியுள்ள தளைநாரில் இடது காலை இணைத்து மாட்டிக்கொள்வர்.

முருக்குத்தடியின் ஒருமுனையில் பதநீர்க் கலயத்தைக் கட்டி பதநீர் சேகரித்த ஓலைப் பெட்டியைக் கட்டி காவடி போல் தூக்கிச் செல்வர்.

இவ்வளவு பயன்பாடுகள் கொண்டதாக முருக்குத்தடி விளங்கினாலும், 'முருக்குத்தடி மாதிரி வளர்ந்து என்ன பிரயோசனம்' என்ற வசவுச்சொல் தென்மாவட்ட மக்களின் பேச்சுவழக்கில் உள்ளது. கவிமணி தேசிகவிநாயகம் பிள்ளை தமது 'மருமக்கள் வழி மான்மியம்' என்ற நூலில் 'முருக்குத்தடி போல் வளர்ந்த முட்டாளே' என்ற வசவுச் சொல்லைப் பயன்படுத்தியுள்ளார்.

ஒரு காலத்தில் முருக்குத்தடியைத் தம் பெருமைக்குரிய அடையாளமாக நாடார்கள் கருதியுள்ளனர். இதற்குச் சான்றாக, முன்னர் குறிப்பிட்ட 'பனை எழுபது' என்ற சிற்றிலக்கியம்

மன்னவர்க்கு முத்திரை செங்கோல்
வைசியர்க்கு திராசு செங்கோல்

இந்நில வேளாளருக்கு ஏர்க்கோலே செங்கோலாகும்
பன்னு செங்கோல் சாணருக்குப் பனையிறுக்குக் கோலே ஆகும்

என்று குறிப்பிடுகிறது. (தமிழ்நாடன் 2013:17) துலாக்கோல் (தராசு), ஏர் என்பன மதிப்புமிக்க தொழில் அடையாளமாக விளங்கியது போன்றே முருக்குத்தடியும் மதிப்புமிக்க தொழில் அடையாளமாக விளங்கியுள்ளதை இச்செய்யுள் உணர்த்துகிறது. 18ஆம் நூற்றாண்டுக்குப் பின்னரே இழிவின் அடையாளமாக இது மாற்றப்பட்டுள்ளது என்று கருதலாம்.

பிறகருவிகள்

மேற்கூறிய நான்கு கருவிகளும் பனை மரத்தில் ஏறுவதற்குத் தேவைப்படும் அடிப்படையான தொழிற்கருவிகளாகும். இவற்றை அடுத்து, நுங்கு பனங்காய் வெட்டவும் பதநீர் சேகரிக்கவும் உதவும் கருவிகள் சில இடம்பெறுகின்றன. அவை வருமாறு:

பாளை அரிவாள்

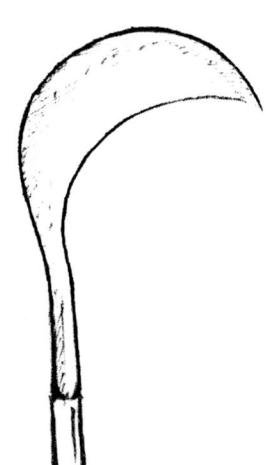

பனம்பாளையைச் சீவுவதற்குப் பயன்படுத்து வதால் இப்பெயர் பெற்றது. இவ்வரிவாளைப் பிற பயன்பாட்டிற்கு பயன்படுத்த மாட்டார்கள். பனம் பாளையைச் சீவுவதற்கு மட்டுமே பயன்படுத்துவர். இதன் வெட்டும் பகுதி அரை வட்ட வடிவில் அமைந்து பிறைச்சந்திரன் போல் காட்சி யளிக்கும். இதன் காரணமாக 'சந்திராயுதம்' என்றும் இதை அழைப்பர்.

மட்டை அரிவாள்

மட்டை வெட்டப் பயன் படுத்தும் அரிவாள் மட்டை அரிவாள் எனப்படுகிறது. சிலர் பாளை அரிவாளையே மட்டை வெட்டுவதற்கென்று தனியாக வைத்துக் கொள்வர். ஆனால், பாளை அரிவாளைப் போல் கூர்மையாக வைத்திருக்க மாட்டார்கள்.

அரிவாள் பெட்டி

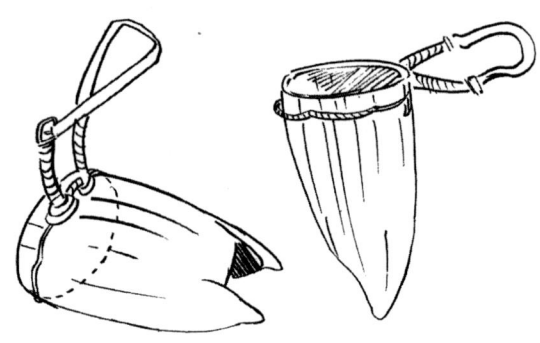

தென்னம்பாளையில் ஆன இப்பெட்டி மூடி இல்லாதது. பெரும்பாலும் பனைத் தொழிலாளர்களே இதைத் தயாரித்துக் கொள்ளுவர். இதை இடுப்பில் கட்டிக்கொண்டுதான் பனையில் ஏறுவார்கள். இப் பெட்டியில்தான் அரிவாள், பலவகையான இடுக்கிகள், சுண்ணாம்பு அடங்கிய சிறுபெட்டி ஆகியன இருக்கும். இது இவர்களின் தொழிற் கருவிப்பெட்டி. தவிர, பனை உச்சியில் தொழில் செய்யும்போது, பயன்படுத்தும் இடுக்கிவகைகளும், பதிநீர் கலையத்தில் சுண்ணாம்பு தடவப் பயன்படுத்தும் கலக்குமட்டையும் பதநீர் சேகரிக்கும் கலன்களும் இக்கருவிகள் வரிசையில் அடங்கும். இவை குறித்த செய்திகள் 'கள்ளும் பதநீரும்' என்ற அய்ந்தாவது இயலில் இடம் பெற்றுள்ளன. இனி இக்கருவிகளின் துணையால் பனையில் ஏறும் முறைகளைக் காண்போம்

நெஞ்சணைத்து ஏறுதல்

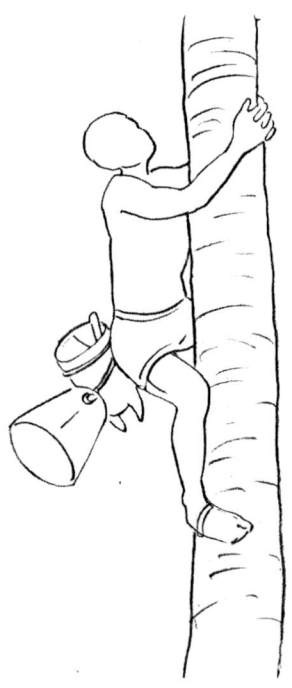

முருக்குத்தடியின் உதவியுடன் பனையில் ஏறியதும் தளைநாரால் இருகால்களையும் இணைத்துக் கொள்வர். பின் தளைநார் அணிந்த கால்களால் மரத்தைத் தளமாக்கிக் கொண்டு கைகளால் மரத்தைச் சுற்றிக் கோத்துக் கொண்டு நெஞ்சால் மரத்தை தழுவியவாறு எழுந்தும் அமர்ந்தும் ஏறிச்செல்வர்.

நெஞ்சால் மரத்தை அணைத்துச் செல்லும் இம்முறையில் ஏறுவதற்கு நல்ல பிடிமானம் கிடைக்கிறது. காற்று வேகமாக வீசினாலும் மரத்தைத் தழுவி நிற்பதால் பாதுகாப்பாய் இருக்கும்.

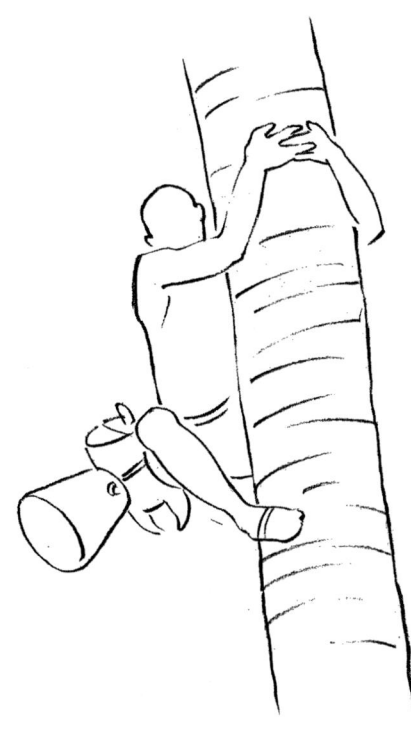

தளைநார் கழன்று காலின் பிடிமானம் தளர்ந்தாலும்கூட, நெஞ்சுடன் மரத்தை அணைத்துக் கொண்டிருப்பதால் கீழே விழும் வாய்ப்பு இல்லாமல் போகிறது. என்றாலும், நெஞ்சுத் தோல் மூடாத பகுதிகளில் சிராய்ப்பும் வெட்டும் ஏற்படும் ஆபத்துக்கான வாய்ப்பு இம்முறையில் உண்டு தென்மாவட்டங்களில் இம்முறை பரவலாகப் பின்பற்றப் படுகிறது. உடல்வலுவைப் பொறுத்து அதிக அளவில் நாற்பது மரங்கள் ஒரு நாளில் ஏறி இறங்கலாம்.

கைகுத்தி ஏறுதல்

இடது கையாலும், வலது கையாலும் மாறிமாறி மரத்தைச் சுற்றியவாறு உந்தி ஏறுதலே இம்முறையாகும். இம் முறையில் காலில் தளைநார் இல்லாம லும் இருக்கும். இது பரவலாக பின்பற்றப் படும் முறையல்ல, முறையாகப் பனைத் தொழிலை மேற்கொள்ளாதவர்களும், திருட்டு நுங்கு வெட்டுபவர்களும், பதநீர் இறக்குபவர்களும் இம்முறையைப் பயன்படுத்துகிறார்கள். இம்முறையில் அதிக எண்ணிக்கையிலான பனைகளில் ஏறி இறங்க முடியாது.

குதித்துக் குதித்து ஏறுதல்

இது கேரளத்தில் பயன்படுத்தும் முறை என்று தெரியவருகிறது. இதை நேரில் காணும் வாய்ப்புக் கிட்டவில்லை. வலுவான கயிற்றால் பனையைச் சுற்றி அதன் இருமுனைகளில் ஒரு முனையை இடது கரத்தாலும் மறுமுனையை வலது கரத்தாலும் பற்றிக்கொள்வர். காலில் தளைநார் அணிந்துகொண்டு குதித்துக் குதித்து ஏறுவார்களாம் ஒவ்வொரு குதிப்பின் போதும் கயிறு மேலே செல்லும்.

இடைக்கயிற்றால் ஏறுதல்

நீண்ட கயிற்றால் இடுப்பையும் பனையையும் இடைவெளியுடன் கட்டி அக்கயிற்றை பிடித்தவாறு ஏறும் இம்முறையிலும் தளைநார் அணிவது அவசியமாகும். இம்முறையில் உடலில் சிராய்ப்பு ஏற்படும் வாய்ப்பு மிகவும் குறைவு, மின்துறை ஊழியர்கள் மின்கம்பங்களில் பணிபுரியும்போது கயிற்றைக் கட்டிக்கொண்டு பணிபுரிவதை ஒத்தது இம்முறை.

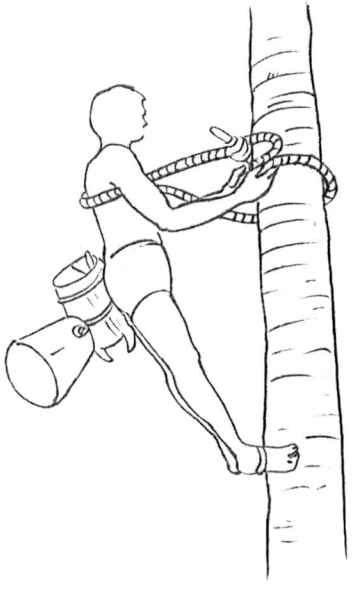

* * *

இந்நான்கு முறைகளில் எம்முறையில் பனை ஏறினாலும் அடிப்படையில் இது ஆபத்தான தொழில்தான். ‘கரணம் தப்பினால மரணம்’ என்ற சொல் இத்தொழிலுக்கு மிகவும் பொருந்தும். உயரமான பனை மரத்திலிருந்து கீழே விழும் ஆபத்தை மையமாகக் கொண்டு உருவான வாய்மொழிக் கதையொன்று வருமாறு:

> பனை ஏறி ஒருவர் பனை மரத்தின் மேலே இருந்து கொண்டு பாளையைச் சீவிக்கொண்டிருந்தார். அப்போது, பரமசிவம் அவ்வழியே வந்தார். அவருக்குப் பனைஏறி மீது இரக்கம் பிறந்தது. உடனே அவர் லேகியம் ஒன்றைத் தயாரித்தார். அதைச் சாப்பிட்டால் பனை மரத்திலிருந்து கீழே விழுந்தாலும் விழுந்தவர் இறந்துபோகமாட்டாராம்.
>
> இந்த லேகியத்தைச் சாப்பிடும்படி பனை ஏறியிடம் பரமசிவம் சொன்னார். உடனே பனைஏறி ‘என் வேலையை முடிச்சுட்டுத்தான் கீழே இறங்கி வரமுடியும். வேணா கீழே ஒரு இலையிலேயே வைச்சிட்டுப் போங்க’ன்னு சொல்லிட்டாராம்.
>
> பரமசிவனும் ஒரு வெற்றிலையில் லேகியத்தை வைத்துவிட்டுப் போனார்.
>
> பனை ஏறி கீழே இறங்கி வருவதற்குள் ஓர் ஓணானும் அணிலும் லேகியத்தைத் தின்றுவிட்டன.

பனைஏறி கீழே இறங்கிவந்து பார்த்தபொழுது, வெற்றிலையில் கொஞ்சம் போல லேகியம் ஒட்டி இருந்தது. அதை அவர் நக்கிச் சாப்பிட்டார். லேகியத்தைச் சாப்பிட்ட ஓணானும் அணிலும் அன்றிலிருந்து பனை மர உயரத்திலிருந்து கீழே விழுந்தாலும் சாவதில்லை. வெற்றிலையில் ஒட்டியிருந்த லேகியத்தை நக்கிச் சாப்பிட்ட காரணத்தால் பனை மரத்திலிருந்து கீழே விழும் பனை ஏறிகளில் சிலர் இறந்துபோனாலும் பலர் பிழைத்துக் கொள்கிறார்கள் *(திரு. கணபதிநாடார், 75, துலுக்கண்பட்டி, தஞ்சாவூர், 4.9.2007).*

இதையொத்த கதையொன்று நடராசன் தொகுத்த 'நாட்டுப்புறக் கதைக் களஞ்சியம்' தொகுதி மூன்றில் *(2005:47)* இடம் பெற்றுள்ளது. புதுச்சேரி மாநிலத்திலும் இது போன்ற கதை வழங்குகிறது *(லெனின் தங்கப்பா, ஆண்டு குறிப்பிடப்படவில்லை: 36–37).*

பனையிலிருந்து விழுவதால் ஏற்படும் உயிரிழப்புத் தொடர்பான அச்சமே இத்தகைய கதைகள் தோன்றக் காரணமாய் இருந்துள்ளது. வெறும் கற்பனையால் மட்டும் இவ்விடர்ப்பாடில் இருந்து விடுபட முடியாது என்பதை உணர்ந்தமையே பனை ஏறுவது தொடர்பாக வேறுபாடான முறைகளைத் தோற்றுவித்துள்ளது. இருபதாம் நூற்றாண்டில் மூன்று புதிய முறைகள் அறிமுகமாகியுள்ளன.

ஏணியால் ஏறுதல்

ஒரு குறிப்பிட்ட உயரம் வரை எட்டும் அளவில் செய்த மூங்கில் ஏணியைப் பனை மரத்தில் சாய்த்துவைத்து ஏறுவது இம்முறையாகும். ஏணி எட்டாத குறைந்த அளவு உயரத்தை மட்டும் வழக்கமான முறைகளில் ஒன்றைப் பயன்படுத்தி ஏறுவர். இதனால் ஓரளவுக்குக் களைப்பு குறைவதுடன், கூடுதலாகச் சில மரங்களில் ஏற முடியும். ஏணி மூங்கிலால் செய்யப்படுவதால் சுமந்து செல்ல கனமில்லாது இருக்கும். ஆனாலும், ஒவ்வொரு மரத்திற்கும் இதை எடுத்துச் செல்வது இடையூறாக அமையும்.

மற்றொரு வகையில் பனை மரத்தின் அடியில் எட்டு அல்லது பத்தடி உயரம் வரை விட்டுவிட்டு எஞ்சிய உயரத்தில் நிரந்தரமாக இரும்பு ஏணிகள் பொருத்தப்படுகின்றன. பனையின் ஆயுட்காலம் நீண்டது என்பதால் நிரந்தரமாக ஏணிபொருத்துவதால் ஏற்படும் செலவும் பெரிதல்ல.

இரும்பு ஏணியைப் பயன்படுத்தும் இம்முறை பனையின் அடிப்பகுதியில் எட்டு அல்லது 10 அடி உயரம் வரை பழைய முறைகளைப் பயன்படுத்துவதாயும் எஞ்சிய உயரத்தை எளிதாக அடைய உதவுவதாகவும் அமைகின்றது.

இம்முறை பதநீர் நுங்கு ஆகியனவற்றின் திருட்டுக்கு எளிதாய் வழி அமைப்பதாக அமையும் என்பது சில பனைவினைஞர்களின் கருத்தாக உள்ளது.

கயிற்றால் பனைகளை இணைத்தல்

ஒரே சீரான முறையில் மேலும் கீழுமாக இருகனமான கயிறுகளால் பனைகளை இணைப்பதே இம்முறையாகும். பனைகள் நெருக்கமாக வளர்ந்துள்ள பகுதிகளில் இம்முறை எளிதானது. மேலே உள்ள கயிறைப் பிடித்துக்கொண்டு கீழே உள்ள கயிறை மிதித்தவாறு ஒரு பனையில் இருந்து மற்றொரு பனைக்குச் செல்ல வேண்டும். இதனால் ஒவ்வொரு மரமாக ஏறி இறங்கும் கடினமான உழைப்பு குறையும்.

இரண்டு கயிறுகளை மட்டுமே பயன்படுத்தப் பயப்படுபவர்களுக்காகக் கயிற்றால் பாலம் போல் அமைக்கும் முறையும் உள்ளது. இரு கயிறுகளை ஒரே உயரத்தில் இடைவெளியுடன் கட்டி ஏணிப்படி போல் வலுவான கம்புகளால் இருகயிறுகளையும் இணைப்பதே இம்முறையாகும். ஒரு கயிற்றேணியைப் படுக்கவைத்தது போன்று இது அமையும்.

பாலம் இல்லாத இடங்களில் இராணுவத்தினரும் மீட்புப் படையினரும் பயன்படுத்தும் முறையைப் போன்றதே இவ்விருமுறைகளும்.

* * *

பனை வளர்த்தல் – பராமரித்தல் பனைத் தொழில் தொடர்பான சில முக்கியமான கருவிகள் – பனைஏறும் முறை ஆகியன குறித்த செய்திகளை அடுத்து, பனைதரும் பயன்கள் குறித்த செய்திகள் அடுத்து வரும் இயல்களில் இடம்பெறுகின்றன.

* * *

பத்தை வெட்டாத பனைகள்

அரிவாள் பெட்டி

பனையில் சாத்திவைக்கப்பட்ட முருக்குத்தடி

பனை மரமே! பனை மரமே!

பனைவினைஞரின் செயல்முறை

பனை மரமே! பனை மரமே!

3

பனை மரமே! பனை மரமே!

பனை மரமே! பனை மரமே!
ஏன் வளர்ந்தாய் பனை மரமே!
நான் வளர்ந்த காரணத்தை
நாடறியச் சொல்லுகிறேன்.   *(நாட்டார் பாடல்)*

கற்பக மரம், பூலோக கற்பக மரம், கற்பகத் தரு, கற்பக விருட்சம் என்றெல்லாம் அழைக்கப்படும் ஒரே மரம் பனை. மேற்கூறிய சொற்கள் எல்லாம் ஒரே பொருளைத் தருவன. கற்பகம் என்பது கற்பனையான மரம் ஒன்றின் பெயர். இது தேவலோகத்தில் உள்ளது என்பது இக்கற்பனையின் தொடர்ச்சியான செய்தி. இம்மரத்தின் அடியில் நின்று எதை வேண்டினாலும் அது கிட்டும் என்பது இக்கற்பனையின் உச்சகட்டம்.

இக்கற்பனை மரத்தை ஒத்த மரமாகப் பனையைக் கருதுகிறார்கள். இதற்குக் காரணம், இது தரும் மிகுதியான பயன்கள்தான். வேரில் தொடங்கி உச்சிவரை இதன் உறுப்புகள் ஒவ்வொன்றும் ஒவ்வொரு வகையான பயன்களை மனிதகுலத்துக்கு வழங்கிவருகின்றன.

தமிழகத்தின் தென்மாவட்டங்களைப் போன்றே இலங்கையின் யாழ்ப்பாணப் பகுதியும் பனை மரம் மிகுந்த பகுதி. பெர்கூசன் என்பவர் இப்பகுதியில் காணப்படும் பனைகளின் பயன்கள் 800 என்று தொகுத்துள்ளார். இதையொட்டி யாழ்ப்பாணத்து

நவாலியூர் க. சோமசுந்தரப்புலவர் என்பவர் கலிவெண்பாவால் அமைந்த 'தாலவிலாசம்' என்ற சிற்றிலக்கியத்தை எழுதியுள்ளார். 'தாலம்' என்பது பனையைக் குறிக்கும் வடமொழிச் சொல் ஆகும். 'விலாசம்' என்பதற்கு விளக்கம் என்பது பொருள். ஒரு சிற்றிலக்கியமே படைக்கும் அளவுக்குப் பயன்பாடு கொண்ட பனையைக் குறித்து தமிழ்நாட்டிலும் வாய்மொழிப் பாடல்கள் உண்டு.

பனையைப் பார்த்து 'நீ ஏன் பிறந்தாய்' என்ற வினவ, அது தான்தரும் பயன்களைப் பட்டியலிடுவது போன்று விடை தருவதாக அமைந்த பாடல்கள் சிற்சில மாறுதல்களுடன் தமிழ்நாட்டின் பல்வேறு மாவட்டங்களிலும் வழங்கிவருகின்றன.

சான்றாக, ஈரோடு மாவட்டத்தில் கவுண்டிச்சிபாளையம் ஊரில் வழங்கும் பின்வரும் பாடலைக் குறிப்பிடலாம்.

நெட்டே நெட்டே பனமரமே
நீ வளர்ந்த காரணமேன்
நான் வளந்த காரணத்தே
நாட்டாரே கேளுங்கோ
கட்டக் கவராவே(ன்)
கன்னு கட்டத் தும்பாவே(ன்)
வெட்ட வெறகாவே(ன்)
வேலிகட்டத் தும்பாவே(ன்)
களெச்சு[1] வந்த மக்களுக்குக்
கள்ளுத் தண்ணி நானாவேன்
தெவச்சு[2] வந்த மக்களுக்குத்
தெளுவுத்[3] தண்ணி நானாவே(ன்)
பசுச்சு வந்த மக்களுக்கு
பனம் பழமா நானாவே(ன்)
எழுதீங்கோ வாசலுக்கு[4]
எழுத்தோலெ நானாவே(ன்)
கலியாண வாசலுக்கு
கணக்கோலெ நானாவே(ன்)   (கிருட்டினசாமி, க. 1978: 94–95)

---

1. களைத்து
2. தவித்து
3. பதநீர்
4. கொங்குவேளாளர் திருமணச் சடங்குகளில் ஒன்று

இது போன்ற பாடல்கள் சிறுவர், சிறுமியர் விளையாட்டுப் பாடலாகவும், தாய்மார்களின் தாலாட்டுப் பாடலாகவும் ஒயில் கும்மிப் பாடலாகவும் பாடப்படுகிறது. எத்தகைய சூழலில் பாடப்பட்டாலும் இவை பனையின் பயன்பாட்டைக் கூறும் தன்மையிலேயே அமைந்துள்ளன.

'குஜிலிக் கடைப்பதிப்பு' என்றழைக்கப்படும் குறுநூல் வரிசையிலும் 'பனை மர சோபனம்' என்ற பெயரில் செய்யுள் வடிவிலான குறுநூல் ஒன்று வெளியாகியுள்ளது. சோபனம் என்பது வாழ்த்தைக் குறிக்கும். இதனடிப்படையில் 'பனை மர சோபனம்' என்பதைப் 'பனை மர வாழ்த்து' என்று குறிப்பிடலாம். இவ்வாறு கூறுவது பொருத்தமானது என்று கருதும் வகையில் இப்பாடலின் தொடக்கத்திலும் இறுதியிலும் உள்ள தொடர்கள் அமைந்துள்ளன. இக்குறுநூலில் அடங்கியுள்ள செய்திகள் பனையின் பயன்பாட்டைத் தொகுத்தளிக்கின்றன. 'ஏன் வளர்ந்தாய் பனை மரமே' என்ற வினாவுக்குப் பனை மரம் தரும் விடைவருமாறு:

படுக்கப்பாய் நானாவேன்
பாய் முடையத் தோப்பாவேன்
வெட்ட நல்ல விறகாவேன்
வீடு கட்ட வாரையாவேன்
பட்டுப்போன பயிர்களுக்குப்
பலத்த நல்ல ஏற்றமாவேன்
அட்டுக்குப் பெண்களுக்கு
அடுப்பெரிய மட்டையாவேன்
கட்ட நல்ல கயிறாவேன்
கன்றுகட்ட தும்பாவேன்
மட்டமுள்ள உறியாவேன்
மாடு கட்டத் தும்பாவேன்
பசுவணைக்குங் கயிறாவேன்
பால் தயிருக்கு உறியாவேன்
வார்மட்டை நானாவேன்
வலிச்சல்களுந் தானாவேன்
தொட்டிலுக்குக் கயிறாவேன்
துள்ளியா ஊஞ்சலாவேன்
கிணத்துசலம் மொண்டு வரக்
கைத்தாம்புக் கயிறாவேன்
பலத்தசுமை பாண்டங்கட்குப்
புரிமணையுந் தானாவேன்
ஏழைநல்ல மங்கலிக்கு

ஏற்றகாதோலையாவேன்
பாக்கியமுள்ள பெண்களுக்குப்
பாக்குப்பெட்டி நானாவேன்
விர்த்தாப்பிய பெண்களுக்கு
வெற்றிலைப்பெட்டி நானாவேன்
குணமுள்ள பெண்களுக்குக்
குங்குமப் பெட்டி நானாவேன்

இத்துடன் நிற்காமல் மேலும் சில பயன்பாடுகளைப் பனை கூறுவது போல் இக்குறுநூல் அமைந்துள்ளது. இக்குறுநூலைப் படித்து முடித்ததும் பனையின் பயன்பாடுகளை அறிந்து நாம் திகைத்து நிற்போம். சமூக வளர்ச்சியில் இப்பயன்பாடுகள் சில தேவையற்றுப் போனதென்னவோ உண்மைதான். ஆனாலும், தமிழரின் கடந்தகால வரலாற்றில் பனை பெற்றிருந்த சிறப்பான இடத்தை வெளிப்படுத்தும். ஆவணமாக இக்குறுநூல் அமைந்துள்ளது. உயர்ந்து நிற்கும் பனையின் தூர்ப் பகுதியில் தொடங்கி அதன் உச்சிமுடிய அது வழங்கும் பயன்களை வரிசையாக இனிக் காண்போம்.

வேர்

ஆணிவேர் என்ற வேர் இல்லா மரம் பனை. ஆனால், வாய்க்கால், ஆறு, ஏரி, குளம் ஆகிய நீர் நிலைகளின் கரைகளில் மண் அரிப்பைத் தடுக்கும் ஆற்றல் பனைக்கு உண்டு. இதற்குக் காரணம் அதன் சல்லி வேர்கள் நீண்ட தூரம் பரவிச் சென்று மண்ணைப் பற்றி நிற்பதுதான். பனைகள் அடர்ந்த நிலப் பகுதியை மழை காலத்திற்கு முன் உழுது போடும் வழக்கம். முன்னர் பரவலாக இருந்தது. இது இரண்டு நன்மைகளை வழங்கியது.

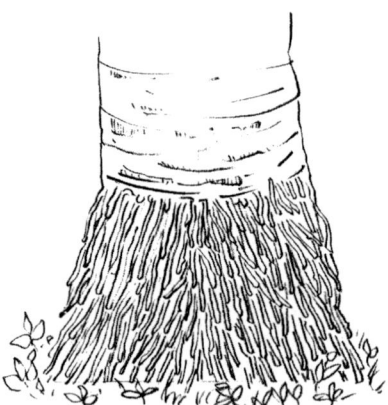

நிலத்தை உழும்போது, உண்டாகும் சால்கள் மழைநீரை ஓடவிடாது தேக்கிவைத்துக்கொள்ளும். இதனால் நிலத்தில் விழும் நீர் அங்கேயே தேங்கி ஈரப்பதம் நிலைத்திருக்க உதவும்.

பரவிக் கிடக்கும் பனையின் வேர்கள், உழும்போது அறுந்து துண்டு துண்டாகச் சிதறிக்கிடக்கும். வலுக்குன்றும் பழைய வேர்கள் அறுந்துபோய்ப்

புதிய வேர்கள் உருவாகி பனைக்கு வலுவூட்டும். இவ்வாறு சிதறிய வேர்களைச் சேகரித்து, கூடைகள் பின்னப் பயன்படுத்துவர். தட்டுக்கூடை என்றழைக்கப்படும் இக்கூடை மாட்டுத் தொழுவங்களில் சாணம், கூளம் ஆகியனவற்றை அள்ளி எடுக்கவும், கட்டிட வேலைகளில் செங்கல், கற்களைச் சுமக்கவும் பயன்படுத்தப்படுகிறது.

கூடையில் இடம்பெறும் பனைவேர்களுக்கு இடையில் உள்ள இடைவெளி காரணமாகத் தானியங்களை அள்ள இதைப் பயன்டுத்துவதில்லை.

தூர்ப் பகுதி

பனையின் தூர்ப் பகுதி பருத்துக் காணப்படும். பனை வீழ்ந்து போனால் அதன் பருமனான தூர்ப் பகுதியை அப்படியே பெயர்த்தெடுத்து அடிப் பகுதியைக் கரடுமுரடு இன்றி செம்மைப்படுத்துவர். பின் மேற்பகுதியில் உள்ள குழியைச் சீவி சற்றுப் பெரிதாக்கி தண்ணீர்த் தொட்டியாகப் பயன்படுத்துவர். உடல் பருமனான இளம் பெண்ணை நோக்கி ‘பனந்தூர்ப்போல் பாரிப்போனாயே’ என்று அப்பெண்ணின் அத்தை மகன் கூறியதாகத் தேசிகவிநாயகம்பிள்ளை தமது ‘மருமக்கள் வழி மான்மியம்’ நூலில் குறிப்பிட்டுள்ளார்.

முதிர்ச்சியடைந்தோ, காற்றால் அலைப்புண்டோ, மனிதர்களால் தறிக்கப்பட்டோ பனை மரம் வீழ்ந்த பின்னர் அதன் நடுப் பகுதியையும், உச்சிப் பகுதியையும், பயன்பாட்டிற்காக வெட்டி எடுத்துச் செல்வர். அதன் தூர்ப் பகுதியை மட்டும் அப்படியே விட்டு விடுவதுண்டு. தூர்ப் பகுதியைச் சுற்றிலும் குழிபறித்து, அதன் வேர்களை வெட்டிய பின்னரே அதை அகழ்ந்தெடுக்க முடியும். இதற்கான உழைப்பிற்கும், பணச் செலவுக்கும் அஞ்சியே இவ்வாறு செய்கின்றனர். நாளடைவில் இது இற்றுப்போகும் நிலையில், எரிபொருளாக வெட்டி எடுத்துக்கொள்வர்.

வட்ட வடிவிலான இத்தூர்ப் பகுதியைச் சற்றுக் குடைந்து வட்டமான தொட்டியாகப் பயன்படுத்தும் வழக்கம் நெல்லை, தூத்துக்குடி மாவட்டங்களின்

கடற்கரைப் பகுதியில் இருந்துள்ளது. மீன்பிடித் தொழில் சார்ந்தே இப்பயன்பாடு இருந்துள்ளது.

புளியங்கொட்டைத் தோலை உப்பு இட்ட நீரில் வேகவைப்பர். 'தொவர்' என்று இந்நீரைக் குறிப்பிடுவர். பருத்தி நூலால் ஆன தூண்டில் கயிரை இந்நீரில் ஊறவைத்து, பின் காயவைப்பர். இந்நீரை ஊற்றிவைக்கும் தொட்டியாக வீழ்ந்த பனையின் தூர்ப் பகுதியைப் பயன்படுத்துவதுண்டு.

இதுபோல் கூரப்பாய் என்ற துணிப்பாய்க்கும் 'தொவர்' ஊற்றுவதுண்டு. பெரும்பாலும் இப்பாயை ஆமை ஓட்டிற்குள் சிறிது சிறிதாக வைத்து தொவர் ஊற்றுவார்கள். சிலர் மேற்கூறியவாறு, பனையின் தூர்ப் பகுதியைத் தொட்டியாகப் பயன்படுத்துவதுண்டு.

திருநெல்வேலி மாவட்டத்தின் டோனாவூர் அருகிலுள்ள செட்டிமேடு என்ற பகுதியில் உள்ள பனை மரம் வீழ்ந்த பின் அதன் தூர்ப் பகுதியைக் குடைந்து குப்பைத் தொட்டியாகப் பயன்படுத்தி வருகிறார்கள்.

நடுப் பகுதி

பனங்கட்டைகள்

அடிப் பகுதி, நடுப் பகுதி என்ற இரு பகுதிகளிலும் செதிள் போன்ற அமைப்பு காணப்படும். செதிள் போன்ற இப்பகுதி சொரசொரப்பாக மேல் நோக்கி வளர்ந் திருக்கும். நுனிப் பகுதி சற்றுக் கூர்மையாக இருக்கும். இதை மையமாகக் கொண்டு **'தாலஸர்ப்பநியாயம்'** என்ற நியாயமுறை வடமொழி அளவை நூல்களில் இடம் பெற்றுள்ளது.

பனை மரத்தில் வாழும் பறவைகளின் முட்டைகளையும் குஞ்சுகளையும் உண்ண பாம்புகள் மேலே ஏறும். இறங்கும் போது செதிள் போன்ற பனை மர உறுப்பின் கூர்மையான பகுதி அவற்றைக் குத்தித் துன்புறுத்தும்.

வெட்டப்படும் இளநீரை நிறுத்தும் தாங்கியாக.
(நன்றி: திருமதி ஜான்சி எபிமா)

பனை மரத்தில் ஏறியது பாம்பின் துன்பத்துக்குக் காரணமாய் அமைவது போன்று உலகியலும் மனிதனின் துன்பத்துக்குக் காரணமாய் அமைகிறது. என்பதே 'தாலஸர்ப்பநியாயம்' வெளிப்படுத்தும் செய்தியாகும் (நடேச கவுண்டர் 2004:297).

வளர்ச்சியடைந்த பனையின் தண்டின் மேற்பகுதி வலுக்குன்றிய தாகவும், அடிப் பகுதியிலும் நடுப் பகுதி யிலும் வலுவுடையதாகவும் இருக்கும். வீழ்ந்த பனையின் மதிப்பை இறுதி இரண்டு பகுதிகளும் நிலைநிறுத்துகின்றன. இவ்விரு பகுதிகளின் திண்மையை 'வயிரம் பாய்ந்த' என்று குறிப்பர்.

விட்டமும் உத்திரமும்

சிறிய உத்திரங்களாகவும், செங்கல் குத்திக் கட்டும் வீடுகளில் குறுக்குக் கட்டைகளாகவும் இவை பயன்படுகின்றன. ஓட்டு வீடுகளில் விட்டங்கள் அமைக்கவும் நிலை சன்னல்கள் செய்யவும் இவை பயன்படுகின்றன. தூணாகவும் இது பயன்படும். நன்றாகத் தடித்த இரும்புக் கம்பிகள் போல் பனங்கட்டையை இழைத்து வீட்டின் உட்பகுதி சன்னல்களுக்குக் கம்பியாகப் பயன்படுத்தியும் உள்ளனர்.

பனையாலாகிய தூண்கள்

மாட்டுத் தொழுவங்களில் 'காடி' என்று ஒரு பகுதி இருக்கும். தொழுவத்தின் சுவரை அடுத்து அகலப் பலகையைச் செருகியோ செங்கல்லால் சிறு சுவர் போல் கட்டியோ இதை அமைப்பர். நீளமான தொட்டிபோல் இருக்கும். இதற்குள் வைக்கோல், சோளத்தட்டை என மாட்டின் தீவனப் பொருட்களைப் போடுவர். இதை மாடுகள் தின்னும்போது, அவை நிற்கும் இடத்தில் விழுந்து காலில் மிதிப்பட்டு சேதம் அடைவதைக் 'காடி' தடுக்கும்.

ஆ. சிவசுப்பிரமணியன்

ஓடையை கடக்க உதவும் பாலமாக

நல்ல வயிரம் பாய்ந்த பனங்கட்டைகளைச் சிராய் இன்றி நன்றாக இழைத்து காடிப் பலகையாய்ப் பயன்படுத்துவர். காடியின் உயரத்திற்கு ஏற்ப இரண்டு அல்லது மூன்று கட்டைகள் இடம்பெறும்.

தண்ணீர் இறைக்கும் கமலையில், பக்கவாட்டுச் சட்டங்களாகவும் இது பயன்பட்டுள்ளது. சிறு ஓடைகளைக் கடக்க உதவும் பாலங்களாகவும் திண்மையான பனங்கட்டைகள் பயன்படுகின்றன.

பனையை வெட்டி வீழ்த்தியவுடன் குறுக்குவாட்டத்தில் அதைத் துண்டிப்பர். அதன் ஒரு பகுதியை நீளவாட்டத்தில் ஒருபுறம் மட்டும் வெட்டி எடுப்பர். அவ்வாறு வெட்டும்போது, இடமும் வலமும் துண்டிக்காது விட்டுவிட்டு நடுப்பகுதியைக் குடைந்து விடுவர். இதனால் மேற்புறம் மட்டும் திறந்திருக்கும் நீண்ட தொட்டி போன்று இது காட்சி தரும். இதைப் 'பத்தல்' என்பர். தண்ணீர் ஊற்ற வைக்கும் தொட்டியாக இது பயன்படும்.

நீளமும் உயரமும் குறைந்த பத்தலும் உண்டு. பன்றி வளர்ப்போர் பன்றிக்கு உணவு வைக்க இப்பத்தல்களைப் பயன்படுத்துவர். பத்தலில் பன்றிக்கு உணவு வைக்கும் பழக்கம் பழமையானது என்பதைப் பின்வரும் நாலடியார் செய்யுள் (26:7) உணர்த்துகிறது.

பன்றிக் கூழ்ப் பத்தரில் தேமா வடித்தற்றால்
நன்று அறியா மாந்தர்க்கு அருத்து ஆறு உரை

அறிவின்மை என்ற தலைப்பில் இச்செய்யுள் இடம்பெற்றுள்ளது. நல்லது அறியாதோருக்கு அறம் கூறுதலானது பன்றிக்குக் கூழ் ஊற்றும் பத்தரில் மாம்பழச் சாறு ஊற்றுவதை ஒக்கும் என்பது இவ்வரிகளின் பொருளாகும்.

நீர் செல்லும் ஓடையாக

பனங்கட்டையைக் குறுக்காக வெட்டி அதன் இருமுனைகளையும் தடுப்பின்றி அமைத்தால் அது 'ஓடைபோல்' ஆகும். ஒரு வயலிலிருந்து மற்றொரு வயலுக்கு நீரைப் பாய்ச்சும்போது, இடையில் வாய்க்கால் இருந்தால் அதில் நீர் விழாமல் கடந்து செல்ல இது உதவும்.

நீர்நிலைகளில் இருந்து நீர் வெளியேற அமைக்கப்படும் 'மடை' என்ற அமைப்பு பரவலாக அறியப்பட்ட ஒன்றுதான். இம்மடையைப் பனங்கட்டையாலும் அமைக்கும் வழக்கம் இருந்துள்ளது. இது உருவாக்கப்படும் முறை குறித்து

> முதிர்ந்த பனை மரத்தை 'வாய்ச்சு' என்கிற கருவியால் வெட்டுவார்கள். மரம் வெட்டுப்படாமல் நெருப்புத் தெறிக்க வேண்டும். அதுதான் மடைக்கு உகந்த மரம். வைரம் பாய்ந்த கட்டை. அப்படியான மரங்களைத் தேர்வுசெய்து, அதன் உள்தண்டை நீக்கிவிடுவார்கள். உறுதியான நீண்ட குழாய் தயார். இதை ஏரிக்கரையின் அடியாழத்தில் படித்து அதன் உள் ஒட்டையில் கோரை, நாணல், களிமண் கலந்து அடைத்து விடுவார்கள். இதுதான் ஆரம்பகால மடை.

என்று டி.எல் சஞ்சீவிகுமார் *(2015:10)* குறிப்பிடுகிறார்.

'பனந்தூம்பின்கால்' என்று கல்வெட்டொன்று இதைக் குறிப்பிடுகிறது *(தெ.இ.க. 3:10)* 'பனை மரத்தைக் குடைந்து செய்த மடை' என்று சுப்பராயலு *(2002: 415)* பொருள் உரைப்பார்.

தூண்களாகவும், குறுக்குச் சட்டங்களாகவும், விட்டங்களாகவும் உத்திரங்களாகவும் பனை மரத்தின் நடுப் பகுதி பயன்படுவதை அடிப்படை யாகக் கொண்டு 18ஆம் நூற்றாண்டுக் காலத் தென்தமிழக வரலாற்றுடன் தொடர்புடைய வாய்மொழி வரலாற்றுச் செய்தி ஒன்றுண்டு.

பாஞ்சாலங்குறிச்சிப் பாளையத்தை ஆண்டுவந்த வீரபாண்டியக் கட்டபொம்மன் முருகபக்தர். திருச்செந்தூர் முருகன் மீது மிகுந்த பக்தி கொண்ட இவர் அங்கு பூசை நடக்கும் போது, தாமும் தம் அரண்மனையில் வழிபாடு செய்துவிட்டு அதன் பின்னரே உணவருந்தும் பழக்கத்தைக் கொண்டிருந்தார்.

செய்தித் தொடர்பும், கடிகாரமும் இல்லாத அக்காலத்தில், திருச்செந்தூர் முருகன் கோவிலில் வழிபாடு நடைபெறுவதை அறிய முடியாத நிலையில் அவர் வழிமுறை ஒன்றை உருவாக்கியிருந்தார். அதன்படி திருச்செந்தூர் கோவில் அருகில் தொடங்கி, பாஞ்சாலங்குறிச்சிக் கோட்டை முடிய வரிசையாக மண்டபங்களை அமைத்தார். இம்மண்டபங்களில் நகரா என்ற பெயரிலான முரசுகள் கட்டப்பட்டிருந்தன. இவற்றைத் தட்டி முழக்கம் எழுப்ப ஆட்களும் நியமிக்கப்பட்டிருந்தனர்.

முருகன் கோவிலில் வழிபாட்டுக்கான மணி ஓசை கேட்டதும் அதைக் கேட்கும் தொலைவில் உள்ள முதல் மண்டபத்தில் உள்ள முரசு அடிக்கப்படும். அதைத் தொடர்ந்து அடுத்தடுத்து ஒவ்வொரு முரசு மண்டபத்திலும் முரசு ஒலிக்கத் தொடங்கி விடும். இறுதியாகப் பாஞ்சாலங்குறிச்சி அருகிலுள்ள மண்டபத்தில் முரசு ஒலித்தவுடன் கட்டபொம்மன் முருக வழிபாட்டை நடத்தி முடித்துவிட்டுப் பின்னர் உணவருந்துவார். இது அவரது அன்றாடச் செயல்முறையாகும்.

முரசு மண்டபங்கள் என்பன பெரும்பாலும் பனை மரத் தூண்களை நிறுவி, அதன் மீது கட்டப்பட்ட ஓலை வேய்ந்த உயரமான பரண்கள்தான். இப்பரண்களின் தூண்களுக்கிடையில் பனஞ்சட்டங்களைக் கட்டி அதை வலுவாக்குவர். இதன் தளம் பெரிய பனைச் சட்டங்களாலேயே உருவாக்கப்படும். பனை மரத்தை அறுத்து உருவாக்கிய விட்டங்கள் சட்டங்கள் ஆகியவற்றைக் கொண்டு மேற்பகுதியை உருவாக்கி பனை ஓலையால் வேய்ந்துவிடுவர்.

இப்பரணின் அமைப்பைக் குறித்த இச்செய்திகள், எந்த அளவுக்குப் பனை மரங்களைப் பயன்படுத்தி இப்பரண்கள் உருவாக்கப்பட்டன என்ற உண்மையை நாம் உய்த்தறியச் செய்கின்றன.

இச்செய்தியின் பின்னால் உள்ள உண்மை என்னவென்றால், தேவையான பனைகளை விலைகொடுத்து வாங்குவதில்லை. பனைகளின் உரிமையாளர்களிடம் அவற்றை வெட்டுவதற்கான இசைவையும் பெறுவதில்லை.

வலிமையான பாளையக்காரர் என்பதால், இச் செயலைத் தடுக்கவும் முடியாது. இதனாலோ என்னவோ, பாஞ்சாலங்குறிச்சிப் போரில் (கி.பி.1799) பனை மரங்களின் உரிமையாளர்களான நாடார் சமூகம் இணைந்து கொள்ளவில்லை. அத்துடன் அவரைக் குறித்த எதிர்மறையான வாய்மொழிச் செய்திகள் இன்றும்கூட இவர்களிடம் வழங்குகின்றன.

பல்வேறு பயன்களைத் தரும் பனை மரத்தை மையமாகக் கொண்டு தொழில்புரிவோரைப் பொருளியல் நிலையில் சுரண்டும் போக்கு பாளையக்காரர்கள் ஆட்சியில் மட்டுமின்றி பத்தொன்பதாம் நூற்றாண்டில் ஆங்கிலக் கிழக்கிந்தியக் கம்பெனி ஆட்சியிலும் நிலைபெற்றிருந்தது.

ஆ. சிவசுப்பிரமணியன்

கிழக்கிந்தியக் கம்பெனியின் கட்டுப்பாட்டிற்குள் அடங்கிய திருவிதாங்கூர் மன்னராட்சிப் பகுதியில் பனைத் தொழிலை மேற்கொண்டிருந்தோர் மீதான பொருளியல் சுரண்டலையும், உடல்மீதான வன்முறையையும் வைகுண்ட சாமியின் 'அகிலத்திரட்டு' என்ற நூல் பதிவுசெய்துள்ளது.

1841 டிசம்பர் 12இல் இந்நூல், ஓலைச் சுவடியில் எழுதி முடிக்கப்பட்டுள்ளது. இந்நூலில் தென் திருவிதாங்கூர் மன்னனை 'நீசன்', என்ற குறியீட்டுப் பெயரில் குறிப்பிடும் வைகுண்டர், பனைத் தொழில் மேற்கொண்டோர் மீது அவன் ஏவிய வன்முறைகளை இவ்வாறு பட்டியலிடுகிறார்.

பனைகேட்டு அடிப்பான் பதநீர்கேட்டே அடிப்பான்
கனமான கற்கண்டு கருப்புக்கட்டி கேட்டடிப்பான்
நாருவெட்டி ஓலை நாள்தோறும் கேட்டடிப்பான்
வாதுக்கு நொங்கு வாய்கொண்டு கேட்டடிப்பான்
நெடுமட்டை கேட்பான் நெட்டோலை தான்கேட்பான்
கொடுவா எனவே கூழ்பதநீர் கேட்டடிப்பான்
சில்லுக்கருப்புக்கட்டி சீரகம் விட்டே ஊற்றி
கொல்லைதனில் சான்றோரைக் கொண்டுவா என்றடிப்பான்
மீச்ச கருப்புக்கட்டி மிளகு பலகாரமிட்டு
வீச்சுடனே கொண்டு வீட்டில் வாவென்று அடிப்பான்
வட்டிக் கருப்புக்கட்டி மணல் கருப்புக்கட்டியொடு
வெட்டக் கருப்புக்கட்டி வீட்டில் கொடுவா என்பான்
தோண்டிக்கும் பாய்கும் சுமடு அதுக்கு மோலை
வேண்டியதெல்லாம் கொண்டு விரைவில்வா என்றடிப்பான்
காலைப் பதநீர் கண்முத்தா நொங்குகளும்
மாலைப் பதநீர் கொண்டுவா என்றடிப்பான் (பெருமாள், அ.கா. 2009: 246–247)

பனை மரத்தின் பல்வேறு பயன்களையும், ஆளுவோன் என்ற தன் அதிகாரத்தின் துணையுடன் தென் திருவிநாங்கூரை ஆண்ட மன்னர்கள் சுரண்டியதை அய்யா வைகுண்டர் பட்டியலிட்டுக் காட்டியுள்ளார். நிலவுடைமைக் கொடுமையின் ஒரு பகுதியை இத்தொடர்கள் வாயிலாக அறிய முடிகிறது.

தென் திருவிதாங்கூர்ப் பகுதியில் நாடார் சமூகத்தின் மீது 19 ஆம் நூற்றாண்டில் விதிக்கப்பட்டிருந்த வரிகளை இம்மானுவேல் (2002: 353) தொகுத்துக் கூறியுள்ளார். இருப்பிடம், கால்நடை, ஆடை, அணிகலன், புழங்கு பொருட்கள் என்பனவற்றின் மீதும், வாழ்க்கை வட்டச் சடங்குகளின் போதும் அவர்கள் செலுத்த வேண்டிய வரிகளை அவர் குறிப்பிடுகிறார்.

இவ்வரிசையில் பனை மரம், பனைபடு பொருட்கள் தொடர்பாக அவர்கள் செலுத்த வேண்டிய வரிகளும் இடம்பெற்றுள்ளன. அவை வருமாறு:

ஏட்டு வரி : ஓலைச்சுவடிகள் மீதான வரி

ஓலை வரி : பனை ஓலைக்கானவரி

தாலவரி (பனைவரி) : பனை மரம் மீதான வரி

கருப்புக்கட்டி வரி : கருப்புக்கட்டி அல்லது பனைச்சாறு தொடர்பான வரி

நுங்கு வரி : நுங்கு மீதான வரி

பனங்கிழங்கு வரி : பனங்கிழங்கு மீதான வரி

நீற்று வரி : பதநீருக்குப் பயன்படுத்தும் சுண்ணாம்புக்கான வரி.

பல்வேறு பயன்பாடுகளின் அடிப்படையில் கற்பகத் தரு என்று பனையைக் குறிப்பிடுவர் என்று பார்த்தோம். தென் திருவிதாங்கூர் ஆட்சியாளர்களைப் பொறுத்த அளவில் பல்வேறு வரிகள் வாயிலாக வருவாய் வழங்கும் கற்பகத் தருவாகப் பனை மரம் இருந்துள்ளது.

உச்சிப் பகுதி

உயிருடன் உள்ள பனையின் பயன்மிகு பகுதி அதன் உச்சிப் பகுதிதான். ஓலை, மட்டை, நுங்கு, பனம்பழம், பதநீர் என்பன இப்பகுதியில்தான் கிட்டுகின்றன. இப்பயன்களைப் பெறுவதற்காகத்தான், உயிரைப் பணயம் வைத்து நூறு அடி உயரத்திற்குப் பனைத் தொழிலாளிகள் ஏறி இறங்குகின்றனர். இவற்றுள், ஓலை, பதநீர் என்பன குறித்து விரிவாக அறிந்து கொள்ள வேண்டியிருப்பதால் இவை குறித்த செய்திகள் தனித்தனி இயல்களாக (இயல் 4, இயல் 5) இடம்பெற்றுள்ளன. எஞ்சிய மூன்று பொருட்கள் குறித்த செய்திகள் மட்டும் இவ்வியலில் இடம்பெறுகின்றன.

மட்டை

தாவரங்களின் இலைப் பகுதியையும் தாவரத்தையும் இணைக்கும் பகுதியை இலைக்காம்பு அல்லது காம்பு என்கிறோம். பனை மரத்தின் ஓலையையும் பனை மரத்தையும் இணைக்கும் காம்புப் பகுதியே மட்டை ஆகும். சதை மட்டை என்றும் இதைக் கூறுவர். நீர்ச்சத்து கொண்டு சற்றே கடினமாக மட்டை இருக்கும். மட்டையின் நீளவாட்டத்தில் மையப் பகுதி, ஓடைபோன்று பள்ளமாக அமைந்திருக்கும். இதுவே மட்டையின் முன்

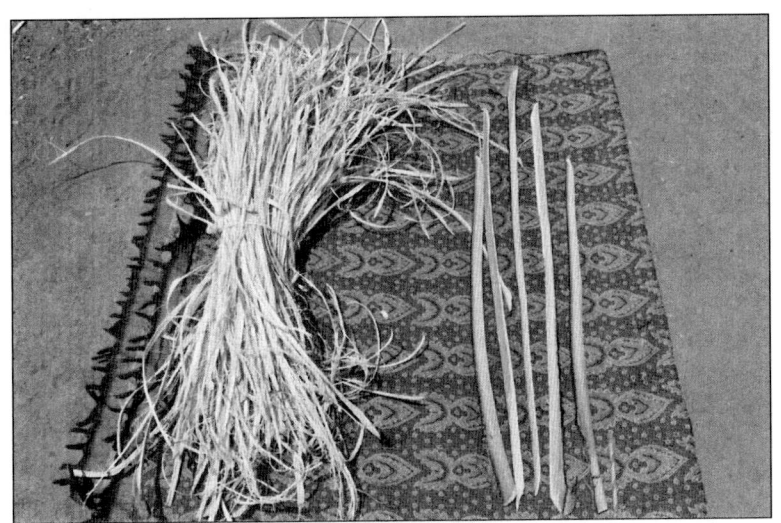

பனைநாரும் கருக்கும்

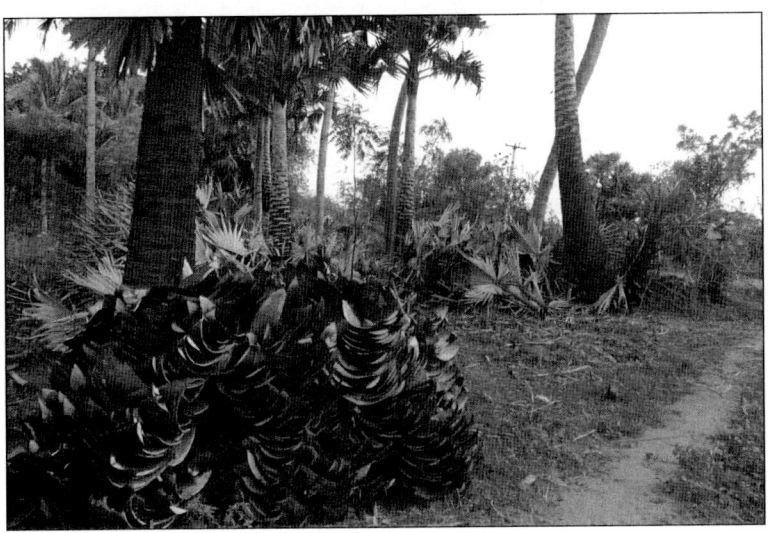

மட்டையின் தூர்ப்பகுதி (செத்தல்)

பகுதியாகும். இப்பகுதியில்தான் நார் எடுப்பர். பள்ளமான பகுதியின் பின்புறம் துருத்திக்கொண்டிருக்கும். இது மட்டையின் பின் பகுதியாகும். மட்டையின் நடுப் பகுதி மென்மையாக இருக்கும். இப்பகுதியில் எடுக்கப்படும் நாரானது மென்மையாக இருக்கும். இதை அகணி நார் என்பர். பனை ஏறப் பயன்படுத்தும் ‘தளைநார்’ செய்யவும் கட்டில் பின்னவும் பலவகையான கூடைகள் செய்யவும் அகணி நாரைப் பயன்படுத்துவர். மட்டையின் இருபுறமும் அறம்போல் கூர்மையான பற்கள் அமைந்திருக்கும். இதைக் கருக்கு என்பர். (பற்கள் போல் அமைந்துள்ள அரிவாள் கருக்கரிவாள் எனப்படுகிறது) மட்டையைக் கருக்குடனும் கருக்கு நீக்கியும் பயன்படுத்தி வருகிறோம்.

சிறிது வெளிறிய பச்சை நிறத்தின் காரணமாகவும், நீர்ச்சத்துடன் (ஈரத்தன்மையுடன்) இருப்பதன் காரணமாகவும் பச்சை மட்டை என்றும் அழைக்கப்படுகிறது.

பதநீர்க் கலையத்தில் சுண்ணாம்பு தீட்டப் பயன்படுத்தும் கலக்கு மட்டை, பச்சை மட்டையிலிருந்தே செய்யப்படுகிறது.

கிராமப்புறப் பள்ளிகளிலும், காவல் நிலையங்களிலும், அடிப்பதற்கான ஆயுதமாக ஒரு காலத்தில் பச்சை மட்டை பயன்பட்டுள்ளது. சிறிய அளவிலான அடிதடிச் சண்டையின் போதும் ஓர் ஆயுதமாகப் பச்சை மட்டை பயன்பட்டுள்ளது. இவ்வழக்கத்தின் எச்சமாகவே பச்சை மட்டை பிஞ்சிரும் என்று எதிரியை எச்சரிக்கின்றனர். ‘பச்சை மட்டை பிய்ந்துபோகும் வரை அடிப்பேன்’ என்பது இத்தொடரின் பொருளாகும். அடிக்கும்போது, ஓரளவுக்குமேல், வலுவின்றி பச்சை மட்டை பிய்ந்துபோய்விடுவது இயல்பு. இவ்வலுக்குறைவின் அடிப்படையில் சோத்து மட்டை என்றும் குறிப்பிடுவதுண்டு. நார் கிழிக்கப்பட்ட பச்சை மட்டை தன் தடிமன் குறைந்து ஈரப்பதத்தையும் இழக்கத் தொடங்கும். நார் கிழிக்கப்பட்டதால் தன் இயல்பை இழந்து நிற்கும் பச்சை மட்டையைக் கருத்தில் கொண்டே, ‘நார் நாராகக் கிழிச்சிருவேன்’, ‘கிழிச்சு நாராக்கிடுவேன்’ என்ற தொடர்கள் வாய்ச் சண்டையின்போது இடம்பெறுகின்றன. நார் கிழிக்கப்பட்ட மட்டையைப் போல் ஒன்றுமில்லாமல் ஆக்கிடுவேன் என்பதுவே இத்தொடர்களின் பொருளாகும். மட்டையின் பயன்பாடு தமிழகத்தில் தொன்மையான ஒன்று.

பனை மரத்தின் உயரம் பாதுகாப்பானது என்ற நோக்கில் தூக்கணாங் குருவிகள் பனை மட்டைகளில் கூடுகட்டுகின்றன. தனியாக அன்றி கூட்டமாகக்

கூடு கட்டுவது இப்பறவை இனத்தின் இயல்பு. இதனால் தூக்கணாங்குருவிக் கூடுகள் தொங்கியவாறு இருக்கும் பனைகளைக் காண முடியும் (வ.படம்).

இக்கூடுகளைக் கலைப்பது, கூடுகள் உள்ள பனை ஓலைகளை வெட்டுவது போன்ற செயல்களை, பனைவினைஞர்கள் பெரும்பாலும் செய்வதில்லை. ஆண் பனையைத்தான் கூடுகட்டுவதற்காகப் பெரும்பாலும் தூக்கணாங்குருவிகள் தேர்வுசெய்யும் என்பது பொதுவான நம்பிக்கை. என்றாலும், பெண் பனைகளிலும் தூக்கணாங்குருவிக்கூடுகளைக் காண முடியும்.

மடலேறல்

பண்டைத் தமிழரின் பண்பாட்டில் குறிப்பாக அகவாழ்க்கையில் பனை மடல் பெற்றிருந்த இடத்தை, தொல்காப்பியமும் சங்க இலக்கியமும் 'மடலேறுதல்' என்ற பெயரில் பதிவுசெய்துள்ளன. பெண்ணொருத்தியின் மீது காதல் கொண்ட ஆடவன், அவளைத் தன் துணைவியாக அடைய மேற்கொள்ளும் வழிமுறையே மடலேறுதல் ஆகும். இது நிகழ்ந்த முறை குறித்து,

> காமம் மிக்க தலைவன், பனைமடலால் குதிரையைப் போல் ஓர் உருவம் அமைத்து அதன் கழுத்தில் மணி, மாலை முதலியவற்றைப் பூட்டித் தன் உருவத்தையும் தலைவியின் உருவத்தையும் ஒரு படத்தில் எழுதிக் கையில் ஏந்தி அதன்மேல் யாவரும் அறிய ஊர்ந்து வருதலை மடல் ஏறுதல் என்பர். அங்ஙனம் அவன் வருவதைக் கண்ட ஊரினர் படம் முதலியவற்றால் 'இன்னவளுக்கும் இவனுக்கும் நட்பு உண்டு என்பதை அறிந்து அதனை வெளிப்படக் கூறிப் பழிப்பர்; அது கேட்டுத் தமர்[5] மணம் புரிவிப்பர் (கலி 141). மடல் ஏறும் தலைவன் நீறு[6], எருக்கமாலை, ஆவிரம் பூமாலை முதலியவற்றை அணிந்து வருதல் வழக்கம் என்று தெரிகின்றது.

என்று உ.வே.சாமிநாதையர் (2009:41) குறுந்தொகை பதினேழாவது செய்யுளுக்கு எழுதிய விருத்தியுரையில் குறிப்பிடுகிறார். குறுந்தொகைப் பதிப்பின் முன்னுரையில் (IXXII),

> மடலேறுவதாகக் கூறுதலோடு அமைவானேயன்றி ஏறான்; அங்ஙனம் ஏறுதல் அன்புடைக்காமமாகாது; பெருந்திணையின் பாற்படும்

---
5. பெற்றோர்
6. சாம்பல்

என்றும் கூறியுள்ளார். மடலேறும் செயல் பெண்களுக்கு விலக்கப்பட்ட ஒன்றாகும். இதை,

எத்திணை மருங்கினும் மகடூஉ மடன்மேல்
பொற்புடை நெறிமை இன்மை யான

என்ற தொல்காப்பிய அகத்திணை இயல் நூற்பாவாலும் *(எண்:38)*

கடல்அன்ன காமம் உழந்தும் மடல்ஏறாப்
பெண்ணின் பெருந்தக்கது இல்

என்ற திருக்குறளாலும் *(1137)* அறிய முடிகிறது. விதிவிலக்கு போன்று, கண்ணன்மேல் காதல் கொண்ட பெண்ணொருத்தியின் கூற்றாக

பேராயிரமும் பிதற்றி – பெருந்தெருவே
ஊரார் இகழிலும் ஊராதொழியேன் நான்
வாரார்பூம் பெண்ணை மடல்

என்று திருமங்கையாழ்வார் 'சிறியதிருமடல்' என்ற தம் கவிதையில் பாடியுள்ளார். இது பிற்கால வழக்கு.

நார்

பனைநார்க் கட்டில்

மட்டைகள் பச்சையாக இருக்கும்போது, அதன் விளிம்பில் உள்ள கருக்கை அகற்றிவிட்டு மட்டையைக் கிழித்து நாராக்குவர். இந்நார் கயிறுபோல் பயன்படும். நார் காய்ந்து போனால் விரைப்புத் தன்மை ஏற்பட்டுவிடும். காய்ந்த நாரை, தண்ணீரில் ஊற வைத்தால் விரைப்புத் தன்மை போய்விடும். கூரை மேய, பந்தல்போட, இவ்வாறு ஊற வைத்த நாரானது கயிறாகப் பயன்படும்.

நார்களை இணைத்து முறுக்கி வலுவான கயிறாக்கி கன்று, மாடுகளைக் கட்டுவர். இது, நார்க் கயிறு, தூம்பு எனப்படும்.

இன்றுவரை கிராமப்புறங்களில் நார் பின்னப்பட்ட கட்டில்களின் பயன்பாடு நிலவுகிறது. இதைப் பின்னுவது நம் பாரம்பரியத் தொழில்நுட்பத்தில் ஒன்றாகும். நாரால் பின்னப்படும் கட்டில் 'நார்க்கட்டில்' என்றே பெயர் பெற்றுள்ளது. நார்க்கட்டில் இருவகையாகப் பின்னப்படும். ஒருவகைப் பின்னல், சிறு துவாரங்களைக் கொண்டிருக்கும். இதைக் கண் பின்னல் என்பர். இதில் படுக்கும்போது, அடிப்பகுதியின் வழியாகக் காற்று முதுகில்படும். கோடைக் காலங்களில் இக்கட்டிலின் மீது தண்ணீர் தெளித்துப் படுப்பது ஓர் இனிமையான அனுபவம். படுக்கையிலேயே முடங்கிப்போகும் முதியவர்களை இக்கட்டிலில் உட்கார வைத்தே நீராட்டுவர். நீராடும் தண்ணீர் முழுமையாகக் கீழே வடிந்துவிடும்.

வீட்டில், வற்றல் வடகம் போடும்போது, இக்கட்டிலின் மீது துணியை விரித்துப் போடுவர். பின் வெயிலில் காயவைப்பர். மேற்பகுதியில் காற்றும் வெயிலும் படுவதுடன் அடிப் பகுதியிலும் காற்று படுவதால் விரைவில் இவை உலர்ந்துவிடும்.

சிறு குழந்தைகளுக்கும் சிறுவர் சிறுமியருக்கும் என்று நீளமும் உயரமும் குறைந்த நார்க்கட்டில்களும் உண்டு. குழந்தைகளின் முதுகில் கோடைக் காலத்தில் வியர்க்குரு உண்டாவதை இக்கட்டில் உறக்கம் தடுக்கும்.

நார்க்கட்டிலின் மற்றொரு வகை, கண்கள் போன்ற துவாரமின்றிச் சமதளமாகப் பின்னுவதாகும். இதற்கு நாரின் பயன்பாடு அதிகமாகும். பலகை அடித்த கட்டில் போல் இது அமையும்.

பிளாஸ்டிக் வயர்களின் பயன்பாடு அறிமுகமாகும் முன்பு, பேருந்து ஓட்டுநர்களின் இருக்கைகளும் அரசு அலுவலகங்கள், பள்ளிகளில் பணிபுரிவோரின் இருக்கைகளும் பனைநாரால் பின்னப்பட்ட இருக்கைகளாகவே இருந்தன. கொடிக்கயிறாகவும் பனைநார் பயன்பட்டது.

ஆடு அடைக்கும் பட்டி

மட்டையாலான வேலி

மண்பாண்டங்களின் பயன்பாடு மிகுதியாய் இருந்தபோது, பானைகள் தரையில் உருளாமல் நிற்பதற்கும், உடையாமல் இருப்பதற்கும் வட்ட வடிவிலான பிரிமனை என்ற பெயரில் அமைப்பொன்றைப் பயன்படுத்தி வந்தனர். இது பனைநாரால் பின்னப்பட்டது.

மோர் விற்கும் பெண்கள், தலையில் பானை நிலைத்திருக்க நாரால் ஆன பிரிமனையைத் தாங்கியாகப் பயன்படுத்தி வந்தனர். சிலர் மோர்ப் பானையை, அதைக் கொள்ளும் அளவு கொண்ட பிரம்புக் கூடையில் வைத்திருப்பர். கூடையின் அடிப் பக்கத்தில் பிரிமனையை நிரந்தரமாக வெளிப்புறத்தில் இணைத்து வைத்திருப்பர். கூடையை இறக்கிவைக்கும்போது கூடை சாயாது இப்பிரிமனை பாதுகாக்கும்.

வெங்காயம் ஏற்றுமதி செய்வோர் சாக்குகளில் அதை அடைத்துவைக்க முடியாது. போதிய காற்று இன்மை, சணல் சாக்கின் கதகதப்பு ஆகியவற்றால் அது அழுகத் தொடங்கும். இதைத் தவிர்க்க, பனை ஈர்க்கால் செய்யப்பட்ட வெங்காயக் கூடைகளைப் பயன்படுத்தினர். இக்கூடைகளில் உள்ள துவாரங்கள் வழியாகக் காற்றுப் புகுவதால் வெங்காயம் அழுகாது.

கம்பியுடன் கூடிய மட்டை வேலி

பலவகையானக் கூடைகள், பெட்டிகள் பின்ன அகணி நாரைப் பயன்படுத்துவதற்குக் காரணம் அதன் மிருதுத் தன்மைதான். கருக்குடன்கூடிய மட்டைகளை நீளவாட்டில் நிற்கவைத்துக் கட்டி வேலியாக அல்லது அடைப்பாகப் பயன்படுத்துவர்.

மட்டையின் கருக்கு விலங்குகளும் மனிதர்களும் நுழைவதைத் தடுக்கும். முன்னர் பனை நாரால் கருக்கையும் மட்டைகளையும் இணைத்து வந்தனர். தற்போது ஆணி அடித்து ஆயத்த நிலையில் கருக்குமட்டை வேலி விற்பனைக்குக் கிடைக்கிறது. இவ்வேலியின் ஊடாக இரும்புக் கம்பியைக் கட்டும் முறையும் உள்ளது.

வேலியின் நடுவில் மட்டையால் ஆன கதவு இடம் பெறும். இதைப் 'படல்' என்பர்.

மட்டையைக் குட்டையாகத் தரித்து அதன் ஒரு முனையை, சுத்தியலால் தட்டி நைத்து வைப்பர். இவ்வாறு நைக்கப்பட்ட பகுதி பிரஷ் போன்று அமையும் இதைக் கொண்டே, முன்னர் வீடுகட்கு வெள்ளை அடித்து வந்தனர்.

நார்ப்பெட்டி

பனை நாரால் பின்னப்படுவதால் பொதுவாக நார்ப்பெட்டி என்று பெயர் இருந்தாலும் இவற்றுடன் பிரித்தறிய முடியாதவாறு பனை ஓலையும் மட்டையும் இணைந்து கொள்கின்றன. அளவு, பயன்பாடு, அமைப்பு ஆகியவற்றின் அடிப்படையில் பல்வேறு பெயர்களில் இவை அழைக்கப்படுகின்றன. அவை வருமாறு:

1. உரப்பெட்டி (இருபுறமும் துவாரமுடையது, நெல்குத்தும் உரலின்மேல் வைப்பது)
2. கடகம்
3. கொட்டான்
4. குத்துப்பெட்டி
5. அரிசிப்பெட்டி (பேளப்பெட்டி)

அரிசிப் பெட்டி

அரிசி வாங்கிவரவும், அரிசியைப் போட்டு வைக்கவும் பயன்படுத்தும் பெட்டி அரிசிப் பெட்டி என்றழைக்கப்படுகிறது. இது மிருதுவான நாரால்

செய்யப்படுகிறது. பெட்டியின் உறுதிக்காக விளிம்புப் பகுதியில் மெல்லிய பனைமட்டையைச் சுற்றிப் பின்னுவார்கள். இது பெட்டிக்கு உறுதித்தன்மையை வழங்கும்.

அக்காலத் திருமணமுறைகளில் இப்பெட்டிக்குச் சிறப்பான இடம் இருந்தது. மணமகன் வீட்டிற்குப் பலகாரங்கள் இதில் போட்டுக் கொடுத்தனுப்புவர். அந்த நேரத்தில் பலகாரப் பெட்டி என்ற தற்காலிகமான பெயரை இப்பெட்டி பெறும்.

திருமணத்திற்கான சீர்வரிசைகளை, இப்பெட்டியில் வைத்து மணமகனின் சகோதரிகள் சுமந்துவரும் வழக்கம் முன்னர் இருந்துள்ளது. பேளப்பெட்டி என்ற பெயரில் இப்பெட்டி அப்போது அழைக்கப்பட்டது. தூத்துக்குடி மாவட்டம் நாசரேத் ஊரில் இப்பெட்டிகளைச் சுமந்து வருவோர் ‘பேளப்பெட்டிகாரிகள்’ என்றழைக்கப்பட்டதாக சசீகரன் தங்கசாமி *(2002:98)* தமது ‘நாசரேத் வரலாறு’ என்ற நூலில் குறிப்பிடுகிறார்.

* * *

மென்மையான பனைநாரையும் ஓலையையும் இணைத்து, நெருக்கமாகப் பின்னும் நேர்த்தியால், தண்ணீரைச் சிந்தாது வைக்கும் தன்மை கொண்டதாய் அமைக்கும் ஆற்றலும் பெட்டி முடைபவர்களிடம் இருந்தது. பள்ளமான நீர்நிலையிலிருந்து மேடான வயலுக்கு நீர்பாய்ச்ச இறைப்பெட்டி என்ற பெட்டியின் பயன்பாடு முன்னர் இருந்தது. பேச்சு வழக்கில் ‘இறைவெட்டி’ என்பர். இப்பெட்டி முக்கோண வடிவில் அமைந்திருக்கும். அடிப்பகுதி கூராகவும் மேல்பகுதி வாய் அகன்றும் இருக்கும். மேல்பகுதியின் உயரத்தில் இருமுனைகளிலும் ஏறத்தாழ மூன்று அல்லது நான்கடி நீளக்கயிறு இணைக்கப்பட்டிருக்கும் நீர்நிலையின் கரைப்பகுதியில் எதிர் எதிராக இருவர் நின்றுகொண்டு கயிற்றின் முனையைப் பிடித்தவாறு இறைப்பெட்டியின் வாயைத் தண்ணீருககுள் மூழ்கும்படிச் செய்வர். பின்னர் கயிற்றால் அதை உயரே தூக்கி எதிரில் உள்ள வாய்க்கால் அல்லது வயலில் கவிழ்ப்பர். கவிழ்க்கும்போது, கயிற்றை விரைப்பாகவும், தண்ணீரில் மூழ்கச் செய்யும்போது தளர்த்தியும் பிடிப்பர். இது விரைவாகவும் தொடர்ச்சியாகும் நிகழும்.

பெட்டிகள் மட்டும் இன்றி தற்போது பலவகையான வடிவங்களில் அழகியல் தன்மையுடன் கூடிய பொருட்களை உருவாக்குகின்றனர். தூத்துக்குடி மாவட்டம் மணப்பாடு கிராமத்தில் இவ்வாறு உருவான வேலைப்பாடுடன்

கூடிய பனை ஓலை, பனைநார்ப் பொருட்களை இந்நூலின் இறுதியில் உள்ள வண்ணப்படத் தொகுப்பில் காணலாம்.

இவை தவிர பல்வேறு வகையான சுளவுகளும் (முறங்களும்) குழந்தைகளின் விளையாட்டுப் பொருட்களும் நாரால் செய்யப்படுகின்றன.

நார்ப் பொருட்களின் விளிம்புப் பகுதியில், வலுவூட்டும் நோக்கில் மெல்லியதாகச் சீவப்பட்ட மட்டைகள் இடம் பெறுகின்றன. பெரும்பாலான நார்ப் பொருள்கள் ஓலையுடனும் மட்டையுடனும் இணைந்தே உருவாகின்றன.

பனங்காய்

தனித்தனிக் காய்களாக இன்றி திராட்சை போன்று கொத்தாகக் காய்க்கும் தன்மையது பனங்காய். ஆனால், இதன் காய்கள் அளவில் பெரியதாக அமையும். மரத்தின் இயல்புக்கேற்ப ஏழில் இருந்து பத்துவரை காய்கள் உருவாகும் குரும்பை என்றும் இதைக் கூறுவர். வறட்சி ஏற்பட்டால் இவை உதிரத் தொடங்கும்.

கீரந்தையார் என்ற சங்க காலப் புலவர், திருமாலின் சக்கராயுதம் பகைவர்களின் தலையை அறுத்து வீழ்த்தியமையை

... பனைமிசைப்
பலபதினாயிரம் குலைதரை
உதிர்வபோல்

என்று பாடியுள்ளார் (பரிபாடல் 2: 43-44). பனை மரத்தின் உச்சியிலுள்ள குலைகளிலிருந்து ஆயிரக்கணக்கான காய்கள் கீழே உதிர்வதைப் போன்று பகைவரின் தலைகள் வீழ்ந்தன என்பது இத்தொடரின் பொருளாகும்.

நுங்கு

ஒரு மரத்தின் சிறப்பியல்பு அதில் உருவாகும் காயும் கனியும்தான். பனையில் ஆண் பனை

நுங்குக் குலை

யானது காயும் கனியும் வழங்குவதில்லை. பெண் பனைதான் இவற்றை வழங்குகிறது என்பதை முன்னர் கண்டோம். பெண் பனையில் உருவாகும் ‘பாளை’ என்ற உறுப்பில்தான் காயும் கனியும் தோன்றுகின்றன. பெண் பனையில் தோன்றும் பாளையை நசுக்கினால் அதிலிருந்து பதநீரைப் பெற முடியும். இப்படிச் செய்வதால் காயும் கனியும் பெறமுடியாது. ஆண் பனையில் பாளையை நசுக்காதுவிட்டாலும்கூடக் காயும் கனியும் கிட்டாது.

எனவே, பெண் பனையில் பதநீர் இறக்கப் போகிறோமா. நுங்கு பனம்பழம் வெட்டப் போகிறோமா என்பதை முதலில் முடிவு செய்து கொள்வார்கள். பாளையை நசுக்காது விட்டுவிட்டால் அதில் சிறிய உருண்டை வடிவிலான காய் தோன்றும். இதைக் குரும்பு அல்லது குரும்பை என்பர். இதில் மூன்று குழிகள் உருவாகும். குரும்பை முதிர்ச்சியுற்று நுங்காகிறது. நுங்கின் மேல்பாகத்தை மஞ்சள் நிறமான தோல் மூடி இருக்கும். இதை நீக்கினால் கண்போன்று குரும்பையில் உருவான குழிகள் காட்சியளிக்கும். இரண்டு அல்லது மூன்று குழிகள் காணப்படும். இதைத் தோண்டினால் கிடைப்பதே நுங்காகும். விதிவிலக்காக அய்ந்து குழிகள் அமைவதும் உண்டு. திருநெல்வேலி மாவட்டம் டோனாவூர் அருகில் உள்ள வன்னியன் விளையில் ஏழு கண்கள் கொண்ட நுங்கு ஒன்று கிடைத்ததாகக் கூறி அதன் புகைப்படத்தையும் திருமதி ஜான்சி எமிமா அனுப்பியுள்ளார்.

ஏழுகண் நுங்கு

நுங்கைக் கருநிறமான பனங்காயின் வலுவான தோடு மூடியிருக்கும். இதை மையமாகக் கொண்டு

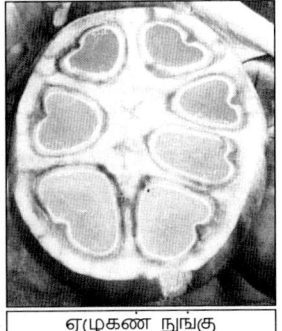

சீவப்பட்ட நுங்கு

உயர்ந்த மரத்திலே
உச்சாணிக் கிளையிலே
மூணுகண்ணுப்பாப்பாத்தி
முக்காடு போட்டிருக்காக. அது
என்ன?

கழுத்தை அறுத்தால் கண் தெரியும். அது என்ன?

என்ற விடுகதைகள் உருவாகியுள்ளன. நுங்கை இருவிதமாக உண்ணலாம்.

விரலாலோ அரிவாளினாலோ பனங்காயின் கண்போன்ற பகுதியைத் தோண்டி நுங்கை எடுப்பது ஒரு முறை.

மற்றொருமுறை நுங்கின் மீது அரிவாள் படாது பனங்காயைச் சீவி நுங்கை முழுமையாக எடுத்தல் (வ. படம்).

முதலாவது முறையில் எடுக்கும் நுங்கையும், நுங்கின் நீரையும் பதநீரில் கலந்து பருகுவது பழமையான பழக்கம். தற்போது சர்பத் என்ற குளிர்பானத்தில் கலந்து பருகும் முறையும் தோன்றியுள்ளது. குறும்பை முதிர்ச்சியுற்றதும் அதைப் பறிக்காமல் விட்டால் நுங்கு அதன் மென்மைத் தன்மையை இழந்து இறுகிவிடும்.

இள நுங்கைப் பிரித்தெடுத்து உடனே உண்ணாமல் வைத்திருந்தாலும் காற்றுப்பட்டு அது இறுகிவிடும். இவ்வாறு இறுகிப்போன நுங்கு 'கல் நுங்கு' எனப்படும்.

மேல்பாகத்தைச் சீவி நுங்கு எடுத்தபின் எஞ்சும் பகுதி 'கோந்தை' எனப்படும். இரண்டு கோந்தைகளை அரைஅடிக்குச்சியால் குத்தி இணைத்துவிட்டால் உடற்பயிற்சி செய்ய உதவும். டம்பல்ஸ் போல் காட்சி அளிக்கும். *V* எழுத்து

நுங்கு வண்டி

போன்ற முனையை உடைய சற்று நீண்ட குச்சியை இக்குச்சியின் மீது வைத்து மற்றொரு முனையைக் கையால் பிடித்து வண்டிபோல் உருட்டி விளையாடுவது பழங்காலக் கிராமிய விளையாட்டு. 'பனங்கா(ய்) வண்டி' என்று இதை அழைப்பர். இவ்விளையாட்டு பழமையானது என்பதை, கலித்தொகை மருதக்கலியில் இடம்பெறும் 'பெருமடல் பெண்ணைப் பிணர்த்தோட்டு குடவாய்க் கொடிப்பின்னல் வாங்கித் தளரும் பைங்குரும்பை' என்ற செய்யுள் (18:8–9) வரிகள் வெளிப்படுத்துகின்றன. ஆனால், இச்செய்யுள் குச்சுக்கு மாறாக, கயிறுகட்டி இழுப்பதாகக் குறிப்பிடுகிறது.

நுங்கை எடுத்தபின் அதைச் சுற்றியுள்ள முதிர்ந்த குறும்பையைச் சிறுசிறு துண்டுகளாக்கி ஆடுமாடுகளுக்கு உணவாகத் தருவார்கள். இது பால் சுரப்பை அதிகரிக்கும்.

பனம்பழம்

நுங்கின் வளர்ச்சிநிலையாகப் பனம்பழம் அமைகிறது. புதிய பனை மரங்களை உருவாக்கத் தேவையான பனங் கொட்டைகளுக்காகவும், பனங்கிழங்கு தயாரிக்கவும் நுங்கை வெட்டாமல் விட்டுவிடுவார்கள். இதுவே வளர்ந்து பனம்பழம் ஆகிறது.

பனம் பழம் உள்ளும் புறமுமாக இருவகையான வளர்ச்சிகளை உடையது. உட்பகுதியில் உள்ள நுங்கு வளர்ச்சி பெறும்போது, அதை மூடியுள்ள தோல் கடின நிலையை அடைந்து கொட்டையாக மாற்றம் அடையும். இது மாம்பழம் போன்று பழுக்க ஆரம்பித்து மஞ்சள் நிறமாக மாறும் (வ.படம்).

இவ்வாறு மென்மையான நுங்கு திண்மையான கொட்டை ஆகவும், இறுக்கமான நுங்கின் தோல் மிருதுவான சதைபோலும் மாற்றம் அடையும். அத்துடன் ஒருவகையான கருநிறமாக இருந்த பனங்காய் மஞ்சள் நிறமாகக் காட்சிதரும்.

பனை மரம் ஒன்றில் விளையும் பனம் பழத்தின் இயல்புக்கேற்ப அம்மரத்தை அடையாளப்படுத்தும் வழக்கம் உண்டு.

யாழ்ப்பாணத் தமிழர்களிடமும் இவ்வழக்கம் உள்ளதாக வில்லியம் பெரகூசன் *(1850:18)* என்ற ஆங்கிலேயர் எழுதியுள்ளார். பனம் பழத்தின் நிறம், மணம், சுவை, வடிவம் என்பனவற்றின் அடிப்படையில் அதைத் தரும் பனை மரத்தை அடையாளப்படுத்திக் கூறுவதாக அவர் குறிப்பிடுகிறார். அவர் கூறும் செய்திகள் வருமாறு:

நிறத்தின் அடிப்படையில்

தொரைச்சி: வெள்ளையும் மஞ்சளும் கலந்த நிறமுடையது.

கருப்பச்சி: கறுப்பு நிறமுடையது

தொரைக்கருப்பை: பெரும்பகுதி கறுப்பாகவும் ஓரளவு வெள்ளையும் மஞ்சளும் கொண்டது

கருப்பைத்தொரை: பெரும்பகுதி வெள்ளையும் மஞ்சளுமாகவும் சிறுபகுதி கறுப்பாகவும் உள்ளது.

நரிக்காச்சி: நரியின் நிறத்தை உடையது.

வெள்ளைநாச்சி: வெண் நிறமானது

மணத்தின் அடிப்படையில்

பூநாரி: பூமணம் கொண்டது

கிளுவங்காச்சி: கிளுவை என்னும் உயிர்வேலிச் செடியின் மணம் உடையது.

கற்பூரப்படலி: சூடன் (கற்பூரம்) மணம் உடையது

சுவையின் அடிப்படையில்

தேனி: தேன் சுவை உடையது

காறிச்சி: கசப்பான சுவை உடையது

மாம்பழச்சாறி: மாம்பழச்சாறின் சுவை உடையது.

கரும்பி: கரும்பின் சுவை உடையது.

வடிவத்தின் அடிப்படையில்

வாழைக்காச்சி: வாழைப்பழ வடிவு உடையது.

முடாக்காச்சி: பானைபோல் பெரிய வடிவமுடையது.

குடவனகாச்சி: வளைந்த பெரிய வடிவமுடையது.

வட்டக்காச்சி: வட்ட வடிவில் ஆனது.

இது போன்ற பாகுபாடுகள் சிறிய அளவில் ஆங்காங்கே தமிழ்நாட்டில் வழக்கில் உள்ளன.

நுங்கு போன்றே குலையில் இடம்பெற்றிருக்கும் பனம் பழம் நன்றாகப் பழுத்துவிட்டால் தானாக உதிர்ந்துவிடும். உதிர்ந்த பழத்தைப் பனை உரிமையாளர் மட்டுமின்றி வழிப்போக்கர்களும் எடுத்துச் செல்வதுண்டு. பனம் பழம் இயல்பாக உதிர்ந்து விழுவதை அடிப்படையாகக் கொண்டு **'காக்கை உட்காரப் பனம் பழம் விழுந்தது'** என்ற பழமொழியும், 'காக்கை உட்காரப் பனம் பழம் விழுந்த மாதிரி' என்ற பழமொழிச் சொற்றொடரும் உருவாகியுள்ளன.

இயல்பாக நடைபெற்ற நிகழ்வு ஒன்றனுக்கு, வேறு ஒருவன் தான் காரணம் என்று கூறுவதைக் குறிக்குமிடத்து இப்பழமொழி பயன்படுத்தப்படுகிறது.

இந்தியத் தத்துவ ஆய்வுகளில் இடம்பெறும் அளவைகளை (தர்க்கப் பிரமானம்) எளிதில் புரிந்துகொள்ளும் வகையில் விளக்குவதில் நியாயம் என்ற ஒன்று உண்டு. இது சுருங்கக்கூறி விளக்கும் தன்மையது. மேற்கூறிய பழமொழிப் பொருளை ஒத்ததாக வடமொழியில் **காகதாலீய நியாயம்** என்ற நியாயம் உள்ளது. இது குறித்து கு. நடேசகவுண்டர் (2004:150) பின்வருமாறு விளக்கம் தருகிறார்:

> பனங்குலையின் மேல் காக்கை உட்காரவும் முதிர்ந்த பழம் ஒன்று அதனின்று விழவும் ஒரே கணத்தில் நிகழ்ந்தால் அதைக் கண்டோர், பனம் பழம் விழுவதற்குக் காக்கையைக் காரணம் என்பர். உண்மையாகப் பனம் பழத்தை உதிர்க்கும் நோக்கமோ வலிமையோ காக்கைக்கு இல்லை. தற்செயலாக ஒருவனுக்கு உண்டான நன்மை தீமைகளுக்குப் பிறன் ஒருவன் காரணமாகக் கருதும்படி ஏற்பட்டபோது, கூறப்படுவது இந்நியாயம்.

காக்கை பனை மரத்தின் அடியில் உட்காரவும் பனம் பழம் அதன்மேல் விழுந்து அது சாகவும் நேரிட்டதாகப் பொருள் கூறித் தற்செயலாக நிகழும் ஆபத்திற்கு ஒருவரைக் காரணமாகக் கூறுதற்கும் இந்நியாயமாகும்.

இவ்வாறு தானாக உதிந்துவிழும் பனம் பழம் தொடர்பாக நம்பிக்கையொன்று சென்ற நூற்றாண்டில் பரவலாக இருந்துள்ளது. தற்போது பெரும்பாலும் இந்நம்பிக்கை மறைந்துவிட்டாலும் சிலர் இன்னும் இந்நம்பிக்கையைக் கொண்டுள்ளனர். இந்நம்பிக்கை வருமாறு:

பனை மரங்கள் மிகுந்து வளர்ந்துள்ள பகுதியில் அதிகாலை நேரத்தில் சென்றால் ஆங்காங்கே பனம் பழங்கள் கீழே விழுந்து கிடப்பதைக் காணலாம்.

இவை இரவு நேரத்தில் தானாக உதிர்ந்தவை. இவற்றை எடுக்க விரும்புவோர் காலால் அப்பழத்தை உதைத்து உருட்டிவிட்ட பின்னரே அதைக் கையில் எடுப்பர்.

இவ்வாறு செய்வதற்கான காரணம் என்ன என்பது சிலருக்குத் தெரியவில்லை. சிலர் பனம் பழத்தில் உறையும் பேயைக் காலால் உதைத்து விரட்டிய பின்னரே அதை எடுக்க வேண்டும் என்கின்றனர்.

இது குறித்து நெல்லை மாவட்டம் வள்ளியூர் அருகில் உள்ள கண்ணை நல்லூர் திருமதி.செல்லத்தாய் (74) விளக்கமாகக் கூறிய செய்தி வருமாறு:

பனை மரங்களில் இரவு நேரத்தில் பேய்கள் நடமாடும். அவை பனம் பழமாக மாறி, கீழே விழுந்து கிடக்கும். இப்பேய்கள் தரையில் குனிபவரைப் பற்றிக்கொள்ளும் இயல்புடையவை. ஆனால், நிற்பவரையோ நடப்பவரையோ ஒன்றும் செய்யாது.

பனம் பழத்தைக் காலால் உதைக்கும்போது, பேய் என்றால் மறைந்துவிடும். பனம் பழம் என்றால், உருண்டு சென்று தரையிலேயே கிடக்கும். இந்நம்பிக்கையின் காரணமாகத்தான் தரையில் விழுந்துகிடக்கும் பனம் பழத்தை காலால் உதைத்த பின்னரே எடுக்கின்றனர்.

பனம் பழம் பழுத்துவிட்டால் அதிலிருந்து ஒருவகையான நறுமணம் பரவ ஆரம்பிக்கும். பனம் பழம் பழுக்கும் பருவத்தில் பனந்தோப்பில் இம்மணம் பரவி நிற்கும். பனம் பழத்தின் மணத்தை மையமாகக் கொண்ட கதை ஒன்றுண்டு.

ஆங்கில ஆட்சியின்போது, வெள்ளைக்கார அதிகாரி ஒருவர் பனங்காட்டு வழியாகக் குதிரையில் தன் இந்திய உதவியாளர்களுடன் பயணம்

செய்தார். அவர் வந்த காலம் பனம் பழம் பழுக்கும் காலம். ஆங்காங்கே பனம் பழத்தைச் சுட்டுத் தின்றுகொண்டிருந்தார்கள். அப்பகுதி முழுவதும் பனம் பழத்தின் மணம் பரவி இருந்தது. வழியில் பனம் பழங்கள் உதிர்ந்து கிடந்தன.

பனம் பழத்தின் மணத்தால் ஈர்க்கப்பட்ட வெள்ளை அதிகாரி அதன் பயன்பாட்டையும் அதிக எண்ணிக்கையில் அது காணப்படுவதையும் நேரடியாகக் கண்டுணர்ந்தார். தன்னுடன் வந்த இந்திய உதவியாளர்களை நோக்கி "இப்பழத்திற்கு வரி உண்டா" என்று வினவினார். "வரி இல்லை" என்று அவர்கள் விடையளித்ததும், வரிபோட அவர் முடிவுசெய்தார்.

வரியின் அளவை முடிவுசெய்யும் முன்பு அதைத் தின்று பார்க்க விரும்பி ஒரு பனம் பழத்தை எடுத்துக் கடித்தார். ஒரே நாராகவும், புளிப்பாகவும் அது இருப்பதை உணர்ந்தார். இது வரிவிதிக்கத் தகுதியற்றது என்ற முடிவுக்கு வந்து திரும்பிச் சென்றுவிட்டார் (லிங்கராஜ், ஆதனூர்).

பனம் பழத்தை உரித்துப் பச்சையாகச் சாப்பிடலாம். நெருப்பில் சுட்டுச் சாப்பிடுவது பரவலான நடைமுறையாகும். சதைப்பற்றை மட்டும் தனியாகப் பிரித்தெடுத்து வேகவைத்துச் சாப்பிடுவதும் உண்டு.

நன்றாக பழுத்த பனம் பழத்தை அரிவாளால் கொத்தியோ கத்தியால் குத்திக் குடைந்தோ அரிவாள் மனையில் சீவியோ உண்பர். நன்றாகப் பழுக்கவில்லை என்றால் அவித்து, கருப்புக்கட்டி கலந்து உண்பர். பனம் பழத்தை நாள்தோறும் தின்று வந்தால் கரப்பான், அழுகிய சிரங்கு, மலபந்தம், பித்தவாய்வால் ஏற்படும் நோய்கள் உண்டாகும் என்று 'பதார்த்த குணபாடம்' என்ற நூல்:

நாளும் பனம்பழத்தை நல்லமுதாய் உண்ணுங்கால்
ஆளுங் கரப்பான் அழுகிரந்தி – நீளுமலம்
சிக்கும்பித் தத்தில்வளி சேருதல் நோய்க்கனமு
திக்கும் பலக்குமென் செப்பு

என்று எச்சரிக்கிறது. பனம் பழத்தை உண்டு முடித்த பிறகு பனங்கொட்டையைச் சுற்றியுள்ள நார்ப் பகுதிகள் சிலும்பிக்கொண்டு, காட்சி தரும்.

முதுமையின் விளைவாகத் தலைமுடி உதிர்வதைப் 'பனங்கனி போல் பருவமுடியுதிர' என்று பெரிய திருமொழி. (9:1.7) குறிப்பிடும்.

பனம் பழத்தைப் பச்சையாகவும் அவித்தும் உண்ணுவது ஒருபுறம் இருக்க அதில் இருந்து 'பனாட்டு' என்ற தின்பண்டம் தயாரிக்கும் முறை

இலங்கைத் தமிழர்களிடையே உள்ளது. பனம் பழத்தில் உள்ள கூழ்போன்ற பகுதியைப் பிரித்தெடுத்து அதை ஓலைப்பாயில் ஊற்றி வெயிலில் காயவைப்பர். இவ்வாறு காய்ந்த இக்கூழின் மீது மீண்டும் பனம் பழக் கூழை ஊற்றிக்காய வைப்பர். இதனால் தடிமனான தோற்றத்துடன் பனம் பழக் கூழ் உறைந்து காட்சியளிக்கும். வெயிலில் நன்றாகக் காய்ந்த பனாட்டை நறுக்கி உண்பர். வெயிலில் காய்வதால் இது சுவையுடையதாய் இருக்கும்.

இது தமிழ்நாட்டின் பழமையான உணவுப் பொருள் என்பதற்குச் சான்றாக "பனையின் முன்னர் அட்டு வரு காலை" என்று தொடங்கும் தொல்காப்பிய நூற்பாவிற்கு (285) உரை எழுதியுள்ள உரையாசிரியர் 'பனாட்டு' என்ற சொல்லை எடுத்துக்காட்டாகக் கூறியுள்ளது அமைகிறது. ஆனால், இன்று 'பனாட்டு' ஈழத்தமிழர்களிடையேதான் பரவலாக வழக்கில் உள்ளது. இங்கு தோன்றிய 'தாலவிலாசம்' என்னும் நூல் பனாட்டின் வகைகளையும் பனாட்டில் சேர்க்கும் பொருட்களையும் விரிவாகக் குறிப்பிடுகிறது.

வெட்டிப்பழுத்தகனி வீழ்கனிக ளைக்கழுவித்
தட்டி நெகிழ்த்துரித்துத் தானடுக்கி – வட்டக்
கடகங்களில் இட்டுக் காடிவடித் (து) – ஊற்றித்
திடமாக சேர்த்துப் பிசைந்து – கொடுமிடிமை
துன்று நலத்தைத் துருவி யுறப்பதுபோல்
ஒன்று களியை யுறந்தெடுத்து – நன்றாகப்
பின்னுமொரு கால்வேறு பெட்டியில் இட்டுப்பிசைந்து
மன்னுங் களிபிழிந்து வளர்த்தொன்றாய்ச் சொன்னபடி

கிஞ்ஞாச் செடியின் கிளை கூட்டினால் துழாவி
யெஞ்சாது குந்தை யெடுத்தெறிந்து

என்று பனம் பழக்கூழ் தயாரித்தலைக் குறிப்பிட்டு, அதை வெயிலில் உலரவைப்பது குறித்து,

...... முழம் ஆறிரண்டுடைய ($6 \, x \, 2 = 12$ முழம்)
பன்னருசெய் பாய்மேற் பரவியே – நன்னயமாய்
மாலை மடித்து வழிநாட் சுடர் தோன்றுங்
காலை விரித்துக் களிபரவி – மேலைவித
எட்டுநாள் எட்டு களிவிட்டு இறுகியறை
மட்டதாகத் தடித்து வந்தற்பின்

என்ற விவரிக்கிறது. இதன்படி பார்த்தால் எட்டு நாட்கள் பனம் பழக்கூழை ஒன்றன்மேல் ஒன்றாக விட்டு வர வேண்டும். இதனால் முதல்நாள் மெல்லிதாகப்

படிந்த பனம் பழக்கூழ் எட்டு நாட்கள் கழிந்தபின் தடினமாகக் காட்சி தரும். இதைக் கூடையில் அடைத்து வைப்பது குறித்து,

உப்புப்பிரண்டையிரண்(டு) ஒக்க அதன் மேல் தூவி
தப்பாமல் சாணுக்குச் சாண் கீறி . . .
மெல்ல மெல்லப் பாயிதழை வெட்டாமல் நல்லகூர்த்
தட்டகப்பை யாற்புல்லுச் சத்தகத்தால் தண்ணீரில்
தொட்டெடுத்துச் சூரிய வெப்பத்தில் – வட்டக்
குடிலின்மேல் காயவைத்துக் கொண்ட இதழ்போக்கி
வடிவாக நூல்போல் மடித்து.

கூடையில் இட்டுப் பரணில் வைக்க வேண்டும் என்கிறது. ‘பாணிப்பனாட்டு’, ‘தோற்பனாட்டு’ என்ற பெயர்களில் ஆன இரு பனாட்டு வகைகளையும் அடுத்துக் குறிப்பிடுகிறது. பாணிப்பனாட்டு தயாரிப்பு தொடர்பாக இருமுறைகளை இந்நூலாசிரியர் குறிப்பிடுகிறார்.

. . . பேணுபனங்
கட்டியும் நெய்யும் கலந்துகளி பாதியிறை
மட்டுந் தடித்திறுக வார்த்தறபின் – கெட்டியாய்
முன்போல் எடுத்து மடித்துமுடை கூடையிலிட்டு
அன்பாக உண்பார்.
. . . சிறுதுண்டாகப்
பனாட்டை அரிந்து கொண்டு – வேகவறுத்து
இந்த எள்ளும் மிளகரிசி சீரகமும்
புட்டெடுத்த பாணியுடன் அளவி – முட்டியிலே
பெய்து வைத்து . . .

அடுத்து தோற்பனாட்டு செய்தல் குறித்தும் குறிப்பிடுகிறார். ஆறு நாட்கள் பனங்கூழைக் காயவைத்து, தாள்போல் உரித்தெடுத்து, பச்சடி தொட்டு உண்பதே தோற்பனாட்டாகும். பனாட்டு உண்பதால் அடையும் நன்மைகளை

மாரிக்கா லத்தின் மருவும் உணவோடு உண்ண
வீரியமாய் நோய்கள் விலகுவதுகேள் – சேரு
மலச்சிக்கல் போக்கு(ம்) வயிற்றுளைவு – மீன்முள்
குடர்ச்சிக்கல் கூட்டோடு போக்கும்.

என்று குறிப்பிடுகிறார். தொல்காப்பிய உரையாசிரியரால் உரையில் சுட்டப்பட்ட ‘பனாட்டு’ ஈழத்தமிழர்களிடையே இன்றும் நிலைத்துள்ளது. பனம் பழத்திலிருந்து பழக்கூழ் (ஜாம்) செய்வதும் ஈழத்தமிழர்களிடையே வழக்கில் உள்ளதாகத் தெரியவருகிறது.

பனம் பழம் பழுத்து முற்றிய பிறகு கிடைப்பதே பனங்கொட்டை. இதுவே பனை மரத்தின் விதையாகும். பனை பனங்கொட்டையை உருவாக்க, பனங்கொட்டை பனையை உருவாக்குகிறது. இவ்வுண்மை தத்துவ விவாதத்திற்கான கருப்பொருளாகவும் மாறியுள்ளது. மணிமேகலைக் காப்பியத்தில் பனை முந்தியதா பனங்கொட்டை முந்தியதா என்ற வினா எழுப்பப்படுகிறது.

இத்தத்துவ விசாரணை ஒருபுறம் இருந்தாலும் பனம் பழம்தான் பனையின் தோற்றத்திற்கான பனங்கொட்டையை உருவாக்குகிறது.

பொதுவாகப் பனம்பழத்தில் மூன்று கொட்டைகள் இருக்கும். என்றாலும் ஒரு கொட்டையுடன் கூடிய பனம்பழமும் உண்டு. இக்கொட்டையில் இருந்து வளரும் பனை பெரும்பாலும் பெண்பனையாகவே அமையும் என்ற நம்பிக்கை உள்ளது.

பனங்கிழங்கு

பனை மரத்தின் இனப்பெருக்கத் திற்குப் பனங்கொட்டை அடிப்படைக் காரணமாய் அமை கிறது. பனங்கொட்டை என்ற உபதலைப்பில் இரண்டாவது இயலில் இச்செய்தி கூறப்பட் டுள்ளது. இதனால் இவ்வியலில் பனம் பழத்தில் இருந்து உருவாகும் பனங்கொட்டை குறித்த செய்திகள் இடம்பெறவில்லை.

பனங்கொட்டையின் மற்றொரு பயன்பாடு பனங்கிழங்கின் மூலப் பொருளாக அது விளங்குவதாகும். பனங்கொட்டையைப் பூமிக்குள் நடும்போது, உருவாவதுதான் பனங்கிழங்கு.

கிழங்கு வைக்காத கொட்டை களை நாகை மாவட்டத்தில்

ஆ. சிவசுப்பிரமணியன்

'கரணைக்கொட்டை' என்றும் தென் மாவட்டங்களில் 'மொட்டைக்கொட்டை' என்றும் குறிப்பிடுவர்.

தரமான கொட்டைகளை ஊன்ற மழைகாலம் ஏற்றது. தண்ணீர் தெளித்துப் பராமரிக்கும் சிரமம் இதனால் குறையும். கொட்டைகளை நட ஒன்று முதல் ஒன்றரை அடி உயரம் வரை கொட்டைகளின் எண்ணிக்கைக்கு ஏற்றாற்போல் செவ்வக வடிவிலோ சதுர வடிவிலோ மேடு ஒன்றை அமைப்பர். பனங்கொட்டையின் கண்பகுதி கீழேபார்க்கும் நிலையில் நெருக்கமாக வைத்துப் பின் மண்ணால் மூடிவிடுவர். தண்ணீரை ஊற்றினால் கொட்டையை மூடியுள்ள மண் கரைந்துவிடும் என்பதால் தண்ணீரைத் தெளிப்பர். அல்லது சிறிது சிறிதாகச் சிறு பாத்திரங்களின் துணையால் ஊற்றுவர்.

செம்மண் நிலம், மணற்பாங்கான நிலம், குறுமண் நிலம் ஆகியன பனங்கிழங்கு வளர்க்க ஏற்ற நிலங்களாகும். களித்தன்மை வாய்ந்த நிலம் பொருத்தமற்ற நிலமாகும். மேடு அமைக்கும் முன், மாட்டுச் சாணம், ஆட்டுப் புழுக்கை ஆகியனவற்றைப் பொடித்து, மேடு அமைக்கப் பயன்படுத்தும் மண்ணுடன் கலந்துவிடுவர். மூன்றுவார அளவில் கொட்டைகள் முளைத்து விடும். கொட்டையிலிருந்து புறப்படும் ஆணிவேர் போன்ற பகுதியே பனங்கிழங்காகிறது. மூன்றுமாத காலத்தில் பனங்கிழங்கு உருவாகிவிடும்.

மேட்டில் வளரும் கிழங்கு முதிர்ச்சி அடைந்ததை, மேட்டில் வளரும் பீலி வெளிப்படுத்தும். செயற்கையாக நாம் அமைத்த மேடு என்பதால் மேடை எளிதாக அகற்ற முடிவதுடன் சேதமின்றிக் கிழங்குகளை எடுக்க முடியும். பூமியின் உள்ளே நட்டால் குழிதோண்டிதான் எடுக்க வேண்டும்.

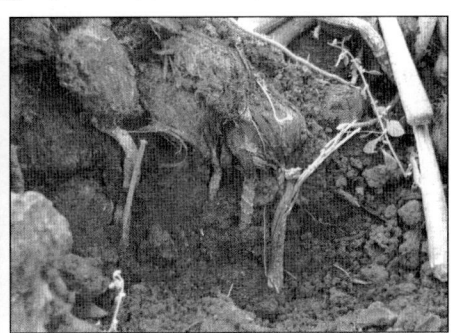

பனங்கொட்டையுடன் பனங்கிழங்கு

கிழங்கும் ஆழமாக வேர்பிடித்துக் கொள்ளும். இதனால் எடுப்பது சிரமம் தரும் என்பதுடன் கிழங்குகள் சேதமடையும் வாய்ப்பும் அதிகம்.

கிழங்கின் கவசம் போல், தோல் ஒன்று கிழங்கை மூடியிருக்கும். அடிபெருத்து நுனிசிறுத்து இருக்கும் கிழங்கானது பனங்கொட்டையுடன் இணைந்தே காணப்படும்.

* * *

கிழங்கு வளர உதவிய சத்துப்பொருள் கொட்டையிலிருந்து மறைந்துவிடும். இதை உண்டே கிழங்கு வளர்ந்துவிடுகிறது. ஆனாலும், தொடக்கத்தில் கிழங்கின் வளர்ச்சிக்குத் துணைநின்ற சத்துப்பொருள் கொட்டையின் உள்ளே எஞ்சி இருக்கும். வெள்ளை நிறமும் மஞ்சள் நிறமும் இணைந்த இதை, 'தவண்' என்பர். இது இனிப்பாகவும், உண்பதற்குச் சுவையாகவும் இருக்கும். கொட்டையை இரண்டாகப் பிளந்து இதை எடுத்து உண்பர்.

* * *

விளைந்த கிழங்குடன் இணைந்திருந்த கொட்டையானது தவணைத் தவிர வேறு எதுவும் இன்றி இருக்கும். இதைத் தென்னையின் தேங்காயச் சிரட்டை போன்று பயன்படுத்துவர். அகப்பை, சிமிழ் ஆகியன இதனால் செய்யப்படுகின்றன. பனங்கொட்டையை முறையாகச் சேகரித்துப் பயன்படுத்தும் தொழில்கள் உருவாகாமையால் அடுப்பெரிக்கவே இது பெரும்பாலும் பயன்படுகிறது.

* * *

பனங்கிழங்கை அதன் மீது ஒட்டியுள்ள மண்போகக் கழுவிவிட்டு, அதன் மேல் தோலை உரித்துவிட்டு உப்பு, மஞ்சள் பொடி, மிளகாய்ப் பொடி கலந்த நீரில், அடிப் பகுதி கீழே இருக்கும்படி நேராக நிறுத்தி வேகவைப்பர். கிழங்கின் நுனிப் பகுதியை அறுத்தெறிந்து விடுவர்.

முன்பெல்லாம் மண்பானையில் செங்குத்தாகப் பனங்கிழங்கை நிறுத்தி வாயகன்ற சட்டியால் மூடிவிடுவர். உப்பும் மிளகாய்த் தூளும், மஞ்சள் தூளும் கலந்த நீர் பனங்கிழங்கினுள் ஊடுருவி சுவையூட்டும். உண்ணும்போது, பனங்கிழங்கை நீளவாட்டத்தில் இரண்டாகப் பிரிப்பர். அப்போது நடுவில் உள்ள பனங்குருத்து வெளிப்படும். இதுவும் சுவையானது. வேகவைக்காமல்

பனங்கிழங்கை, பச்சையாக உண்ண முடியாது. தணலில் இட்டு சுட்டுத்தின்பதும் உண்டு. பனங்கிழங்குடன் உண்ண துணைப்பொருளாகத் தேங்காய் அமையும்.

வேகவைத்த கிழங்குகளை இரண்டாகப் பிளந்து முறத்திலிட்டு நிழலில் உலரவைப்பர். காய்ந்தும் காயாமலும் இருக்கும் நிலையில் பச்சைமிளகாய் தேங்காய், உப்பு, வெள்ளைப்பூடு ஆகியன இட்டு அதை இடித்துத் தூளாக்கி உண்பதுண்டு.

வேகவைத்த கிழங்கை வெயிலில் உலர்த்திக் காயவைத்து காய்ந்த கிழங்குகளை முறுக்கு போல் கடித்துத் தின்பதும் உண்டு. இது மாதக்கணக்கில் கெடாது இருக்கும்.

காய்ந்த பனங்கிழங்கை, நன்றாக இடித்து மாவாக்கி, சலித்து எடுத்து கிழங்கு மாவைத் தயாரிப்பர். இம்மாவை விடுதலைப்புலிகள் ஈழ உள்நாட்டுப் போரின்போது போர்முனை உணவாகப் பயன்படுத்தியதாகச் செய்தியுண்டு. முன்னர் குறிப்பிட்ட தாலவிலாசம் என்னும் நூல் ஈழத்தமிழர்கள் பனங்கிழங்கைப் பயன்படுத்தும் முறை குறித்து விரிவாகக் குறிப்பிடுகிறது. இம்மாவைக் கொண்டு நான்கு வகையான பிட்டுகளும் இருவகைக் கூழும் செய்யும் முறையை இந்நூல் விவரிக்கிறது.

பனங்கிழங்கை அதன் கூர்மையான பகுதியில் இரண்டாகப் பிளந்து தனித்தனியாக எடுக்காதுவிட்டால் பார்ப்பதற்கு அது நாரையின் அலகு போல் காட்சியளிக்கும். இக்காட்சியை மனதில் கொண்டு,

நாராய் நாராய் செங்கால் நாராய்
பனம்படு பனையின் கிழங்கு பிளந்தன்ன
பவளக் கூர்வாய்ச் செங்கால் நாராய்

என்று சத்திமுற்றம் என்ற ஊரில் தோன்றிய கவிஞர் ஒருவர் பாடிய பாடல், உவமைச் சிறப்பின் எடுத்துக்காட்டாக நிலைத்து நிற்கிறது.

தொழில் எதிரிகள்

பனைத் தொழிலில் இருவகையான எதிரிகளை, பனை மரத் தொழிலாளிகள் எதிர்கொள்ள நேரிடுகிறது. முதலாவது மனிதர்கள். பனை மர உரிமையாளர் அல்லது குத்தகைதாரர்கள் அறியாமல், நுங்கு வெட்டுவது, பதநீர் குடிப்பது ஆகிய செயல்களை மேற்கொள்வோர் பனைத் தொழில் பகுதியில் உண்டு.

இவர்கள் தனி மனிதர்களாகவும், சிறு குழுவினராகவும் செயல்படுவர். இவர்கள் விற்பனைக்காக அன்றி, பதநீர் பருகும் அல்லது நொங்கு தின்னும் விருப்பத்திற்காகவே இச்செயல்களில் ஈடுபடுவர். தாம் மேற்கொண்ட செயலுக்கான தடயங்களை இவர்கள் மறைப்பதில்லை. அங்கேயே விட்டுச் செல்வர்.

நுங்கை இவர்கள் அரைகுறையாகத் தின்றுவிட்டு அவசரத்தில் நுங்கு ஒட்டியிருக்கும் குரும்பையைப் போட்டுச் சென்றுவிடுவர். வழிப்போக்கன் ஒருவன். அதைச் சுரண்டித் தின்னும் காட்சியைக் காணும் பனை உரிமையாளன் அவனைத் திருடனாக்கிவிடுவான். குற்றம் செய்தவன் தப்பிக்க, அதில் தொடர்பில்லாத ஒருவன் குற்றவாளியாக்கப்படும்போது,

நுங்கு திருடினவன் இருக்க
குரும்பை தின்னவன் அகப்பட்டமாதிரி

என்ற சொலவடையைப் பயன்படுத்துவதுண்டு. ‘தின்னவன்’ என்பதை ‘நக்கினவன்’ என்று குறிப்பிடுவதும் உண்டு.

மரநாய், புனுகுப்பூனை, வௌவால், அணில், காகம், மைனா, தவிட்டுக்குருவி என்பன பதநீரைக் குடித்துவிடும். இதனால் கிடைக்கும் பதநீரின் அளவு குறைந்துவிடும்.

மற்றொரு பக்கம், கட்டெறும்பு, செங்குளவி, கடந்தை ஆகிய சிற்றுயிர்கள் கடித்து அல்லது கொட்டி பனைத் தொழிலாளிக்குத் துன்பம் தரும்.

உச்சிப் பகுதியை அடுத்து வளரும் பனை ஓலையின் மட்டையை அணில் கருமிவிடுவதும் உண்டு. இதை உணராது அம்மட்டையைப் பற்றி ஏறினால், மட்டை முறிந்து கீழே விழ நேரிடும்.

பனை மரங்கள் மிகுந்த தேரிக்காட்டுப் பகுதியில் தேனீ வளர்ப்பைச் சென்ற நூற்றாண்டின் எழுபதுகளின் இறுதியிலும், எண்பதுகளின் தொடக்கத்திலும் தமிழ்நாடு அரசு ஊக்குவித்தது. வீட்டுத் தோட்டங்களிலும், தோப்புகளிலும் கூடுகள் அமைத்து, தேனீ வளர்ப்பு தீவிரமடைந்தது. பதநீரின் மணத்தால் ஈர்க்கப்பட்ட தேனீக்கள் பனை மரங்களை மொய்க்க ஆரம்பித்தன. இதனால்,

(1) தேனீ கொட்டுதல்

(2) ஆயிரக்கணக்கில் தேனீக்கள் பருகுவதால் பதநீரின் அளவு குறைதல்

(3) பதநீருக்குள் அதிக அளவில் தேனீக்கள் செத்து மிதத்தல்

என்ற இடையூறுகள் பரவலாயின. இதனால், தேனீ வளர்ப்புக்கு எதிரான குரல் அழுத்தம் பெறலாயிற்று. அதன் பின் இப்பகுதியில் தேனீ வளர்ப்பு படிப்படியாக நிறுத்தப்படலாயிற்று.

புதிதாக ஒரு திட்டத்தை அறிமுகம் செய்யும்போது, அதன் எதிர் விளைவுகளைக் கணக்கில் எடுத்துக்கொள்ளாத அரசு இயந்திரத்தின் இயல்புக்கு இந்நிகழ்வு ஓர் எடுத்துக்காட்டாக அமைந்தது.

4

ஓலையும் ஈர்க்கும்

வேலி அடைக்கலாம் வீடுகளும் வேயலாம்
கோலக் குடில்கட்டிக் கொள்ளலாம்   *(தாலவிலாசம்)*

மரங்கள் உள்ளிட்ட தாவரங்களின் முக்கிய உறுப்பு இலையாகும். இலைகளின் துணையால்தான் தாவரங்கள் சுவாசிக்கின்றன. ஒளிச்சேர்க்கை மேற்கொள்கின்றன. தன்னிடம் உள்ள நீரை ஆவியாக வெளியேற்றுகின்றன. தன் மீது விழும் மழைநீரை உறிஞ்சுகின்றன.

இலை என்ற சொல்லுக்கு ஈடாக *leaf* என்ற ஆங்கிலச் சொல் உள்ளது. இதன் அடிப்படையில் பனை இலை என்ற பொருளில் *palm leaf* என்ற ஆங்கிலச் சொல் உருவாகியுள்ளது. ஆனால், தமிழ் மரபில் பனை இலை என்ற சொல்லைப் பயன்படுத்துவதில்லை. 'தோடே' என்று தொடங்கும் தொல்காப்பிய மரபியல் நூற்பா (எண்.88) சுட்டுவது போல் பனையின் இலையை, 'பனை ஓலை' என்றே அழைக்கிறோம்.

பனை ஓலை பிற தாவரங்களின் இலைகளைப் போல், மழைநீரை உறிஞ்சுவதில்லை. இதன் வழுவழுப்புத் தன்மை மற்றும் ஓலையின் அமைப்பின் காரணமாக மழைநீர் வழுக்கிச் சென்று விடும். அத்துடன் உறுதியான தன்மை பனை ஓலைக்கு உண்டு.

'பனை ஓலை' என்று நாம் பொதுவாக அழைத்தாலும் அதில் பல வகைகள் உண்டு.

ஆ. சிவசுப்பிரமணியன்

வடலிப் பனையில் (இளம் பனைகளில்) கிடைக்கும் ஓலையை வடலி ஓலை என்று குறிப்பிடுவதுண்டு.

வளர்ந்த பனையில் மாதம் ஓர் ஓலை தோன்றும். தொடக்கத்தில் ஓலையின் மடிப்புகள் அடுக்காக இணைந்திருக்கும். இது வெளித் தோற்றத்தில் இளம்பச்சை நிறமாகவும் உள் தோற்றத்தில் சிறிது வெண்மை நிறமாகவும் இருக்கும். முழுப் பச்சை நிறத்தில் இருக்காது. இப்பருவத்து ஓலையை குருத்தோலை என்பர். குருத்தோலை வளரும்போது, அதன் வெண்ணிறம் மாறி பச்சை நிறம் தோன்றும். மடிப்பு நீங்கி அகலமாகக் காட்சியளிக்கும். பனையின் உச்சிக்குள் ஒளிந்திருந்ததுபோல் ஒடுங்கியிருந்த குருத்தோலை வெளிப்பட்டு சிறிது விரிந்த நிலையில் காட்சி அளிக்கும். பின்னர், இவ்வோலை வளர்ச்சியடைந்து பச்சை ஓலையாகப் பரிணமிக்கும். இவ்வோலையைச் 'சாரோலை' என்பர். சாரோலைதான் பனையின் வளர்ச்சிக்குத் துணைபுரியும். ஒரு கட்டத்தில் பனையில் இருந்தவாறே பச்சை ஓலை காய்ந்து வரும். ஆனால், திடீரென்று காய்ந்துவிடாது. சிறிது சிறிதாகக் காயத் தொடங்கும். காயும் நிலையிலும் மரத்திலிருந்து சத்தை எடுத்துக் கொள்ளும். ஆனால், பச்சை ஓலையைப் போல் மரத்துக்குச் சத்தை வழங்காது. இவ்வாறு பயன்தராது, சத்தை உறிஞ்சும் ஓலையை வெட்டி விடுவர். இச்செயல் 'ஓலைகழித்தல்' எனப்படும்.

ஓலையும் ஓசையும்

காற்றடிக்கும்போது, பச்சை ஓலைகளில் சலசலக்கும் ஓசை எழும். 'பனங்காட்டு நரி சலசலப்புக்கு அஞ்சாது' என்ற பழமொழி, இதன் அடிப்படையில் உருவாகியுள்ளது. ஆயினும், பெரிய அளவில் ஒலி எழாது. ஆனால், காய்ந்த ஓலைகளில் காற்றுப் படும்போது, அதிக அளவில் இரைச்சல் தோன்றும். காய்ந்த ஓலையைக் காவோலை என்றும் குறிப்பிடுவர். காவோலை ஓசை எழுப்புதலின் அடிப்படையில் 'ஒலிகா ஓலை' (ஒலித்தலை உடைய முற்றிய பனை ஓலை) என்று நற்றிணையும் *(38:8)* குறிப்பிடுகிறது.

'அறிவின்மை' என்ற அதிகாரத்தில் *(26:6)* உள்ள நாலடியார் செய்யுள், அடக்கத்துடன் திகழும் கற்றவர்களைப் பச்சை ஓலையுடன் ஒப்பிட்டும், அடக்கமில்லாத கல்வியறிவில்லாதவர்களை காய்ந்த ஓலையுடன் (காவோலை) ஒப்பிட்டும் கூறும். அச்செய்யுள் வருமாறு:

> கற்றறிந்த நாவினார் சொல்லாம் தம்சோர்வஞ்சி
> மற்றையர் ஆவார் பகர்வார் – **பனையின்மேல்**

வற்றிய ஓலை கலகலக்கும் எஞ்ஞான்றும்
பச்சோலைக்கு இல்லை ஒலி.

வேலி அமைக்கும்போது, காவோலை நொறுங்கிப்போவதைத் தவிர்க்குமுகமாக அதன்மீது தண்ணீர் தெளித்துக் கொள்வர். மழைக் காலங்களில் காவோலையால் வேலி அமைக்கும்போது, தண்ணீர் தெளித்தல் தேவையில்லாமல் போகும். பனை விரைவாக வளர, வடலிப் பனையில் ஓலையை அதன் அடிமட்டையுடன் அறுத்துவிட வேண்டும். முழுமையாக வளர்ச்சி அடைந்தவுடன் மழைக் காலம் வந்தவுடன் ஓலை வெட்ட வேண்டும். ஒரு வருடத்திற்கு ஒரு பனையிலிருந்து பத்து முதல் பதினைந்து ஓலைவரை வெட்டலாம். மழை செழிப்பாகப் பெய்தாலோ நீர்வளம் மிக்க பகுதியில் வளர்ந்திருந்தாலோ பதினைந்து முதல் இருபது ஓலை வரை வெட்டலாம். இவ்வளவு ஓலைவெட்டும் போது சாரோலையையும், குருத்தோலையையும் தவிர்த்துவிட்டு இதர ஓலைகளை வெட்டுவர்.

காவோலையுடன் பனை

ஓலைகுறித்த பழமொழிகள்

பராமரிப்பில்லாத பனைகளில் ஓலை வெட்டுவதில்லை. ஆதலால், ஓலைகளும் மட்டைகளும் காய்ந்து தொங்கும். ஒரு கட்டத்தில் தானாகக் கீழே விழுந்துவிடும். இவ்வோலையையே காவோலை என்பர். சில பனைகளைப் பேய்களுக்கென்று ஒதுக்கி வைத்துவிடுவது வழக்கம் என்றும், அவ்வாறு ஒதுக்கிவிடப்பட்ட பனைகளில் காவோலை வெட்டுவதில்லை என்றும் ஷெராக் என்ற ஐரோப்பிய, கிறித்தவ மறைப் பணியாளர் தம் நூலில் குறிப்பிட்டுள்ளார். தம் நூலில்

காவோலை தொங்கும் பனை (நடுவில்)

காவோலை தொங்கிக்கொண்டிருக்கும் படத்தை வெளியிட்டு அதன் கீழ் இச் செய்தியை ஆங்கிலத்தில் எழுதியுள்ளார். இவ்வாறு விழும் ஓலை அடுப்பெரிக்கவும், வேலி அமைக்கவும் பயன்படும். 'காவோலை கருக்கு மட்டை' என்பது ஒரு வசவுச் சொல்லாகும். மரத்திலிருந்து தானாக விழும் காவோலையைக் குறித்து

கால நில தெரியாம
காவோலை காவடி எடுத்து ஆடுச்சாம்
வேல்முருகான்னு சொல்லத் தெரியாம
வேலிக்குப் பின்னால போயி விழுந்துச்சாம்

என்ற பழமொழியுண்டு. (எம். வெங்கடாச்சலம்). விவரமின்றி சில செயல்களை மேற்கொண்டு சிக்கலில் மாட்டிக்கொள்வோரைக் குறிப்பிட இப்பழமொழி பயன்படுத்தப்படுகிறது. பனையில் தொங்கியவாறு காவோலை காற்றில் அசைவது காவடி எடுத்து ஆடுவதுடன் ஒப்பிடப்பட்டுள்ளது.

காவோலையின் வீழ்ச்சியை மையமாகக் கொண்டு வேறொரு பழமொழியொன்றும் உள்ளது. காவோலையும் தொடக்கத்தில் பச்சை ஓலையாக அழகாக இருந்ததுதான். இதுபோல் வீழ்ச்சியுற்ற மனிதர்களும் ஒரு காலத்தில் உயர்ந்த நிலையில் இருந்திருக்கலாம். இதை அறியாது அவர்களை இகழ்வாக எண்ணக் கூடாது என்று அறிவுறுத்தியும் இன்று வளமான நிலையில் இருப்பவர்களுக்கும் அதே கதி ஏற்படும் என்று எச்சரித்தும்

காவோலையைப் பார்த்து குருத்தோலை சிரிச்சுதாம்

என்ற பழமொழி வழங்குகிறது. இப்பழமொழிக்கு **'காவோலையைப் பார்த்துச் சாரோலை சிரிச்சுதாம்'** என்ற மாற்று வடிவமும் உண்டு. காவோலை தானாக வீழ்வதுபோல் கனவு கண்டால் குடும்பத்தில் ஒருவர் இறந்துபோவார் என்ற நம்பிக்கை உண்டு. 'ஒத்தது ஒத்ததை உருவாக்கும்' என்ற ஒத்த மந்திரவிதி தொடர்பானதாக இந்நம்பிக்கை அமைந்துள்ளது. பச்சை ஓலையில் மழை

பெய்யும்போதும், வெட்டிப்போட்ட பச்சோலையில் தண்ணீர் படும்போதும் பலத்த ஓசை எழும். ஆரவாரம் மிகுந்த சூழலைச் சுட்டும்போது,

> பனை ஓலையில் மழை பெஞ்சுதுபோல்,
> பனை ஓலையில் நாய்மோண்டது போல்

என்ற பழமொழிகள் பயன்படுகின்றன. பனை மரம் உயரமாக இருப்பதாலும் கிளைகள் இல்லாமையாலும் அதன் இலைகளான ஓலைகள் பரந்து இல்லாமையாலும் நிழல் தரும் இயல்பு பனை மரத்துக்கு இல்லை. ஒரு குறிப்பிட்ட இடத்தில் அதன் நிழல்படியாமல் இடம் மாறிக் கொண்டே இருக்கும். இவ்வியல்பை மையமாகக் கொண்டு பழமொழிகள் சில உருவாகி உள்ளன.

> பனை நிழலும் நிழலாமோ
> பகை உறவும் உறவாமோ

> பனை மரத்து நிழலும் சரி
> .... உறவும் சரி.

இரண்டாவது பழமொழியில் தாம் முரண்படும் சாதியின் பெயரை இட்டு நிரப்பிக்கொள்வார்கள். இது வட்டாரத்திற்கு வட்டாரம் மாறுபடும். இதனால், இப்பழமொழிப் பனுவல் நிலைத்த பனுவலாக இல்லாமல் கூறுபவரின் விருப்பத்திற்கு ஏற்ப மாறுதலடையும் பனுவலாக அமையும் தன்மையது.

இப்பழமொழிகளின் கருத்தை ஒத்தாக 'வெற்றி வேற்கை' என்ற பிற்கால நீதி நூலில்

> தேம் படு பனையின் திரள் பழத்து ஒரு விதை
> வான் உற ஓங்கி வளம்பெற வளரினும்
> ஒருவர்க்கு இருக்க நிழல் ஆகாதே

என்று அதி வீரராம பாண்டியன் பாடியுள்ளார்.

ஓலையின் பயன்கள்

பனை ஓலையை முழுமையாகவும், பிளந்தும் தறித்தும் (துண்டித்தும்) பயன்படுத்தலாம். முழு ஓலையின் பயன்பாடுகளில் ஒன்று. அதைக் கொண்டு வேலி அமைப்பது. இது மிகவும் தொன்மையான நடைமுறையாகும். முற்றாகக் காவோலையில் வேலியமைக்கப்பட்டிருந்ததை

பனை ஓலையாலான வேலி

கால்நடைக் கொட்டகை

. . . பெண்ணை (பனை)
வீழ் காவோலை சூழ்சிறை யாத்த

என்று நற்றிணை *(354:3–4)* குறிப்பிடுகிறது. கலித்தொகையிலும் இச்செய்தி *(38)* இடம்பெற்றுள்ளது. வீட்டின் கூரையாகப் பனை ஓலை அமைகிறது.

பனை ஓலைக் குடில்

பனை ஓலை வழுவழுப்பாகவும், தடிமனாகவும் இருப்பதால் முறையாக ஓலை வேய்ந்த வீடுகள் வெயிலுக்கு இதமாகவும், மழையில் ஒழுகாததாயும் இருக்கும். இதன் குறைபாடாக அமைவது தீப்பற்றினால் எளிதில் அணைக்க முடியாததாகும்.

எரிபொருளாகவும் பனைஓலை பயன்படுகிறது. அன்றாடச் சமையலின் போது, பனைஓலையை எரிபொருளாகப் பயன்படுத்தாதவர்கள்கூட கோவிலில் பொங்கல் இடும்போதும், தை மாதம் முதல் நாள் அன்று கொண்டாடும் பொங்கல் திருநாளை ஒட்டி, வீட்டின் முன்பாகப் பொங்கல் வைக்கும்போதும், எரிபொருளாகப் பெரும்பாலும் ஓலையைப் பயன்படுத்துகின்றனர். எரிப்பதற்குச் சிரமமின்றி அமைவதால் இதைப் பயன்படுத்துகிறார்கள்.

எரிபொருளாக ஓலை விற்பனை (நன்றி: பீட்டர் ஆரோக்கியராஜ்)

பொங்கலை ஒட்டி விற்பனை செய்ய மாட்டு வண்டிகளில் ஓலை பயணிப்பதையும் தெருவோரங்களில் விற்பனைக்காக அடுக்கி வைக்கப் படுவதையும் இன்றும் கூடக் காணமுடிகிறது.

உவர் நீக்கி

நன்செய் நிலங்களில் களர் அல்லது உவர் நிலங்களாகச் சில பகுதிகள் அமைந்துவிடுவதுண்டு. இந்நிலங்களில் இவற்றைப் போக்கும் வழிமுறையாகப் பனை ஓலையைத் 'தொழிகலக்கிய' (சேறு கலக்கிய) அந்நிலத்தில் போட்டு மிதித்து விடுவர். பனை அதில் அழுகிப் பின் உரமாகிவிடுவதுடன் உவரின் அளவைக் குறைத்துவிடும். பின் தொடர்ச்சியாக ஒன்றிரண்டு ஆண்டுகள் இதைச் செய்து வந்தால் உவர்த்தன்மை நீங்கி வளமான நிலமாக மாறிவிடும்.

கிடை (பட்டி) போடலில்

நிலத்தை வளப்படுத்தும் வழிமுறைகளில் ஒன்று, ஆடுகளை ஒன்றுதிரட்டி, பொழுது அடைவதில் தொடங்கி பொழுது விடிந்து சில மணி நேரம் வரை வயலில் தங்க வைத்தல். இம்முறையைக் 'கிடை அமர்த்தல்', 'கிடைபோடுதல்', 'பட்டிபோடுதல்' எனக் குறிப்பிடுவர். பகலில் மேய்ந்து, நீர் அருந்திவிட்டு வரும் ஆடுகள் இம்முறையில் பன்னிரெண்டு மணி நேரத்திற்குக் குறையாமல் விளைநிலத்தில் தங்கியிருக்கும். இதனால், அவை கழிக்கும் சிறுநீரும் போடும் புழுக்கையும் அவ்விளைநிலத்திலேயே விழும். அவற்றின் மேல் இருந்து உதிரும் உரோமமும் அங்கேயே விழும். மறுநாளோ அதற்கடுத்து வரும் நாட்களிலோ நிலத்தை உழுதுவிட்டு மீண்டும் கிடை அமர்த்துவர். உழுதமையால் மேல் பகுதியில் கிடக்கும் புழுக்கைகள் மண்ணுள் புதையும். தம் பொருளியல் நிலைக்கேற்பவும், பயிரிடப்போகும் பயிருக்கு ஏற்பவும் இரண்டு நாளில் இருந்து ஐந்து அல்லது ஆறுநாள் வரை நில உரிமையாளர்கள் கிடை அமர்த்துவர்.

கிடைபோட ஆடுகளை ஓட்டி வரும் ஆடுமேய்ப்பவர்கள், ஆடுகளின் குட்டிகளையும் அங்கேயே தங்க வைப்பர். மேய்ந்துவரும் தாய் ஆட்டின் பாலைப் பருகிய குட்டிகளைப் பாதுகாக்க வட்ட வடிவில் குடில் ஒன்றை அமைத்திருப்பர். ஓரிடத்திலிருந்து மற்றொரு இடத்திற்கு இதைத் தூக்கிச் செல்லும் வகையில் இது இருக்கும். பால் குடித்த குட்டிகளை இக்குடிலுக்குள் அடைத்து விடுவர். பெரிய அளவிலான கோழிக்கூடு என்று சொல்லும் தன்மையில் அமைந்த இக்கூட்டிற்கு அடிப் பகுதி எதுவும் கிடையாது.

கிடைக்கூடு

கூரையாக மாறிய கிடைக்கூடு

நிலம்தான் அடிப் பகுதி. இவை வெளியேற்றும் கழிவுகளும் நிலத்தில் விழுந்து உரமாகும். இக்கூடுகள் பனைஓலையாலே வேயப்படும். நரித்தொல்லை, காட்டுபூனை, மரநாய் உள்ள பகுதிகளில் அவை கூட்டைப் பிய்த்து உள்ளே நுழைவதைத் தடுக்கும் வகையில் கூட்டின் மேல் இலந்தை முள்ளைக் கட்டி வைப்பர். தற்போது பாலிதீன் உரச் சாக்குகளைக் குடிலின்மீது பரப்பி தைத்துவைக்கும் பழக்கமும் உருவாகியுள்ளது.

கிடைபோட வெளியூருக்குச் செல்லும் ஆயர்கள் தாமே சமைத்து உண்பர். தாம் சமைத்த உணவையும் சமையல் பொருட்களையும் நாய், நரி, பெருச்சாளி ஆகியன கவர்வதைக் தடுக்கவும் வெயில், மழையிலிருந்து பாதுகாக்கவும் தரைமட்டத்திலிருந்து சற்று உயரத்தில் பரண் கட்டி அதன்மேல் கிடைக்கூடை, வைப்பர். பரணின் மேற்கூரையாக அமைவது கிடைக்கூடுதான். கிடைக்கூடைக் கொண்டு தொழுவம் அமைத்துக்கொள்வதும் உண்டு.

மீன்பிடித் தொழிலில்

மீன்பிடிக்கும் வலைகள் வெயிலில் தொடர்ச்சியாக நீண்ட நேரம் இருந்தால் கெட்டுப் போய்விடும். இதைத் தவிர்க்க, கடற்கரையில் பனை ஓலைக் குடில்களை அமைத்து அதனுள் வலைகளை வைப்பர்.

மீன்பிடி வலைகளுக்கான ஓலைக்குடில் (நன்றி: லிங்கராஜ், ஆதனூர்)

பாதுகாப்புப் பெட்டகம்

மதுரை நாயக்கர் ஆட்சியின் வீழ்ச்சிக்குப் பின்னர் தென்மாவட்டங்களில் தடி எடுத்தவன் தண்டல்காரன் என்ற நிலை நிலவியது. தீவட்டிக் கொள்ளைகள் படை எடுப்புப்போல் நிகழ்ந்தன. காடுகள் போல் அடர்ந்து வளர்ந்திருந்த பனை மரங்களின் ஊடாக அமைந்திருந்த குடியிருப்புகள் பாதுகாப்பின்றி இருந்தன.

தம்முடைய அணிகலன்களையும், பணத்தையும் பாதுகாக்க வழி அறியாத நிலையில் இப்பகுதி மக்கள் பனை மரங்களையே பாதுகாப்பிடமாக ஆக்கிக் கொண்டனர். இச்செய்தியை,

> ஊறிய துட்டுப் பறிகொடுத்துவிடாதபடி, பனை மரத்து உச்சியில் குருத்தோலைகளுக்கிடையில் ஒளித்து வைத்திருந்தனர்

என்று யோவான் தேவசகாயம் என்பவர் குறிப்பிட்டுள்ளார் (சிவசுப்பிரமணியன். ஆ, *2006:16*). பனை மரங்கள் மிகுந்த வளர்ந்துள்ள தேரிக்காட்டுப்பகுதிகளில் இத்தகைய நிலை இருந்துள்ளதை,

> வங்கிகள் இல்லாத அந்தக்காலத்தில் கொள்ளைகள் நடந்தபோது, இவர்கள் தங்கள் சேமிப்பை பனை மரங்களின் உச்சியில் மட்டைகளுக்கிடையில் பாதுகாத்தனராம்

என்று, திருநெல்வேலிப் பகுதியில் கிறித்தவம் பரவிய வரலாற்றை எழுதியுள்ள டேவிட் பாக்கியமுத்து (*2001:51*) குறிப்பிட்டுள்ளார். பனைத் தொழில் புரிந்தோரின் உடைமையைப் பனை மரங்களே பாதுகாத்துள்ளன.

ஓலைப் பெட்டிகள்

பனை மரத்தின் ஓலை, நார் ஈர்க்கு ஆகியன இணைந்தும், தனித்தனியாகவும் பெட்டிகள் செய்யப் பயன்படுகின்றன. பனை ஓலையால் செய்யும் பெட்டியே ஓலைப் பெட்டி எனப்படுகிறது அக்காலத்தில் மிட்டாய்க் கடைகளில் ஓலைப் பெட்டிகளில் போட்டே மிட்டாய்கள் தரப்பட்டன. இதற்கான பெட்டி, 'மிட்டாய்ப் பெட்டி' எனப்பட்டது. ஒரு பெட்டியில் தாளை விரித்து தின்பண்டத்தைப் போட்டு, மற்றொரு பெட்டியால் அதை மூடிவிடுவர். இறுக்கமாகப் பிடித்துக் கொள்ளும் முறையிலேயே இப்பெட்டிகள் உரிய அளவில் முடையப்பட்டிருக்கும். நான்கு புறமும் ஒரே கயிறில் சுற்றி

மிட்டாய்ப்பெட்டி

மேற்பகுதியில் ஓரமாக முடிச்சுப் போட்டுவிடுவர். இது கூடுதல் பாதுகாப்பு. திருநெல்வேலி அல்வாவும் ஓலைப் பெட்டியிலேயே வழங்கப்பட்டு வந்தது. தாளுக்குப் பதிலாக எண்ணெய் உறிஞ்சாத தாளில் அல்வாவைப் பொதிந்து பெட்டியில் போட்டுவிடுவர்.

கருப்புக்கட்டி வைக்க இதே முறையில் சற்று உயரமும் அகலமும் கூடிய பெட்டிகள் பயன்பட்டன. சில இடங்களில் இது இன்றும் தொடர்கிறது. 'ஓலைப் பெட்டி வாயன்' என்று பகடியாகக் கூறும் வழக்கமும் உண்டு.

கருவாடு கட்டவும் இது போன்ற ஓலைப் பெட்டிகள் பயன் படுகின்றன. ஓலைப் பெட்டியின் இடுக்குகள் வாயிலாகக் காற்றுப் போவதால் கருவாடு கெட்டுப்போகாது.

கருப்புக்கட்டி விற்பனைக்காக அடுக்கி வைக்கப்பட்டிருக்கும் ஓலைப் பெட்டிகள்

கடவாய்ப்பெட்டிகள்

கடவாய்ப் பெட்டி

உப்பளத்தில் கடவாய்ப் பெட்டிகள்

கடவாய்ப் பெட்டி: அகன்ற வாயுடன் முரட்டு ஓலையால் பின்னப்பட்ட ஓலைப் பெட்டி 'கடவாய்ப் பெட்டி' எனப்படுகிறது. கால்நடைகளுக்கான புல்லை அறுத்து, இதில் போட்டுக் கொண்டு வரும்போது, புல்லுப்பெட்டி என்ற பெயரும் இதற்குண்டு. காய்கறிகள், கிழங்குகள், கருப்புக்கட்டி, கீரை என்பனவற்றைத் தலைச் சுமையாகக் கொண்டு வந்து விற்பனை செய்வோர் இப்பெட்டியில் வைத்தே சுமந்து வருவர். உப்பளங்களில் பாத்திகளில் இருந்து அள்ளும் உப்பைக் கொண்டுவரக் கடவாய்ப் பெட்டிகளே பயன்பட்டன. தற்போது எடைகுறைந்த உலோகச் சட்டிகள் பயன்படுத்தப்படுகின்றன.

பனை ஓலையால், பட்டை என்ற பெயரில் உருவாக்கப்படும் கலன் பரவலாக அறிமுகமான ஒன்று. பச்சை ஓலையால்தான் இதைச் செய்ய முடியும். பதநீர் குடிக்க இது பயன்படுத்தப்படுகிறது. என்றால் சோறு உண்ணவும் கஞ்சி ஊற்றவும் பயன்படுத்தப்படுவதும் உண்டு. 'பட்டைக் கஞ்சி' என்ற சொல்லாட்சியும் உண்டு.

பதநீர் குடிக்க உதவும் பட்டை

உழைக்கும் மக்களை இழிவுபடுத்தும் முறைகளில் ஒன்றாகப் பட்டையில் சோறு வழங்குவது இருந்துள்ளது. ஸ்ரீதர கனேசனின் 'வாங்கல்' நாவலில் இடம்பெறும் பக்கிள் என்ற இளைஞன் ஆதிதிராவிடர் வகுப்பைச் சேர்ந்தவன். தன் நண்பனான நாடார் சமூகத்து இளைஞன் வீட்டுக்குச் சென்றபோது, அவனுக்கு ஏற்பட்ட அனுபவம் நாவலில் பதிவாகியுள்ளது.

நண்பனின் பாட்டி, பக்கிளிடம் பேச்சுக் கொடுத்து, இவனது சாதியைக் கண்டறிகிறாள்: இருந்து சாப்பிட்டுப்போ என்று உரிமையாகக் கூறிவிட்டு 'புது ஓலையில் ஒரு பட்டையப் பிடிக்கச் சொல்லு' என்று உத்தரவிடுகிறாள். இதைக்கேட்டதும் பக்கிளிடம் தோன்றிய உணர்வை நாவலாசிரியர் பின்வருமாறு குறிப்பிடுகிறார்:

> 'பக்கிளுக்குத் திக்கென்றிருந்தது. பட்டை என்றதும் குழம்பினான். நாடாக்குடியில் 'புழுக்கை வேலைகள் செய்கற பறையர்களுக்குச் சோறு கொடுக்கிற ஏனம் அது'.
>
> பாட்டியின் இச்செயல் அவனிடம் ஏற்படுத்திய பாதிப்பை லூர்துமேரி என்ற பெண்ணிடம் பக்கிள் பின்வருமாறு வெளிப்படுத்துகிறான்:
>
> 'அந்தக் கிழவி என்ன உக்காரச் சொன்னது சாப்புடச் சொன்னது கூட பெருசாப்படல. கடைசில பட்டயப்புடின்னது தான் தாங்க முடியல. இத நேர்ருல அனுபவிக்கிறவனால தான் அத உணர முடியும்.'

தூத்துக்குடியில் தோணி என்ற மரக்கலத்தின் உரிமையாளர்கள் தம்மிடம் பணிபுரிந்த தொழிலாளர்களுக்கு நண்பகல் உணவைப் பனை ஓலைப்பட்டையிலும் சட்டாபாய் என்னும் மூங்கில் தட்டிலும் வழங்கி வந்தார்கள் . சென்ற நூற்றாண்டில் நாற்பதுகளின் இறுதியில் இதை எதிர்த்துப் போராடி பீங்கான் தட்டுகளை அத்தொழிலாளர்கள் பெற்றுள்ளனர் *(சிவசுப்பிரமணியன் 2007:34).*

வெள்ளரிப் பழம், இறைச்சி ஆகியனவற்றை இதில் பொதிந்து கொண்டு செல்வதுண்டு. அப்போது பட்டையை இரண்டாக மடித்துக் கட்டிவிடுவர்.

பிடித்த மீன்களைப் போடவும் சோறு வைக்கவும் பனை ஓலைப் பட்டையைப் பயன்படுத்தும் பழக்கம் சங்ககால மீனவர்களிடம் இருந்துள்ளது.

பறித்த பூக்களை வாடாது அனுப்பவும் மூடியில்லாத பனை ஓலைப் பெட்டிகளையே பயன்படுத்துகிறார்கள். வெப்பத்தால் பூக்கள் வாடாது இருக்க பனை ஓலைப் பெட்டி உதவுகிறது. பூக்களில் தெளிக்கப்படும் தண்ணீர் வடிய உதவுவதுடன் நனைந்த ஓலைகள் தொடர்ந்து குளிர்ச்சியை அளிக்கவும் செய்கின்றன.

தூத்துக்குடி, திருநெல்வேலி மாவட்டங்களின் பனை வளம்மிக்க பகுதியான தேரிக்காட்டுப் பகுதியில் தற்போது முருங்கைப் பயிரிடல் பரவலாகியுள்ளது. பறித்த முருங்கைக் காய்களைச் சந்தைக்கு அனுப்பும்போது அவை வாடிவிட்டால் அதன் சந்தை மதிப்புக் குறைந்துவிடும்.

இதைத் தவிர்க்கும் முகமாகப் பனை ஓலைப் பாய்களில் சுற்றி அனுப்புகிறார்கள். இதற்கு உகந்த முறையில் சிறிய பனை ஓலைப் பாய்கள் தற்போது இப்பகுதியில் முடையப்படுகின்றன. பூக்கள் வாடாது தவிர்க்க ஓலைப் பெட்டியில் இட்டு அனுப்பும் முறையை ஒத்ததே இச்செயல்.

பலாப் பெட்டி: அகலம் குறைந்த ஓலையால் சன்னமாகப் பின்னப்பட்ட ஓலைப் பெட்டி, 'பலாப் பெட்டி' எனப்படும். வீடுகளில் உலையில் போடும். களைந்த அரிசியையும் உரலில் மாவு ஆட்டக் களையும் அரிசி, உளுந்தையும் இதில் போடுவர். குக்கர், கிரைண்டர் வருகையின் பின்னர் இப்பயன்பாடு மறைந்துவிட்டது.

திருமண வீடுகளில் பந்தியில் சோறு பரிமாறவும், இப்பெட்டி பயன்பட்டது. இப்பெட்டியில் சோறு எடுத்து வந்து இலையில் அப்படியே இடுவர். இப்பெட்டியினுள் வாழை இலை அல்லது பூவரசு இலையைப் பரத்தி வைத்து சோறு உண்ணும் பழக்கமும் முன்னர் இருந்தது.

தற்போது கோவில்களில் வழிபாடு செய்வோர் தேங்காய், பழம், வெற்றிலை ஆகியனவற்றை வைத்துக் கொடுக்கப் பயன்படுத்தும் பெட்டி என்று, இதன் பயன்பாடு சுருங்கிப் போய்விட்டது.

பிறவகைப் பெட்டிகள்: செவ்வக வடிவில் மூடியுடன் கூடிய ஓலைப் பெட்டியும் உண்டு. சிறார்களுக்கான மரத்தால் செய்யப்பட்ட, சிறிய விளையாட்டுப் பொருட்கள் இப்பெட்டியில் அடைத்து விற்கப்பட்டன.

இறந்தோரை நினைவு கூர்ந்து ஆடி மாதம் புதிய துணிகளை வைத்துக் கும்பிடும் வழக்கம் பல்வேறு சாதியினரிடமும் உண்டு. இவ்வாறு கும்பிட்ட பின் அத்துணியை இப்பெட்டியில் வைத்து மூடி வீட்டின் கன்னி மூலையில் (தென்மேற்கு) உயரத்தில் கட்டிவைப்பர். அடுத்த ஆண்டு இந்தத் துணியை எடுத்துவிட்டுப் புதிய துணி வைத்து வணங்கி அதை இப்பெட்டியில் வைத்துக் கன்னி மூலையில் கட்டிவைப்பர். முந்தைய ஆண்டில் கும்பிட்டு வைத்த துணியை உடுத்திக் கொள்வர். இது ஆண்டுதோறும் நிகழும். இச்சடங்கில் வணங்கிய துணிகளைக் கட்டிவைக்க இப்பெட்டியே பயன்படும். இது கிடைக்காவிடில் வேறுவகைப் பெட்டிகளைப் பயன்படுத்துவர்.

சிறார் விளையாட்டுப்பொருட்கள் வைக்கும் பெட்டி

'ஆடி கும்பிடு' துணி வைக்கும் பெட்டி

ஆ. சிவசுப்பிரமணியன்

ஓலைப் பட்டை

பதநீர் குடிக்கப் பயன்படுத்தும் பட்டையைத் தவிர கிணற்றில் நீர் எடுக்கவும் வேறுவகையான பட்டை உண்டு. பனை ஓலையை அகலமாக மடித்து இருமுனைகளையும் வலுவான முக்கால் அடி அல்லது ஓரடிக் குச்சியால் இணைத்துக் கட்டிவிடுவார்கள். இது வாயகன்று, குழிவாகக் காட்சி அளிக்கும் இணைப்புக் கட்டையால் கயிறு கட்டி கிணற்றில் தண்ணீர் இறைக்க வாளியாகப் பயன்படும். விரைவில் இது பயனற்றுப் போனாலும் எளிதில் தயாரித்துக் கொள்ளலாம்.

தண்ணீர் இறைக்கப் பயன்படும் பனை ஓலைப் பட்டைகள், ‘கிணற்றுப் பட்டை’, ‘ஊத்துப் பட்டை’ என இருவகைப்படும். வாளியைப் போன்று கயிறுகட்டி தண்ணீர் இறைக்க உதவும் பட்டையே கிணற்றுப் பட்டையாகும்.

ஆறு, குளம், ஊருணி, நீரோடை என்பனவற்றில், கயிற்றின் துணையின்றி நீரை முகரப் பயன்படுத்தும் பட்டையே ஊத்துப் பட்டை ஆகும்.

காவடி போன்ற பட்டை

கிணற்றுப் பட்டையின் குறுக்கே கட்டப்படும் கம்பு வலுவானதாக இருக்கும். ஊத்துப் பட்டையில் பெரும்பாலும் கம்பு கட்டப் பட்டிருக்காது. கம்பு கட்டி இருந்தாலும் வலுவான கம்பு ஆக இராது.

பொதுக் கிணறுகளிலும், புண்ணியத்தலம் என்ற அடையாளத்துடன் விளங்கும் ஊர்களிலுள்ள கிணறுகளிலும் பயன்படுத்தும்

வகையில் பட்டைகளைக் கொடையாக வழங்கும் வழக்கம் இருந்துள்ளது. தஞ்சை நகரில் பழைய மாரியம்மன் கோவில் தெருவிலுள்ள பாப்பாத்தியம்மன் தர்காவில் நேர்த்திக் கடனாக, அங்குள்ள கிணற்றில் பயன்படுத்த, பட்டை வழங்கும் வழக்கம் உள்ளது.

வலுவான கம்பு ஒன்றின் இருமுனைகளிலும் பட்டைகளைக் கட்டி காவடி சுமப்பதுபோல் தண்ணீர் சுமந்து வருவதும் உண்டு. இம்முறையைக் கன்னியாகுமரி மாவட்டத்தில் 'காக்கட்டை தூக்குதல்' என்று கூறுவர். ஆண்கள்தான் பெரும்பாலும் 'காக்கட்டை' தூக்குவர். (நா. இராமச்சந்திரன்) செடிகளுக்குத் தண்ணீர்விட இம்முறை பயன்படுகிறது.

தாழைமடல், தென்னை ஓலையால் பட்டை செய்யும் வழக்கமும் இருந்தது தற்போது பெரும்பாலும் பட்டை மறைந்துவிட்டது.

காற்றாடி

சிறுவர்கள் விளையாட்டுகளில் ஒன்று காற்றாடிவிடுதல். ஓலையை வெட்டி, சிறுதுண்டாக்கி, கூட்டல் குறிபோல் இரு ஓலைகளை இணைத்து நடுவில் துவாரமிட்டு உடைமுள்ளால் குத்தி இரண்டு துண்டுகளையும் இணைப்பர். மாட்டு வண்டியின் அச்சில் இடும் மையை நடுப் பகுதியில் தடவுவர். ஓரடி நீளமுள்ள கம்பந்தட்டை அல்லது சோளந்தட்டை உச்சியிலோ பக்கவாட்டிலோ குத்தி, காற்றுவீசும் திசையில் காட்டும்போது, காற்றாடி சுழலும். வேகமாகச் சுழலக் காற்றாடியுடன் ஓடுவதும் உண்டு. சிலர் வீடுகளின் கூரை அல்லது சன்னலில் காற்றாடியுடன் கூடிய குச்சியைச் செருகிவைத்துவிடுவர்.

எவ்விதப் பணச் செலவுமின்றி தம் வீட்டில், அல்லது ஊரில் கிடைக்கும் பொருட்களைக் கொண்டு சிறுவர்களும் சிறுமியரும் செய்து விளையாடிய காற்றாடி இன்று காணாமல் போய்விட்டது. இன்று அதன் இடத்தை அதிக விலையிலான பிளாஸ்டிக் காற்றாடிகள் பிடித்துவிட்டன. 'கறங்கு' என்ற பெயரில் காற்றாடியைக் குறிப்பிடும் திருவாசகம் 'கறங்கு ஓலைபோல்வது' என்கிறது. மனோன்மணியம் சுந்தரனாரும், காலத்தின் சுழற்சியைக் 'காலம் என்பது கறங்குபோல் சுழன்று, 'மேலது கீழாய் கீழது மேலாய்' என்கிறார். முன்னர் குறிப்பிட்ட சாரோலைதான் இதற்குப் பயன்படுத்தப்படுகிறது.

ஊதுகுழல்

சிறார் விளையாட்டுக் கருவிகளில் ஒன்று ஊதுகுழல். மூங்கில் குழல் பயன்படுத்த எல்லோரும் ஆயர்பாடிக் கண்ணன் அல்லரே. எனவே, தம்மைச் சுற்றியுள்ள பொருட்களிலிருந்து தாமே குழல் செய்து கொள்வர். தமிழகக் கிராமப்புறங்களில் பூவரசு மரத்தின் இலையும் பனை ஓலையும் குழலுக்கான முக்கிய மூலப்பொருட்களாகும்.

பனை ஓலையால் குழல் செய்யும்போது, காய்ந்த ஓலையைப் பயன்படுத்துவதில்லை. பயன்படுத்தவும் முடியாது. ஈரப்பதம் உடைய ஓலையைச் சுருட்டி ஊதுகுழலைச் செய்வர்.

போக்குவரத்தில்

வண்டித் தடங்களில் ஆங்காங்கே சேறுமிகுந்து இருக்கும். இப்பகுதியில் வண்டியின் சக்கரங்கள் சேற்றில் புதைந்து விடும். மணல் நிரம்பிய பகுதியிலும் இது போன்று சக்கரங்கள் புதைந்துவிடும்.

இச்சூழல்களில் வண்டியின் சக்கரங்களுக்கிடையில் பனை ஓலையைப் போட்டுவிட்டு, பின்புறம் இருந்து வண்டியைத் தள்ளுவர். மாடுகளும் தம் பங்கிற்கு வண்டியை இழுக்கும் இதனால் சேற்றிலும் மணலிலும் புதைந்த சக்கரங்கள் அவற்றில் இருந்து விடுபட்டு முன்னேறும். மீண்டும் அவை புதைந்து விடாமல் பனை ஓலையானது உறுதியான தளமாக அமைந்துவிடும்.

தற்போது மணற்கடத்தல்காரர்களும், ஆற்றங்கரைகளை ஆக்கிரமித்துச் செங்கற்சூளை அமைப்பவர்களும், லாரிகளின் சக்கரங்கள் மணலில் புதைவதைத் தடுக்க பனை ஓலையைப் பயன்படுத்துகின்றனர்.

பனம்பாய்

பனை ஓலைத் துண்டுகளை ஒரே சீராகக் கிழித்து பனம்பாய் முடையப்படுகிறது. சராசரி மனிதன் ஒருவன் படுக்கும் அளவுக்கு இது நீளம், அகலம் உடையதாய் இருந்தாலும் மிகவும் நலிந்த பிரிவினரே இதை விரிப்பாகப் பயன்படுத்துவர். இதன் மிகுதியான பயன்பாடு நாட்டார் தெய்வக் கோவில்களின் விழாக்களிலும் திருமணவீட்டுச் சமையலிலும்தான்.

'படப்புச்சோறு' (படையல் சோறு) என்ற பெயரில் அமைந்த சோற்றை நாட்டார் தெய்வங்களின் முன்பு படைப்பர். இச்சோற்றுத் திரள், துணிவிரித்த

ஓலைப்பாயின் மீதுதான் கொட்டி வைக்கப்படும். 'ஊர்க்கிடா' என்ற பெயரில் ஊர்ப் பொதுவில் வாங்கப்பட்ட ஆடு பலிகொடுக்கப்பட்டபின், அதன் இறைச்சியைக் கூறுபோட்டுக் கோவிலுக்கு வரிகொடுத்தவர் அனைவருக்கும் பகிர்ந்தளிப்பர். இப்பகிர்தலுக்காக ஆட்டின் இறைச்சி ஓலைப்பாயில்தான் கொட்டிவைக்கப்படும். சில ஊர்களில் பகிர்ந்து கொடுக்கும் இறைச்சியை, பனை ஓலைப் பட்டையில் பொதிந்து கொடுக்கும் வழக்கமும் உண்டு. திருமண வீடுகளில் பெரிய அண்டாக்களில் வேகவைத்த சோற்றைக் கொட்டவும், நறுக்கிய காய்கறிகளைப் போடவும் தேங்காய் திருகும்போது தேங்காய்ப்பூ விழும் விரிப்பாகவும் பனம்பாய் பயன்படுகிறது. கிராமங்களில் இறைச்சி விற்போர் பனை ஓலைப் பாயில் இறைச்சியைப் பரப்பிவைப்பது இன்றும் உள்ளது.

இறந்தவரைப் புதைக்கும் வழக்க முள்ள சமூகங்களில் இறந்தவரின் உடலைக் கிடத்தி எடுத்து செல்லவும், பனம்பாயைப் பயன்படுத்தும் வழக்கம் உள்ளது.

மேற்கூறிய நிகழ்ச்சிகள், வழிபாடு தொடர்பானவற்றில் பனம்பாய் புதிதாக வாங்கப்படும். பழைய பாயைப் பயன்படுத்துவதில்லை.

பனை ஓலைச் செருப்பு

பூக்கட்டுவோர். கட்டுவதற்காக வாங்கிய பூக்களைப் பனை ஓலைப்பாயில் தான் கொட்டி வைப்பர். பூக்கள் வாடாமல் இருக்க இது உதவும் என்பது அவர்கள் நம்பிக்கையாகும். பூக்களின் மீது தெளிக்கும் தண்ணீர் தேங்கி நின்றால் பூக்கள் விரைவில் அழுகிவிடும். ஆனால், பனை ஓலை நீரை வடிய விட்டுவிடுகிறது. அத்துடன் குளிர்ச்சித் தன்மையைப் பூக்களுக்கு வழங்குகிறது. இதுவே இந்நம்பிக்கைக்குக் காரணமாக அமைகிறது.

பனை ஓலையால் செருப்பு செய்து அணியும் பழக்கம் முன்னர் வழக்கில் இருந்துள்ளது. குருத்துப் பனை ஓலையில் கொழுக்கட்டை மாவை வைத்து அவித்து கொழுக்கட்டை செய்யும் வழக்கம் இன்றும் ஆங்காங்கே வழக்கில் உள்ளது. இக்கொழுக்கட்டையில் பனை ஓலையின் மணமும் கொழுக்கட்டையில் இணைந்து விளங்கும்

ஆ. சிவசுப்பிரமணியன்

பனை ஈர்க்கு

பனை ஓலையின் நடுவில் உள்ள சிறு குச்சி போன்ற பகுதியே ஈர்க்கு ஆகும். ஓலையின் தொடக்கப் பகுதியில் சற்றுத் தடிமனாகவும், நுனிப் பகுதியில் சிறிதாகவும் இது அமைந்திருக்கும். இதை ஓலையின் நரம்பு எனலாம். ஓலையின் அடிப் பகுதியில்தான் இது புடைத்துக் காணப்படும். முன்னர் குறிப்பிட்ட குருத்தோலை, சாரோலை, பச்சோலை என்ற ஓலைகளின் வகைக்கு ஏற்ப ஈர்க்கும் அமையும். குருத்தோலை ஈர்க்கு இளம்பச்சை நிறத்திலும், சாரோலை ஈர்க்கு பச்சையாகவும், பச்சை ஓலையின் ஈர்க்கு பச்சையாகவும், கடினமானதாகவும் இருக்கும். அத்துடன் மென்மைத் தன்மையிலும் வேறுபடும்.

மென்மையான குருத்தோலை ஈர்க்கைப் பயன்படுத்தி முறம் அலங்காரத் தட்டுகள், சிறு கூடைகள் செய்கிறார்கள். சாரோலை, பச்சோலை ஈர்க்கில் துடைப்பம் செய்கிறார்கள்.

வட்ட வடிவிலான முறம் (பீடி சுற்ற, வற்றல் காயவைக்கப் பயன்படுத்தப்படும்)

நகரத்தாரும் ஓலைக்கொட்டான்களும்

சிவகங்கை, புதுக்கோட்டை என்ற இரு மாவட்டங்களில் 75 ஊர்கள் அடங்கிய நிலப்பகுதி நாடு என்ற பெயரில் அழைக்கப்படுகிறது. செட்டிநாட்டுப் பகுதியில் பல்வேறு சமூகங்கள் வாழ்ந்தாலும் நகரத்தார் அல்லது நாட்டுக்கோட்டைச் செட்டியார் என்ற சமூகத்தினருடன் இப்பகுதி இணைத்துப் பார்க்கப்படுகிறது.

செட்டிநாடு பகுதியில் உள்ள ஊர்களில் இவர்கள் வாழ்ந்துள்ளனர். தற்போது 75 ஊர்கள் இவர்களின் பூர்வீக ஊர்களாக உள்ளன. இவர்கள் கோத்திரம் என்ற உட்பிரிவைக் கொண்டுள்ளனர். ஏழு சைவக்கோவில்களைக் குலத்கோவில்கள் போன்று இவர்கள் கொண்டுள்ளனர். ஒவ்வொரு கோத்திரமும் இக்கோயில்கள் ஒன்றினை தம் குலக்கோயிலாக ஏற்றுக்கொண்டு தம் வாழ்க்கை வட்டச் சடங்குளை அக்கோவிலுடன் இணைத்துக் கொள்வது பரம்பரையான வழக்கமாகவுள்ளது.

இவர்களது சமூகத்துப் பெண்கள் பனை ஓலையால், பெட்டிகள், கொட்டான்கள், உட்காரப் பயன்படுத்தும் சிறு பாய்கள் என்பனவற்றை உருவாக்கும் கலையில் தேர்ந்தவர்கள். தற்போது இவர்களிடையே இக்கலை மறைந்து வருகிறது என்றாலும் இப்பொருட்களின் பயன்பாடு மறையவில்லை.

திருமணம் உறுதி செய்தவுடன் தம் தம் கோத்திரத்திற்குரிய கோவில்களில் சென்று முதல் வெற்றிலை பாக்கை வைப்பது இவர்களது மரபு. இதன் பொருட்டு தாம் உருவாக்கிய சிறுபனை ஓலைக்கொட்டானில் வெற்றிலை பாக்கு எடுத்துச் செல்வர். எவ்வளவு செல்வந்தவர்களாயினும் வேறு கலன்களைப் பயன்படுத்துவதில்லை. திருமணத்தின் போது மணப்பெண்ணிற்கு வழங்கும் சீர்வரிசைகளில் அவர்களே உருவாக்கிய அல்லது நெருங்கிய உறவினர் உருவாக்கிய ஓலைப்பெட்டிகளும், கொட்டான்களும் இடம் பெறும்.

அழுத்தமான சைவப்பற்றுக் கொண்ட இவர்கள் தாம் பின்னும் ஓலைப்பெட்டிகளின் வெளிப்பக்கம் சிவலிங்கம் உருவத்தை ஓவியமாக வடிவமைப்பதும் உண்டு. சீர்வரிசைப் பெட்டியில் இது பெரும்பாலும் இடம் பெறும் (பார்க்க. படம்)

மின்சாரம் இல்லாத அக்காலத்தில் திருமண நிகழ்வின்போது மணமக்களுக்கு காற்றுவீச பனை ஓலை விசிறிகளும் தயாரித்துள்ளனர்.

ஓலையும் கொட்டானும் (படங்கள்: திரு. நபார்ட் எஸ். கண்ணப்பன், நாட்டரசன் கோட்டை)

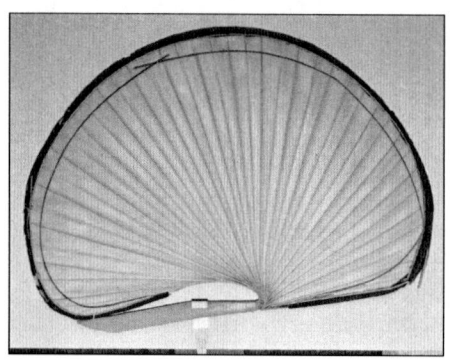 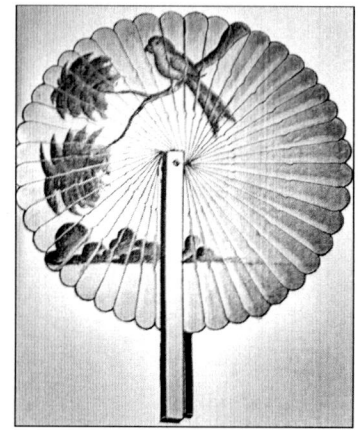

நன்றி: *Census of India 1961*

இவற்றின் கைப்பிடி வழக்கமான ஓலைவிசிறிகளில் இருந்து சற்று மாறுபாடாக உள்ளது. முன்னர் இரண்டு கைகளால் பிடித்து வீசும் மிகப்பெரிய விசிறிகள் இருந்ததாகக் கூறுவர்.

5

ஓலையும் சுவடியும்

> அச்சிட்ட புத்தகமோ, அச்சிடாததோ எதுவானாலும்
> சுவடியின் உருவத்தில் காணும் பொழுது
> ஏதோ ஒரு தெய்வத்தின் உருவத்தைக் காண்பது போலவே
> நான் எண்ணுவது வழக்கம்.   – உ.வே.சா.

தென்னை, பனை மரங்களின் இலை, முறையே தென்னோலை, பனையோலை என்று அழைக்கப்படுகின்றது. இவற்றுள் காகிதம் போன்று எழுதப் பயன்படும் பொருளாகப் பல நூற்றாண்டுக் காலமாகப் பனையோலை இருந்துள்ளது. எகிப்தியர்கள் பாப்பிரஸ் என்ற நாணல் வகைப் புல்லை, எழுது பொருளாகப் பயன்படுத்தியதன் அடிப்படையில் தாளைக் குறிக்கும் 'பேப்பர்' என்ற சொல் உருவானது போல, ஓலை என்பது பனை மரத்தின் ஓலையை மட்டும் குறிக்காமல் எழுத்து அல்லது எண் எழுதப்பட்ட ஓலையையும் குறிக்கும் சொல்லாயிற்று.

சங்க இலக்கியங்களில் ஓலை என்ற சொல்லாட்சி இடம்பெற்றுள்ளது. குடத்தினுள் போடப்பட்ட பெயர் எழுதப்பட்ட ஓலைகளைக் குடத்திலிருந்து எடுக்கும் முன்னர், குடத்தின் மேல் இடப்பட்ட முத்திரையை ஆராயும் 'ஆவணமாக்கள்' என்போர் குறித்து அகநானூறு *(77:7–8)* குறிப்பிடுகிறது. குடத்தினுள் போடும் அளவுக்குச் சிறு துண்டுகளாக ஓலை நறுக்கப்பட்டதை இதனால் அறிய முடிகிறது. அவையத்தார் ஓலையைக் கட்டி அதன்மீது முத்திரையிடுவதைக் கலித்தொகை *(94:42–43)* குறிப்பிடுகிறது.

தூது சென்ற பார்ப்பனன் வைத்திருந்த தூதுச் செய்தியடங்கிய ஓலை 'வெள்ளோலை' எனப்பட்டது (அகம் 337:7). காமன் செய்யும் கொடுமைகளை ஓலையில் எழுதி வைக்கும்படி கூற்றுவனிடம் வேண்டும் தலைவியை, கலித்தொகை (147:42–45) குறிப்பிடுகிறது.

பனையோலையை எழுதப் பயன்பபடுத்துவது நுட்பமான செயலாகும். காய்ந்த பனையோலையில் எழுத முடியாது. ஓலையின் எல்லாப் பகுதிகளையும் குறிப்பாக நுனிப் பகுதியை எழுதப் பயன்படுத்த முடியாது. ஈரம் காயாத பனையோலையின் நுனிப் பகுதியையும், அடிப் பகுதியையும் தறித்துவிட வேண்டும். ஓலையின் நடுவில் நரம்புபோல் செல்லும் குச்சியையும் நீக்கிவிட வேண்டும் பழையதாகவும், பிளந்து போனதாகவும் இல்லாத ஓலையைக் 'குற்றமில்லா ஓலை' என்று நவநீதிப்பாட்டியல் (92) குறிப்பிடும்.

ஓலையின் அடிப் பகுதி அகலமாகவும் நுனிப் பகுதிக்குப் போகப் போக அகலம் குறைந்தும் இருப்பதால் ஒரே சீரான அகலத்திற்கு ஓலையை நறுக்கிக் கொள்வது அவசியம். ஓலையை நறுக்கி ஒழுங்குபடுத்துதலை 'ஓலை வாருதல்' என்றும், இதற்குப் பயன்படும் கத்தி போன்ற கருவியை 'ஓலைவாரி' என்றும் குறிப்பிட்டனர்.

காய்ந்த ஓலைகளில் எழுத முடியாதென்பதால் ஈரப்பதம் உள்ள குருத்துப் பகுதியில் எழுதுவார்கள். ஆனால், அதிக அளவில் எழுத வேண்டியிருந்தால் குருத்துப் பகுதி மட்டும் போதாது. இதை ஈடுகட்டும் வகையில் தேவையான அளவுக்கு ஓலைகளை நறுக்கி, மஞ்சள் தண்ணீரில் வேகவைப்பார்கள். பின்னர், அதை நிழலில் உலரவைத்து வழவழப்பான கூழாங்கல்லால் அழுத்தித் தேய்த்துச் சுருக்கமில்லாதாக்குவர். இதையே 'ஏடு பதப்படுத்தல்' என்பர்.

இம்முறையில் வேறு சில நன்மைகளும் உண்டு. கொதிநீரில் ஓலை வேகும்போது, ஓலையில் உள்ள நுண்பூச்சிகள் மட்டுமின்றி அவற்றின் முட்டைகளும் அழிந்துவிடும். பூச்சிகள் அதை அண்ட விடாது ஓலையில் படியும் மஞ்சள் நீர் சிறிது காலம் பாதுகாக்கும். ஏனெனில், பூச்சி விரட்டும் குணமுடையது மஞ்சள்.

சாதகம், அரிச்சுவடி, எண்சுவடி ஆகியன எழுத அதிக அளவில் ஓலைகள் தேவையில்லை. எனவே பதப்படுத்தாத ஓலைகளைப் பயன்படுத்துவர். 'மங்கலம்' என்பதற்காக நீர்விட்டு அரைத்த மஞ்சளையோ, நனைந்த மஞ்சள் தூளையோ ஓலையில் தடவிய பிறகே எழுதத் தொடங்குவர்.

இதனால் ஓலையில் ஈரப்பதம் ஏற்பட்டு ஓலை முறியாமல் எழுத முடியும். அத்துடன் பூச்சிக் கொல்லியாக மஞ்சள் செயல்படும்.

ஓலைகள் நீளமாகவும், அகலமாகவும் இருக்க வேண்டும் என்று விரும்பினால் 'தாளிப்பனை'யின் ஓலையைப் பயன்படுத்துவர். ஏனெனில், தாளிப் பனையின் ஓலைகள் நீளமாகவும் அகலமாகவும் இருக்கும்.

பெரிய அளவில் முயற்சி எதுவும் எடுக்காது. எளிய எழுது பொருளாகப் பனையோலையைப் பயன்படுத்தியது அயல்நாட்டவர்களுக்கு வியப்பையளித்துள்ளது.

அல்புருனி என்ற அரேபியப் பயணி 1030இல் தென் இந்தியாவிற்கு வந்துள்ளார். இவர் எழுதியுள்ள பயணக் குறிப்பில், பனை மரம் குறித்தும், பனை ஓலையில் எழுதுவது குறித்தும் பின்வருமாறு பதிவுசெய்துள்ளார்:

பேரிச்ச மரம் அல்லது தென்னை மரம் போல ஒல்லியான நெடிய மரமொன்று இந்துக்களது நாட்டின் தென் பகுதியில் இருக்கிறது. இதன் பழம் உண்ணத் தகுந்தது. இதன் நீளம் (உயரம்) ஏறத்தாழ ஒரு யார்ட் ஆகும். இதன் இலை மூன்று விரல் அகலமுள்ள அடுக்குகளாக இருக்கும். தரி என்றழைக்கப்படும். இதன் இலை மூன்று விரல் அகலத்தில் அடுக்குகளாக இருக்கும். இவற்றின் மீது எழுதுகின்றனர். பின்னர் இவற்றைச் சேர்த்து, நடுவில் துளையிட்டுப் பிணைத்து புத்தகமாக்கி விடுகின்றனர் (Al - Biruni, 1983 : 80).

ஓலையில் தமிழர்கள் எழுதும் முறையும், எழுதிய ஓலைகளைப் பேணியமுறையும் சீகன்பல்க் என்ற ஜெர்மானிய கிறித்தவ மதக் குருவை ஈர்த்துள்ளன. தரங்கம்பாடி என்ற கடற்கரைச் சிற்றூரில் வாழ்ந்துவந்த இவர், இது குறித்து ஐரோப்பாவில் வாழ்ந்துவந்த தன் நண்பர் ஒருவருக்கு எழுதிய கடிதத்தில் பின்வருமாறு எழுதியுள்ளார்:

பேனாவையும் மையையும் எவ்வாறு கையாள வேண்டும் என்று மலபாரி[1]களுக்குத் தெரியாது. அவர்கள் பனையோலையை இடது கையில் எடுத்துக்கொள்கிறார்கள். எழுத்தாணியை வலது கையில் எடுத்துக்கொண்டு, நாம் காகிதத்திலும் பேனாவிலும் எப்படி வேகமாக எழுதுவோமோ அப்படிப் பனையோலையில் எழுத்தாணியைக் கொண்டு எழுதுகிறார்கள். இடது கையில் பனையோலையையும் வலது கையில்

---
1. தமிழன்

அதிக எடையுள்ள எழுத்தாணியையும் கொண்டு, இரவு பகலாக எந்த ஓய்வும் எடுக்காமல் எழுதுகிறார்கள் இதற்கு மிக்க பொறுமையும் நல்ல பயிற்சியும் தேவைப்படுகின்றன. பனையோலை ஏடுகள் மஞ்சள் நிறத்தில் உள்ளன. அவற்றில் எழுதப்படும் எழுத்துகள் கறுப்பு நிறத்தில் காணப்படுகின்றன. குங்குமப்பூ, டின்டர் மற்றும் கறுப்பு நிறத்தைத் தரும் கலவை ஆகியவை கொண்ட எண்ணெயைப் பயன்படுத்துவதால் அவை அவ்வாறு காணப்படுகின்றன. இந்த எண்ணெயினால் ஏடு நீண்ட காலம் வருகிறது. எழுத்தும் தெளிவாக அமைகிறது. இந்த எண்ணெய் இல்லாமல் எழுத்துகள் வெள்ளையாகத் தெரிகின்றன. எழுத்துகள் கறுப்பு நிறத்தில் ஏடுகளில் தெரிவதால் அவை கண்களுக்கு இதமாக இருக்கின்றன.

சீகன்பால்குவின் இக்கடிதத்தைத் தமிழில் தந்துள்ள ந. கோவிந்தராஜன் *(2016:33)* இதன் தொடர்ச்சியாகப் பின்வரும் செய்தியையும் எழுதியுள்ளார்.

ஃபிரெஞ்சுப் பயணியான பியர் சோன்னெராவும் தமிழர்கள் ஏடுகளில் எழுதும் முறை குறித்துப் பதிவுசெய்துள்ளார். பெரும்பாலும் அவருடைய விவரணனை சீகன்பால்குவை ஒத்திருக்கிறது. தமிழர்கள் ஓலையில் எழுதுகிறார்கள். ஓலையின் இரண்டு பக்கங்களிலும் எழுதுகிறார்கள். எழுதப்பட்ட ஓலைகளை ஒன்றின் மேல் ஒன்றாக அடுக்கிச் சேர்த்து, ஓலைகளின் ஓரத்தில் ஒரு துளையிட்டுக் கயிற்றால் கட்டி நூலாக ஆக்குகிறார்கள் என்று சோன்னரோ கூறுகிறார்.

இவ்வாறு தமிழர்களின் எழுதுபொருளான ஓலை குறித்து ஐரோப்பியர்கள் வியப்புடன் பதிவுசெய்துள்ளார்கள்.

கிறித்தவ மறைப் பணியாளராகத் தமிழ்நாட்டில் பணியாற்றிய கால்டுவெல் ஓலைச் சுவடிகள் குறித்து தம் நாட்டவருக்குப் பின்வருமாறு தெரிவித்துள்ளார்:

ஒவ்வொரு இந்துவும் எழுதப் பயன்படுத்தும் தாளாக இளம்பனையோலை பயன்பட்டிருக்கிறது. அதாவது தாளாக, இலை (ஓலை) இருந்திருக்கிறது. இலையின் ஒவ்வொரு பிரிவும் இரண்டாக மடிக்கக்கூடிய நீண்ட அமைப்பாக இருக்கும். வழக்கமான கடிதத்தை எழுத இரண்டு பிரிவுகளைக் கொண்ட ஓலையின் ஒரு பகுதி போதுமானதாக இருந்துள்ளது. இத்தகைய இலைகளை (ஓலைகளை) நூலால் கோத்துப் புத்தகங்களை உருவாக்கியுள்ளார்கள்.

எவ்விதப் பதப்படுத்தலும் பனை இலைக்குத் (ஓலைக்கு) தேவையில்லை. மரத்திலிருந்து பறித்த நிலையிலேயே அதை எழுதுவதற்குப் பயன்படுத்தலாம். ஓர் இலையிலேயே (ஓலையிலேயே) ஒரு நூறு இலைத் துண்டுகள் கிடைக்கும். எனவே, சில காசுகளுக்கு ஒரு வண்டியளவு இலைகள் வாங்கிவிடலாம் என்பதால் இந்துக்களுக்கு உலகிலேயே மலிவான விலையில் எழுதுபொருள் கிடைத்துள்ளது. ஓர் கூர்மையான முனை கொண்ட பேனா போன்ற ஓர் இரும்புக் கம்பியால் இந்த இலையில் எழுதியுள்ளார்கள். தோல் அல்லது காகிதம் போன்று பனை ஓலை நீண்ட நாள் நிலைக்கக்கூடியது அல்ல. இருப்பினும், இருநூறு ஆண்டுகள் பழமையான பனை ஓலை ஆவணங்களை நான் பார்த்திருக்கிறேன்.

எழுத்தாணி

ஓலைகளில் எழுத ஆணி போன்ற கூர்மையான உலோகக் கருவியைப் பயன்படுத்தினர். எழுதப் பயன்படும் ஆணி எழுத்தாணியாயிற்று. ஓலையில் எழுத உதவுவதால் 'ஓலையாணி' என்றும் இதைக் குறிப்பிடுவர். இது பெரும்பாலும் இரும்பால் செய்யப்பட்டது. வெண்கலத்தால் செய்யப்பட்ட ஆணியும் உண்டு. எழுத்தாணிகளில் பலவகையுண்டு. வளம் படைத்தோர் பயன்படுத்தும் எழுத்தாணியின் பிடி, யானை தந்தத்தால் அமைந்திருக்கும். எழுத்தாணியைக் குறித்து உ.வே.சா. பின்வருமாறு குறிப்பிட்டுள்ளார்:

> எழுத்தாணிகளில் குண்டெழுத்தாணி, வாரெழுத்தாணி, மடக்கெழுத்தாணி என வெவ்வேறு வகை உண்டு. வாரெழுத்தாணிக்குப் பனையோலையினாலே உறைசெய்து அதற்குள் செருகி வைப்பார்கள். மடக்கெழுத்தாணிக்கும் பிடி இருக்கும், மடக்கிக் கொள்ளலாம். அந்தப் பிடி மரத்தினாலோ, தந்தத்தினாலோ, மாட்டுக் கொம்பினாலோ அமைக்கப்படும்.

ஓலைச் சுருணைகள்

தனித்தனி ஏடுகளாக அல்லாமல் நீண்ட ஓலைகளில் எழுதி அவற்றைச் சுருட்டிவைக்கும் பழக்கமும் இருந்துள்ளது. கிழக்கிந்தியக் கம்பெனியின் ஆட்சியின்போது, செங்கற்பட்டு மாவட்டத்தில், வருவாய்த் துறை சார்ந்த ஆவணங்கள் ஓலைச் சுருணைகளில் எழுதப்பட்டுள்ளன. பதினெட்டாம் நூற்றாண்டைச் சேர்ந்த இவ்வாவணங்களைப் பதிப்பித்த அதன் பதிப்பாசிரியர்கள் (மு.தொ.ஸ்ரீநிவாஸ், த.கோ.பரமசிவம், தி.புஷ்கலா 2001:2)

இவ்வோலைச் சுருணைகள் குறித்துத் தம் பதிப்புரையில் பின்வருமாறு குறிப்பிட்டுள்ளனர்:

> பொதுவாக இலக்கியம், சமயம் முதலான நூல்களின் ஓலைச் சுவடிகள் பதப்படுத்தப் பெற்ற ஓலைகளில், குறிப்பிட்ட அளவுகளில் பாடம் செய்யப் பெற்றுச் சுவடிக் கட்டுகளாக விளங்கும். அவை 2 செ.மீ. முதலாக 7, 8 செ.மீ. வரை அகலத்திலும் 6 செ.மீ. முதலாக 30, 40 செ.மீ வரை நீளத்திலும் காணப்படும். ஆயின் செங்கற்பட்டு ஆவண ஓலைகள், பதப்படுத்தப்படாத நிலையில் 2 செ.மீ. முதல் 3 செ.மீ. வரை அகலத்திலும் 70 செ.மீ. முதல் 90 செ.மீ. வரை நீளத்திலும் காணப்பெறுகின்றன.
>
> இச்சிறிய நீண்ட ஓலைகளில் இருபுறமும் ஓலை எழுத்துக்களால் எழுதப்பெற்று ஒன்றன்பின் ஒன்றாகக் கோத்து 500 முதல் 600 ஓலைகள் கொண்ட நிலையில் சுருட்டப் பெற்றுச் சுருணைகளாகக் கயிறினால் கோக்கப் பெற்றுக் காணப்படுகின்றன. நாட்டுப்பனை மடல்களிலிருந்து தனித்தனியாகக் கிழிக்கப் பெற்ற முழுஓலைகளை அப்படியே பயன்படுத்திய சூழலை இச்சுருணைகளில் காணலாம். ஒவ்வொரு ஓலையும் இருமுனைகளில் சிறுத்தும் இடையில் அகலமாகவும் காணப்படுவது இவ்வோலை ஆவணங்களின் தனித்தன்மையாகக் கூறலாம்.

ஓலையும் சாதியும்

நான்கு வருணப் பாகுபாட்டை வலியுறுத்தும் போக்கு பல்லவர்கள் காலத்தில் தொடங்கிவிட்டது. பிற்காலச் சோழர் ஆட்சியிலும், விஜயநகரப் பேரரசுக் காலத்திலும் இது தழைத்து வளர்ந்தது. இதன் தாக்கம் இலக்கியத்திலும் ஊடுருவியது. வெண்பா அல்லது ஆசிரியப்பாவால் ஒருவனைப் புகழ்ந்து எழுதும் ஓலையின் அளவு குறித்து,

> ஓலையை திலக்கணம் உரைக்குங் காலை
> நாலாறு விரலாம் நான்மறை யோர்க்கே
> பாருடை யோர்க்குப் பதிற்றிரண் டாகும்
> வணிகர்க் கீரெண் விரலா கும்மே
> சாணென மொழிப சூத்திரர்க் களவே

என்று பொய்கையார் களவியல் வரையறுக்கிறது. கல்லாடனார் வெண்பா,

> ஓலைய திலக்கண முரைக்குங் காலை
> நாலாறு விரற்றானம் நான்மறையோர்க்குப்

பார்த்திபர் தமக்குப் பதிற்றிரட்டி விரலே
சூத்திரர்க் கீராறு விரலே
இப்பரி சேபாட் டெழுதவும் படுமே

என்று வரையறுக்கிறது.

ஓலையின் வகைகள்

பயன்பாட்டின் அடிப்படையில் அடைமொழிகள் இட்டு, ஓலை அழைக்கப் பட்டது. சொத்துரிமை – கடன் – விற்பனை, வரி விதிப்பு, ஒப்பந்தம், ஓத்தி தொடர்பான எழுத்துச் சான்றுடன் கூடிய ஓலைகள் பொதுவாக 'ஆவண ஓலை' எனப்பட்டன. இத்தகைய ஆவண ஓலைகள்; 'மூல ஓலை', 'படி ஓலை' எனப் பகுக்கப்பட்டிருந்தன. இவற்றுள் படியோலைகளைப் பாதுகாத்து வைக்குமிடம் 'ஆவணக்களரி' எனப்பட்டது. தற்போது பட்டுக்கோட்டை புதுக்கோட்டைச் சாலையில் 'ஆவணம்' என்ற பெயரில் ஊர் ஒன்றுள்ளது.

சோழர் காலத்தில், ஆவணங்கள் இங்கு சேகரித்து வைக்கப்பட்டிருந்ததால் இப்பெயர் வந்தது என்ற வாய்மொழிச் செய்தியுள்ளது (தகவல்: தோழர் திருஞானம், தஞ்சை மாவட்ட இந்தியக் கம்யூனிஸ்ட் கட்சியின் செயலாளர்).

ஓலையில் எழுதப்பட்ட செய்தியின் அடிப்படையில் 'விலையாவண ஓலை', 'ஆள் ஓலை' (அடிமை விற்பனையோலை), 'குடவோலை', 'அடையோலை' (அடைமான ஓலை), 'முறியோலை' (ஒப்பந்த ஓலை), 'அற ஓலை' (தர்மச் செயலைக் குறிப்பது) என அழைக்கப்பட்டன. கடன்வாங்குவோர் இன்று கடன்பத்திரம் (புரோநோட்) எழுதிக் கொடுப்பது போன்று ஓலையில் எழுதிக் கொடுத்துள்ளனர். இது கையெழுத்தோலை எனப்பட்டது. சிவன் கோவிலுக்குரிய சொத்துகளின் விற்பனையும் கோவிலுக்குத் தரப்படும் கொடையும் சண்டேசுவரர் என்ற பரிவார தெய்வத்தின் பெயரால் நிகழும். இதனால், சிவன் கோவில் தொடர்பான ஆவணங்கள் 'சண்டேசுரன் ஓலை' எனப்பட்டது. ஊர்ச் சபையின் உறுப்பினர்களாக விரும்புவோரின் பெயர்களை எழுதிக் குடத்தில் இடும் வழக்கம் சோழர்காலக் கிராம ஆட்சி முறையில் இருந்தது. இவ்வாறு இடும் ஓலை 'குடவோலை' எனப்பட்டது. ஆங்கில ஆட்சிமுறை அறிமுகமாகும் முன்பே நிலவிய நம்முடைய நிர்வாக முறையின் தனித்துவத்தை ஓலைகளின் அடைமொழிகள் உணர்த்துகின்றன.

யாழ்ப்பாணப் பகுதியில் கிராமத் தலைவனாக விளங்குபவன் 'வன்னிமை' என்றழைக்கப்பட்டான். அவனுக்கு ஓலை உதவுவதைப் பனையின் கூற்றாக அமைந்துள்ள ஈழத்து நாட்டார் பாடலொன்று,

> தூரத்து வன்னிமைக்கு
> தூதோலை நானாவேன்
> வாசல் வன்னிமைக்கு
> வழக்கோலை நானாவேன் (முறையீட்டுப் பத்திரம்)

என்று குறிப்பிடுகிறது.

ஓலை எழுத்து

ஓர் ஓலையை எழுதிப் பல ஆண்டுகள் ஆகும்போது அது சிதலமடையும் வாய்ப்புள்ளது. இதனால், புதிதாக ஓர் ஓலையில் அதனை நகல் எடுக்கும் வழக்கம் இருந்துள்ளது. அவ்வாறு நகல் எடுக்கும்போது, பிழைகள் ஏற்படவும் வாய்ப்பிருந்துள்ளது. அவ்வாறு ஏற்படும் பிழைகள் குறித்தும், படி எடுக்க வேண்டியதற்கான காரணம் குறித்தும் ஓர் ஓலைச் சுவடியில் பின்வரும் தொடர்கள் இடம்பெற்றுள்ளன:

> நம்ம நாட்டு ஓலை ரொம்பகாலம் பழகிப் போனபடியால் நாங்கள் அந்த ஓலைக்குப் புது ஓலைபோட்டு எழுதியிருக்கிறோம். ஏட்டுக்குற்றம், எழுத்துக்குற்றம், வாசகப்பிழை, வரிமாறாட்டம் இருந்தால் நீங்கள் அனைவோரும் பொறுத்துக் கொள்ளவும் (இராசு: 2014:170).

இன்று நமக்குக் கிடைக்கும் ஓலைச்சுவடிகளை மிக எளிதாகப் படித்துவிட முடியாது. படிக்க ஆரம்பித்தால் ஆங்காங்கே சில எழுத்துக்கள் நமக்குப் புரியாது. இதற்குக் காரணம் அவ்வெழுத்துக்களின் அமைப்புதான். இவ்வாறு ஓலை எழுத்துக்களில் இடம்பெறும் கோடுகள் குறித்து,

> ஓலையில் எழுதுபவர்கள் இடதுபுறத்தில் எழுத்தாணியை ஊன்றினால் அந்த வரி முழுமையும் வலது ஓரத்தை அடைந்த பின்தான் ஏட்டைவிட்டு ஆணியை எடுப்பார்கள். எழுத்துக்கு எழுத்து, ஆணியை எடுத்தெடுத்துத் தனித்தனியாக எழுத்துக்களை எழுதமாட்டார்கள் ஓலையைவிட்டு ஆணியை எடுக்காமல் எழுதிக் கொண்டு போவதால் அதிகப்படியான பல கோடுகள் விழுந்து காலக்கிராமத்தில் அக்கோடுகளும் எழுத்துக்களின் பாகங்களாக மாறிவிடுகின்றன.

என்று தி.நா. சுப்பிரமணியன் (2011:6) குறிப்பிட்டுள்ளார். ஓலை எழுத்துக்களின் வடிவமைப்பையும் அதற்கு ஈடான நம் கால எழுத்து முறையையும் இராசகோபால் (1997) தம் கட்டுரை ஒன்றின் இறுதியில் பின் இணைப்பாகத் தந்துள்ளார். அவரது அனுமதியுடன் அதன் ஒரு பகுதி இங்கு இடம்பெறுகிறது:

ஆண்டிகுளம்	ஆணடிகுளம	பட்டவிருத்தி	படட விருதி
க்கருப்பன்	கருபபண	பத்திரம்	பதிரம
கல்வாசனாட்டில்	கல்வாசனாடில்	பாத்தியம்	பாதியம
கைவளைந்து	கைவளாநது	பிரட்டாசி	பிரடாசி
கோட்டையூர்	கொடையூர	பெருக்கு	பெருகு
கொண்டபடி	கொணடபடி	பொண்டாட்டி	பொணடாடி
சக்கரைவட்டு	சகரைவடு	மிட்டா	மிடா
சத்திரம்	சதிரம	முத்து	முது
சித்தார்த்தி	சிதாரதி	முத்தயசெட்டி	முதயசெடி
செல்லப்பன்	செலபபண	பிரெட்டி	பிரெடி
திண்ணைக்குடுக்கவும்	திணைகுடுகவும	வந்து	வநது
தேவரெல்லாம்	தெவரெலாம	வரப்பட்ட	வரபட
நாலுதிக்குங்	நாலுதிகுங	வேண்டியது	வெணடியது
பட்டி	படி		

அத்தியாயம்	அதியாயு	புள்ளி	புளி
இறயம்	இறயு	மகன்	மகா
மாலையும்	மாலயு	பிள்ளை	பிளா

அணிந்தார்	அணிநதார	கருணை	கருணா
அய்யன்	அயயன	குலை	கு ல
அர்ச்சுனன்	அரசுனை	கேட்டான்	கெடடானை
அன்னேரம்	அனனெரம	சிரங்கள்	சிரஙகள
அன்று	அனறு	சிவகாமி	சிவகாமி
ஆடகமண்டப	ஆடகமணடப	சிறுபூளைமாலை	சிறுபூளாமாலெ
ஆணை	ஆ ணா	சிறுவயிறு	சிறுவயறு
ஆதித்தன்	ஆதிதன	சுப்பராயகவுண்டன்	சுபபராய கவுண
ஆதிதாளம்	ஆதிதாளம	சேர்ந்தார்	செரநதார
ஆர்வடமுத்து	ஆரவடமுது	சேணை	செணா

ஓலை எழுதுவோர்

ஓலையில் எழுதுவதைத் தொழிலாகக் கொண்டோர் தமிழகத்தில் இருந்துள்ளனர். இவர்களை மன்னனைச் சார்ந்தோர், பொதுமக்களைச் சார்ந்தோர் என இரண்டாகப் பகுக்கலாம். மக்களுக்குத் தேவையான இலக்கிய, இலக்கண, மருத்துவ, கணிதம் தொடர்பான நூல்களைப் படியெடுத்துத் தருவோரை மக்களைச் சார்ந்தோர் எனலாம். இவர்களைத் தவிர சொத்துக்கள் தொடர்பான ஆவணங்களை ஓலையில் எழுதித் தருவோரும் உண்டு. மடங்களைச் சார்ந்து நின்று சமய சாத்திர நூல்களை எழுதுவோரும் இருந்துள்ளனர்.

இவர்களுக்கு வழங்கப்பட்ட ஊதியத்தை 'ஓலைக் காசு', 'ஓலை எழுத்துப் பேறு' என்று பிற்காலச் சோழர் காலத்தியக் கல்வெட்டுகள் குறிப்பிடுகின்றன. பணமாக அன்றி தானியமாகக் கொடுப்பது 'ஓலைக் கூலம்' (கூலம் – தானியம்) எனப்பட்டது. எழுதும் நிலைக்குப் பக்குவம் செய்யப்பட்ட ஓலையின்மீது விதிக்கப்பட்ட வரியே ஓலைக் கூலம் என்பது திரு.சி.கோவிந்தராசன் கருத்து. ஓலை எழுதும்போது ஏற்படும் பிழைகளை 'ஓலைக் குற்றம்;' என்று குறிப்பிட்டனர்.

அரசு நிர்வாகத்தில் 'ஓலை நாயகம்', 'திருமந்திர ஓலைவாரியன்', 'ஓலை எழுத்து', 'ஓலை எழுதுவான்' என்ற பெயர்களில் ஓலையில் எழுதும் அதிகாரிகளும் எழுத்தர்களும் இருந்துள்ளனர் என்பதைத் தமிழ்க் கல்வெட்டுகள் வாயிலாக அறிய முடிகிறது.

மூன்றாம் குலோத்துங்கச் சோழன் கி.பி.1194இல் குளம் ஒன்றைத் தானமாக, சிவன்கோவில் ஒன்றிற்கு வழங்கியுள்ளான். இது தொடர்பாக அவன் இட்ட ஆணையைக் குறிப்பிடும் கல்வெட்டில், "எழுதினான் திருமந்திரஓலை நெறி உடைச் சோழ மூவேந்த வேளான் எழுத்து" என்ற தொடர் இடம்பெற்றுள்ளது. (ஸ்ரீதர் 2004:196–197). 'திருமந்திர ஓலை' என்ற பதவியிலிருந்த மூவேந்த வேளான் என்பவனால் இக்கல்வெட்டுச் செய்தி முதலில் ஓலையில் எழுதப்பட்டது என்பதை இத்தொடரால் அறிய முடிகிறது. வாய்மொழியாக மன்னன் இடும் கட்டளைகளை ஓலையில் பதிவுசெய்யும் அதிகாரியின் பதவிப்பெயரே 'திருமந்திர ஓலை' ஆகும். இவர்களுக்கு மேலே, உள்ள தலைமைப் பதவி 'திருமந்திர ஓலைநாயகம்' எனப்பட்டது.

தமிழ் மன்னர்களின் வருவாய்க் கணக்குத் துறை 'திணைக்களம்' எனப்பட்டது. இதில் 'தரவு' (பற்றுச் சீட்டு அல்லது உத்திரவு) எழுதும்

பணியை மேற்கொண்டிருந்த பட்டதேவன் வழங்கிய கொடையைக் கூறும் கல்வெட்டில்

> திணைக்களத் தரவு சாத்து எழுதுகின்ற
> பெரிய கிழவன் பட்ட தேவன்

என்று குறிப்பிடப்பட்டுள்ளது (மேலது: 149).

ஆவணங்கள் எழுதும் அரசு ஊழியர்கள், அதிகாரிகள் இருந்தமையை மேற்கூறிய கல்வெட்டுக் கலைச் சொற்கள் உணர்த்துகின்றன.

கம்பராமாயணத்தைப் படியெடுத்துக் கொடுப்பதையே தொழிலாகக் கொண்டோர் வைணவத் தலங்களில் வாழ்ந்துள்ளனர். இவர்களைக் குறித்து நா.வானமாமலை குறிப்பிட்ட செய்தியொன்று வருமாறு:

> தென்திருப்பேரை, ஆழ்வார் திருநகரி, நான்குநேரி, திருக்குறுங்குடி ஆகிய வைணவத் தலங்களில் கம்பராமாயணச் சுவடிகளைப் படியெடுக்கும் தொழிலைச் செய்யும் சில குடும்பங்கள், இருபதாம் நூற்றாண்டின் கால்பகுதி வரை வாழ்ந்து வந்தன. கம்பராமாயணச் சுவடி வேண்டுவோர் இவர்களைச் சந்தித்து, படியெடுக்கச் சொல்லும்போது பணம் அல்லது தானியங்கள் கொடுப்பர். படியெடுத்து முடியும் வரை அவருடைய குடும்பத்திற்குத் தேவையான உதவிகளைத் தானிய வடிவிலோ, பண வடிவிலோ தருவர். படியெடுக்கும் பணி முடிந்ததும், படியெடுத்தவருக்குப் புத்தாடை வழங்கிச் சிறப்பித்து அச்சுவடியைக் கோவிலில் வைத்து வணங்கி எடுத்துச் செல்வர்.

சைவர்களின் தேவார நூலைப் படியெடுத்துக் கொடுப்பதைத் தொழிலாகக் கொண்டவர்கள் குறித்து, செம்பதிப்பாகத் தேவாரத்தைப் பதித்த கோபாலையர் (1984:LXXXVIII) தம் பதிப்பின் முன்னுரையில்

> சில நூற்றாண்டுகளின் முன் தஞ்சை மாவட்டத்து வேதாரணியம், திருநெல்வேலி என்ற இரண்டு பகுதிகளிலும் வாழ்ந்த சிவநேசச் செல்வர்களான தேசிகர்கள் பலர் தேவாரப்பதிகங்கள் முழுதும் பனையோலைகளில் எழுதி அவற்றை விலைக்குக் கொடுத்துப் பெற்ற ஊதியங்கொண்டு தம் வாழ்க்கையை நடத்திவந்தனர் எனவும், அவர்கள் வரைந்த சுவடிகளே இன்று தமிழகம் எங்கணும் யாழ்ப்பாணத்தும் ஏனைய பிற இடங்களிலும் கிட்டும் சுவடிகளாம் எனவும், ஈரிடங்களில்

வரையப்பட்ட அச்சுவடிகளிடையே பாடபேதங்கள் காண்டற்கு மிகுதியும் வாய்ப்பு இன்று எனவும் மர்ரே கம்பெனி திரு. எஸ். ராஜம் அவர்கள் குறிப்பிட்ட செய்தி அறிஞர்களுடைய கவனத்திற்கு உரியது

என்று குறிப்பிட்டுள்ளார். ஓலைச்சுவடியில் எழுதுவதைத் தொழிலாகக் கொண்டவர்கள் ஒரிசாவிலும் இருந்துள்ளார்கள். ஆங்கில ஆட்சியின்போது ஆயிரம் சுலோகங்கள் எழுத எட்டணாவில் (50 காசு) இருந்து பன்னிரண்டணா (75 காசு) வரை கட்டணமாக இருந்துள்ளது. ஜெய்ப்பூரில் ஓர் அத்தியாயம் அல்லது காண்டம் எழுத ஓர் அணா (6 காசு) என்று இருந்துள்ளது. நல்ல தெளிவான கை எழுத்திற்கும் சமஸ்கிருத நூல்களுக்கும் சரியான படிகளுக்காகச் சற்று அதிகமாகக் கொடுத்துள்ளார்கள் (தாஸ்.ஜேபி: 2007:45). தஞ்சை மராத்தியர் ஆட்சியில் குறிப்பிட்ட எண்ணிக்கையில் ஓலைச் சுவடிகளைப் படியெடுத்துக் கொடுக்கும் சிறைக்கைதிகளுக்குத் தண்டனைக்கழிவு வழங்கியுள்ளார்கள் (பேராசிரியர் செ. இராசு).

காகிதம் பயன்பாட்டிற்கு வந்த பின்னரும், ஓலையில் எழுதும் வழக்கம் எளிதில் மறைந்துவிடவில்லை. சிலர் காகிதத்தை விட ஓலையில் எழுதுவதையே விரும்பியுள்ளனர். சீர்திருத்தக் கிறித்தவ சபையின் உபதேசியாராக 19ஆம் நூற்றாண்டில் திருநெல்வேலியில் பணியாற்றிய சவரிராயன், காகிதத்தில் எழுதுவதைவிட ஓலையில் எழுதுவதையே விரும்பியுள்ளார். அதுவே அவருக்கு எளிதாக இருந்ததாக அவருடைய மகன் யோவான் தேவசகாயம் சவரிராயன் குறிப்பிட்டுள்ளார்.

திருவிதாங்கூர் மன்னராட்சியில் அரசு நிர்வாகம் தொடர்பான ஆவணங்கள் ஓலையிலேயே பதிவுசெய்யப்பட்டு வந்துள்ளன. ஆங்கில ஆட்சியின் கட்டுப்பாட்டிற்குள் மன்னராட்சி வந்தவுடன் ஓலைக்கு மாற்றாகக் காகிதத்தை அறிமுகம் செய்தனர். இம்மாற்றத்தையொட்டி திருவிதாங்கூர் மன்னராட்சியில் பணிபுரிந்தோருக்கு காகிதத்தில் எழுதப் பயிற்சி அளிக்கப்பட்து. மேலும் இது தொடர்பாகக் கையேடு ஒன்றையும் வெளியிட்டனர் (அ.கா. பெருமாள், நாகர்கோவில்).

அச்சு இயந்திரம் தமிழ்நாட்டில் அறிமுகமான பின்னர் ஓலைச்சுவடிக்கு மாற்றாக அச்சு நூல்கள் வெளிவரத் தொடங்கின. இதன் பின்னர் அச்சு நூலை விலைக்கு வாங்காமல் அதை ஓலையில் படியெடுத்துக் கொள்ளும் பழக்கம் உருவானது. இவ்வாறு படி எடுக்கப்பட்ட் ஓலைச் சுவடிகளில்

'அந்நூல் அச்சிட்ட அச்சகம், விலை முதலிய விபரங்கள்' இடம் பெற்றுள்ளன (இராசு, செ. 2001:88).

கல்வெட்டுகளும் ஓலையும்

கல்வெட்டுக்களில் காணப்படும் செய்திகள் முதலில் ஓலையில் எழுதப்பட்டன. அதை அடிப்படையாகக் கொண்டே கல்வெட்டுகள் வெட்டப்பட்டன. **இவ்வோலை பிடிபாடாகக் கொண்டு** என்று கல்வெட்டுக்களில் வரும் தொடர் இதை உணர்த்துகிறது.

> இப்படிக்கு இவ்வோலை பிடிபாடாகக் கொண்டு
> கல்லிலும் செம்பிலும் வெட்டிக் கொள்க (தெ.இ.க. 17:402)
>
> இவ்வோலை சாதனமாகக் கொண்டு . . .
> கல்லிலும் செம்பிலும் வெட்டிக் கொள்க (தெ.இ.க.17:403)
>
> இவ்வோலை பிடிபாடாகக் கொண்டு . . .
> கல்லிலும் செம்பிலும் வெட்டிக் கொண்டு அனுபவிக்க (தெ.இ.க.2:910)
>
> இவ்வோலை பிடிபாடாகக் காட்டிக் கொண்டு
> சந்திராதித்தர் வரைக்கும் செல்வதாகக் கல்லிலும் செம்பிலும்
> வெட்டிக் கொள்வார்களாகவும் (இராசு: 2015: 39)

என்று கல்வெட்டுக்களிலும் செப்பேடுகளிலும் இடம்பெறும் தொடர்கள் இவ்வுண்மையை நாம் அறியச் செய்கின்றன.

முதலில் ஓலையில் எழுதி, பின்னர் அதைப் பார்த்து கல்வெட்டுக்களையும், செப்பேடுகளையும் உருவாக்கும் முறை, பொதுவான ஓர் இந்திய மரபு என்று கூற முடியும்.

ஏழு, எட்டாம் நூற்றாண்டுகளில் ஒரிசாவில் ஆட்சிபுரிந்த ஷயில்போத் பூவா மரமனின் செப்பேடு ஒன்று கிடைத்துள்ளது. இச்சாசனத்தின் இறுதிப் பகுதி, செப்பேட்டின் தொடக்கத்தில் இடம்பெற்றுள்ளது. இத்தவறு குறித்து ஜே.பி.தாஸ் என்பவர் (2007:10) விளக்கமளித்துள்ளார்.

செப்பேட்டில் எழுத்தைப் பொறித்தவரின் இத்தவறு குறித்து இவ்வாறு கற்பனை செய்கிறேன், என்று குறிப்பிட்டுவிட்டு, தம் கற்பனையை அவர் வெளிப்படுத்துகிறார். இச்செப்பேட்டு வரிகளை ஓலையில் எழுதி அவரிடம் கொடுத்துள்ளனர். இது முறையாக அடுக்கப்படாத ஓலைச்சுவடியாக இருக்கலாம். ஓலைச்சுவடியின் மொழியும், அதன் செய்தியும் புரியாத

நிலையில், அதைப் பார்த்து அப்படியே செப்பேட்டில் பொறித்துள்ளார். இதனால், வரிசை ஒழுங்குமாறி செப்பேட்டுச் செய்திகள் அமைந்துவிட்டன. ஓலையைப் பார்த்து அவர் செப்பேட்டில் எழுதியமையே இப்பிழைக்குக் காரணம்.

தமிழ்நாட்டில் கிடைத்துள்ள சில கோவில் கல்வெட்டுக்கள் இடம் மாறி அமைந்துள்ளன. கல்வெட்டுக்கள் அடங்கிய கற்களை அடுக்கி வைத்தவரின் பிழையாக மட்டுமின்றி அதைக் கல்லில் பொறித்தவரின் தவறாகவும் இருக்கலாம். இத்தவறுக்கு முறையாக அடுக்கப்படாத ஓலைகள் காரணமாக இருந்திருக்கலாம். ஜே.பி.தாசின் மேற்கூறிய விளக்கம் இவ்வாறு சிந்திக்கத் தூண்டுகிறது.

இவ்வாறு எழுதப்படும் ஓலையைக் 'கற்பகமடல்' என்று 18–7–1607 இல் எழுதப்பட்ட செப்பேடு குறிப்பிடுகிறது. (இராசு 1994:11)

இந்த தானசாசனப் பட்டயம் கற்பகமடல் வரைந்தெழுதினது

என்று இச்செப்பேட்டில் இடம்பெறும் தொடர், கற்பக விருட்சம் என்று பனையைக் குறிப்பிடும் வழக்கத்தை நினைவூட்டுகிறது. கற்பக மரத்தின் ஓலையில் மூலப்படிவம் எழுதப்பட்டமையால் 'கற்பக மடல்' என்று குறிப்பிடப்பட்டுள்ளது.

சொத்துக்களை மையமாகக் கொண்டு (விற்பனை – கொடை – ஒத்தி – ஈடு) வெட்டப்பட்ட கல்வெட்டுகளின் மூல ஓலையில், விற்பவர் கையெழுத்திடுவது வழக்கமாயிருந்துள்ளது. கையெழுத்து இடத் தெரியாதவர் எழுத்தாணியால் ஓலையில் கீறுவார். இது 'குறி' அல்லது 'தற்குறி' எனப்படும். இதை இன்னார்தான் கீறினார் என்பதை ஒருவர் 'தற்குறிமாட்டறிந்தேன்' என்று எழுதிக் கையெழுத்திடுவார்.

இம்மரபின் தொடர்ச்சியாகவே எழுத்தறிவு இல்லாதோரைத் 'தற்குறி' என்றும். ஆவணங்களில் அவர்கள் கைரேகை பதிப்பதைக் 'கீறல்' என்றும் குறிப்பிடும் பழக்கம் இன்றும் வழக்கிலுள்ளது.

ஓலை ஆவணங்கள்

இலக்கியம், இலக்கணம், சமயம், தத்துவம், சோதிடம், மருத்துவம் தொடர்பான ஓலைச்சுவடிகளே பெரும்பாலும் தமிழில் கண்டறியப்பட்டுள்ளன. இதனால், ஓலைச்சுவடியின் உள்ளடக்கமானது இத்துறைகள் சார்ந்தே இருக்கும் என்ற கருத்தே பரவலாக உள்ளது. ஆனால், பல சமூக வரலாற்றுச் செய்திகளை

உள்ளடக்கிய ஓலைச்சுவடிகளும் உண்டு. இச்சுவடிகள் ஆவண மதிப்புப் பெற்று 'ஓலை ஆவணங்கள்' என்றழைக்கப்படுகின்றன.

சொத்துக்களை மையமாகக் கொண்டு உருவான ஓலை ஆவணங்கள், சொத்துரிமை தொடர்பான செய்திகளை மட்டும் வெளிப்படுத்தவில்லை. அவை எழுதப்பட்ட காலத்தின் சமூக, பொருளியல் உறவுகளையும் வெளிப்படுத்துகின்றன.

இவற்றை அறியும் முன்னர் ஓலை ஆவணம் தொடர்பாகக் கல்வெட்டுக் களில் இடம்பெற்றுள்ள கலைச் சொற்களை அறிந்து கொள்ளுதல் அவசியம்.

கல்வெட்டிலும் செப்பேட்டிலும் காணப்படும் தொடர்கள் முதலில் ஓலையில் எழுதப்பட்டன என்று முன்னர் கண்டோம். இவ்வாறு எழுதப்படும் ஓலைகள் தொடர்பான கலைச்சொற்கள் இடைக்காலத் தமிழ்க் கல்வெட்டுக்களில் இடம்பெற்றுள்ளன. அவை வருமாறு:

எழுதுவதற்கு ஏற்ற முறையில் பனை ஓலைகளைப் பக்குவம் செய்து விற்றுள்ளார்கள். இவ்வாறு ஓலை விற்பவர்கள் அரசுக்கு வரி செலுத்தி உள்ளார்கள். இவ்வரி ஓலைக் கூலம் எனப்பட்டது. கூலம் என்பது தானியத்தைக் குறிக்கும். தானியவடிவில் செலுத்தியமையால் ஓலைக் கூலம் எனப்பட்டுள்ளது.

இவ்வழக்கம் ஆங்கில ஆட்சியிலும் தொடர்ந்துள்ளது. இவ்வாறு விற்கப்பட்ட ஓலைகளில் முத்தி ரை இடப்பட்டிருந்தது. இதனால் முத்திரை ஓலை என இவ்வோலை பெயர் பெற்றிருந்தது.

இடது மூலையில் இரண்டாவது உள்வட்டத்தில் நாலணா என்பது ஆங்கிலத்தில் குறிக்கப்பட்டுள்ளது.

முத்திரை ஓலைகளின் ஒரு ஓரத்தில் 'பொக்கிஷம்' என்ற சொல் பொறிக்கப்பட்டிருக்க மற்றொரு ஓரத்தில் முத்திரை ஓலையின் மதிப்பு நாலணா, எட்டணா, ஒரு ரூபாய், இரண்டு ரூபாய் எனப் பொறிக்கப்பட்டிருக்கும். பொக்கிஷ அலுவலரின் கையொப்பமும் இடப்படுவதுண்டு (இராசு. செ. 2001: 207).

தஞ்சை மராட்டியர் ஆட்சியில் வட்ட வடிவில் மராட்டி மொழியில் பொறிக்கப்பட்ட முத்திரை ஓலைகள் வழக்கில் இருந்துள்ளன (மேலது). திருவிதாங்கூர் மன்னர் ஆட்சியில், அரசின் சின்னமான சங்கு பொறிக்கப்பட்ட ஓலைகள் வழக்கிலிருந்தன (பெருமாள், அ.கா.).

ஆவண மதிப்புக் கொண்ட ஓலைகள் சேகரிப்பு இன்னும் தொடக்க நிலையிலேயே தமிழ்நாட்டில் உள்ளது. செ. இராசு, சீ. இராமச்சந்திரன், அ.கா. பெருமாள் ஆகியோர் ஓலை ஆவணங்களைச் சேகரித்து வெளியிட்டுள்ளனர்.

மனிதர்களை அடிமையாக விற்கும் நடைமுறை தமிழ்நாட்டில் நிலவியபோது, இவ்விற்பனையானது ஓலைகளில் பதிவுசெய்யப்பட்டுள்ளது. 'ஆள் ஓலை', 'அடிமை ஓலை' என இவை அழைக்கப்பட்டன. நிலத்தைப் போன்று மனிதர்களும் ஒத்திவைக்கப்பட்டுள்ளார்கள். இதுவும் ஓலையில் பதிவு செய்யப்பட்டுள்ளது. இப்பதிவு 'பண்ணையாள் ஒத்திச் சீட்டு' என்று குறிப்பிடப்படுகிறது. ஒருவர், தன் வைப்பாட்டிக்குப் பணமும் சேலையும் கொடுத்து அவளது உறவைத் துண்டித்துக் கொண்டுள்ளார். இது ஓர் ஒப்பந்தமாக ஓலையில் எழுதப்பட்டுள்ளது. இது 'பின் தொடராச் சீட்டு' என்று ஓலையில் குறிப்பிடப்பட்டுள்ளது (இராமச்சந்திரன் 2005:84).

இடைக்காலத் தமிழகக் கல்வெட்டுக்களில் 'தீட்டு' என்ற சொல்லாட்சி உள்ளது. உடன்படிக்கைகளையும் விற்பனையும் குறிக்கும் எழுத்துப் பதிவை 'இசைவுத் தீட்டு என்ற சொல்லால் குறிப்பிட்டுள்ளனர். அடிமை விற்பனையைக் குறிக்கும் செய்தி எழுத்து வடிவில் இடம்பெறும்போது, 'ஆள்விலைப் பிரம்மாண இசைவுத் தீட்டு' என்று குறிப்பிட்டுள்ளனர்.

காலனியம் அறிமுகமான பின்னர் சிட் என்ற சொல் சீட்டு என்ற பெயரில் ஓலைச்சுடிகளில் இடம்பெறலாயிற்று. இதன் அடிப்படையிலேயே 'பின்தொடராச்சீட்டு' 'ஒத்திச் சீட்டு' என ஆவண ஓலைகளில் குறிப்பிடப்பட்டுள்ளன.

சோழர்காலத்தில் நடைமுறையில் இருந்த ஆவண வகைகள் குறித்தும், ஓலை ஆவணம் தொடர்பான கலைச்சொற்கள் குறித்தும் இராசகோபால்

(2001:89–96) எழுதியுள்ள கட்டுரை ஓலை ஆவணம் தொடர்பான பல நுட்பமான செய்திகளை நாம் அறியச் செய்கிறது.

ஆவண மையம்

ஆவணங்களை எழுதுவோரும், ஆவணங்கள் தொடர்பான அதிகாரிகளும் இருந்த நிலையில் அவற்றை எல்லாம் சேகரித்துப் பாதுகாக்கும் மையம் ஒன்று இருந்துள்ளதா என்ற வினா எழுகிறது. டேவிட்லடன் என்பவர் தமது ஆய்வுநூல் ஒன்றில் மையப்படுத்தப்பட்ட ஆவணக் காப்பகம் ஒன்று தமிழகத்தில் இருந்திருக்க வாய்ப்பில்லை என்ற தம் கருத்தை வெளிப்படுத்தி உள்ளார்.

அவரது இக்கருத்து ஆய்வுக்குரியது. சான்றாக பெரிய புராணத்தில் சுந்தரர் வரலாற்றில் இடம்பெறும் நிகழ்வைக் கூறலாம். சுந்தரரை ஆட்கொள்ள முதிய அந்தணர் வேடத்தில் சிவன் செல்லுகிறான். அந்நிகழ்வைப் பெரிய புராணம் இவ்வாறு குறிப்பிடுகிறது:

சிவபெருமானாகிய முதியவர் நாவலூர் நம்பிகளை நோக்கி, "எனக்கும் உனக்கும் முற்காலத்தே நின்ற தொடர்பால் ஒரு பெருவழக்கு உளது. ஆதனை முடித்த பின்னர் நின் திருமணத்தைச் செய்ய முயலுக" என்று அருளிச் செய்தார். நம்பியாரூரர் சிவபெருமானாகிய முதியவரைப் பார்த்து, "உமக்கும் எமக்கும் வழக்கு இருப்பது உண்மையானால் அதனை முடிக்காமல் நான் திருமணம் செய்து கொள்ளேன். ஆதலால் உம் வழக்கைக் கூறுக" என்றார்.

முதியவர் சபையோர்களை நோக்கி, "இந்நாவலூரன் எனது அடிமையாவன்; இதுவே நான் சொல்ல வந்த வழக்கு" என்றார். அம்மொழி யினைக் கேட்ட யாவரும் திகைத்து நின்றனர். "இவ்வந்தணர் என்ன நினைந்து இது சொன்னார்" என்றனர் சிலர்; சிலர் அவர் மீது கோபங்கொண்டார்கள்; சிலர் சிரித்தார்கள். திருநாவலூரரும், "இவ்வந்தணர் கூறும் வார்த்தை நன்று! நன்று!!" என்று இகழ்ச்சி தோன்றக் கூறி நகைத்தார். உடனே சிவபெருமான் திருநாவலூரரின் அருகில் சென்று, "அக்காலத்தில் உனது பாட்டன் எழுதிக் கொடுத்த அடிமை ஓலை என்னிடமிருக்கையில் நீ சிரிப்பதன் பொருள் என்ன? ஏடா!" என்று கேட்டார்.

திருநாவலூரர் கிழவேதியரை உற்று நோக்கினார். நோக்கியவுடன் அவரிடம் எழுந்த அன்பால் சிரிப்பு அடங்கியது. அப்போது நாவலூர் நம்பிகள் அவரை நோக்கி, "சைவ அந்தணர் மற்றோர் அந்தணருக்கு

அடிமையாவர் என்னும் வார்த்தை இன்றுதான் உம்மிடத்தே கேட்டேன். இவ்வாறு பேசும் நீர் ஒரு பித்தனோ?" என்றார் (பட்டுசாமி ஓதுவார்: 20).

பின்னர் அடிமை ஓலையை முதிய அந்தணரிடம் இருந்து வலிந்து பிடுங்கி கிழித்தெறிந்தார். இதன் அடுத்தகட்டமாக இது குறித்து ஆராய திருவெண்ணெய் நல்லூருக்கு இருவரும் சென்றனர். அங்கு சென்று தம் தரப்பு வழக்கை எடுத்துரைக்கும்போது, சுந்தரர் கிழித்தெறிந்த ஓலை மூல ஓலையின் படி ஓலை என்னும் மூல ஓலை தன்னிடம் பாதுகாப்பாக உள்ளது என்றும் கூறி அவ்வோலையை அவையோரிடம் கொடுத்தார். அவர்கள் கணக்கரை அழைத்து அதை உரக்கப் படிக்கும்படிக் கூற கணக்கனும் அவ்வோலையில் உள்ள செய்தியை

> திருநாவலூரில் இருக்கும் ஆதி சைவனாகிய ஆரூரன் என்னும் பெயரையுடைய நான், திருவெண்ணெய் நல்லூர்ப் பித்தனுக்கு எழுதிக் கொடுத்தது, நானும் என் வழிவரும் மரபினர்களும் வழிவழியாய் அடிமை செய்து வருவோம் என்பதற்காக உள்ளும் புறமும் ஒருமைப்பட்டு எழுதிக்கொடுத்தேன்; இதற்கு இஃது என் கையெழுத்து (பட்டுசாமி ஓதுவார்: 23).

என்று படித்தார். இவ்வோலையில் உள்ள கையெழுத்து சுந்தரரது பாட்டனாரது கையெழுத்தா என்பதைக் கண்டறிந்து கொள்ளும்படி முதிய அந்தணர் கூறினார். அதன்படி அவரது பாட்டானாரின் எழுத்துடன் கூடிய ஓலையைக் கொண்டு வந்து இரு ஓலைகளின் எழுத்துக்களையும் ஒப்பு நோக்கி மூல ஓலையில் உள்ளது சுந்தரரது பாட்டனாரின் கையெழுத்தே என்ற முடிவுக்கு வந்தனர் என்று சேக்கிழார் குறிப்பிடுகிறார்.

இப்புராணச் செய்தி மூன்று உண்மைகளை வெளிப்படுத்துகிறது.

(1) 'மூலஓலை', 'படிஓலை' என்ற பெயர்களில் ஆவணங்கள் வழக்கில் இருந்துள்ளன. முறையாக முதலில் எழுதப்பட்ட ஓலை மூல ஓலை என்றும், அதன் நகலாக எழுதப்பட்ட ஓலை படிஓலை என்றும் அழைக்கப்பட்டுள்ளது.

(2) முன்னோர்கள் தம் கைப்பட எழுதிய ஓலைச் சுவடிகள் குடும்பங்களில் பாதுகாக்கப்பட்டு வந்துள்ளன.

(3) அடிமைத் தளைக்குள் புகுவோர் ஓலையில் எழுதிக் கொடுக்கும் நடைமுறை இருந்துள்ளது.

ஓலையும் தூதும்

இலக்கிய, இலக்கணங்களையும் கணக்குகளையும் ஒப்பந்தங்களையும் அரசனின் கட்டளைகளையும் எழுத மட்டுமின்றி கடிதங்களையும் தூதுச் செய்திகளையும் எழுதவும் ஓலை பயன்பட்டுள்ளது. 'தூரத்துப் பெண்களுக்குத் தூதோலையும் நானாவேன்' என்ற நாட்டார் பாடல் வரி தூதுச் செய்தியெழுதுவதில் ஓலையின் பயன்பாட்டை எடுத்துரைக்கிறது. இதை 'ஓலைத் தூது' என்று நான்காம் நூற்றாண்டுக் கல்வெட்டு குறிப்பிடுகிறது.

வாய்மொழியாகவும், ஓலை வாயிலாகவும் தூது அனுப்பும் வழக்கம் இருந்துள்ளதை 'ஓலையும் தூதும் போக்கினான்' என்ற கம்பராமாயணத் தொடரால் அறிய முடிகிறது.

மங்கல அமங்கல நிகழ்ச்சிகளை ஓலையில் எழுதி உறவினர்களுக்கு அனுப்பிவைக்கும் பழக்கம் 19ஆம் நூற்றாண்டிலும்கூட வழக்கில் இருந்துள்ளது.

மரிய சவரிராயன் எழுதிய நாட்குறிப்புகளில் 19ஆம் நூற்றாண்டிலும் ஓலையின் வாயிலாகச் செய்தியனுப்பட்டதை அவர் பதிவுசெய்துள்ளார். சான்றாகப் பின்வரும் எடுத்துக்காட்டுக்களைக் குறிப்பிடலாம்.

"வடக்கன்குளம் தம்பி பரஞ்சோதியா பிள்ளை மகள் மூத்தவனுக்குக் கலியாணத்துக்கு ஓலையெழுதி மகனையும் அனுப்பினார்." *(25.08.1882)*

"என் பெரிய தகப்பனார் வியாகப்பன் செட்டியார் அச்சங்குளத்தில் மரித்ததாகவும் ஓலை வந்தது. 16ஆம் நாள் மோட்சவிளக்கு என்று ஓலை கொண்டு வந்த சக்கிலியர் இரண்டு பேருக்கும் சாப்பாடும் போட்டு துட்டு 6 கொடுத்தனுப்பினோம்." *(14.10.1890)*

தாம் எழுதிய கடிதங்களை அனுப்புவது குறித்து,

எழுத வேண்டியவர்களுக்கு எழுதினால் ஓலை கொண்டு போக இவ்விடத்திலுள்ள வேளாளன் அதிகக் கூலி கேட்பானே *(29.09.1850)*

என்றும் எழுதியுள்ளார். பனை ஓலையின் மற்றொரு பெயராக 'மடல்' என்ற சொல் உண்டு. இதன் அடிப்படையிலேயே 'மடல்' என்று கடிதத்தைக் குறிப்பிடுகிறோம்.

போலி ஓலை தயாரித்தல்

சில உரிமையியல் வழக்குகளில் தடயமாக ஓலைச் சுவடிகளைக் காட்டுவது வழக்கம். தம் நோக்கத்திற்கேற்ப புதிதாக எழுதப்பட்ட ஓலைகளை, பழைய ஓலைகளாகக் காட்ட, அவற்றை நெல் அவிக்கும்போது, நெல்லுடன் செருகி வைத்துவிடுவர். நேல் அவிந்து முடிந்தவுடன் அதை எடுத்து உலரவைத்துவிடுவர். இதன் பின்னர் அது பழமையான ஓலைபோல் காட்சியளிக்கும்.

ஓலை ஊழியம்

திருவிதாங்கூர் மன்னராட்சியின்போது, 'ஊழியம்' என்ற பெயரில் கட்டாய வேலை முறை *(Forced Labour)* வழக்கிலிருந்தது. இது சோழர் ஆட்சிக் காலத்தில் வழக்கில் இருந்த 'வெட்டி' என்ற கட்டாய வேலைமுறையை ஒத்தது. செய்யும் பணியின் அடிப்படையில் ஊழியங்கள் பெயர் பெற்றிருந்தன. அவ்வகையில் 'ஓலை ஊழியம்' என்பதும் ஒன்று.

இதன்படி அரண்மனை அலுவலகங்களுக்குத் தேவையான ஓலைகளை, மரத்திலிருந்து வெட்டி, பின் அவற்றை முறையாகத் தறித்துக் கொண்டுவந்து சேர்க்க வேண்டும். ஓலைக்கு விலையும் கிடையாது. அதை எழுதும் ஓலையாக ஆக்கியமைக்கு ஊதியம் கிடையாது. அரண்மனை ஆவணங்களுக்குப் பின் மறைந்திருக்கும் உழைப்புச் சுரண்டலே ஓலை ஊழியமாகும்.

ஓலை ஊழியம் குறித்து 'நெட்டோலை தான் கேள்ப்பான்' என்று தம் அகிலத் திரட்டு நூலில் வைகுண்டசாமி குறிப்பிட்டுள்ளார்.

சுவடி

தனித்தனியாக எழுதப்பட்ட ஓலைகளின் தொகுப்பே 'சுவடி' ஆகும். ஓலைகளை ஒன்றன்பின் ஒன்றாக இணைக்கும் வகையில் ஓலைகளின் நடுவில் துவாரமிட்டு அத்துவாரத்தில் கயிறிட்டுக் கோத்தனர். கயிறு வெளியில் வராதபடி இருமுனைகளிலும் முடிச்சுப் போடுவர். துவாரத்தைவிட முடிச்சு பெரிதாக இருப்பதால் ஓலை வெளியே கழன்று வந்துவிடாது. காலப்போக்கில் இம்முடிச்சில் ஏற்பட்ட மாற்றங்களை உ.வே.சா. குறிப்பிட்டுள்ளார்.

ஓலைகளை முறையாக அடுக்கிக் கோத்து சுவடி உருவான பின்னர் அதன் அடிப் பகுதியிலும், மேற்பகுதியிலும் ஓலையின் அளவிற்கேற்ப உருவாக்கப்பட்ட குறைந்த கனமுடைய துவாரமிடப்பட்ட மரச்சட்டத்தைக் கோத்துவிடுவர்.

சுவடியைக் கட்டும் பலகையில் கோட்டுச் சித்திரங்கள் இடம்பெற்றிருக்கும். இது குறித்து வசந்த கல்யாணி (1999) விரிவாகக் கட்டுரை ஒன்று எழுதியுள்ளார். அக்கட்டுரையில் இடம்பெற்றுள்ள கோட்டோவியத்தின் படம் இங்கு இடம்பெறுகிறது.

இது தற்போது புத்தகங்களுக்கு பைண்டிங் செய்து பாதுகாப்பது போன்றது. இத்தகைய மரச்சட்டங்கள் இன்றியும் சுவடிகள் இருக்கும். சுவடிகளின் ஓலைகள் கலையாமல் இருக்க, சுவடிகளை இணைக்கப் பயன்படும் கயிறால் சுவடிகளைச் சுற்றிக் காட்டுவர். இது ஒரு கலை போன்றது. இறுக்கிக் கட்டினால் ஓலைகளின் விளிம்பு அறுத்து போகும். மிகவும் தளர்ச்சியாகக் கட்டினால் ஓலைகள் முன்னும் பின்னுமாக நகர்ந்து ஒழுங்கு குலையும்.

பனை மரமே! பனை மரமே!

சித்திர ஓலைச் சுவடிகள்

எழுத்துக்கள் மட்டுமின்றி, கோட்டோவியங்களும் வண்ண ஓவியங்களும் தீட்டப்பட்ட ஓலைச்சுவடிகள் குறித்த செய்திகளும் கிடைக்கின்றன.

மணிப்பிரவாள நடையில் எழுதப்பட்டு 'திருவாய் மொழி வாசகமாலை' என்ற தலைப்பில் தஞ்சை சரஸ்வதி மகாலில் உள்ள வைணவ சமய ஓலைச் சுவடியில், பாம்பணையில் பள்ளி கொண்டுள்ள திருமாலின் உருவம் கோட்டுச் சித்திரமாக இடம்பெற்றுள்ளது. இச்சித்திரம் ஓலையின் நடுவில் இடம்பெற்றிருக்க இதைச் சுற்றிலும் நூலின் வரி வடிவம் இடம்பெற்றுள்ளது.

கன்றுக்குட்டியின் கோட்டோவியம் இடம்பெற்றிருந்த மாட்டு வைத்தியச் சுவடியின் ஓர் ஓலை பேரா. அ.கா. பெருமாளிடம் உள்ளது.

கோட்டோவியங்களுடன் கூடிய ஓலைச் சுவடிகளை உருவாக்குவது ஒரு கலையாகவே இருந்துள்ளது.

ஒரிசாவில் ஓவியங்கள் வரையப்பட்ட சுவடிகளைச் 'சித்திர போதி' என்பர். புஸ்தகம் என்ற வடமொழிச் சொல்லில் இருந்து போதி என்ற சொல் உருவாகியுள்ளதாக, ஜே.பிதாஸ் (2007:3) குறிப்பிடுகிறார். ஓலைச் சுவடி என்று குறிப்பிடுவதே போதி என்று ஒரிய மொழியில் குறிப்பிடப்படுகிறது. ஓவியம் தீட்டப்பட்ட ஓலைச் சுவடியே சித்திர போதி என்று பெயர்பெற்றுள்ளது. (மேலது). இவை வண்ணம் தீட்டப்பட்டுள்ளன.

கோட்டுச் சித்திரத்தில் இராமாயணக் கதையைக் கூறும் ஓலைச் சுவடியைப் படங்களுடன் 'சித்திர ராமாயணம்' என்ற பெயரில் கேரளப் பல்கலைக்கழகத்தின் கையெழுத்துப்படி நூலகம் 1997இல் வெளியிட்டுள்ளது. இதன் காலம் கி.பி.1522 என்று கண்டறிந்துள்ளார்கள் (விஜயன்.கே.1997:10).

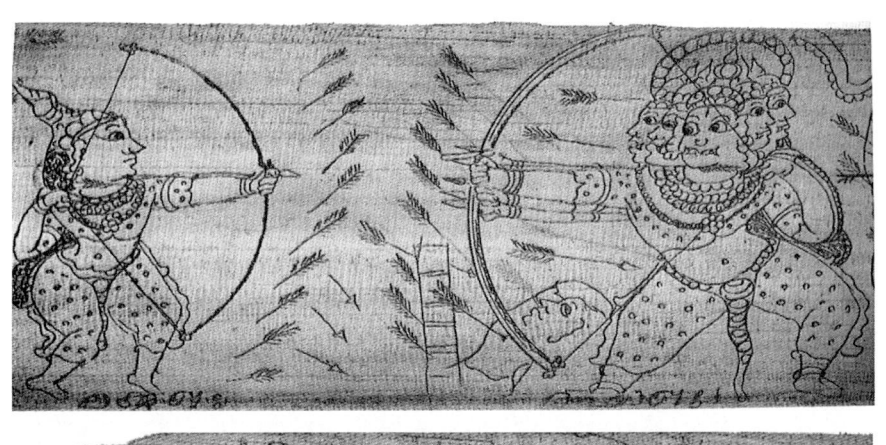

(நன்றி: சித்திர ராமாயணம், கேரளப் பல்கலைக்கழகம்)

கலைத்தன்மையுடன் கூடிய இத்தகைய சித்திர ஓலைச் சுவடிகள் தமிழ் மொழியில் இதுவரை கிடைத்துள்ளதா என்பது குறித்து, தெளிவான செய்திகள் இல்லை.

சுவடிகளைப் பேணிய முறை

சுவடிகளைச் சேகரித்துவைக்க வீடுகளில் 'அசை' என்ற மரச்சட்டம் உதவியது. பெரும்பாலும் சதுர வடிவில் அமைந்த இச்சட்டம், நான்கு புறங்களிலும் வலுவான மரச்சட்டத்தைக் கொண்டது. நடுவில் குறுக்கு நெடுக்காக இரண்டு அல்லது மூன்று சிறு மரச்சட்டங்களை அடித்திருப்பார்கள். நான்கு முனைகளிலும் கயிறுகட்டி வீட்டின் உள்ளே உயரத்தில் கட்டியிருப்பார்கள். இதன்மீது தான் ஓலைச் சுவடிகளை அடுக்கி வைப்பார்கள். ஓலைகள் காற்றோட்டமாய் இருப்பதுடன், பூச்சிகள், எலிகளின் தொல்லைக்கு எளிதில் ஆளாகாது. குழந்தைகளின் கைக்கும் எட்டாது.

ஆயிரக்கணக்கான சுவடிகளைச் சேகரித்துப் பாதுகாக்கும் அமைப்புகள் சோழர் காலத்தில் இருந்தன. இவை 'சரஸ்வதி பண்டாரம்' என்றழைக்கப்பட்டன. கோவில்களிலும் மடங்களிலும் சரஸ்வதி பண்டாரம் இருந்துள்ளது. பண்டாரம் என்ற சொல் கருவூலத்தைக் குறிக்கும். சுவடிகளையும் அரிய சொத்தாகக் கருதிய நிலையில் அவற்றைச் சேகரித்து வைக்கும் இடத்திற்கு 'சரஸ்வதி பண்டாரம்' எனப் பெயரிட்டுப் போற்றியுள்ளனர்.

இராமபாணம், பாச்சை, கரையான் போன்றவை சுவடியை அரித்துவிடும். எழுத்துக்களும் காலப்போக்கில் மங்கத் தொடங்கும். இதைத் தடுக்க, ஏடுகளில் மஞ்சள் தடவி, மை பூசுவார்கள். பூச்சிகள் அரிக்காது மஞ்சள் தடுக்கும். நொச்சி இலையை ஏடுகளுடன் போட்டு வைப்பார்கள். இதன் மணம் பூச்சிகள் வராது தடுக்கும்.

எழுத்துக்களின் மீது படிந்து எழுத்துக்கள் பளிச்சென்று தெரிய 'மை' உதவும். இதை 'மஞ்சள் குளிப்பாட்டி மையிட்டு' என்று 'மதுரை சொக்கநாதர் தமிழ்விடு தூது' (25) குறிப்பிடுகிறது. 19ஆம் நூற்றாண்டில் பள்ளிக்கூடம் சென்ற மாணவர்கள் சுவடியைப் பயன்படுத்தியதையும், அதைப் பேணியதையும் உ.வே.சாமிநாதையர் (1990:55) தமது சுயசரிதையில் குறிப்பிட்டுள்ளது வருமாறு:

பிள்ளைகளுக்கு மணல்தான் சிலேட்டின் ஸ்தானத்தில் இருந்தது. பனையேடுதான் புஸ்தகம். எழுத்தாணியே பேனா. உபாத்தியாயர் எழுதித்

தரும் ஏட்டுச் சுவடியிலிருந்து முதலில் நெடுங்கணக்கை (அரிச்சுவடியை) கற்றுக் கொள்வான் மாணாக்கன். அப்பால் எண்சுவடி முதலிய சுவடிகள் பெற்றுப் படிப்பான். ஓலை வாரவும், சுவடி சேர்க்கவும், நன்றாக எழுதவும் தெரிந்து கொள்வதற்குப் பல நாளாகும். சுவடியைப் பிரித்து தெரிந்து கொள்வதற்கும் பல நாளாகும். சுவடியைப் பிரித்து ஒழுங்காகக் கட்டுவதற்குக் கூட பழக்கம் வேண்டும். பிள்ளைகளுக்கு எழுத்துப் பழக்கம் உண்டாக உபாத்தியாயர் ஓர் ஓலையில் எழுதித் தருவார். பிள்ளைகள் அதே மாதிரி எழுதிப் பழகுவார்கள். அந்த மூல ஓலைக்குச் சட்டம் என்று பெயர்.

ஏட்டுச் சுவடிகளில் மஞ்சள், ஊமத்தையிலைச்சாறு, வசம்புக்கரி முதலியவற்றைத் தடவிப் படிப்பது வழக்கம். எழுத்துக்கள் தெளிவாகத் தெரிவதற்கும் பூச்சிகள் வராமல் இருப்பதற்கும் அவ்வாறு செய்வார்கள். ஏட்டுச் சுவடிகளுக்குக் குறிப்பிட்ட அளவு ஒன்றும் இல்லை. வெவ்வேறு அளவில் அவை இருக்கும். சுவடிகளில் ஒற்றைத் துவாரம் இருக்கும். ஒரு நூற் கயிற்றைக் கிளிமூக்கு என்ற ஒன்றில் முடிந்து சுவடியின் துவாரத்தின் வழியே செலுத்தி அதைக் கட்டுவார்கள். பனையோலையை நரம்போடு சேர்த்துச் சிறுசிறு துண்டுகளாக நறுக்கிக் கிளி மூக்குகளாக உபயோகப்படுத்துவார்கள். கிளிமூக்கிற்குப் பதிலாகப் பொத்தானையோ, துவாரம் பண்ணின செம்புக் காசையோ சோழியையோ முடிவதும் உண்டு.

ஏடுகளின் ஆரம்பத்திலும் இறுதியிலும் வெற்றேடுகள் சில சேர்த்திருப்பார்கள்.

சுவடி விற்பனை

சுவடிகளைச் சேகரித்துப் பயன்படுத்தியவர்களின் பிந்தைய தலைமுறையினர் அவற்றைப் பயன்படுத்தும் கல்வியறிவு வாய்க்கப் பெறாதவர்களாய் இருப்பதுண்டு. சுவடிகள் தேவைப்படுவோர்க்கு அவற்றை விற்றுள்ளனர். இச்செய்தியைச் சவரிராயபிள்ளை என்பவர் 18.07.1865 நாளிட்ட தமது நாட்குறிப்பில் 'எங்கள் தமையனார் ஏடுகளை யவர் மனைவி விற்று சிலவாக்கிப் போனாள்' என்று எழுதியுள்ளார். மேலும் அவரது தந்தை, தாம் சேகரித்த ஏடுகள் தன் காலத்திற்குப் பின் என்ன ஆகுமோ? என்ற கவலையில்,

நான் சேர்க்கிற ஏடுகளைப் பிள்ளைகள் படிப்பார்களோ? புண்ணாக்குக்கும் கருப்புக் கட்டிக்கும் கொடுத்துவிட்டுப் போவார்களோ?

என்று வருந்தியதாகவும் குறிப்பிட்டுள்ளார். நீண்ட தூரம் நடந்து செல்பவர்கள், எள்ளுப் புண்ணாக்கையும், கருப்புக் கட்டிக்கும் பண்டமாற்று செய்யும் பழக்கம் இருந்தமையை இந்நாட்குறிப்புச் செய்தி வெளிப்படுத்துகிறது. இன்று பழைய நூல்களை விற்பது போன்று பழைய சுவடிகளை விற்கும் பழக்கம் இருந்துள்ளதை இச்செய்திகள் உணர்த்துகின்றன.

சுவடிகளின் அழிவு

இப்படிப் பாதுகாக்கப்பட்டுவந்த ஓலைச் சுவடிகளைப் பிந்தைய தலைமுறையினர் 'ஆடிப் பெருக்கு' என்ற பெயரில் ஆடிமாதம் புது வெள்ளம் ஆற்றில் வருவதைக் கொண்டாடும் விழாவில் ஆற்றில் போடுவதை வழக்கமாக்கினர். சிலர் சுவடிகளை நெருப்பில் போட்டனர். வரதுங்கராமபாண்டியர் என்பவர் பாண்டியர் மரபில் வந்த குறுநில மன்னர். 'கருவைப் பதிற்றுப்பத்தந்தாதி', 'கருவை கலித்துறையந்தாதி', 'வெண்பா அந்தாதி' என, 'கரிவலம்வந்த நல்லூர்' என்ற தலத்தைக் குறித்த சிற்றிலக்கியங்களை இயற்றியவர். தமிழில் புலமை வாய்ந்தவர். அவர் எழுதிய, சேகரித்த சுவடிகள் எல்லாம் கரிவலம்வந்த நல்லூர் சிவன் கோவிலைச் சென்றடைந்தன. பழைய ஏட்டுச் சுவடிகளைத் தேடியலைந்த உ.வே.சாமிநாதையர் இச்செய்தியைக் கேள்விப்பட்டு, அங்கு சென்றார். கோவில் அறங்காவலர் ஒருவருக்கு நெருக்கமானவரிடம் சுவடிகள் குறித்துக் கேட்டபோது அவர்,

> பழைய ஏடுகளைக் கண்ட கண்ட இடங்களிலே போடக் கூடாதாம். அவற்றை நெய்யில் தோய்த்து ஹோமம் செய்துவிட வேண்டுமாம். இங்கே அப்படித்தான் செய்தார்கள். குழிவெட்டி அக்கினி வளர்த்து நெய்யில் தோய்த்து அந்தப் பழைய சுவடிகள் அவ்வளவையும் ஆகுதி செய்து விட்டார்கள்

என்றார். இதைக் கேட்டதும் தம் உள்ளத்தில் தோன்றிய உணர்வுகளை,

> இப்படி எங்காவது ஆகமம் சொல்லுமா? அப்படிச் சொல்லியிருந்தால் அந்த ஆகமத்தையல்லவா முதலில் ஆகுதி செய்ய வேண்டும் என்று கோபம் கோபமாக வந்தது. பழங்காலத்திற் பழைய சுவடிகள் சிதிலமான நிலையில் இருந்தால் புதிய பிரதி பண்ணிக் கொண்டு, பழம் பிரதிகளை ஆகுதி செய்வது வழக்கம். புதுப்பிரதி இருத்தலினால் பழம் பிரதி

போவதில் நஷ்டம் ஒன்றும் இராது. பிற்காலத்து மேதாவிகள் பிரதி செய்வதை மறந்துவிட்டுச் சுவடிகளைத் தீக்கு இரையாக்கும் பாதகச் செயலைச் செய்தார்கள். என்ன பேதைமை! இத்தகைய எண்ணத்தால் எவ்வளவு அருமையான சுவடிகள் இந்த உலகிலிருந்து மறைந்தன.

வரகுண பாண்டியர் ஏடுகள் அக்கினி பகவானுக்கு உணவாயிற்றென்ற செய்திகயைக் கேட்டது முதல் என் உள்ளத்தில் அமைதி இல்லாமற் போயிற்று. 'இனி இந்த நாட்டிற்கு விடிவு உண்டா?' என்றெல்லாமம் மனம் நொந்தேன்.

என்று வருந்தியெழுதியுள்ளார். ஏடுகளைப் போற்றிய நம் முன்னோர்கள் சிதிலமடைந்த ஏட்டைக்கூடக் குப்பையில் எறியாமல் எரிபொருளாகப் பயன்படுத்தாமல் அதைப் படியெடுத்த பின்னர், இறந்த ஒருவரின் உடலுக்குச் செய்யும் மரியாதையுடன் அதை நீரிலும் நெருப்பிலும் இட்டுள்ளனர். சாத்திரக் குப்பைகள் குவிந்தபின் படியெடுக்காமலேயே ஏடுகளை இவ்வாறு அழித்துள்ளார்கள்.

கொடைப் பொருளாகச் சுவடி

விற்பனைப் பொருளாக மட்டுமின்றி கொடைப் பொருளாகவும் சுவடிகள் இருந்துள்ளன. "செல்வர்களான சமண சமயத்தவர் வீடுகளில், திருமணம் முதலிய சிறப்புக்கள் நடைபெறும்போது, தமது சமய நூல்களைப் பல பிரதிகள் எழுதுவித்து, அப்பிரதிகளைத் தகுந்தவர்களுக்குத் தானமாக வழங்கினார்கள்". இச்செயல் 'சாஸ்திரதானம்' எனப்பட்டது.

பேச்சுவழக்கில் ஓலையும் சுவடியும்

எரிச்சலூட்டும் அல்லது வருத்தமூட்டும் செய்திகளைக் காலை நேரத்தில் கூறுவோரைக் 'காலையிலேயே ஓலை கொண்டுவந்திட்டான்' என்று கூறிச் சலித்துக்கொள்ளும் வழக்கம் இன்றும் திருநெல்வேலி மாவட்டத்தில் உள்ளது.

அலுவலகங்களில் மேலதிகாரிகள் தம் ஊழியர்களிடம் விளக்கம் கேட்டுக் குறிப்பாணை (*memo*) அனுப்பினால், 'ஓலை கொடுத்துட்டான்' என்று ஊழியர்கள் குறிப்பிடும் வழக்கம் உண்டு. கெட்ட செய்தியின் அடையாளமாகப் பிற்காலத்தில் ஓலை கருதப்பட்டதன் வெளிப்பாடுதான் இது.

மற்றொரு பக்கம் மங்கலம் சார்ந்த நிகழ்வுகளிலும் ஓலை என்ற சொல்லாட்சி இடம்பெறுகிறது. திருமணத்தை உறுதி செய்து எழுதும் அறிக்கையை 'முகூர்த்தப் பட்டோலை' என்ற சொல்லால் குறிக்கின்றனர். கிறித்தவர்களின் திருமணச் சடங்குகளுள் 'அறிக்கை வாசித்தல்' *(Banns of Marriage)* என்பதும் ஒன்று. தமிழ்க் கிறித்தவர்கள் இதை 'ஓலை வாசித்தல்' 'ஓலை படித்தல்' என்று குறிப்பிடுகின்றனர்.

தமிழ் நெடுங்கணக்கை (உயிர் மற்றும் உயிர் மெய் எழுத்துக்கள்) கற்பிக்கும் நூல்களையும், ஓர் அறிவுத் துறையின் அடிப்படைச் செய்திகளைக் கற்பிக்கும் நூல்களையும் 'அரிச்சுவடி' என்ற சொல்லால் குறிக்கிறோம். கணக்கு வாய்ப்பாடுகளைக் கூறும் நூலை 'எண் சுவடி' என்று கூறும் வழக்கமும் இருந்தது. ஆங்கிலவழிக் கல்வியின் பரவலால் இச்சொல் மறைந்துவிட்டது.

சுவடிகளைக் காப்போம்

தமிழ்நாட்டிலும், கேரளத்திலும், ஐரோப்பிய நாடுகள் சிலவற்றிலும் ஆயிரக்கணக்கில் தமிழ் ஓலைச் சுவடிகள் பாதுகாக்கப்பட்டு வருகின்றன. இவற்றை முறையாகப் பதிப்பித்து அச்சிடும் பணி சொல்லிக் கொள்ளும் அளவிற்கு நடைபெறவில்லையென்பது வருத்தமளிக்கும் செய்தி. மற்றொரு பக்கம் தனியாரிடமுள்ள சுவடிகளில் பெரும்பாலானவை சிதிலமடைந்து வருகின்றன. இலக்கியம், இலக்கணம், சோதிடம், வைத்தியம், கதைப்பாடல்கள் ஆகியன எழுதப்பட்ட சுவடிகளில் மட்டுமே பொதுவாகக் கவனம் செலுத்துகிறோம். குடும்பச் செய்திகள், வாணிபக் கணக்குகள், ஒப்பந்தங்கள், எழுதப்பட்ட ஆவணங்களைச் சேகரிப்பதில் இதுவரை குறிப்பிடத்தக்க அளவில் ஆர்வம் காட்டவில்லை. தமிழ்நாட்டின் சமூக, பொருளாதார வரலாற்று வரைவுக்கான ஆவணங்களாக இவை அமையும் என்பதால் இவற்றைச் சேகரிப்பதிலும் கவனம் செலுத்துதல் அவசியம்.

சுவடி குறித்த விடுகதைகள்

இவ்வாறு பனையோலையிலிருந்து ஓலைச் சுவடி உருவாவதை மையமாகக் கொண்டு பின்வரும் விடுகதைகள் உருவாகியுள்ளன.

அதிகாலையில் அப்பனை விட்டு அகன்றவள்
ஆதி ஓதுவோர் கையில் அடுத்தவள்
வெட்டுப்பட்டு குத்துப்பட்டு குட்டுப்பட்டவள்
மேல் மினுக்கி மஞ்சள் குளிப்பாள் தாசியல்லள்

இக்கதை அறிந்து சொல்லும் பெரியோரை
எப்போதும் குரு என்று வணங்கலாம்
. . .

ஆதிகாலையில் அப்பனை விட்டவன்
அறிவுள்ளோர் தங்கையகப்பட்டவன்
வேதனையாலே மேனி வெளுத்தவன்
வெட்டுகள் குத்துகள் கட்டுகள் பட்டவன்
ஏதுகாண் இவன் மஞ்சள் குளிக்கிறான்
ஏற்றமையிட மேனி மினுக்குறான்.
. . .

பச்சையாய் வெள்ளை ஆவார்
பலர் கையில் இருந்து வாழ்வார்
இச்சியார் ஒருவரில்லை
வெற்றிலை அன்று தேர்க.

இவ்விடுகதைகளுக்கான விடை 'பனையோலைச் சுவடி' என்பதுதான்.

திண்ணைப் பள்ளிக்கூடம்

பனை மரமே! பனை மரமே!

6

கள்ளும் பதநீரும்

பொழுதைக்கு இரு கலம் ஊறு பைந் தேறல் பனையினை நாம்
போற்றிக் குரு மூர்த்திக்கு இணை சாற்றத் தகும் அப்பா
பழுது அற்றது ஓர் சான்றாண்மை பயின்றார் தினம் முயன்றால்
பலம் உண்டு அதன் நலம் உண்டவர் அறிவார்

– குமரகுருபரர்

(மதுரைக்கலம்பகம்: 25)

பனை மரத்தின் சிறப்பான பயனாக அமைவது அதன் பாளைகளிலிருந்து பெறும் இனிப்பான சாறு ஆகும். இதுவே 'கள்' என்றும் பதநீர் என்றும் அழைக்கப்படுகிறது. இது பனையின் பாளையிலிருந்து இயல்பாகக் கிடைப்பதில்லை. சில கருவிகளின் துணைகொண்டு பாளையை நசுக்கி இது பெறப்படுகிறது. இது குறித்து,

. . . பனை மரத்திற்
பாளைவருங்காலம் பருவம் பார்த்ததைத் – தாழரி
திடுக்குத் தடிகொண்டு இடுக்கிப் பிழையால்
அடித்து நுனியை அறிந்து – மடக்கியே
முட்டிவாய் வைத்து முடித்துவிடின் மெல்லவே
மட்டுவாங் கள்கூறி வந்திருக்கும்.

என்று தாலவிலாசம் விவரிக்கிறது.

பனையில் கிடைக்கும் சாறு அமிர்தத்துக்கு ஈடானது என்று கூறும் 'சான்றோர் குலமரபு காத்தல்' என்னும் நூல், அதை மரத்திலிருந்து சேகரித்து, இறுமாந்து நிற்கும் காட்சியை,

> அந்தக் கற்பக விருட்சத்தின் மீது ஏறி அதன் மட்டையில் சிம்மாசனபதி போல் இருந்து கொண்டு, அதன் சிரசைச் சிங்காரஞ்செய்து, அதன் இனிய பாளைகளைச் சிக்குநீக்கி வெளிப்படுத்தி வித்தைப் பிரயோயங்கள் பண்ணி, புது அமுதக் கலசங்களில் வடிக்கின்ற தெள்ளமிர்தத்தைக் கும்பத்தில் வடித்துக் கொண்டு அவ்விருட்சத்தின் நடுவில் துளிர்க்கின்ற செங்குருத்தில் இரண்டு மூன்று மடல்களைச் சேர்த்துக் கொய்து, அத் தொன்னையில் புத்தாம்புது அமுதத்தை வார்த்து சிம்மாசனபதியாக வீற்றிருந்து கொண்டு

என்று வருணிக்கிறது.

கள்ளின் தொன்மை

பனையின் கள் தமிழர்களின் பாரம்பரியமான மதுவாகும். 'தீம்பிழி' என்ற சொல்லால் சங்க இலக்கியங்கள் கள்ளைக் குறிப்பிடுகின்றன.

> இரும்பனம் தீம்பிழி

என்று நற்றிணை (38:3) குறிப்பிட, 'பிணர்ப் பெண்ணைப்பிழி' என்று பட்டினப்பாலையும் (வரி. 89) 'பழம்படுதேறல்' என்று சிறுபாண்ஆற்றுப்படையும் (வரி. 58) கள்ளை அழைக்கின்றன.

மற்றொரு பக்கம் 'கடுங்கள்' (புறம். 68:15) 'இன்கடுங்கள்' (புற. 80:1, நற். 10:5, குறு. 298: 5. அகம். 76: 3) என்ற சொல்லாட்சிகளும் சங்க இலக்கியங்களில் காணப்படுகின்றன.

தமிழ்நாட்டில் கொடுமணல் ஊரில் நிகழ்ந்த அகழ்வாய்வில் மட்பாண்டங்கள், தாழிகள் என்பன முழுமையாகவோ உடைந்த பகுதிகளாகவோ கிடைத்துள்ளன. இவற்றில் தமிழ் பிராமி எழுத்துப் பொறிப்புகள் காணப்படுகின்றன. இது குறித்து சுப்பராயலு (2008:191)

> இந்த எழுத்துப் பொறிப்புகள் எல்லாமே கலங்கள் சுட்டபின் இடப்பட்டவை. ஆகவே மண்கலையங்களைச் செய்த குயவர்கள் இவற்றைப் பொறிக்கவில்லை. யாவும் அவற்றைப் பயன்படுத்தியவர்களால் பொறிக்கப்பட்டிருக்க வேண்டும். இப்பொறிப்புகள் பலருடைய கைகளால்

> செய்யப்பட்டவை என்பது இவ்வெழுத்துக்களை மேலோட்டமாகப் பார்த்தாலே தெரியும். எல்லாவற்றிற்குள்ளும் ஒரு சீர்மை இருக்கிறது என்று கூறவியலாது

என்று கூறுகிறார். இம்மட்கலங்களில் மனிதர் பெயர்கள் பொறிக்கப்பட்டுள்ளன. இப்பெயர்கள் யாரைச் சுட்டுக்கின்றன என்பது தொடர்பாக, 'இப்பெயர்கள் யாவுமே அந்தந்த மண்கலங்களும் உரிமையாளரைக் குறித்தன என்பது உண்மை' என்று அவர் மேலும் விளக்கமளித்துள்ளார் (மேலது: 193).

இச்செய்தியின் பின்புலத்தில் கொடுமணல் அகழ்வாய்வில் கிடைத்த ஒரு பானை ஓட்டில் காணப்படும் எழுத்துப் பொறிப்பைக் காண வேண்டும். உடைந்துபோன பானை ஓடு ஒன்றில்,

> ய தண் வெண் நிர் அழி இ ய் தடா

என்ற தமிழ் பிராமி எழுத்துப் பொறிப்பு இடம்பெற்றுள்ளது. இத்தொடர் தொடங்கும் பகுதியில் சுடுமண் கலம் உடைந்துள்ளது. தொடக்கத்தில் உள்ள 'ய்' என்ற எழுத்து ஓர் ஆள் பெயர் எனலாம். இதன் தொடர்ச்சியாகக் குளிர்ந்த வெள்ளிய நீரால் நிரம்பிய தடா (பாத்திரம்) என்று அய்ராவதம் மகாதேவன் இத்தொடருக்குப் பொருள் கொண்டுள்ளார். இதே தொடரை சுப்பராயலு (2010:242–243) பின்வருமாறு வாசித்துள்ளார்:

> இப்பொறிப்பில் தொடக்கத்தில் ஒரு சொல்லின் இறுதியில் ய் உள்ளதைப் பார்க்கலாம். மற்ற பொறிப்புகளோடு ஒப்பிட்டுப் பார்த்தால் இந்த முதல் சொல் ஒரு ஆள் பெயருக்குரியது எனலாம்... நிர்; என்பதை நீர் என்று படிக்கலாம். 'தண் பெண் நீர்' என்பதை நேரடியாகப் பொருள் கொண்டால், குளிர்ந்த வெள்ளையான நீர் என்று பொருள் தரும். இத்தொடர் அக்காலத்தில் மிக விரும்பிப் போற்றப்பட்ட கள்ளை இடக்கரடக்கல் முறையில் சுட்டுகிறது என்றால் தவறாகாது.

சுப்பராயலுவின் இவ்வாசிப்பு பொருத்தமானது என்று கருதியதால் 'குளிர்ந்த வெள்ளிய நீர்' என்ற வாசிப்பை மாற்றி, 'இத்தொடர், 'கள்ளை'க் குறிக்கிறது என்ற சுப்பராயலுவின் வாசிப்பை, அய்ராவதம் மகாதேவன் (2014:50) பின்னர் பின்பற்றியுள்ளார். கள்ளின் பயன்பாடு தமிழகத்தில் மிகவும் பழமையான ஒன்று என்பதற்கு கிறித்துவிற்கு முந்தைய காலத்தைச் சேர்ந்த இப்பானை ஓட்டுப்பொறிப்பு சான்றாக உள்ளது.

* * *

பனையிலிருந்து கள், பதநீர் பெற சில கருவிகளின் துணை அவசியமாகிறது. இவற்றுடன் 'பனைத் தொழில்நுட்பம்' என்ற இயலில் குறிப்பிட்டுள்ள கருவிகளின் துணையும் உண்டு. கள், பதநீர் இறக்கத் தேவைப்படும் கருவிகளாக இடுக்கி, சுண்டுகடிப்பு, பாளை அரிவாள், மட்டை அரிவாள் ஆகியன அமைகின்றன. இவற்றைப் பயன்படுத்தும் முறை வருமாறு:

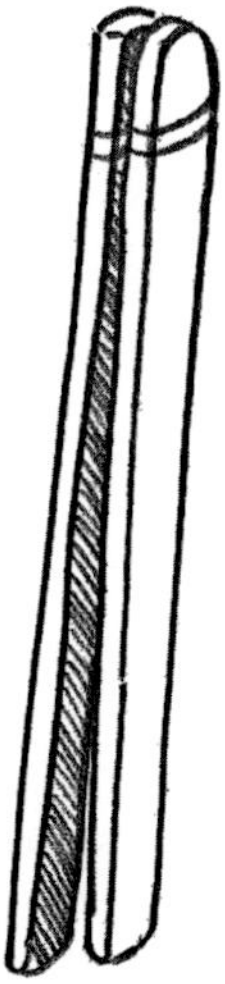

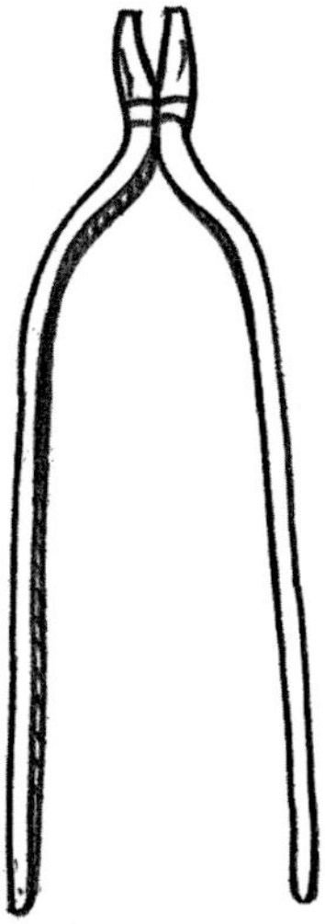

இடுக்கி (கடுப்பு)

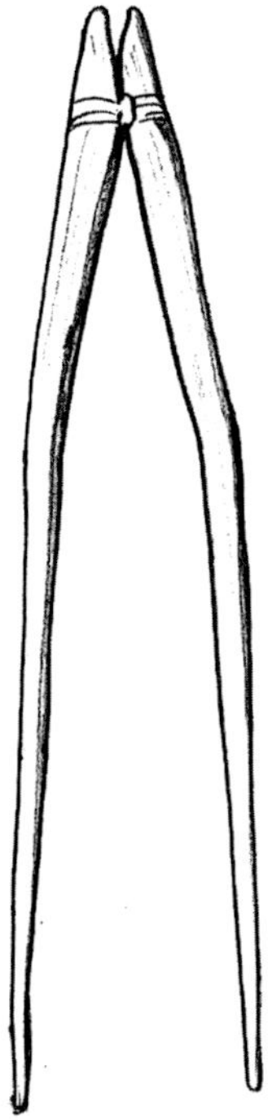

இரண்டு வகையான இடுக்கிகள், பதநீர் அல்லது கள் இறக்கத் தேவைப்படுகின்றன. பனை மரத்தில் உருவாகும் பாளையில் இருந்தே கள்ளும் பதநீரும் கிடைக்கின்றன. இதன்பொருட்டு பனையின் பாளையையும், அலகையும் இடுக்குவர் (நசுக்குவர்). இவ்வாறு நசுக்கப் பயன்படும் கருவியே இடுக்கி அல்லது கடுப்பு. இது உலோகத்தால் செய்யப்படுவதில்லை. மரத்தால் செய்யப் படுகிறது. பெரும்பாலும் வயிரம் பாய்ந்த பாக்கு மரம், இடுக்கி செய்யப் பயன்படுகிறது.

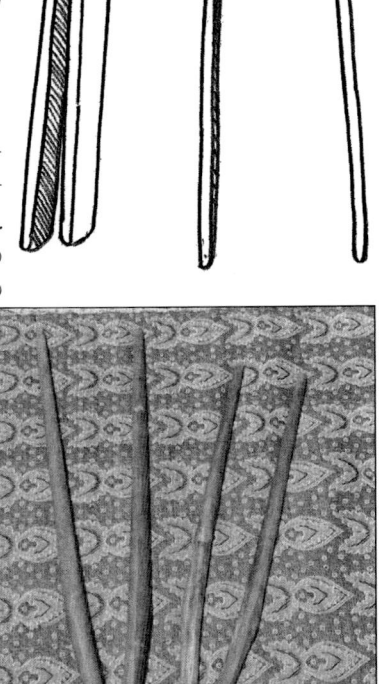

கட்டுப்பாளை இடுக்கி

சுண்டுகடிப்பு

பாளையில் உள்ள விரல் போன்ற பகுதியை நீவிப் பதப்படுத்த இக்கருவி உதவுகிறது. இது பனை மரத்தால் செய்யப்படுகிறது. இதைக் கட்டைக்கடுப்பு என்றும் கூறுவர்

சுண்டுகடிப்பு

பாளை அரிவாள்

பனை மரத்தில் தோன்றும் பாளையைச் சீவுவதற்கென்றே இது உருவாக்கப்படுகிறது. இதன் அமைப்பு ஏனைய அரிவாள்களை விட வேறுபாடானது. உருக்காலும் அல்லது உருக்கும் இரும்பும் கலந்த கலவையாலும் தயாரிக்கப்படுகிறது. அதன் கூர் மழுங்கிப் போவதைத் தடுக்கும் நோக்கில் வேறு எந்தப் பணிக்கும் இதைப் பயன்படுத்துவதில்லை.

அரிவாள் பெட்டி

மேற்கூறிய நான்கு கருவிகளையும், வேறு சில கருவிகளையும் பனை மரத்தின் உச்சிக்குக் கொண்டுசெல்ல, பெட்டி ஒன்றும் உண்டு. இதற்குள் இக்கருவிகளைப் போட்டு இப்பெட்டியை இடுப்பில் கட்டிக் கொள்வர். இதனால் உடலின் உறுப்புப்போல் இது உடலுடன் ஒட்டிக்கொள்ளும். பனை ஏறும்போது, இடையூறாக அமையாது. பட்டறைகளில் பணிபுரியும் தொழிலாளர்கள், தம் தொழிற்கருவிகளைப் போடப் பயன்படுத்தும் தொழிற்கருவிப் பெட்டி *(tool box)* உடன் இதை ஒப்பிடுவது பொருத்தமாய் இருக்கும். இப்பெட்டி செய்யப் பயன்படுத்தும் மூலப்பொருள் எளிதானதுதான். தென்னம்பாளை மூடியால் இதை இவர்களே தயாரித்துக் கொள்கிறார்கள். இதை அரிவாள் பெட்டி என்பர்.

அரிவாள் பெட்டியுடன் பனை ஏறும் பனைத் தொழிலாளி உச்சியை அடைந்ததும் உறுதியான மட்டையைக் கையால் பற்றியவாறும், காலால் மிதித்தவாறும் ஓலைக்கிடையில் சென்று வலுவான மட்டை ஒன்றில் அமர்ந்து கொள்வார். இதன் பின்னர் அவரது பணி தொடங்கும். இப்பணி ஆண் பனைக்கு வேறானதாகவும் பெண் பனைக்கு வேறானதாகவும் அமையும்.

ஆண் பனையில் கள் அல்லது பதநீர் பெற கட்டுப்பாளை சீவுதல், அலகு விரல் சீவுதல் (அலகு சீவுதல்) என இரண்டு முறைகள் மேற்கொள்ளப்படுகின்றன.

கட்டுப்பாளை சீவுதல்

ஆண் பனையின் உச்சியில், மட்டைகளின் இடுக்கில் விரல்கள் போன்ற அமைப்பில் பாளை என்ற உறுப்பு உருவாகும். இவை வெளிவரத் தொடங்கும்போது, இடையூறாக அமையும் ஓலைகளை அதன் அடிப்பாகத்திலிருந்து மட்டையுடன் அறுப்பது ஒரு முக்கிய வேலையாகும். அறுத்த ஓலைகளுடன் காட்சி அளிக்கும் பனைகள் (வ. படம்) கள் அல்லது பதநீர் இறக்க ஆயத்தமாக்கியுள்ளதை வெளிப்படுத்தும். இக்காட்சியை பூமணியின் 'அஞ்ஞாடி' நாவலில் வரும் மருதன் என்ற பாத்திரம் 'பனைக்க சோக்காச் சவரம் செஞ்சு வுட்ருக்காகளே' என்று வியப்புடன் குறிப்பிடும்.

அடுத்ததாக, பருவமடையும் நிலையில் (வெளிப்படாத நிலையில்) உள்ள பாளைகளை இடுக்கியால் இடுக்குவர் (நசுக்குவர்). இடுக்கும் முன்னர் பாளை சீவும் அரிவாளால் பாளையின் நுனியைச் சீவிவிடுவர்.

இடுக்கப்படும் பாளை வலுக்குன்றி கீழே முறிந்து விழுவதைத் தடுக்க பனை மட்டையை வெட்டும்போது, பாளையைத் தாங்கும் வகையில் அதன் அடியில் உள்ள மட்டையை முழுமையாகத் துண்டிக்க மாட்டார்கள். அரை அடிநீளம் மட்டையை விட்டே துண்டிப்பார்கள். இப்பகுதி **தாங்கு பந்தல்** எனப்படும்.

ஈரத்தன்மையுடன் கூடிய பாளையானது இடுக்கியால் இடுக்கப்படும்போது, அதில் உள்ள நீர்ச்சத்து சீவப்பட்ட பாளையின் நுனி வழியே சொட்டுச் சொட்டாக விழத் தொடங்கும். இது விழும் இடத்திற்கு நேராகச் சிறிய மண் கலையம் கட்டப்பட்டிருப்பதால் பாளையிலிருந்து சொட்டும் நீர் அதற்குள் விழும். இச்செயலே 'கட்டுப்பாளை சீவுதல்' எனப்படுகிறது. இதற்கு உதவும் கருவி 'கட்டுப்பாளை இடுக்கி' எனப்பெயர் பெற்றுள்ளது. இச்செயல்களை உள்ளடக்கியே,

கன்னங் கருத்தவனை
காலோடு கால்பின்னி
மார்போடு மார்பணைத்துக்
கட்டுக் கட்டுனு அடித்தால்
சும்மா சொட்டுச்
சொட்டுனு வடியும்
அது என்ன?

என்ற விடுகதையை உருவாக்கியுள்ளனர்.

பீலி

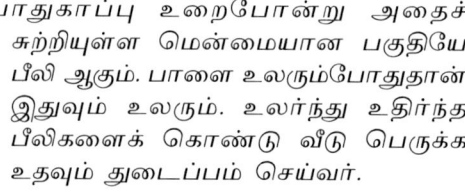

பாளைக்குப் பாதுகாப்பு உறைபோன்று அதைச் சுற்றியுள்ள மென்மையான பகுதியே பீலி ஆகும். பாளை உலரும்போதுதான் இதுவும் உலரும். உலர்ந்து உதிர்ந்த பீலிகளைக் கொண்டு வீடு பெருக்க உதவும் துடைப்பம் செய்வர்.

மெழுகுதல், மெழுகிடல் என்ற சொல் சாணம் கரைக்கப்பட்ட நீரால் மெழுகுதலைக் குறிப்பதாகவே இருந்துள்ளது. சாணத்தால் வீடு மெழுகும் வழக்கம் பழமையானது என்பதைப் புறநானூற்றுச் செய்யுள் (249:10–14) ஒன்றால் அறிய முடிகிறது. பசுமாட்டின் சாணத்தை 'ஆப்பீ' என்ற சொல்லால் இச்செய்யுள் குறிப்பிடுகிறது. இடைக்காலத் தமிழகத்தில் கோவில்களில் இப்பணியைச் செய்துவந்த கோவில் ஊழியர்கள் 'திருமெழுக்கிடுவார்' எனப்பட்டனர். இவர்களுக்கு மானியமாக வழங்கப்பட்ட நிலம் 'திருமெழுக்குப்புறம்' என்று கல்வெட்டுக்களில் குறிப்பிடப்பட்டுள்ளது.

இவ்வாறு சாணமிட்டு மெழுகிய தரையை மென்மையான துடைப்பத்தால்தான் கூட்ட வேண்டும். மென்மையற்ற துடைப்பம் மெழுகுப்பட்ட சாணத்தைக் கிளறிவிட்டு விடும்.

சாணம் பூசி மெழுகப்பட்ட மண்தரைகளைக் கூட்ட (பெருக்க) பீலியால் செய்யப்பட்ட துடைப்பம் மிகவும் உகந்தது. இத்துடைப்பத்தால் மண்தரையைக் கூட்டும்போது, மண் கிளறப்படுவதில்லை.

பீலி பெய் சாக்காடும் அச்சிறும் அப்பண்டம்
சால மிகுத்துப் பெயின்

என்ற திருக்குறளில் இடம்பெறும் 'பீலி' என்ற சொல் மயில் இறகைக் குறிக்கிறது என்பது மரபு வழி உரையாகும். ஆனால் லெனின் தங்கப்பா (ஆண்டு குறிப்பிடாத நூல்: 6).

தொடர்ந்து பரிமேலழகர் காலத்து உரையில் இருந்து இன்று வரை பீலி என்றால் மயில் இறகு என்றே எழுதி வருகின்றனர். பனை மரத்தோல் கூடப் பீலிதான். காலங்காலமாக மாட்டு வண்டிகள் சுமந்து செல்வது இப்பீலியையும் சேர்த்துத்தானே!

பீலியாலான துடைப்பம்

என்ற கருத்தை முன்மொழிகிறார். பனை மரங்களையும், மண்தரை கொண்ட இல்லங்களையும் கோயில்களையும் மிகுதியாகக் கொண்டிருந்த பண்டையத்

தமிழகத்தில் பனை மரத்தின் பீலியை வண்டிகள் சுமந்து செல்லும் வாய்ப்பு அதிகமாய் இருந்திருக்கும்.

லெனின் தங்கப்பாவின் மேற்கூறிய விளக்கத்தை ஒரு கருதுகோளாகக் கொண்டு, வள்ளுவர் குறிப்பிடும் பீலி எது என்பதை ஆய்வுசெய்யலாம். மயிற்பீலி ஏற்றுமதிப் பொருளாக விளங்கியிருந்தாலும் வண்டி வண்டியாக மயிற்பீலி தமிழகம் முழுவதும் பரவலாகப் பயணித்திருக்குமா என்பது அய்யத்திற் குரியது.

கள் அல்லது பதநீர் சேகரித்தல்

மண் கலையத்தில் சேரும் கள்ளைச் சேகரிக்க பனை ஓலையால் நெருக்கமாகப் பின்னப்பட்ட பனை ஓலைப் பெட்டி ஒன்றை எடுத்துச்செல்வர். மண் கலையத்தில் சேர்ந்த கள்ளை இதற்குள் ஊற்றிக்கொண்டு கீழே இறங்குவர். இது பெரும்பாலும் அதிகாலை நேரத்தில் நிகழும். விதிவிலக்காக மாலை நேரங்களில் இறக்குவதும் உண்டு. நீரை வெளியிடாத வகையில் இப்பெட்டி நெருக்கமாகப் பின்னப்பட்டிருப்பதால் கள் அல்லது பதநீர் வெளியேறாது.

சுண்ணாம்பு தீட்டப்பட்ட கலையம் (வலதுபுறம்)

பதநீர் நிரப்பப்பட்டக் கலயம்

இப்படி ஒவ்வொரு பனையில் இருந்தும் சேகரிக்கப்படும் கள்ளை அல்லது பதநீரைக் கீழே உள்ள பெரிய பனை ஓலைக் குடுவையில் முன்னர் சேகரித்து வைப்பது வழக்கம். தற்போது துத்தநாகத்தால் ஆன குடுவைகளையும் பிளாஸ்டிக் குடங்கள், கேன்களையும்

பயன்படுத்தத் தொடங்கியுள்ளனர். பனை ஓலைக் குடுவையைத் தொடர்ச்சியாகப் பயன்படுத்துவதால் அதன் இடுக்குகளில் தேங்கும் கள் புளித்துப்போவதுடன், ஒரு வகையான துர்நாற்றத்தையும் ஏற்படுத்துவதால் ஓலைக் குடுவையைக் கைவிட்டுள்ளனர்.

பனை மரமே! பனை மரமே!

பருவப் பனை அல்லது பெண் பனை

பெண் பனையைக் குறிக்கப் பருவப் பனை என்ற சொல் பயன்படுத்தப்படுகிறது என்பதை முன்னரே கண்டோம். இதிலும் பாளைகள் தோன்றுவதால் அதை இடுக்கி கள் பெறுவர். பெண் பனையில் பாளையை இடுக்காவிடில் அதில் உருவாகும் குரும்பைகள் பருத்து நுங்கும் பனம் பழமும் உருவாகும்.

நுங்கு சீவுதல்

நுங்கை உண்பதற்காக அன்றி, அதிலிருந்து கள் அல்லது பதநீர் எடுத்தலே நுங்கு சீவுதல் ஆகும். இது தமிழ்நாட்டின் மேற்கு மாவட்டங்களில் (கொங்குப் பகுதி) வழக்கில் உள்ளது. இப்பகுதியில் கள ஆய்வு நிகழ்த்தாமையால் இது குறித்து விரிவாகக் குறிப்பிட இயலவில்லை.

கள்

பனை மரத்தைக் குறிக்க மிகுதியான சொற்கள் இருப்பது போல (பி.இ.1) அதிலிருந்து பெறும் கள்ளைக் குறிக்கவும் சொற்கள் பல வழக்கில் இருந்துள்ளன. இச்சொற்களை நிகண்டு நூல்கள் தொகுத்தளித்துள்ளன. அந்நூற்பாக்கள் வருமாறு:

கள்ளின் பெயர்

இக்கு, நனை, தேன், முருகு, தோப்பி,
நறவு, பிரசம், தணியல், சுரை, படு,
வேரி, மட்டு, தேறல், சாறு,
பானம், வடி, பிழி, மது, வழி, தொண்டி,
(ஆன) அரிட்டமும், சாதியும், கள் ஆகும். (திவாகரம்: 111)

(அருகிக்) கௌவையும், விளம்பியும் (ஆகும்). (திவாகரம்: 112)

பாலி, சுமாலி, ஆலி, மருட்டம்,
மாலி, முண்டகம், சாலி, மாரி,
பாடலி, மௌலி, சிக்கர், ஞாளி,
பாணி, குந்தி, மதுகரம், கவிகை,
ஆசவம், ஆம்பல், அம்பி, அம்பதை,
மேதை, கஞ்சா, விகுணி. சுலோகி
(பேத வகை)கள் (பெயர் என அறைவர்). (திவாகரம்: 6:113)

பாலி, பிழியே, படு, மது, தணியல்
சாலி, ஆலி, ஆலை, சாறு,

மாதவம், சாதி, சுரையே, மாரி,
மதுவம், வேரி, தொப்பி, தேறல்,
நறவு, பிரசம், ஆம்பல், இரேயம்,
தொண்டி, நனை, மாலி, அரிட்டம், ஆசபம்,
கௌவை, சுவிகை, சுலோகி, சுண்டை,
வெறியே, அம்மியம், வாருணம், பானம்,
அளியே, மேதை, முண்டகம், பாரி,
மட்டு, காலி, சாயனம், காதம்,
பரி, எலி, வாணிதம், கொங்கு, மகரந்தம்,
குந்தி, சொல்விளம்பி, அருப்பம், களியே,
கல்லியம், சுமாலி, ஞாளி, தேமும்,
நாற்றம், வடி, நறை, மதுகரம், கள்ளே.   (பிங்கலந்தை: 6:45)

பழையும், மந்திரமும் (பகரப்படுமே)   (பிங்கலம்: 6: 46)

அரியல், பாடலி, தேன், மட்டே
    அரிட்டமே, சுண்டை, தொண்டி,
முருகு, சாயனமே, கௌமே,
    முண்டகம், சாதி, சாலி,
பிரசம், மாதவமே, மேதை,
    பிழி, சேறு, தணியல், மாரி,
சுரை, மது, சுமாலி, மாலி,
    சுலோகியே, சொல் விளம்பி.   (சூடாமணி: 6:29)

நறவொடு, ஆசவமே, தொப்பி,
    நனை, இக்கு, ஞாளி, குந்தி,
வெறி, வெடி, சாறு, பானம்,
    விகுணியே, சோபம், வேரி,

மறவி, தேம், சுவிகை, தேறல்,
    மகரந்தம், மதிரை, ஆம்பல்

(அறிவு அழி) படு, (ஆறெட்டும்)
கள்ளினுக்கு (அமைந்த பேரே)   (சூடாமணி: 6:29)

இந்நூற்பாக்களில் இடம்பெறும் சொற்கள் அனைத்தும் பனை தரும் கள்ளைக் குறிப்பன அல்ல. தினை, அரிசி ஆகியவற்றிலிருந்து பெறப்படும் கள்ளைக் குறிப்பனவும் ஒன்றிரண்டு உண்டு. சில தேனைக் குறிப்பன. 'அமரர் புராணம்' (1901) என்ற நூலில் பனஞ்சாறைக் குறிக்கும் 120 சொற்கள் இடம்பெற்றுள்ளன (இம்மானுவேல் 2002: 74). கள் குறித்த இப்பெயர்கள், கள்ளின் பரவலான பயன்பாட்டையும் அதன் வகைகளையும் நாம் உணரச் செய்கின்றன.

பனை மரத்தின் பாளையைச் சீவுவதால் கிடைக்கும் இனிப்பான சாறை உடனடியாகப் பருகினால், அது பசியைத் தூண்டும், சிறுநீர்ப்போக்கை அதிகரிக்கும்.

மரத்திலிருந்து இச்சாறை இறக்கிய பின்னர், அப்படியே சிறிது நேரம் வைத்திருந்தால் இச்சாறு மெதுவாகப் புளிப்படையத் தொடங்கும். இதிலுள்ள இனிப்புப் பொருளை நுண்ணுயிரிகள் (பாக்டிரியாக்கள்) புளிப்படையவைப்பதுதான் இதற்குக் காரணம்.

இவ்வாறு புளிப்படைவதன் அடுத்த கட்டமாக, லாக்டிக் அமிலம், அசிடிக் அமிலம் ஆகியன இச்சாறில் உருவாகின்றன. இவ்விரு அமிலங்கள் உருவாவதால் எதில் ஆல்ககாலின் என்ற வேதியியல் பொருளின் விழுக்காடு இச்சாறில் கூடுதலாகும். இதன் விளைவாக இனிப்பான சாறு போதையூட்டும் தன்மையை அடைகிறது. இத்தன்மையை அடைந்த பின்னரே இனிப்பான சாறு 'கள்' ஆகிறது.

கள்ளில் இடம்பெற்றுள்ள போதைத் தன்மையானது அரிசி, பார்லி ஆகியவற்றிலிருந்து தயாரிக்கப்படும் பீர் என்ற மதுவகையில் காணப்படும் போதைத் தன்மையைவிடக் குறைவானதாகவே உள்ளது. நாளான கள் என்றால் பீருக்கு இணையாக இருக்கும். எப்படி இருந்தாலும் கள்ளும் பீரும் 7% வரைதான் போதைத்தன்மை கொண்டுள்ளன. ஆனால், பீர்தயாரிப்பும் அதன் விற்பனையும் அனுமதிக்கப்பட்ட நிலையில் கள் இறக்குதலும் அதன் விற்பனையும் தடைசெய்யப்பட்டுள்ளன.

இந்தியாவில் தயாரிக்கப்படும் அந்நிய நாட்டு மதுபான வகைகளில் 42.8% வரை போதைத்தன்மை இடம்பெற அனுமதி உள்ளது. சில நிறுவனங்கள் இதை மீறி, 46% வரை போதையூட்டும் தன்மையுடன் உற்பத்திசெய்வதாகவும் கருத்துள்ளது.

சிலவகைக் குளிர்பானங்களில் 4% வரை போதையூட்டும் தன்மை இடம்பெற்றுள்ளதாம். இவற்றைக் குழந்தைகளும் பருகுகின்றன. இதைப் பருகினால் குழந்தைகள் நன்றாக உறங்கி விடுவதாகச் சில பெற்றோர்கள் பெருமையுடன் கூறுவதுண்டு. இவ்வாறு உறங்குவதற்கு அதில் கலந்துள்ள 4% ஆல்ககால்தான் காரணம் என்பதை அவர்கள் உணர்வதில்லை.

7% அளவே போதைத்தன்மை உடைய கள்ளில், அதை உயர்த்தும் பொருட்டுச் சில வழிமுறைகளைக் கள் விற்பனையாளர்கள் சிலர்

பின்பற்றியுள்ளனர். இவற்றுள் அதிகக் கெடுதல் இல்லாத வழிமுறை, புதுக்கள்ளை ஒன்றிரண்டு நாட்கள் கூடுதலாகப் பானையில் வைத்திருந்து அதை மேலும் புளிக்க வைத்தல்.

சிலர் பிரண்டைக் கொடியைச் சிறு சிறு துண்டுகளாக்கி இடித்துச் சாறு எடுத்துக் கள்ளில் கலப்பர். இதனால் கள்ளிற்கு 'விறுவிறுப்புத் தன்மை' கிடைக்கும். சிலர் பழங்களைப் புளிக்கவைத்துச் சாறெடுத்து அச்சாறைக் கள்ளில் கலப்பர். இம்முறையில் புளிப்புத் தன்மை கொண்ட பழங்களே பயன்படுத்தப்படும். கதலி வாழைப்பழம் இதில் முக்கிய இடம்பெறுகிறது.

மிகக் கொடுமையான முறையாக அமைவது வேதியியல் தன்மைகொண்ட பொருட்களைக் கள்ளில் கலப்பதாகும். இம்முறையில் குளோரல் ஹைடிரேட் என்ற வேதியியல் பொருள் பரவலாகப் பயன்படுத்தப்படுகிறது. இது உறக்கத்தை வரவழைக்க மருத்துவர்களால் பரிந்துரைக்கப்படும் மருந்தில் இடம்பெறுகிறது. தொடர்ச்சியாக அதிக அளவில் அதைச் சாப்பிடுவது உடலுக்கு ஊறு செய்யும். மூளையின் செயல்பாட்டைச் சீர்குலைப்பதுடன் ஒரு விதமான மயக்க நிலையில் ஆழ்த்தும் தன்மையது.

கள்ளில் சேர்க்கப்படும் மற்றொரு பொருள் சாக்கிரின் 550 ஆகும். இனிப்புத் தன்மை கொண்ட இப்பொருள் கள்ளின் புளிப்பை அதிகரிக்க உதவி போதையூட்டுகிறது. 1971இல் மது விலக்கு நீக்கப்பட்டபின் கள் விற்பனைக்கு வந்தது. அப்போதுதான் இம்முறைகள் அறிமுகமாயின.

இவ்வியலின் தொடக்கத்தில் கள் இறக்குதல் குறித்துக் கூறிய செய்திகள் யாவும் உண்மையில் பதநீர் இறக்குவது தொடர்பான செய்திகள்தாம். கள் இறக்குவது தமிழ்நாட்டில் தடை செய்யப்பட்ட தொழில்.

கள்ளுக்கும் பதநீருக்கும் அதைப் பெறும் முறையில் வேறுபாடு எதுவும் கிடையாது என்பதால் கள் என்றே இங்கு குறிப்பிடப்பட்டுள்ளது. கள் இறக்குதல் கள் விற்பனை என்று இங்கு குறிப்பது கடந்த கால நிகழ்வுகளைத்தான்.

வழிபாட்டில் கள்

சங்ககால நடுகல் வழிபாட்டில் படையல் பொருளாக, கள் இடம் பெற்றுள்ளது,

நடுகல் வீரனின் உருவத்துடன் கூடிய நடுகற்கள் சிலவற்றில் கள் அடங்கிய பாத்திரம் இடம் பெற்றுள்ளதாக தொல்லியல் அறிஞர்கள் நாகசாமியும் *(1972:9)* சாந்தலிங்கமும் *(1989:28)* கருதுகிறார்கள்.

நாட்டார் தெய்வக் கோவில் திருவிழாவின்போது கள் அடங்கிய குடத்தை வைத்து வழிபடும் வழக்கம் சில ஊர்களில் இருந்து வந்துள்ளது. மதுவிலக்கு அறிமுகமான பின் இது மறைந்துவிட்டது. சில ஊர்களில் காவல்துறையின் வாய்மொழி அனுமதி பெற்று படையல் பொருளாகக் கள்ளைப்படைத்துள்ளார்கள். நாட்டார் தெய்வங்களுக்குக் கள்படைத்து வழிபட்டதை நந்தனார் சரித்திரக் கீர்த்தனை, ‘மதுக்குடம் பிசிதம் வைத்து அருந்தியே வணங்குவாயே’, ‘கள்ளூ சுள்ளூடன் பூசைகள் போடு’ என்று நந்தனாரை நோக்கி வேதியர் கூறுவதாகக் குறிப்பிடுகிறது.

வழிபாட்டில் மட்டுமின்றி இறப்புச் சடங்கிலும் பிணத்தின் முன் தர்ப்பைப்புல்மீது சோறுடன் கள் படைத்துள்ள செய்தியை புறநானூறு *(360:16–19)* குறிப்பிடுகிறது.

கள் விற்பனை

பனை மரங்களிலிருந்து இறக்கிய கள்ளைச் சேகரித்து ஒரே இடத்தில் விற்கும் முறை தமிழகத்தில் பழமையான ஒன்றாகும். சங்க நூல்களுள் ஒன்றான ‘மதுரைக்காஞ்சி’ மதுரை நகரின் அங்காடித் தெருக்களை வருணிக்கும்போது, கள் விற்கும் கடையையும் வருணிக்கிறது.

கள் விற்கும் கடை என்பதை அடையாளம் காட்டும் வகையில் கடையின்மீது கொடிகள் பறந்துகொண்டிருந்ததை, ‘கள்ளின் களிநவில் கொடியொடு’ *(372)* என்று குறிப்பிடுகிறது.

பதிற்றுப்பத்திலும் *(68:9–11)* ‘கள்கொடி நுடங்கும் (அசையும்) ஆவணம் புக்கு’ என்று குறிப்பிடப்பட்டுள்ளது (ஆவணம்: கடைத்தெரு). இங்கு கள் குடிப்போர் காரம் மிகுந்த இஞ்சி அல்லது புளிச்சுவை கொண்ட பழங்களைத் தொடுகறிபோல் பயன்படுத்தியுள்ளனர்.

கடல் பிறக்கோட்டிய செங்குட்டுவன், தான் நடத்திய போரில் வெற்றி பெற்றதும், கூத்தர்களுக்குக் கொடையாகக் கள் நிரம்பிய குடங்களை வழங்கினான். இச்செய்தியை, பரணர் என்ற கவிஞர் (பதிற்றுப்பத்து *42:10 –13)*

> இஞ்சிவீ விராய பைந்தார் பூட்டிச்
> சாந்து புறத்து எறிந்த தசும்பு துளங்கு
> தீம்சேறு விளைந்த மணிநிற மட்டம்
> ஓம்பா ஈகையின் வண்மகிழ் சுரந்த

என்று வருணித்துக் கூறுகிறார். இத்தொடர்களின் பொருள் வருமாறு:

இஞ்சியும் பூவும் விரவத் தொடுத்த மாலையினைக் கழுத்தில் கட்டிச் சந்தணத்தை வெளிப்பகுதியில் தெளித்து இருக்கையில் வைக்கப்பட்டுக் களிப்பு மிகுதியில் அசையும் கள்ளுக்குடங்களிலுள்ள நீலமணியின் நிறம் கொண்ட சுவை மிகுந்து விளைந்த மதுவினை, ஓம்பாத கொடைப்பண்பினால் மகிழ்ந்து அளித்தாய் (பரிமணம். ஆமா 2003:143).

இச்செய்யுளில் இடம்பெறும் முதல் இரு தொடர்களுக்குப் பழைய உரையாளர் தந்த விளக்கம் மிக நுட்பமான ஒன்று. கள் வைக்கபட்டிருந்த குடத்திற்கு சந்தனம் பூசி, இஞ்சியும் பூவும் கலந்து கட்டிய மாலை சூட்டப்பட்டிருந்தமைக்கு அவர் தரும் விளக்கத்தின் சாரம் வருமாறு (பரிமணம். ஆமா 2003:143):

மது அருந்துவோர் இடையிடையே கடித்து இன்புறுதற்காக இஞ்சியும் முகர்ந்து இன்புறுதற்காகப் பூவும் சேர்த்துக்கட்டிய மாலையினைப்பூட்டி அவ்வாறே பயன் பெறுவதற்காகச் சந்தனத்தைப் பானையின் புறத்தே பூசுவர்.

தற்போது நம் ‘குடிமகன்கள்’ ஊறுகாய் பயன்படுத்துவது போன்று பண்டைத் தமிழர் இஞ்சியைப் பயன்படுத்தியுள்ளனர். புளிப்புச் சுவையுடைய களாப் பழத்தையும், சுடரிப் பழத்தையும், கள் உண்டோர் பயன்படுத்தியதாக புறநானூறு (177:7 – 9) குறிப்பிடுகிறது.

பதிற்றுப்பத்தில் (42:11) இடம்பெறும் ‘தசும்பு துளங்கு இருக்கை’ என்ற தொடரே அச்செய்யுளின் தலைப்பாக அமைந்துள்ளது. இத்தலைப்புப் பொருத்தம் குறித்துப் பழைய உரையாசிரியர்,

களிப்பு மிகுதியால் தன்னை உண்டவரின் உடல் நடுங்குவது போலக் கள்நிறைந்து வைக்கப்பட்ட குடம் ஆடும்படியான இருப்பு

என்று விளக்கம் அளித்துள்ளார். மலைபடுகடாம் என்ற நூலில் இடம்பெறும் ‘துளங்கு தசும்பு’ (463) என்ற சொல்லுக்கு ‘களிப்பு மிகுதியால் அசையும் மிடா’ என்று நச்சினார்க்கினியர் உரையெழுதி உள்ளார். (கள் வைக்கப்பட்ட குடத்தில் நொதித்தல் நிகழும்போது, வெளியேறும் கரியமில வாயுதான் குடம் ஆடும்படிச் செய்கிறது.)

பனையில் மட்டுமின்றி, வீட்டிலும் கள் தயாரிக்கும் முறை சங்ககாலத் தமிழர்களிடம் இருந்துள்ளது. அரிசியிலிருந்தும் புன்புலத்தில் விளையும்

‘தினை’ என்ற தானியத்திலிருந்தும் இக்கள்ளைத் தயாரித்துள்ளனர். ‘தோப்பி’ என்ற பெயருடைய அரிசியிலிருந்து தயாரிக்கப்பட்ட கள், ‘தோப்பிக்கள்’ எனப்பட்டது. இல்லில் தயாரிக்கப்பட்டதன் அடிப்படையில் ‘இல்லடுகள்’ என்ற பெயரும் உண்டு.

பனங்கள் பரவலான அறிமுகத்தைப் பெற்றிருந்தது. அதியமான் இறந்தபோது, வருந்திப் பாடிய அவ்வையார் சிறிய கள் பெரினே என்றே தம் கவிதையைத் தொடங்குகிறார். இங்கு இடம்பெறும் ‘சிறிய’, ‘பெரிய’ என்ற அடைமொழிகள் கள் கிடைத்தலின் அளவைச் சுட்டுவனவாக உரையாசிரியர்கள் பொருள் உரைக்கின்றனர். இதன்படி பார்த்தால் கிடைப்பருமையான பொருளாகக் கள் இருந்தமை புலனாகிறது. கள் நுகர்வோரின், எண்ணிக்கை மிகுதி இதற்குக் காரணமாக இருந்திருக்கலாம்.

கள் குடிக்க விரும்புவோர், கள் கடைக்குச் சென்று அங்கு அது கிடைக்காத நிலையில் பனை மரத்தை நோக்கிப் பயணித்தனர். அங்கும் அது கிடைக்காத நிலையில் நுங்கை வெட்டி எடுத்து வந்த செயல் குறுந்தொகையில் *(293:1)* இடம்பெற்றுள்ளது. கள்தேடிச் சென்ற பயணத்தைக் ‘கள்ளிர் கேளிர் யாத்திரை’ என்று குறிப்பிட்டமையால் இக்கவிதையைப் பாடிய கவிஞர் ‘கள்ளிலாத்திரையன்’ என்று அழைக்கப்படலாயினார் என்ற கருத்து உண்டு. உ.வே.சா *(2014:I-IV)* அத்திரி குலத்தில் பிறந்தமையால் ஆத்திரையன் என்று அழைக்கப்பட்டதாகக் கூறுவார்.

கள் விற்பனையில் பெண்களும் ஈடுபட்டிருந்ததைச் சிலப்பதிகாரம் குறிப்பிடுகிறது. கள் விற்கும் பெண்ணிடம் கடனுக்குக் கள்வாங்கிக் குடித்த வீரன் ஒருவன் அக்கடனைத் திருப்பி அடைக்காத நிலையில், மீண்டும் கடனுக்குக் கள் கேட்டான். அவ்வாறு தர, ‘கள்விலையாட்டி’ *(கள் விற்பவள்)* மறுக்கவே, கள் வாங்குவதற்காக ஆநிரை கவர, அவ்வீரன் சென்றதைச் சிலப்பதிகாரம் *(12:13)*

கள்விலை யாட்டி மறுப்பப்
    பொறாமறவன் கைவில் ஏந்திப்
புள்ளும் வழிபடரப் புல்லார்
    நிரைகருதிப் போகும் போலும்

என்று குறிப்பிடுகிறது. **கள்நொடை ஆட்டியர்** என்ற சொல்லாலும், கள்விற்கும் பெண்களைச் சிலப்பதிகாரம் *(5:24)* குறிப்பிடுகிறது. ‘நொடை’ என்ற சொல், விலை கூறலைக் குறிக்கும். விலை கூறிக் கள் விற்பதனால் ‘கள்நொடை

ஆட்டியர்' என்று குறிப்பிட்டுள்ளது. **கள்பகர் மகடூஉ** என்ற சொல்லால் பெருங்கதை *(40:83)* குறிப்பிடுவதும் இதே பொருளில்தான்.

பதநீர் விற்பனையில் பெண்கள் இன்று ஈடுபட்டுள்ளது போன்று பண்டைக் காலத்தில் கள் விற்பனையில் பெண்கள் ஈடுபட்டிருந்ததை இச்சொற்கள் உணர்த்துகின்றன.

கள் விற்போரைக் குறிக்க, **கள்ளோர்** என்ற சொல்லை மதுரைக்காஞ்சி *(அடி: 662)* பயன்படுத்துகிறது. பிற்கால நிகண்டு நூல்களான, திவாகரம் (கி.பி. எட்டாம் நூற்றாண்டு), சூடாமணி *(16ஆம் நூற்றாண்டு)*, பிங்கலம் (கி.பி. எட்டு அல்லது பத்தாம் நூற்றாண்டு) ஆகியன. 'கள் விலைஞர்' (கள் விற்போர்) குறித்த பெயர்களைப் பின்வருமாறு பட்டியலிட்டுள்ளன:

பழையர், துவசர், படுவர்	(திவாகரம் 2:15)
சௌண்டிகர், துவசர், பிழியர், படுவர்	(சூடாமணி 2:35)
பழையர், துவசர், படுவர்	(பிங்கலம் 5:88)

குறிப்பிட்ட தொழில் ஒன்று ஒரு நாட்டில் பரவலாக நிகழ்ந்தால் அது நிகழும் நிலப் பகுதிகளில் வெவ்வேறு வகையான பெயர்களில், அத்தொழில் புரிவோரை அழைப்பது மரபு. இதன் அடிப்படையில் கள் விற்போரைக் குறிக்கும் மேற்கூறிய பெயர்கள் உருவாகி இருக்க வேண்டும். கள் விற்பனையானது பரவலாகவும், தொடர்ச்சியாகவும் தமிழகத்தில் நிகழ்ந்து வந்துள்ளதை இத்தொழிற் பெயர்கள் வாயிலாக அறிய முடிகிறது

ஊரும் கள்ளும்

விற்பனையின் பொருட்டு வரும் கள்ளில் சில ஊர்க் 'கள்' சிறப்புடையதாகக் கருதப்பட்டது. திரு ஆயன் (வேப்பலோடை, தூத்துக்குடி மாவட்டம்) *1987*இல் தாம் எழுதிய இருகடிதங்களில் கொற்கைக் கள் குறித்த வாய்மொழிச் செய்தியொன்றைப் பதிவு செய்துள்ளார்.

இக்கடிதத்தில், கள்ளுக்கடை நடத்துவோரின் தொழில் தர்மம், கள்ளின் மணத்தை நுகர்ந்தே அதன் தாயகத்தைக் கண்டறியும். கட்குடியார் ஒருவரின் ஆற்றல் ஆகியன இடம் பெற்றுள்ளன.

தூத்துக்குடி மாவட்டம் வைப்பாறு பகுதியில் கள்ளுக்கடை நிர்வாகியான சடையப்ப பிள்ளை என்பவரையும் அங்கு, 'காலே அரைக்காத்துட்டுக்கு' கள்

குடிக்க வரும் மாயாண்டிப் பகடை என்பவரையும் இணைத்து உருவான வாய்மொழிச் செய்தியொன்றை மையமாகக் கொண்டு இக்கடிதத்தை ஆயன் *(1988: 180–184)* எழுதியுள்ளார்.

தன் கடைக்கு வரும் மாயாண்டி ஒரு நாடோடி ஆதலால், பல ஊர்களில் கிடைக்கும் கள்ளையும், அதன் போதையின் மகிமையையும் அவர் அறிந்திருக்க முடியும் என்பது சடையப்பப்பிள்ளையின் எண்ணமாகும். தமது கடைக்கள்ளின் போதை குறித்து மாயாண்டியிடம் பாராட்டு வாங்கிவிட வேண்டும் என்பது அவரது விருப்பமாக இருந்தது.

'இன்று சரக்கு எப்படி?' என்று எப்போது அவர் கேட்டாலும் 'அந்தக் கொற்கைக் கள் மாதிரி ஆவுங்களா?' என்ற பதிலே மாயாண்டியிடம் இருந்து வரும். போதையிலும்கூட இதே பதில்தான் தெளிவாக வரும்.

சடையப்பப் பிள்ளைக்கு இது ஒரு சவாலாய்ப் போய்விட்டது. தாமே கொற்கைக்குப் போய் மாயாண்டியின் கூற்றில் உள்ள உண்மையைச் சோதித்தறிய வேண்டும் என்ற முடிவுக்கு அவர் வந்துவிட்டார். இம்முடிவின்படி ஒருநாள் தம் லேக்ளா (ரேக்ளா) வண்டியில் கொற்கைக்குப் பயணமானார். இதன்பின் நடந்தவற்றை ஆயனின் எழுத்திலேயே படிப்பது (182–184) சுவையாக இருக்கும்.

> விடிவெள்ளி வரும் நேரத்தில், பிள்ளையவர்களின் லேக்ளா தருவைக்குளம் வழியாக, முக்காணி அருகிலுள்ள கொற்கை போய்ச் சேர்ந்தது. கள்ளுக்கடையைத் தேடிப்பிடிப்பது அவ்வளவு சிரமமாக இல்லை.
>
> பிள்ளை முதன் முதலாக இரண்டு பட்டைக் கொற்கை கள்ளை சாப்பிட்டு மீசையைத் துடைத்துக் கொண்டார். அப்படி ஒன்றும் போதை ஏறுவதாக இல்லை என்று முனங்கிக் கொண்டு மேலும் இரண்டு பட்டை கேட்க, "வெயில் நேரம், போதும், நேரம் ஆக ஆகத்தான் போதை ஏறும்" என்று கடைச் சிப்பந்தி சொல்ல, அலட்சியமாகச் சிரித்துக் கொண்டு, பிள்ளை சாப்பிட்டுவிட்டு, கன்றுகள் கிட்டேபோய் தடவிக் கொடுத்து விட்டு நின்றபோது தள்ளாடி விழுந்துவிட்டார்.
>
> கள்ளுக்கடை நியாயப்படி போதையில் சுயநினைவு இழந்துவிட்டால், மேற்படி நபரின் பணம் முதலிய உடைமைகளைப் பாதுகாத்து, சுயநினைவு ஆனபின் உரிய நபரிடம் ஒப்படைப்பது வழக்கம். அப்படியே, பிள்ளையவர்களின் உடமைகளுக்குப் பாதுகாப்பு தந்து அனுப்பி வைத்தனர். கொற்கை கள்ளை வாங்கிக்கொண்டு ஊர் திரும்பினார்.

வழக்கம்போல் மறுநாள், பிள்ளை வியாபாரத்தில் ஈடுபட்டிருந்தார். மாலை நேரம் ஆக ஆக மாயாண்டியின் வருகையை எதிர்பார்க்க, பொழுது சாய்ந்து சற்று நேரம் கழித்து மாயாண்டி வந்து சேர்ந்தான். எதுவும் பேசாமல் தனது கடைக் கள்ளை முதலில் கொடுத்தார். வழக்கம்போல் எப்படி சரக்கு என்றார். பரவால்ல சாமி. ஆனாலும் பாருங்க... என்றான். என்ன பாதில நிப்பாட்டிட்ட. கொற்கையன் கள் மாதிரி ஆவதும்ப.

ஆமா அய்யா! கோவிச்சக்கப்படாது. பொய்சொல்லப் படுமுங்களா என்றான் மாயாண்டி.

தனியாக உள்ளே வைத்திருந்த கொற்கைக் கள்ளை, பிள்ளை எடுத்து வந்தார். மேலும் குடிப்பதற்கு தயாராய் குத்துக்காலிட்டு உட்கார்ந்திருந்த மாயாண்டி, திடீரென்று எழுந்து நின்று, தலைப்பாகையை அவிழ்த்து இடுப்பில் கட்டினான். தென் திசையை நோக்கி ஒரு கும்பிடு போட்டான். "அப்பன் கொற்கையன் வந்துட்டான் சாமி" என்றான். சாஷ்டாங்கமாக விழுந்து கும்பிட்டான். மொந்தையிலிருந்து வந்த நெடியே, அது கொற்கைக் கள் என்பதை, நுகரும் சக்தி ஒருவனுக்கு ஏற்படுகிறது என்று சொன்னால் இவனல்லவோ "குடிகாரர்களின் சக்கரவர்த்தி" என்று பிள்ளை சொன்னார். தாராளமாக அந்தக் கொற்கைக் கள்ளை அவனுக்கு ஊற்றி ஆனந்தப்பட்டார்.

பிள்ளை, தனது கடைச் சிப்பந்திகளைக் கூப்பிட்டு எல்லோர் முன்னிலையிலும் "இந்தக் கடை உள்ளவரை மாயாண்டிக்குக் கள் கொடுத்தால், துட்டு வாங்கப்படாது" என்ற உத்தரவைத் தெரிவித்தார்.

ஆயனின் இப்பதிவில் ஓர் உண்மை பொதிந்துள்ளது. வளரும் மண்ணின் தன்மை, அங்கு கிடைக்கும் நீரின் அளவு என்பன கள்ளின் சுவையை முடிவு செய்கின்றன என்பது இன்றும் ஒரு நடைமுறை உண்மையாகும்.

சடையப்பப்பிள்ளையின் வைப்பாறுப் பகுதி, கடலை ஒட்டிய மணற் பாங்கான இடமும், செம்மண் தேரியும் கொண்ட பகுதி. கொற்கைப் பகுதி வளமான குறுமண்ணைக் கொண்ட நன்செய் நிலப் பகுதி. இந்நில வேறுபாடு, கள்ளின் தர வேறுபாட்டிற்குக் காரணமாய் அமையும் வாய்ப்புள்ளது.

இந்நம்பிக்கையானது மிகவும் தொன்மையான ஒன்று. குறிப்பிட்ட சில ஊர்களில் கிடைக்கும் கள் சிறப்புடையதாகச் சங்க காலத்தில் கருதப்பட்டது.

இச்செய்தியைக் 'கள் உண்போர் பலர் வாழும் கொற்கையின் தலைவனே!' என்ற பொருளில் பாண்டியன் நெடுஞ்செழியனை

> கள்கொண்டிக் குடிப்பாக்கத்து
> நற்கொற்கையோர் நசைப்பொருந

என்று மதுரைக்காஞ்சி (137–138) குறிப்பிடுகிறது. இந்நம்பிக்கையை

> இன் கடுங் கள்ளின் ஆமூர்   (புறநானூறு 80: 1)
>
> *(இனிய அழன்ற கள்ளை உடையது ஆமூர்)*
>
> புனலம் கள்ளின் பொலந்தார்க் குட்டுவன்
> முழங்குகடல் முழவின் முசிறி   (புறநானூறு 343: 9–10)
>
> *(புனல் போன்று மிகுதியான கள்ளை உடையது*
>
> *குட்டுவனது முசிறி)*
>
> இன்கடுங் கள்ளின் உறந்தை   (அகநானூறு 137: 6)
>
> *(உறையூர் இனிய கருப்பு மிக்க கள்ளை உடையது)*
>
> .... நற்றேர்ப் பெரியன்
> கள் கமழ் பொறையாறு   (நற்றிணை 131: 7–8)
>
> *(நல்ல தேரினை உடைய பெரியன் என்பவனின்*
>
> *கள்ளின் மணங் கமழும் பொறையாறு)*

என்ற சங்க இலக்கியத் தொடர்களும் வெளிப்படுத்துகின்றன. சிறப்பான கள் கிடைக்கும் ஊரை ஆளும் மன்னனும் பாராட்டுக் குரியவனாக இருந்துள்ளதை இச்சங்க இலக்கியத் தொடர்கள் வாயிலாக அறியலாம்.

கள்ளும் களியாட்டமும்

கள் அருந்துதலை ஆட்டத்துடன் இணைத்தே மணிமேகலை குறிப்பிடுகிறது.

> கழிபெருஞ் செல்லக் கள்ளாட்டயர்ந்து   (6:102)
>
> காமக் கள்ளாட்டிடை மயக்குற்றன்   (18:88)
>
> காமக் கள்ளாட்டயர்ந்து   (22:20)
>
> காமக் கள்ளாட்டிகழ்ந்து   (25:91)

என்று குறிப்பிடும் தொடர்கள் கள்ளுண்டோனிடம் ஏற்படும் உடல் தடுமாற்ற நிலையைச் சுட்டுகின்றன. மணிமேலைக்கு முந்தைய சிலப்பதிகாரமும் (22:127) 'காமக் கள்ளாடங்கனிர்' என்றே குறிப்பிடுகிறது.

செல்வம், காமம் என்ற இரண்டால் ஏற்படும் செருக்கு கள் பருகுவதால் ஏற்படும் நிலைதடுமாற்றத்துடன் இணைத்தே இவ்விரு காவியங்களிலும் குறிப்பிடப்பட்டுள்ளது. காமமும் செல்வமும் கள் போன்றே போதையூட்டுவன என்று கருதியுள்ளனர்.

கள்ளின் பாதிப்பு

புளிக்காத கள், மருந்துப் பொருளாகவும், உணவுப் பொருளாகவும் அமையும் தன்மையது. உடல் உழைப்பால் ஏற்படும் உடல் வலியைப் போக்கவும் பசியையும் உறக்கத்தையும் தூண்டவும், உடல் உழைப்பாளிகள் கள்ளைப் பயன்படுத்தி வந்துள்ளனர். மட்டு மீறிய அளவில் குடிக்கும் கள்ளும், புளித்த கள்ளும் பிற போதையூட்டும் பொருட்கள் கலக்கப்பட்ட கள்ளும் உடல் நலத்தைப் பாதிக்கச் செய்கின்றன.

அளவு கடந்த கட்குடி, மனிதனை நிலை தடுமாறச் செய்து வாய்பிதற்றச் செய்யும் தன்மையது. இதனால்தான் 'சொல் விளம்பி' என்றும் கள்ளை அழைப்பர்.

திரு. வையாபுரிப்பிள்ளையின் காலக்கணிப்பின்படி 'இன்னா நாற்பது' என்ற நூல் கி.பி 750–800 வரையிலான கால அளவுக்கு உட்பட்டது. பதினெண் கீழ்க்கணக்கு நூல் வரிசையில் இடம்பெறும் இந்நூல் நாற்பது பாடல்களைக் கொண்டது.

கள் இல்லாத ஊர், கட்குடியர்க்கு இன்னாததாகவும், கள் உண்பவன் உரைக்கும் உரை இன்னாததாகவும் அமையும் என்பதை

| கள் இல்லா மூதூர் களிகட்கு நற்கு இன்னா | (செய்யுள் 9) |
| கள் உண்பான் கூறும் கருமப் பொருள் இன்னா | (செய்யுள் 33) |

என்றும் குறிப்பிடுகிறது.

பதிணெண் கீழ்க்கணக்கு நூலான திரிகடுகம் (700–750) 'கலம் மயக்கம் கள் உண்டு வாழ்தல்' என்கிறது (செய்யுள் 39). மட்டுமீறி வெளிப்படையாக மகிழ்ச்சியுணர்வை வெளிப்படுத்தத் தூண்டும் இயல்பும் கள்ளுக்கு உண்டு. கள்ளுண்டு மகிழ்வானை, 'களிமகன்', என்று குறிக்கும் வழக்கமும் உண்டு.

புகார்நகர வீதியில் கள்ளுண்ட நிலையில் திரியும் ஒருவன் வேடிக்கைப் பொருளாகிப் போன அவலத்தை மணிமேகலை குறிப்பிடுகிறது.

கள் பரவலாக வழக்கில் இருந்தமையால்தான் திருவள்ளுவர் 'கள் உண்ணாமை' என்றே தலைப்பிட்டு, ஓர் அதிகாரத்தைப் படைத்துள்ளார். 'உண்ணற்க கள்ளை' என்றே கட்டளை இட்டுள்ளார்.

கொடிய குற்றச் செயல்களைப் பாதகம் என்ற சொல்லால் வடமொழியாளர் குறிப்பர். இப்பாதகச் செயல்களுள் அய்ந்து செயல்களை மிகவும் கொடிய செயல்களாக வகைப்படுத்தி 'பஞ்ச மாபாதகம்' என்று குறிப்பிடுவர். கள்குடித்தல் பஞ்ச மாபாதகத்தில் ஒன்றாக இடம்பெற்றுள்ளது.

அனைத்துப் பாவங்களுக்கும் மூல ஊற்றாகக் கள் குடித்தலைக் கூறும்போக்கும் உள்ளது. வடமொழிக் கதை ஒன்று இதை வலியுறுத்தும் வகையில் உருவாகியுள்ளது.

ஒழுக்கமும் வேதக்கல்வியும் உடைய் பிராமணன் ஒருவன் தன்னந் தனியனாய், காட்டில் நடந்து போனான். நடுவழியில் சண்டாள சாதிப் பெண் ஒருத்தி எதிரே வந்தாள். அவளது தலையில் கள் நிரம்பிய பானையும் இடுப்பில் கைக்குழந்தை ஒன்றும் இருந்தன. கையில் வாள் ஒன்றையும் ஏந்தியிருந்தாள்.

தனக்கு எதிராக வரும் பிரமாணனை, நிற்கும்படி உரக்கக் கட்டளை யிட்டாள். அவளது வலிமையான உடல் வாகுவையும் கையில் வாள் ஏந்தியிருப்பதையும் கண்டு பிராமணன் பயந்து நின்றுவிட்டான்.

தன் எதிரே அஞ்சி நடுங்கியவாறு நிற்கும் பிராமணனை நோக்கி அவள் இவ்வாறு கூறத் தொடங்கினாள்:

பிராமணா! நான் சொல்லும் மூன்று காரியங்களுள் ஏதாவது ஒன்றை நீ கட்டாயம் செய்தாக வேண்டும்.

அப்படிச் செய்தால் உன்னை உன் வழியில் போகவிட்டு விடுவேன்.

செய்யாவிடில் இந்த வாளால் உன்னை வெட்டிக் கொன்றுவிடுவேன்.

பிராமணனுக்கு உயிர்ப்பயம் வந்துவிட்டது. நடுங்கியவாறே நான் என்ன செய்ய வேண்டும்? என்று கேட்டான். உடனே சண்டாளப் பெண்,

என் தலையில் உள்ள கள்ளுப் பானையில் இருந்து கள்ளைக் குடிக்க வேண்டும். அல்லது என் கையில் உள்ள வாளை வாங்கி இந்தக் குழந்தையை வெட்டிக் கொன்று விட வேண்டும்.

இரண்டும் செய்ய விரும்பாவிடில் என்னைப் புணர வேண்டும்.

இவற்றுள் எது உனக்கு விருப்பமோ அதைச் செய். அப்படிச் செய்துவிட்டால் உன்னை உயிருடன் விட்டு விடுவேன் என்று விடை அளித்தாள்.

பிராமணன் அச்சத்துடன் யோசித்தான். அப்பெண் குறிப்பிட்ட மூன்று செயல்களுள் எதாவது ஒன்றைச் செய்யாமல் உயிர்பிழைக்க முடியாது என்பதை உணர்ந்து கொண்டான்.

சாஸ்திர ஞானம் மிக்க அவன் இவற்றுள் எது குறைந்த பாவமோ அதைச் செய்துவிட்டு உயிர் தப்பிக்கலாம் என்ற முடிவுக்கு வந்தான்.

ஒரு குழந்தையை வெட்டிக்கொல்வது என்பது 'சிசுஹத்தி' ஆகும். இது கொடிய பாவம். எனவே இதைச் செய்ய வேண்டாம் என்று முடிவெடுத்தான்.

பிராமணனாகிய தான் தாழ்ந்த சாதிப் பெண்ணைப் புணர்வதென்பது மிகவும் ஒழுக்கக்கேடான செயல் என்ற முடிவுக்கு வந்து அதையும் தவிர்த்தான்.

கள் குடித்தல் குறைந்த பாவம் என்ற முடிவுக்கு இறுதியாக வந்தான்.

உடனே அப்பெண்ணை நோக்கி சரி, கொஞ்சம் கள்ளைக் குடித்துவிடுகிறேன். என்னைப் போகவிட்டு விடு என்றான்.

அந்தப் பெண்ணும் கள் நிரம்பிய பானையைக் கீழே இறக்கி வைத்தாள். பின் ஒரு சிறு கலையத்தில் கள்ளை முகர்ந்து கொடுத்தாள். முதலில் தயக்கத்துடன் குடிக்கத் தொடங்கிய பிராமணன் பின்னர், அவள் கொடுத்த கள் முழுவதையும் குடித்துக் காலிசெய்தான். அவள் மீண்டும் மீண்டும் ஊற்றிக் கொடுத்ததையும் குடித்துக் காலி செய்தான்.

ஒரு கட்டத்தில் அவனுக்குப் போதை நன்றாக ஏறிவிட்டது. போதை வெறியுடன் காம வெறியும் ஏற அப்பெண்ணைத் தழுவி உடலுறவுக்கு அழைத்தான். அவளும் சம்மதித்து ஒரு பக்கம் வாளையும், மறுபக்கம் கைக் குழந்தையையும் போட்டுவிட்டுத் தரையில் படுத்தாள்.

அவளுடன் உறவு கொண்ட நிலையில், தாயின் அரவணைப்பை விரும்பிய குழந்தை உரக்க அழத் தொடங்கியது. உடலுறவுக்கு இடையூறாக இது இருப்பதாக கருதிய அவன் ஆத்திரத்துடன், ஒரு புறம் இருந்த வாளை எடுத்து அக்குழந்தையை வெட்டிக் கொன்றுவிட்டான்.

குறைந்த பாவம் என்று கருதி அவன் குடித்த கள் அவன் தவிர்த்த இரண்டு கொடிய பாவங்களையும் மேற்கொள்ளச் செய்துவிட்டது.

கள்ளின் போதைத் தன்மையை மிகைப்படுத்தும் தன்மையிலான இத்தகைய வழக்காறுகள் பனைத் தொழில் மீதான வெறுப்பையும் இகழ்ச்சியையும் வளர்க்கத் துணை நின்றுள்ளன.

***

கள் உண்பவன் தன் உடைமைகளை அடகு வைத்துக் குடிக்கும் அவலத்தைக் கடலூர் மாவட்டம் சேத்தியாத் தோப்பு அருகில் உள்ள கிளாங்காடு கிராமத்தில் சேகரிக்கப்பட்ட நாட்டார் பாடல் ஒன்று குறிப்பிடுகிறது. ஆய்வாளர் ஆறு. இராமனாதன் சேகரித்த அப்பாடல் வருமாறு:

ஒசந்த பனை ஏறி
உன்னதம் போல் கள்ளிறக்கி
கள்ளுக்கட செகதாம்பா
கள்ளுத்தண்ணி போடம்மா.
கலையத்தாலே மொத்தம்மா.
ஒரு மொந்தைக் கள்ளுக்கோ – அவன்
சட்டை நல்ல ஈடு வச்சான்
குளுந்த பனை ஏறி
சங்கீதம் போல் கள்ளிறக்கி
கள்ளுக்கடை செகதாம்பா
கள்ளிருந்தா போடம்மா
ரெண்டு மொந்தைக் கள்ளுக்கோ
செயின நல்ல ஈடு வச்சான்.

கடல் தொழிலில் ஈடுபடும் மீனவர்களின் தொழிற்பாடல் 'அம்பாப்பாடல்' எனப்படும். தூத்துக்குடியில் பாடப்படும் அம்பாப்பாடல் ஒன்றில் கள்குடிப்பதற்காகத் தன் மீன்பிடிக் கருவிகளை ஒவ்வொன்றாக விற்றதை

வள்ளம் வித்தேன் வலையும் வித்தேன்
வாளாவலை புனையும் வித்தேன்
கொம்பை வித்தேன் குழலை வித்தேன்
குடிக்க இருந்த செம்பை வித்தேன்
எல்லாம் வித்துக் கள் குடித்தேன்

என்று பட்டியலிடுகிறது (வானமாமலை 1976:516). கள்ளின் மீதான ஈர்ப்பு தம் உடைமைகளை விற்றாவது அதைக் குடிக்கத் தூண்டுகிறது.

அடித்தள மக்கள் தம்மைப் பாதிக்கும் கள் குறித்த எதிர்ப்பைத் தாமே உருவாக்கிய வாய்மொழி வழக்காறுகளில் பதிவு செய்து கொண்டார்கள் என்றால், காந்தியமும் எழுத்தறிவும், கள் குறித்த எதிர்மறைக் கருத்துகளை நவீன இலக்கியங்கள் வாயிலாக வெளிப்படுத்தின.

சென்ற நூற்றாண்டின் முப்பதுகளில் மதுவுக்கு எதிரான போராட்டத்தை காந்தி தொடங்கி வைத்தார். இவரது தாக்கத்திற்கு ஆட்பட்டவரும், தமிழ்நாடு காங்கிரசின் தலைவர்களில் ஒருவருமான இராஜாஜி மதுவின் தீமையை வலியுறுத்தும் வகையில் 'திக்கற்ற பார்வதி' என்ற தலைப்பில் நாவல் ஒன்றை எழுதினார்.

கா.சி. வேங்கடரமணி என்பவர் நாகை மாவட்டம் திருக்கடையூர் வட்டாரத்தை மையமாகக் கொண்டு ஆங்கிலத்தில் இரு நாவல்களை எழுதினார். அவை 'முருகன் ஓர் உழவன்', 'தேசபக்தன் கந்தன்' என்ற பெயர்களில் தமிழிலும் வெளியாகியுள்ளன.

> கே.எஸ். வேங்கடரமணிதான் முதன்முதலில் தேசிய இயக்க நாவல் எழுதிய ஆசிரியர் என்று சொல்லவேண்டும்... ஒரு நாவல் முழுவதையுமே விடுதலைப்போரின் முழுவடிவமாக வடித்துள்ளார்.

என்று சிட்டியும் சிவபாதசுந்தரமும் *(1977:135)* 'தேசபக்தன் கந்தன்' நாவலைக் குறிப்பிடுகின்றனர்.

இந்நாவலில் இடம்பெறும் கந்தன் மேல்நாட்டில் கல்வி பயின்றவன் காந்தியின் அறைகூவலை ஏற்று கள்ளுக்கடை மறியலில் ஈடுபடுகிறான்.

உழைக்கும் மக்கள் தம் வருவாயைக் கள்ளுக்கடையில் இழக்கும் காட்சியை, 'கோடை காலம் ஆரம்பமாகி அறுப்பும் தொடங்கி விட்டதென்றால் ஓட்டப்பிடாரம் பிள்ளைக்கும் அதைவிட சேரியின் பக்கத்தில் கள்ளுக்கடை வைத்திருக்கும் இசக்கி நாடாருக்கும் கொள்ளை' என்று தமது 'துன்பக்கேணி' என்ற நெடுங்கதை வாயிலாகப் புதுமைப்பித்தன் வெளிப்படுத்தியுள்ளார்.

கள் மீதான தடை

ஆங்கில ஆட்சியின்போது, இன்றையத் தமிழ்நாட்டின், கன்னியாகுமரி மாவட்டம், செங்கோட்டை வட்டம் ஆகியன திருவிதாங்கூர் மன்னர் ஆட்சிக்கு உட்பட்டிருந்தன. எஞ்சிய தமிழ்நாட்டுப் பகுதிகளுடன், இன்றைய

ஆந்திரம், கேரளம் ஆகிய மாநிலத்தின் சில பகுதிகளும் இணைந்து ‘சென்னை மாகாணம்’ என்ற பெயரிலான ஆட்சிப் பகுதி நடைமுறையில் இருந்தது.

இப்பகுதிக்கு 1936இல் நடந்த பொதுத் தேர்தலில் காங்கிரஸ் கட்சி வெற்றிபெற்றது. மாநிலத்தின் முதலமைச்சர் பிரதம மந்திரி என்ற பதவிப் பெயரால் அப்போது அழைக்கப்பட்டார். இக்காலத்தில் ராஜாஜி பிரதம மந்திரியாகச் செயல்பட்டார். மதுவிலக்கை நடைமுறைப்படுத்துவதில் காங்கிரஸ் கட்சி ஆர்வம் காட்டிவந்ததால் அக்கட்சியைச் சேர்ந்த இராஜாஜி தம் ஆளுகையின் கீழ் சென்னை மாகாணத்தில் இருந்த 1) சேலம் 2) வட ஆற்காடு 3) சித்தூர் 4) கடப்பை ஆகிய நான்கு மாவட்டங்களில் மட்டும் மதுவிலக்கை நடைமுறைப்படுத்தினார். 1937 அக்டோபர் ஏழாம் நாள் சேலம் மாவட்டத்தில் இது நடைமுறைக்கு வந்தது. ஏனைய மாநிலங்களில் மதுவிலக்கு நடைமுறையில் இல்லை.

இந்திய விடுதலைக்குப் பின் சென்னை மாநில முதல் அமைச்சராக இருந்த ஓமந்தூர் இராமசாமி ரெட்டியார் தமிழ்நாடு முழுவதும் மதுவிலக்கை நடைமுறைப்படுத்தினார். பனையின் பயன்பாடுகளில் ஒன்றான கள் அடியொடு மறக்கப்படலாயிற்று. (முத்துக்குமார், 2015. 8)

ஆயினும், ஆங்காங்கே கள் இறக்கும் தொழில் நடக்கத்தான் செய்தது. இது நடந்தமுறை குறித்த ஒரு சித்திரத்தை இலக்கியத் திறனாய்வாளர் க. பஞ்சாங்கம் (2016:59–61) தமது நாவல் ஒன்றில் தீட்டியுள்ளார். இன்றைய விருதுநகர் மாவட்டத்தில் உள்ள இராஜபாளையம் பகுதியில் இருந்து திருவாரூர்ப் பகுதிக்கு, பனைத் தொழிலை மேற்கொள்ள இடம்பெயர்ந்த குடும்பம் ஒன்றின் கதை இது. கதையின் மையப்பாத்திரமாக அமையும் பெண் பாத்திரம், கதை சொல்லியின் அக்காள் என்பதால் ‘அக்கா’ என்றே நாவலுக்குத் தலைப்பிடப்பட்டுள்ளது.

கள் வியாபாரியான அக்காவின் கணவரை முன் வைத்து 1971 ஆகஸ்டுக்கு முன்னர் கமுக்கமாக நடந்த கள் விற்பனையை, தன் சுயவரலாற்று நாவலில் அவர் குறிப்பிட்டுள்ள இப்பகுதிகள், நடப்பியல் தன்மையைக் கொண்டுள்ளன. இதனால் நாவலாசிரியரின் கற்பனையாக இதைக் கருதி ஒதுக்கிவிடாமல் அவர் கூற்றாகவே அப்பகுதி இங்கு இடம்பெறுகிறது:

> ஒருநாள் காலையில் கட்டுக்கட்டாகப் பணத்தையெடுத்துக்கொண்டு வெள்ளை வேட்டி, வெள்ளைச் சட்டைப் போட்டுக்கொண்டு மச்சான் பஸ் ஏறுவதற்காகப் புறப்பட்டுப் போனார்.

"மச்சான் எங்கப்போறார்..." அக்காவிடம் கேட்டேன்.

"போலீஸ் நிலையத்திற்கு. மாசந்தோறும் மாமூல் கட்டப்போகனும்ல..." என்றாள்.

மாமூல் தொகை கட்டுக்கட்டாகப் போகிறதென்றால் அந்த அளவிற்கு அதிகம் கள் விற்கிறது என்று அர்த்தம். போலீஸ்காரர்களுக்குத் தங்கள் எல்லைப்பரப்பில் உள்ள ஒவ்வொரு கள்ளுக்கடைகளின் நிலவரமும் அத்துப்படி.

'கள் இறக்குவதற்கு ஒரு மரத்திற்கு இவ்வளவு பணம்' என்று பேசிக் குத்தகைக்கு விடுவதற்கு முன்பு, பனை மர முதலாளிகள் கேட்கிற முதல் கேள்வியே 'போலீஸ் ஸ்டேசனில் போய்ப் பார்த்துவிட்டு வந்தாச்சா' என்ற கேள்விதான்.

மச்சான் எப்பொழுதுமே போலீஸ் ஸ்டேசனில் தனக்கு வேண்டிய ஒரு ஆளைத் தனியாகக் கவனித்துத் தயார்படுத்தி வைத்துக் கொள்வார். மேலும் போலீஸ் ஸ்டேசன் இன்ஸ்பெக்டருக்கும் ஏட்டையாவுக்கும் இராஜபாளையத்திலிருந்து "சப்பட்ட மாம்பழத்தை" வரவழைத்துக் கொடுப்பார்.

மச்சானுக்கு வேண்டிய அந்தப் போலீஸ்காரர் வீட்டுக்கும் ஒரு பங்கு போய்விடும். அவர் மூலமாகத்தான் மாவட்டத் தலைநகர் தஞ்சாவூரிலிருந்து சிறப்புப் படை வருகிறதென்றால் அது அங்கே புறப்படும்போதே மச்சானுக்கும் தகவல் தெரிந்துவிடும். உடனே இடத்தை சுத்தமாக காலிப் பண்ணி விட்டுத் தலைமறைவாகிவிடுவார்கள். ஊருக்குள்ளும் மறைவாகக் கள்ளுக் குடிக்கும் வசதியான 'பெரிய மனிதர்கள்' இருப்பார்கள். மச்சான் அவர்களிடம் காசு வாங்கமாட்டார். இத்தகைய போலீஸ் கெடுபிடி நிறைந்த காலங்களில் அவர்கள்தான் தங்கள் வீட்டில் அடைக்கலம் கொடுப்பார்கள்.

சில நேரங்களில் இன்ஸ்பெக்டர் யோசனைப்படி, கள்ளிறக்கியதாக ரெண்டு பேர் மேல் வழக்குப்பதிவாகும். அந்த ரெண்டு பேரும் தெற்கே இருந்து சம்பளத்திற்கு அழைத்து வந்தவர்களாக இருப்பார்கள். ஜாமின் எடுப்பது, நீதிமன்றத்தில் ஆஜராவது, அபராதம் கட்டுவது எல்லாவற்றிலும் அவர்களுடைய உண்மையான பெயர் பதிவாகாது. பேருக்கு ஏதாவது பெயர் வேண்டும். ஆள் வேண்டும். சில நேரங்களில், சம்பளத்திற்குக் கூப்பிட்டு வந்த ஆட்களைக் காட்டினால் கள்ளிறக்கிற

வேலை தடைப்படுமே என்று, நாள் தவறாமல் ஓசிக் கள் குடிக்கிற ரெண்டு பேரைச் சம்மதிக்க வைத்து விடுவார் மச்சான்.

இன்ஸ்பெக்டர் ரொம்ப நேர்மையாக உழைத்து, அந்த ஸ்டேசனுக்கு உட்பட்ட ஏரியாவில் கள் வியாபாரம் இல்லாமல் கவனித்துக் கொள்கிறார் என்ற நல்ல பெயரைப் பதவி உயர்வுக்கான ரிக்கார்டில் பதிவு செய்வதற்காக இத்தகைய ஏற்பாடுகள். மேலும் ஒவ்வொரு மாதமும் ஸ்டேஷனிலும் எத்தனை வழக்குகள் பதிவாயின என்ற புள்ளி விவரத்தையும், தலைமை அலுவலகத்திற்கு அனுப்ப வேண்டிய கடமையும் இருந்தது. எனவே மாமூல் கட்டுவதோடு இதையும் ஒவ்வொரு கள்ளுக்கடைக்காரர்களும் தவறாமல் பின்பற்றுவார்கள்.

கள்ளிறக்கும் இந்தக் காலங்களில் போலீஸ்காரர்கள் மனைவிமார்களின் கைகளில் தங்க வளையல்கள் புதிதாக முளைப்பதைப் பார்க்கலாம். புதிய சைக்கிளில் போலீஸ்காரர்கள் மனைவியோடு சினிமா தியேட்டருக்குப் போய் வருவார்கள்.

இவ்வளவையும் தாண்டிச் சில நேரங்களில் தஞ்சாவூர் சிறப்புப் படையிடம் சிக்கிக் கொள்வதும் உண்டு. புத்தம் புதிதாகப் பதவிக்கு வந்து சேர்ந்த இளம் ஐ.பி.எஸ். ஆபீஸர்களின் கெடுபிடியைத் தாங்க முடியாது. இரகசியம் கசியவிடாமல் வந்துவிடுவார்கள். பண்ணையைச் சுற்றி வளைத்து விடுவார்கள். கள்ளுப் பானைகளை எல்லாம் கையில் இருக்கும் தடியால் அடித்து உடைத்து நொறுக்கிப் போட்டு விடுவார்கள். எல்லாரையும் அள்ளிக்கொண்டு போய் வழக்குப் பதிவு செய்துவிடுவார்கள்.

அத்தகைய காலங்களில் பெரும் நட்டமாகவும், அலைச்சலாகவும் போய்விடும். சிலர் ஜாமினில் விடுதலையாகி ஊருக்குத் திரும்பி வந்து விடுவார்கள். பெரும்பாலோர் அந்த டி.எஸ்.பி. வரம்பிற்குள் வராத வேறொரு ஏரியாவிற்குப் போய் மாமூல் கட்டி எப்படியும் சம்பாதித்துவிட்டுத்தான் ஊர் திரும்புவார்கள். வந்து ஒன்றுவிடாமல் நக்கலாகவும் கிண்டலாகவும் இந்தக் கதைகளை எல்லாம் சொல்லிச் சிரிப்புக்காட்டுவார்கள்.

தடைநீக்கம்

1971 ஆகஸ்ட் *30* அன்று அப்போதைய முதலமைச்சர் கருணாநிதி கள் சாராயக் கடைகளைத் திறந்தார். இது சிலருக்கு அதிர்ச்சியையும் பலருக்கு

மகிழ்ச்சியையும் அளித்தது. இவருக்கு முன் முதல் அமைச்சராக இருந்த காமராஜர் பள்ளிக்கூடங்களைப் புதிதாகத் திறந்ததையும், இவர் கள்ளுக்கடை திறந்ததையும் ஒப்பிட்டு, வாய்மொழிப்பாடல் ஒன்றும் உருவாகியுள்ளது.

1, செப்டம்பர் 1974இல் மீண்டும் மது விலக்கை கருணாநிதி நடைமுறைப்படுத்தினார். இவரை அடுத்து வந்த எம்.ஜி.ஆர் 1981 மே முதல் நாளன்று கள், சாராயக் கடைகளை மீண்டும் திறந்தார். இதன் தொடர்ச்சியாக 1983 ஜுலை மாதம் டாஸ்மார்க் கடைகள் அதிகமாயின. இந்தியாவில் தயாரிக்கப்படும் அந்நிய நாட்டு மதுவகைகள் விற்பனையை இக்கடைகள் மேற்கொண்டன. கரும்பாலைகளின் கழிவுப் பொருளான மொலாசஸ் இம்மது தயாரிப்பின் முக்கியப் பொருளானது.

பீர், ரம், விஸ்கி, பிராந்தி ஆகிய மதுவகைகள் தயாரிப்பது விற்பனை செய்வது, அருந்துவது ஆகியன சட்டத்தால் ஏற்றுக் கொள்ளப்பட்டன. அதே நேரத்தில் தென்னை, பனை ஆகிய மரங்களிலிருந்து கள் இறக்குவதும் – அருந்துவதும் குற்றச் செயல்களாக்கப்பட்டன. இதற்குள் பொருளாதார அரசியல் மறைந்துள்ளது என்பது பலரும் வெளிப்படையாக அறிந்த உண்மை.

கள்ளின் போதைத் தன்மை கெடுதலற்றது என்ற உண்மையை ஆங்கிலக் கிழக்கிந்தியக் கம்பெனியின் உயர் அதிகாரிகளும் கூட அறிந்திருந்தனர்.

செங்கல்பட்டில், ராணுவப் பாசறையில் இருந்த ஆங்கிலப் படைவீரர்கள் கள் அருந்திவந்ததால் அவர்களின் உடல் நலம் மிகவும் பாதிக்கப்பட்டதாக கிளார்க் என்ற படை அதிகாரி கருதினான். கி.இ. கம்பெனியின் நலம் கருதி படை வீட்டிற்கு நான்கு மைல் அளவிற்குக் கள் விற்பதை 1810இல் தடை செய்தான். இதை வெள்ளைப் படைவீரர்கள் விரும்பவில்லை.

இறுதியில் இப்பிரச்சினை சென்னையின் ஆட்சித் தலைவரான பிரான்சிஸ் ஒயிட் எல்லிஸ் முன் சென்றது. அவரிடம் இருந்து கிளார்க்குக்கு ஒரு தகவல் சென்றது. உடல் நலத்திற்குக் கேடு விளைக்கும் மது வகையாகக் கள் இல்லாததால் அதைத் தடைசெய்யக் கூடாது என்று அதில் குறிப்பிடப்பட்டிருந்தது. இதன் காரணமாகக் கள் விற்பனை, கள் அருந்துதல் மீதான தடை விலக்கிக்கொள்ளப்பட்டது (ஜெயசீல ஸ்டீபன் 2016:416). ஓர் ஆங்கில அதிகாரி அறிந்திருந்த உண்மையை நம்மவர்கள் இன்று அறியவில்லை.

விலை மலிவான கள்ளச்சாராயத்தை ஏழை மக்கள் நாட அரசியல் கட்சிகள் சிலவற்றின் ஆசீர்வாதத்துடனும், அதிகாரவர்க்கத்தினர் சிலரின்

ஒத்துழைப்போடும் கள்ளச் சாராயம் காய்ச்சும் தொழில் வலுவடைந்தது. ஆங்காங்கே விஷச் சாராயச் சாவுகளும் நிகழ்ந்தன. இச்சாவுகள் நிகழும் பகுதிகளில உள்ள காவல் நிலைய அதிகாரிகளே இச்சாவுகளுக்குப் பொறுப்பு என்று அறிவிக்கப்பட்டது. இதனால், சில பகுதிகளில் பதநீர் கூட இறக்கக் கூடாது என்ற கட்டளையை அதிகாரப்பூர்வமற்ற முறையில் சில காவல் நிலையங்கள் பிறப்பித்து நடைமுறைப்படுத்தி வருகின்றன.

வேறுவழியின்றி நுங்கு மட்டுமே வெட்டி விற்கின்றனர். தஞ்சை மாவட்டத்தின் சேரி மாரியம்மன் கோவில், பொட்டுவாச்சாவடி, அம்மாபேட்டை சரகம் ஆகிய கிராமங்களில் கள ஆய்வை 2007இல் மேற்கொண்டபோது, இப்பகுதியில் 'கலையம் கட்டுவதில்லை' (பதநீர் இறக்குவதில்லை) என்று கூறினர். அப்போதைய மதிப்பின்படி, பதநீர் இறக்கினால் ஆண்டிற்கு ரூபாய் பத்தாயிரம் வரை கிடைக்கும் என்றும், தற்போது நுங்கு மட்டுமே விற்பதால் ஆயிரம் வரைதான் கிடைக்கிறது என்றும் சிலர் குறிப்பிட்டார்கள்.

அந்நியப் பொருட்கள் எவையும் கலக்காத கள் விற்பனை தொடங்கினால் வட்டார அளவில் விவசாயிகள், மது மரத் தொழிலாளர்கள் ஆகியோரின் பொருளாதார நிலை உயரும். அடித்தட்டு மக்களின் உடல் நலனுக்குக் கேடு விளைவிக்கும் மதுபானப் பயன்பாடு குறையும். இம்மக்களின் பொருளாதாரமும், வீழ்ச்சியடையாது.

பதநீர்

பாளையிலிருந்து வடியும் இனிப்பான சாறு கள் என்ற பெயரில் மதுவாக மாறுவதைத் தடுத்து உருவாவதே பதநீர் ஆகும். இம்மாறுதலில் வேதியியல் செயல்பாடு ஒன்று இடம்பெற்றுள்ளது.

அனைத்துப் பொருட்களிலும் அமில–காரத்தன்மை இடம்பெற்றுள்ளது. வேதியியலாளர்கள் இதை P^H என்று குறிப்பர். P^H இன் அளவானது 0 (சுழியம்) அளவில் இருந்து 14 அளவுவரை இருக்கும். இது ஏழுக்குக் கீழ் குறையும்போது, குறையும் அளவுக்கு ஏற்ப அமிலத்தன்மை உருவாகும். இதில் சம நிலையிலான அளவு ஏழு ஆகும்.

கள் புளிக்க ஆரம்பிக்கும்போது அதன் காரத்தன்மை குறையத் தொடங்குவதுடன் அமிலங்கள் உருவாகும். சாறு வடியும் கலையத்தின் உட்பகுதியில் தடவப்பட்டுள்ள இச்சுண்ணாம்பானது சாறில் கரையும்.

சாறில் கரைந்த சுண்ணாம்பானது கார அமிலத் தன்மையின் சமநிலையான $7P^{H}$ இல் சாறை நிறுத்துகிறது. இப்படிச் சுண்ணாம்பின் துணையால் $7P^{H}$ இல் நிறுத்தப்பட்ட இனிப்பான சாறே பதநீர் ஆகும் (நகராஜன் – ஸ்பிக், 2014).

இவ்வாறு பனை மரத்தின் பாளையைச் சீவிப் பெறும் இனிப்பான சாறை, இயல்பாகப் புளிக்கவிட்டு கள்ளாகவும், சுண்ணாம்பின் துணையால், புளிப்படைவதைத் தடுத்துப் பதநீராகவும் நம் முன்னோர்கள் பயன்படுத்தி வந்துள்ளனர். இது நம் பாரம்பரிய வேதியியல் அறிவின் வெளிப்பாடாக அமைந்துள்ளது.

கலக்கு மட்டை

கள் இறக்கப் பயன்படும் தொழிற்கருவிகளுடன், பதநீரை உருவாக்கப் பயன்படும் சுண்ணாம்புத் தூள் அடங்கிய பெட்டி ஒன்றும், பச்சை பனை மட்டையால் ஆன முக்கால் அடி உயரத்தில் அமைந்த கலக்கு மட்டை ஒன்றும்தான் பதநீர் இறக்கத் தேவையான கருவிகளாகும்.

முன்னர் குறிப்பிட்ட பச்சை மட்டையைத் தறித்தே கலக்கு மட்டை உருவாக்கப்படுகிறது. எவ்விதச் செலவும் சிரமமும் இன்றி இதைத் தயாரித்துக் கொள்வர். பச்சை மட்டையை ஓர் அடி நீளத்துக்கு வெட்டி அதன் ஒரு நுனியைத் தட்டி வைப்பர். இவ்வளவு எளிதான, அதே நேரத்தில் பதநீர் உருவாக்க உதவும் முக்கியக் கருவியான கலக்கு மட்டையை மையமாகக் கொண்டு கன்னியாகுமரி மாவட்டத்தில் வாய்மொழிக் கதை ஒன்றுண்டு:

> பனைத் தொழிலாளி ஒருவரும், மீனவர் ஒருவரும் உயிரக்காரர்களாக (நண்பர்களாக) இருந்தனர். தன் உயிரக்காரரான பனைத் தொழிலாளிக்கு அன்பளிப்பாக, அவ்வப்போது மீன் தருவது மீனவரின் வழக்கம்.
>
> பதிலுக்கு அவருக்குக் கள் கொடுப்பது பனைத் தொழிலாளியின் வழக்கமாக இருந்தது.
>
> ஒரு சமயம் பனைத் தொழிலாளிக்குப் பண நெருக்கடி ஏற்பட்டது. தன் உயிரக்காரரான மீனவரிடமிருந்து கடன்வாங்கினார்.
>
> அவ்வாறு வாங்கிய கடனை, வாக்களித்தபடி உரியகாலத்தில் அவரால் திருப்பிக் கொடுக்க முடியவில்லை. மீனவருக்குப் பணம் தேவைப்பட்ட நிலையில் அவர் பலமுறை கடனைத் திரும்பக் கேட்க ஆரம்பித்தார். ஆனால், அவரது உயிரக்காரர் அதைத் திருப்பித் தருவதாய் இல்லை.

சலிப்பும் கோபமும் அடைந்த நிலையில், உயிரக்காரரின் தொழிற்கருவியைப் பறித்துவைத்து அவருக்கு நெருக்கடி கொடுத்தால், தொழில் நடத்த முடியாத நிலையில் பணத்தைக் கொடுத்துவிடுவார் என்று மீனவர் முடிவு செய்தார்.

ஆனால், தன் உயிரக்காரரின் முக்கியத் தொழிற்கருவி எது என்பதை அவரால் கண்டறிய முடியவில்லை. அவரிடமே கேட்டுவிடலாம் என்று முடிவு செய்து பேச்சோடு பேச்சாக மெதுவாகக் கேட்டார்.

பனைத் தொழிலாளிக்கு அவர் கேட்பதன் நோக்கம் புரிந்துவிட்டது. அதைக் காட்டிக்கொள்ளாமல், கலக்கு மட்டையைக் காட்டி இதுதான் முக்கியமான கருவி, இது இல்லாவிட்டால் கலையத்தில் சுண்ணாம்பு தடவி பதநீர் இறக்க முடியாது. தொழிலே நின்று போய்விடும் என்றார்.

அவர் கூறிமுடித்தாரோ இல்லையோ வேகமாகக் குனிந்த மீனவர் கலக்கு மட்டையைத் தூக்கிக்கொண்டு ஓட ஆரம்பித்தார். அவர் பின்னாலேயே ஓடிய பனைத் தொழிலாளி ‘லே கலக்கு மட்டையைக் குடுத்திரும்லே. தொழில் நின்று பெய்ரும்ல’ என்று கெஞ்சினார்.

‘பணத்தக் குடுத்திட்டு வாங்கிடும்லே’ என்று கூறியவாறு மீனவர் ஓடிப்போனார். பார்வையைவிட்டு அவர் போனதும், ஏற்கனவே வெட்டிப் போட்டிருந்த ஓலையின் பச்சை மட்டையைத் தறித்து, கலக்கு மட்டையைச் செய்துவிட்டு பனை ஏறத் தொடங்கினார் (நாவலாசிரியர் பொன்னீலன், மணிக்கட்டிப் பொட்டல், கன்னியாகுமரி மாவட்டம்).

பனையில் கட்டும் கலையத்தில் கலக்கு மட்டையால் சுண்ணாம்பைத் தடவிவிட்டு வந்துவிடுவர். கலையத்தில் விழும் கள்ளானது சுண்ணாம்புடன் எதிர்வினை புரிந்து புளிப்புத் தன்மையை இழக்கிறது. புளிப்புத் தன்மைதான் போதைத் தன்மையை உருவாக்குகிறது.

இவ்வாறு சுண்ணாம்பைப் பயன்படுத்திப் பதநீர் தயாரிக்கும் முறை எப்படி அறிமுகமானது என்பது குறித்த கதை ஒன்றுள்ளது. அதீதக் கற்பனை என்றாலும் தர்க்க நெறிமுறைக்கு உட்பட்டதாகவே இக்கதை அமைந்துள்ளது. கதை வருமாறு:

ஒருநாள் பனையேறி ஒருவர் கள் இறக்கிக்கொண்டிருந்தார். அப்போது, பதநீர் தயாரிக்க ஒருத்தருக்கும் தெரியாது.

அந்த நேரத்தில் பரமசிவனும் பார்வதியும் வெயிலில் களைப்போடு நடந்து வந்தார்கள். தாகம் அதிகமாக கள் இறக்கிக்கொண்டிருந்தவரிடம் போய், தாகம் போக்க, கொஞ்சம் கள் தரும்படி பரமசிவம் கேட்டார்.

உடனே, வெற்றிலைப் போடத் தான் வைத்திருந்த சுண்ணாம்பு கரண்டகத்தைத் (கரண்டகம் – டப்பி) திறந்து அதன் மூடியிலும், கரண்டகத்திலும் கள்ளை ஊற்றிப் பரமசிவனிடம் கொடுத்தார்.

பரமசிவம், பார்வதி மேலுள்ள அன்பால், அவள் சற்று அதிகமாகக் குடிக்கட்டும் என்று கரண்டகத்தில் உள்ள கள்ளை அவளுக்குக் கொடுத்துவிட்டார். கரண்டக மூடியில் உள்ள கள்ளை அவர் குடித்தார்.

சிறிது நேரத்தில் பரமசிவத்திற்குக் கள் போதை ஏறி ஆட்டம் வந்துவிட்டது. ஆனால், கரண்டகத்தில் இருந்த கள்ளைக் குடித்த பார்வதிக்கு எதுவும் ஆகவில்லை.

மூடியிலுள்ள கொஞ்சம் கள்ளைக் குடித்த பரமசிவத்திற்கு போதையேறி ஆட்டம் வந்துவிட்டது.

ஆனால், அதைவிடக் கூடுதலாக கரண்டகத்தில் இருந்த கள்ளைக் குடித்த பார்வதிக்கு ஆட்டம் வரவில்லையே என்று பனையேறி யோசித்துப் பார்த்தார். கரண்டகத்தில் இருந்த சுண்ணாம்புதான் காரணம் என்பதை அவர் தெரிந்துகொண்டார்.

அன்றில் இருந்து கலையத்தில் சுண்ணாம்பு தடவிக் கள்ளைப் பதநீராக இறக்கும் வழி உருவாகியது (கணபதி நாடார், 75: 4.9.2007).

பிற கருவிகள்

கள், பதநீர் என்ற இரண்டையும் இறக்க மேற்கூறிய கருவிகளுடன் பொத்தன்பு என்ற கருவியும் இடம்பெறுகிறது. இரும்பாலான இது கூர்மையான முனையைக் கொண்டிருக்கும்.

தலைப் பகுதி மூக்குப் பொடி அள்ளும் குழிக் கரண்டி போல் இருக்கும். பனங்குருத்தில் பூச்சியைக் குத்திக்கொல்ல கூர்மையான நுனியும் கலையத்தில் சுண்ணாம்புத் தூளைப்போட கரண்டி போன்ற பகுதியும் உதவும்.

பட்டை

பதநீர் குடிக்கப் பயன்படுத்தும் பனை ஓலைப் பட்டை குறித்த செய்தியும் படமும் 'ஓலையும் ஈர்க்கும்' என்ற நான்காவது இயலில் (பக்கம். 121) இடம்பெற்றுள்ளது.

பன்னாடை

பனை மரத்தின் உச்சியில் மரத்துடன் பிணைந்திருக்கும் மட்டையின் அடிப் பகுதி சிறுபள்ளம் போல் பிளவுடன் அகலமாகக் காட்சியளிக்கும். இதைப் பத்தல் என்பர். இது குறித்து ஏற்கனவே பார்த்துள்ளோம். இப்பத்தலுக்கும் மரத்திற்கும் இடையில் சல்லடை போன்று சன்னமான துவாரங்களுடன் கூடிய ஒரு பொருள் உள்ளது. இதுவே பன்னாடை எனப்படும். பதநீரைச் சேர்க்கும்போது, கலையத்தில் விழுந்துள்ள தூசியையும், சிறிய வண்டுகளையும், பனம்பூ, தேனீக்களையும் வடிகட்ட இதன் அமைப்பு உதவுகிறது. தற்போது நைலான் வலையால் ஆன பெரிய அளவிலான வடிகட்டிகளை (அரிப்புகளை) ஆங்காங்கே சிலர் பயன்படுத்தத் தொடங்கியுள்ளனர் என்றாலும் இதன் பயன்பாடு மறையவில்லை. இது பனை மரமே வழங்கும் விலையில்லா வடிகட்டி.

பன்னாடையானது தூசு, துரும்பு, சிறுபூச்சிகள் ஆகியனவற்றைத் தன்னுள் வைத்துக்கொண்டு சுவையான கள்ளையும், பதநீரையும் கலையத்துக்குள் செல்லவிடுகிறது. இதுபோல் நல்லதை விட்டுவிட்டு கெட்டதை எடுத்துக் கொள்வோரைக் தூற்றவும், திட்டவும் 'பன்னாடை' என்ற சொல், வசவுச் சொல்லாகப் பயன்படுத்தப்படுகிறது.

பயன்பாடு

தாகம் தீர்க்கவும், உடல் வலிபோக்கவும் கள் பயன்படுகிறது. பதநீரில் இனிப்புச் சத்து மட்டுமின்றி இரும்பு வைட்டமின் சி ஆகியனவும் உள்ளன. சுண்ணாம்பு சேர்வதால் குறிப்பிடத்தக்க அளவில் கால்சியம் உள்ளது.

கட்டிடம் கட்டும் கலையிலும் பதநீர் முக்கிய பங்குவகித்துள்ளது. கரிசல் நிலப் பகுதியில் விளையும் கம்பு தானியத்தின் 'சக்கையை' (உமி) களிமண்ணுடன் கலந்து, பதநீர் ஊற்றிக் காலால் மிதித்து, ஒன்றாக்குவர். பின் இவ்வாறு குழைத்தெடுத்த மண்ணால் கட்டிடங்கள் எழுப்புவர். இம்மண்ணால் கட்டப்பட்ட சுவர்கள் வலுவாக இருக்கும். இது கடந்தகாலச் செய்தி.

பாஞ்சாலங் குறிச்சிக் கோட்டை இம்முறையிலேயே கட்டப்பட்டதாம். இக்காரணத்தால் ஆங்கிலக் கிழக்கிந்திய கம்பெனியின் படையினர் நடத்திய பீரங்கித் தாக்குதலைப் பாஞ்சலங்குறிச்சிக் கோட்டையின் மதிற்சுவர்கள் தாக்குப் பிடித்து நின்றனவாம்.

இச்செய்தியுடன் தொடர்புடைய வாய்மொழிச் செய்தி ஒன்றும் உண்டு. தூத்துக்குடி மாவட்டத்தின் தென்மேற்குப் பகுதியில் உள்ள கிராமம் 'நட்டாத்தி'. முன்பு இப்பகுதியில் பனை மரங்கள் மிகுதியாக இருந்துள்ளன. இங்கிருந்துதான் பாஞ்சாலங்குறிச்சிக் கோட்டை கட்ட பதநீர் சென்றதாம்.

இதற்காக நட்டாத்தி தொடங்கி பாஞ்சாலங்குறிச்சி வரை ஆண்களும் பெண்களும் வரிசையாக எதிர் எதிராக நிற்பார்களாம். மண்குடங்களில் ஊற்றப்பட்ட பதநீர் ஒருவரிடம் இருந்து மற்றொருவருக்குக் கைமாறி ஒரு வரிசை வழியாக பாஞ்சாலங்குறிச்சியைச் சென்றடையுமாம். மற்றொரு வரிசையினர் வழியாகக் காலிக்குடங்கள் நட்டாத்திக் கிராமத்தை வந்தடையுமாம். இது ஊதியம் இல்லாத கட்டாய வேலையாக இருந்துள்ளது. இடைக்காலத் தமிழக வரலாற்றில் இக்கட்டாயவேலை 'வெட்டி' எனப்பட்டது. திருவிதாங்கூர் மன்னர் ஆட்சிப் பகுதியில் 'ஊழியம்' என்ற பெயரில் கட்டாயவேலை நிலவியது. இந்நடைமுறையின் மற்றொரு வடிவமாகவே இச்செயலைக் காண வேண்டும்.

தொழில்நுட்பம்

பதநீரில் சுண்ணாம்பின் அளவு சற்றுத் தூக்கலாக இருந்தால் பதநீரின் இனிப்புத் தன்மை குறைவாக இருக்கும். பெரும்பாலும் மாலை நேரத்தில் விற்கும் பதநீர் இவ்வாறு இருக்கும். வெயிலில் $7P^H$ அளவுக்கு மேல் பதநீர் மாறும் வாய்ப்பு இருப்பதால் இவ்வாறு செய்கின்றனர்.

மாலைப் பதநீரில் சுண்ணாம்பின் அளவைக் குறைக்கும் வழிமுறையாக, மாங்காயைப் பொடிதாக அரிந்து பதநீரில் போட்டுக் குடிப்பார்கள். சுண்ணாம்பு நெடி பிடிக்காதவர்கள் சிலர் மாம்பழத்தை அரிந்து போட்டுக் குடிப்பதுண்டு.

மாங்காய், மாம்பழம் இரண்டிலும் உள்ள புளிப்புச்சுவை, சுண்ணாம்பின் காரத் தன்மையைக் குறைத்துவிடுகிறது. இதே பணியை எலுமிச்சம் பழச்சாறு செய்துவிடுகிறது.

பதநீர் விற்போர், பதநீருடன் நுங்கு மட்டுமே விற்பார்கள். மாங்காய் விற்பதில்லை. பதநீர் குடிப்பதற்கென்றே அவர்களை நாடிச் செல்பவர்கள்தான் மாங்காய் எடுத்துச் செல்வார்கள். புளிப்பில்லாத மாங்காய் வகைக்கு முக்கியத்துவம் கிடையாது. தம் தொழிற்கருவியான பாளை அரிவாளால் மாங்காயை மிகச் சன்னமாக அவர்கள் அரிந்து போடுவது ஓர் அற்புதமான கலை. திருநெல்வேலி மாவட்டத்தில் பதநீர் இறக்கும் பருவமும் மாமரம் காய்க்கும் பருவமும் ஏறத்தாழ ஒரே பருவம்தான் (தகவல் : ஜான்சி எமீமா, டோனாவூர்).

பதநீர் பெற, பனையில் கட்டும் கலையத்தில், சுண்ணாம்பு 'தீட்டுவதிலும்' (தடவுவதிலும்) ஒரு நுட்பம் உண்டு. காலையில் விற்கும் பதநீர் பத்து மணிக்குள் விற்பனையாகி விடும் என்றால், அதிகமான அளவில் சுண்ணாம்பைத் தீட்டமாட்டார்கள். அப்படித் தீட்டினால் பதநீரின் இனிப்புச் சுவை குன்றிவிடும். பதநீர் பருகுவோரில் பலர் இதை விரும்பமாட்டார்கள்.

நண்பகல் வரை விற்றுத்தீரும். பதநீர் என்றால் சுண்ணாம்பை நன்றாகத் தீட்டியாக வேண்டும். இவ்வாறு செய்யாவிடில் பதநீர் புளிப்படைந்துவிடும். அத்துடன் கள்ளிற்கும் பதநீருக்கும் இடைப்பட்ட நிலையில் இருக்கும். இந்நிலையை 'பதநீர் சலிச்சுப் போச்சு' என்று திருநெல்வேலி, தூத்துக்குடி மாவட்டங்களில் குறிப்பிடுவார்கள்.

தனிப் பதநீராக விற்பனை செய்யாது கருப்புக்கட்டி உற்பத்திக்கு மட்டுமே அதைப் பயன்படுத்தினால் சற்றுக் கூடுதலான அளவில் சுண்ணாம்பு தீட்டுவார்கள். இக்கலையங்களில் சேகரிக்கப்படும் பதநீரைக் காய்ச்சித் தயாரிக்கும் கருப்புக்கட்டியில் புளிச்சவாடை தோன்றாது. அத்துடன் நாளாவட்டத்தில் இளக்கமடையாது இருக்கும்.

புளியைச் சிறிதளவு உருட்டிப் போட்டாலும் பதநீரில் சுண்ணாம்புத் தன்மை நீங்கிவிடும்.

பனையிலிருந்து இறக்கியபின் நீண்ட நேரம் பதநீரை வைத்திருந்தால் பதநீரின் சுவை குன்றிவிடும். பேச்சு வழக்கில் 'சலிச்சுப்போச்சு' என்பர். இதைத் தவிர்க்க குளிர்பதனப் பெட்டியில் வைக்கலாம். பதநீரில் சுண்ணாம்பு அதிகமான அளவில் இருந்தால் எலுமிச்சைப் பழச்சாறைப் பிழிந்து வாயகன்ற பாத்திரத்தில் அசையாது வைத்திருக்க வேண்டும். சில நிமிடங்களில் சுண்ணாம்பு பாத்திரத்தில் தங்கிவிடும். பின் அதை வடிகட்டிப் பருகலாம். எலுமிச்சைச் சாறு சுவையூட்டியிருக்கும்.

சிலர் பதநீரைச் சோறுவடித்தத் தண்ணீருடனும், பிரண்டைக் கொடியின் சாற்றுடனும் கலந்து, களிம்பேறாத பாத்திரத்தில் ஊற்றி நன்றாக மூடி சில நாட்களில் பூமிக்குள் புதைத்து வைப்பர். இது ஒரு வகையான போதையூட்டும் மதுவாக மாறிவிடும்.

உலைப் பானையில் பதநீரை ஊற்றி அதில் அரிசியைப் போட்டு பாயாசம் போலக் கொதிக்க வைக்கும் கஞ்சி, பதநீர்க் கஞ்சி ஆகும்.

ஆப்பம் சுடும்போது, அது மிருதுவாகவும், நன்றாக உப்பி இருக்கவும் ஆப்ப மாவில் சிறிதளவு கள் கலப்பர். தற்போது கள் கிடைக்காததால் பதநீரில் எலுமிச்சைச் சாறைக் கலந்து தெளிய வைத்து, சுண்ணாம்பைப் போக்கிவிட்டு ஆப்ப மாவில் அதை ஊற்றிப் பிசைவர். கள் அல்லது சுண்ணாம்பு குறைக்கப்பட்ட பதநீர் ஊற்றித் தயாரிக்கப்படும் ஆப்பம் மிருதுவாக அமைவதற்குக் காரணம் கள் அல்லது பதநீரில் இருந்து கிடைக்கும் ஈஸ்டுதான். தற்போது இது கடையில் தனியாகக் கிடைக்கிறது. ஈஸ்டு என்பது குறித்து அறியாவிட்டாலும் அதன் பயன்பாட்டையும், அதைப் பெறும் வழியையும் நம் முன்னோர்கள் அறிந்துள்ளனர். இனி 'பதினி குடிச்ச காக்கா' ஒன்றின் கதையைக் கேட்போம். பதநீரின் சுவையில் தன்னை மறந்துபோன ஆண் காக்கையின் கதை இது.

பதநீர் குடிச்ச காக்கா

ஒரு பன (னை) மரத்துல ஒரு காக்கா வந்து பயினி (பதநீர) குடிச்சுக்கிட்டு இருந்ததாம். இதப் பாத்த பன ஏறி பைய வந்து (மெல்ல வந்து) கலக்க மட்டையால மண்டையில ஒரு போடு போட்டான். அடி தாங்காம காக்கா

கீழே விழுந்துட்டு. பனை ஏறி, இறங்கி வர்ரதுக்குள்ள ஏந்திரிச்சு வீட்டுக்குப் போச்சி. வீட்டுக்குப் போனதும் பொண்டாட்டிக் காக்காவக் கூப்பிட்டு

பாயை விரியடி – என்
பாரத்தியத்தைப் பாரடி
உப்ப நுணுக்கடி
பொட்டணம் கட்டி – என்
நெத்தியில் ஒத்தடி

அப்பிடியின்னுதாம். காக்காவோடா பிள்ள உப்ப நுணுக்கிக் கொண்டு வந்து அம்மாட்ட கொடுத்துச்சாம். அத வாங்கி காக்கா தல(யை)ல ஒத்திக் கிட்டே

கலக்குதமட்ட தட்டயில
கண்தூங்கி இருந்தீரோ ?
காவோல கறகறக்கும்போது
கண் தூங்கி இருந்தீரோ ?
பச்சோல பறபறக்கும் போது – நீர்
பறந்து வந்தால் ஆகாதோ ?
பயினி இனிப்பால
கண்மூடிப் போனீரோ

என்று சொல்லி அழுதுச்சாம் (முனைவர். ஞா. ஸ்டீபன்).

சடங்குகள்

தமிழ்நாட்டில் பாரம்பரியமாக மேற்கொள்ளப்பட்டு வரும் தொழில்களில் அத்தொழில் சார்ந்து சில சடங்குகள் நிகழும். தொழில் செழிக்க, ஆபத்துகள் வராது தவிர்க்க, கண்ணேறு போக்க எனப் பல்வேறு காரணங்களின் அடிப்படையில், தொழில்சார் சடங்குகள் நிகழுகின்றன. பனைத் தொழிலும் இதற்கு விதிவிலக்கல்ல. அடியிலிருந்து நுனிவரை பயன்தரும் மரமாகப் பனை விளங்கினாலும் அதில் சுரக்கும் பதநீர் ஏனையவற்றை விட மதிப்புமிக்கது. ஏனெனில், ஆறுமாதகாலம் வரை பதநீர் கிடைக்கிறது. இதைத் தனியாகவும், விற்பனை செய்யலாம்;. இதை மூலப்பொருளாகக் கொண்டு பலவகையான கருப்புக் கட்டிகளையும் கற்கண்டுகளையும் உற்பத்திசெய்தும் விற்கலாம்.

இக்காரணங்களால் பதநீர் சுரப்பை மையமாகக் கொண்டு சடங்குகள் சில உருவாகியுள்ளன. தம் வாழ்வாதாரமாக விளங்கும் பனை மரத்தின் மீது பனைவினைஞர்கள் மிகுந்த மரியாதை கொண்டிருப்பது இயல்பான ஒன்றுதான். இம்மரியாதை உணர்வைப் பனையில் ஏறி இறங்கும்போது

வெளிப்படுத்துகின்றனர். நாள்தோறும் முதலில் ஏறும் பனையைக் கையால் தொட்டுக் கண்ணில் ஒற்றிக்கொண்ட பிறகே அதில் ஏறுவர்.

இதை அடுத்து ஏறும் பனைகளில் இவ்வாறு செய்வதில்லை. இறுதியாக ஒரு பனையில் ஏறி இறங்கிய பின்னர் அதைக் கையால் தொட்டுக் கண்ணில் ஒற்றிக்கொள்வர். பனை ஏறத் தொடங்கும்போதும் இறுதியில் அன்றையப் பணியை முடிக்கும்போதும் இவ்வாறு செய்கின்றனர்.

இவற்றுள் பதநீர் இறக்கும் பருவம் தொடங்கும்போது, நிகழும் 'கும்பிடுபனை' என்ற சடங்கு முக்கியமான ஒன்றாகும்.

கும்பிடுபனை

பதநீர் இறக்குதலை மேற்கோள்ளும் முன்னர் நல்லநாள் பார்த்து வீட்டில் விளக்கேற்றி அதன் முன் பழம், தேங்காய் வைத்து வழிபடுவர்.

இதன் பின்னர் தமக்கு உரிமையான பனை இருக்கும் இடத்திற்குச் செல்வர். அப்போது வாய் பேசாது மௌனமாய்ச் செல்வர். வாய் பேசினால் தொழிலில் ஆபத்து ஏற்படும் என்றஞ்சுகின்றனர். பனை ஏறுவோருடன் வருவோரும்கூடப் பேசமாட்டார்கள். பனை மரங்கள் வளர்ந்துள்ள பகுதிக்குச் சென்றதும், பனை மரம் ஒன்றில் ஏறி அப்பனையைப் பதநீர் அல்லது கள் இறக்குவதற்காகத் தயார்படுத்தும் நோக்கில், அதிலிருக்கும் ஓலைகளை மட்டையுடன் அடிப்பாகத்திலிருந்து அறுத்துவிடுவர். பின் அதிலிருந்து கீழே இறங்கி வந்ததும் ஓர் ஓலையை அப்பனையில் சாய்த்துக் கட்டுவர் (வ. படம்). ஒரு ஓலையுடனும் மூன்று கருக்குகளுடனும் வீடு திரும்புவர். திரும்பி வரும்போதும் அவரும், அவருடன் வருவோரும் வாய் பேசுவதில்லை. அவருக்கு எதிரே யாரும் வர விரும்புவதில்லை. அப்படி வந்தால் வந்தவருக்குத் தீங்குநேரும் என்ற நம்பிக்கை உள்ளது.

வீடு திரும்பியதும் எடுத்து வந்த ஓலையை வாயில்ச்சுவர் அல்லது வேலியில் சாத்திவைப்பார்கள். எடுத்து வந்த கருக்குகளை வீட்டிற்குள் கூரைப் பகுதியில் திணித்து வைப்பார்கள்.

பின்னர், மீண்டும் சாமி கும்பிடுவார்கள். தேங்காய் பழம், வெற்றிலை பாக்கு ஆகியனவற்றை ஈசான மூலையில் படைத்து வழிபடுவார்கள். படையல் பொருட்களில் ஒன்றாக உப்பு இடம் பெறும். இவ்வுப்பில் ஒரு துளி எடுத்துப் பனையேறுபவர் தம் வாயில் போடுவார். பின் சர்க்கரை,

கும்பிடுபனை ஓலை சாத்தி வைக்கப்பட்ட குடில்

கருப்புக்கட்டி என்பனவற்றுள் ஒன்றை வாயில்போடுவர். தற்போது சீனி (வெள்ளைச் சர்க்கரை) இடம்பெறுவதும் நிகழ்கிறது.

உப்பு விளைந்து குவிவது பேல் கருப்புக்கட்டி குவிய வேண்டும் என்ற விருப்பம்தான் உப்பைப் படைப்பதற்கான காரணமாகக் கூறப்படுகிறது.

உப்பை வாயில்போடும் முன்பு, எதையும் உண்ணக் கூடாது என்ற தடையும் உள்ளது. அன்றைய உணவில் கருவாடு அல்லது மீன் கண்டிப்பாக இடம்பெற வேண்டும் என்ற விதிமுறையும் உள்ளது.

இச்சடங்கு நிகழும் நாளில் வேறொரு பனை மரத்திலும் முதலில் குருத்தோலையைக் கட்டிய பனையிலும் பாளைசீவுவர். குருத்தோலை கட்டாத பனை, 'துணைப் பனை மரம்' எனப்படும்.

காலையில் பதநீர் இறக்கும்போது, அந்தப் பனையிலிருந்து குருத்தோலை ஒன்றை வெட்டிப்போடுவர். பின் பதநீருடன் கீழே இறங்கி வருவர்.

ஆ. சிவசுப்பிரமணியன்

கும்பிடுபனை சடங்கில் சாரை ஓலை கட்டப்பட்ட பனை

வந்தவுடன் வெட்டிப்போட்ட குருத் தோலையை எடுத்துச் சில துண்டுகளாகக் கிழிப்பர். கிழித்த துண்டுகளின் நுனிப் பகுதியை அறுத்து நிலத்தில் ஒரு குருத்தோலையை நடுவர். அதைச் சுற்றிலும் வேலி போல் குருத்தோலைகளை நடுவர்.

மூன்று பட்டைகள் பிடித்து தாம் இறக்கிவந்த பதநீரை, அப்பட்டையில் ஊற்றி அப்பட்டைகளைக் குருத்தோலையால் அமைக்கப் பட்ட வேலிக்கு வெளியில் வைப்பார்கள் (வ. படம்). பின்னர் பட்டையில் உள்ள பதநீரைக் குருத்தோலைகள் மீது ஊற்றுவார்கள்.

இச்செயல்கள் முடிந்ததும் நிலத்திலிருந்து ஒரு பிடி மண்ணை எடுத்து நெற்றியில் பூசிவிட்டுத் திரும்புவர். இதை 'நிலக்காப்பு' என்பர் (இ. சின்னத்தம்பி, ஆதனூர், 69).

பதநீர் சுரக்க

மாலை நேரத்தில் மூன்று பனை ஓலைப் பட்டைகளைச் செய்வர். பனை ஒன்றிலிருந்து இறக்கிய பதநீரை அம்மூன்று பட்டைகளிலும் ஊற்றி கைகூப்பி அப்பட்டைகளை வணங்குவர். மந்திரம் எதுவும் இச்சடங்கில் கூறுவதில்லை. பதநீர் நன்றாகச் சுரக்க வேண்டும் என்ற வேண்டுதலை மனதிற்குள்ளோ, வாய்விட்டு உரக்கவோ கூறுவர்.

பின்னர் பதிநீருடன் கூடிய அப்பட்டையை அங்கு வைத்துவிட்டுத் திரும்புவர். சிலர் அங்கேயே அதைக் குடித்துக் காலி செய்வதும் உண்டு.

குடிக்கும்முன் ஒவ்வொரு பட்டையிலிருந்தும் மூன்றுமுறை பதநீரைக் கையில் எடுத்துத் தம் தலையிலும் நிலத்திலும் தெளிப்பர். ஒரு சிலர் சிறிதளவுப் பதநீரை நிலத்தில் கொட்டுவதும் உண்டு. *(சின்னத்தம்பி, 69, ஆதனூர்)*

கிடைக்கும் பதநீர் அதிகப் புளிப்புடன் இருந்தால் பதநீர் விற்பனை குன்றுவதுடன் அப்பதநீரைப் பயன்படுத்தித் தயாரிக்கும் கருப்புக் கட்டியும் தரங்குன்றும். இக்குறைப்பாட்டை நீக்க மேற்கூறிய சடங்கைச் செய்வர்.

7

கருப்புக்கட்டியும் கற்கண்டும்

வட்டுக் கருப்பட்டியோ – கண்ணே நீ
வட மதுரைச் சர்க்கரையோ –   (தாலாட்டு)

அறுசுவைகளில் ஒன்றான இனிப்புச் சுவைக்கு நம் முன்னோர்கள் பயன்படுத்திய பொருட்களில் ஒன்று கருப்புக்கட்டி. நிறத்தாலும், அமைப்பாலும் இப்பெயர் உருவாகியுள்ளது. இதன் மூலப்பொருளாக அமைவது பதநீர்தான். பதநீரை நன்றாகக் காய்ச்சிப் பாகாக்கி இது தயாரிக்கப்படுகிறது.

தயாரிப்பு முறை

சேகரிக்கப்பட்ட பதநீரைப் பன்னாடை கொண்டு நன்றாக வடிகட்டுவர். பன்னாடைக்கு மாற்றாக மெல்லிய துணியைப் பயன்படுத்துவதும் உண்டு. வடிகட்டிய பதநீரை வாயகன்ற பாத்திரத்தில் ஊற்றுவார்கள். இப்பாத்திரம் பதநீர் காய்ச்சுவதற் கென்றே உருவாக்கப்பட்டுள்ள அடுப்பில் வைக்கப்பட்டிருக்கும். பல ஆண்டுகளுக்கு முன்பு பெரிய மண் தாழிகளைப் பயன் படுத்தியுள்ளார்கள். தற்போது இதற்கென்றே துத்துநாகத் தகட்டால் வாயகன்ற பாத்திரத்தைத் தயாரித்துள்ளார்கள்.

பதநீர் காய்ச்ச பயன்படுத்தும் அடுப்பு

பதநீர் காய்ச்ச பயன்படுத்தும் உலோகப் பாத்திரம்

நெருப்பை வெளியில் விடாத அமைப்புடன் உருவாக்கப்பட்டுள்ள அடுப்பில் பனங்கொட்டை, பனை மட்டை, பனை ஓலை ஆகியனவற்றை எரிபொருளாகக் கொண்டு எரிப்பார்கள். எளிதில் அடுப்பு தீப்பிடித்து எரிய, முதலில் ஓலைகளை வைத்து அது எரியத் தொடங்கிய பின்னர் மட்டைகளை வைப்பதுண்டு. உடைமர விறகு மலிவாகவும், எளிதாகவும் முன்னர் (60–70 ஆண்டுகளுக்கு முன்பு) கிடைத்து வந்துள்ளது. அப்போது அதையும் பயன்படுத்தியுள்ளனர். தற்போது, 'பரம்பொருளாக' எங்கும் பரவியுள்ள வேலிக் கருவையை விறகாகப் பயன்படுத்துவதும் உண்டு. நெருப்பின் வெம்மையால் பதநீர் கொதிக்கத் தொடங்கும். அப்போது அது பாத்திரத்தை விட்டுப் பொங்கி வெளியேற முயலும். இக்கட்டத்தில் சிறிது தேங்காய் எண்ணெய் அல்லது நல்லெண்ணெயைப் பரவலாக ஊற்றுவர். இப்படிச் செய்வதால் பொங்கி வடிவது தடைபடும். இவ்விரு எண்ணெய்களும் விலை அதிகம் என்பதால் அதற்கு மாற்றாக ஆமணக்குக் கொட்டையை ஒன்றிரண்டாக இடித்து வைத்திருப்பர். பதநீர் பொங்குத் தொடங்கும்போது, சிறிது சிறிதாகத் தூவுவர். ஆமணக்கு முத்து இளகி எண்ணெய் வெளிப்பட்டு பதநீர் பொங்குதலைத் தடுத்துவிடும்.

பதநீர் காய்ச்சும் பணி

பாகுநிலையில் பதநீர்

ஆ. சிவசுப்பிரமணியன்

ஆமணக்கு முத்தைப் பதநீரில் போடுவதை மையமாகக் கொண்ட வேடிக்கையான கதை ஒன்றும் உள்ளது. முட்டாள்த்தனத்தை அடிப்படையாகக் கொண்ட கதைகள் என்ற வகைமையில் அடங்குவதாக இக்கதை உள்ளது.

பதநீர்க் காய்ச்சிக்கொண்டிருந்த பெண் ஒருத்தி. அடுப்பை எரியவிட்டு விட்டு வேறு வேலைக்காக வெளியில் சென்றமர்ந்தாள். அவ்வாறு செல்லும்போது தன் பத்து வயது மகளிடம் அப்பொறுப்பை ஒப்படைத்து விட்டுச்சென்றாள்.

பதநீர் பொங்கும் நிலைக்கு வந்தபோது, அச்சிறுமி, 'அம்மா பதநீர் பொங்குது' என்று கூவினாள். உடனே தாய்க்காரி, 'அந்த முத்தத் தூக்கி பானைல போடு' என்றாள்.

சரி என்று கூறிவிட்டு, முத்து என்ற பெயருடைய தன் சிறுவயதுத் தங்கையைத் தூக்கிக் கொதிக்கும் பதநீரில் அச்சிறுமி போட்டுவிட்டாள். அக்குழந்தை அலறுவதைக் கேட்ட தாய் ஓடிவந்து அக்குழந்தையை வெளியில் எடுத்தாள்.

ஒருவர் இடும் கட்டளையை எந்திர கதியில் நிறைவேற்றுவோரைப் பகடி செய்ய இக்கதையைப் பயன்படுத்துவதாக, இக்கதையைக் கூறிய ஜான்சி எமீமா (டோனாவூர்) குறிப்பிட்டார்.

கொதிக்கும் பதநீர் திரவமாக இல்லாமலும் கட்டியாக இறுகிப் போகாமலும் உள்ள நிலையை அடையும் வரை பதநீரைக் கொதிக்கவிடுவார்கள். ஆங்கிலத்தில் *'Semi Liquid'* என்று இந்நிலையைக் குறிப்பர். மெழுகுபதம், பாகுபதம் என்ற சொற்களால் கருப்புக்கட்டி தயாரிப்போர் இதைக் குறிப்பிடுகின்றனர்.

இந்நிலையைக் கண்டுபிடிக்க எளிய சோதனை முறை ஒன்று பின்பற்றப்படுகிறது. முறியாத தன்மை கொண்ட பனை ஓலைத் துண்டு ஒன்றைப் பாகில் முக்கி எடுப்பார்கள். கொதித்துச் சூடேறி வரும் பாகு துண்டு ஓலையில் ஒட்டிக்கொள்ளும்.

அத்துண்டு ஓலையைத் தண்ணீரில் முக்குவார்கள். மெழுகுபதம் அடையாதிருந்தால் அது கரைந்துபோகும். அடைந்திருந்தால் ஓலையில் ஒட்டியவாறே இருக்கும். தண்ணீரில் முக்கியதால் பாகு சூடின்றி இருக்கும். அப்பாகைக் கையினால் வழித்துப்பார்க்கும்போது, அது கையில் ஒட்டாதுவந்தால் மெழுகுபதத்தை அடைந்துவிட்டதன் அடையாளமாகும்.

மெழுகுபதத்தை அடைந்த பாகை அடுப்பிலிருந்து கீழே இறக்கித் துடுப்பால் துழாவுவார்கள். இத்துடுப்பானது மரத்தாலோ, பனை மட்டைத் துண்டாலோ செய்யப்பட்டிருக்கும். துடுப்பால் துழாவும்போது, பாகு ஒரே சீராகக் கட்டி தட்டாது மாறிவிடும்.

பாகை எதிர்நோக்கியிருக்கும் சிரட்டைகள்

தரையில் மண் நிரப்பி, அதன் மேல் ஈரமான துணியை விரித்து அத்துணி மேல் தேங்காய்ச் சிரட்டைகளைப் பரப்பி வைத்திருப்பர் (படம் 7:6). இச்சிரட்டைக் குழிக்குள் சூடான நிலையில் உள்ள பாகை நீண்ட அகப்பையால் எடுத்து ஊற்றுவர். இந்த அகப்பையின் குழிப்பாகம் சிரட்டையால் ஆனதுதான். எனவே, எடுக்கும் பாகின் அளவும், அது ஊற்றப்படும் சிரட்டையின் அளவும் பெரிய அளவில் வேறுபடாது இருக்கும். தற்போது உலோக அச்சுக்களைத் தயாரித்து சதுர வடிவில் கருப்புக்கட்டியை உருவாக்கும் முறையும் அறிமுகமாகியுள்ளது. இம்முறை கொங்குப்பகுதியில் காணப்படுகிறது, தென்மாவட்டங்களில் அறிமுகமாகவில்லை.

ஆ. சிவசுப்பிரமணியன்

தரையில் சிரட்டைகளைப் பரப்பி ஊற்றுவதால் மணல் அல்லது மண் சிதறி அதில் படியும் வாய்ப்புள்ளது. இதன் காரணமாகவே கருப்புக்கட்டியில் மண்துகள்கள் இடம் பெற்றுவிடுகின்றன. சிரட்டையின் கண் எனப்படும் துவாரங்கள் வாயிலாகவும் மண் சேர்ந்து விடுவது நிகழ்கிறது. இதைத் தவிர்க்க, கட்டில், திண்ணை ஆகியனவற்றில் சிரட்டைகளை வைத்து ஊற்றுவதும் உண்டு. ஆனால், இம்முறை வியாபாரத்துக்கான கருப்புக்கட்டித் தயாரிப்பில் பின்பற்றப்படுவதில்லை. சொந்த பயன்பாட்டுக்கான கருப்புக்கட்டித் தயாரிப்பில்தான் இம்முறை பின்பற்றப்படுகிறது. இடப்பிரச்சினைதான் இதற்குக் காரணம். பதநீரைக் காய்ச்சி கருப்புக்கட்டி தயாரிப்பதில் பெரும்பாலும் பெண்களே முக்கியப் பங்கு வகிக்கின்றனர். ஆனால், கருப்புக்கட்டி விற்பனையில் பெரும்பாலும் ஆண்களே ஆதிக்கம் செலுத்துகின்றனர்.

பதநீர் இறக்கும் பருவம் முடிவுற்றவுடன் கருப்புக்கட்டித் தயாரிப்பும் நின்றுபோய்விடும். இதன் தொடர்ச்சியாக, கருப்புக்கட்டிச் சந்தையில் அதன் 'வரத்து' குறையத் தொடங்கும். சந்தையில் வரத்து குறையத்தொடங்கும்போது, ஒரு பொருளின் விலை உயரத் தொடங்கும்.

நமது சந்தைப் பொருளாதாரம், 'விநியோகம்', 'தேவை' என்ற இரண்டையும் அடிப்படையாகக் கொண்டு இயங்குவதால் இது இயல்பானதுதான்.

கைம்முதல் அதிகமுள்ள பெரு வணிகர்களும், கருப்புக்கட்டி உற்பத்தியாளர்களும், இருப்பு வைத்திருந்து இவ்விலை உயர்வைப் பயன்படுத்திக்கொள்வார்கள். இவ்வாறு இருப்பு வைக்கும் கருப்புக்கட்டி இளக்கமாக இல்லாது கட்டியாக இருக்க வேண்டும். சுண்ணாம்பு அதிகம் தீட்டப்பட்ட கலையத்தில் இறக்கிய பதநீரைக் கொண்டு காய்ச்சும் கருப்புக்கட்டி இறுக்கமாக இருக்கும்.

நேரடியாக வீட்டிற்கு வந்து கருப்புக்கட்டி வாங்கும் வியாபாரிகளிடம் உடனுக்குடன் கருப்புக்கட்டியை விற்போரும், விற்பனையாகாது எஞ்சிய, பதநீரைக் காய்ச்சி கருப்புக்கட்டி தயாரிப்போரும், சுண்ணாம்பு அதிகம் தீட்டப்படாத கலையத்தில் சேகரிக்கும் பதநீரையே பயன்படுத்துவர்.

இக்காரணங்களால்தான் மிருதுவான கருப்புக்கட்டி கடினமான கருப்புக்கட்டி என இருவகையான கருப்புக்கட்டிகளைக் காண முடிகிறது.

கருப்புக்கட்டித் தின்பண்டங்கள்

இனிப்புத் திண்பண்டங்கள் தயாரிப்பில் கருப்புக்கட்டிக்கும் முக்கிய இடம் உண்டு, நெல்லை, தூத்துக்குடி, விருதுநகர், இராமநாதபுரம் மாவட்டங்களில் குறிப்பாக இவற்றின் கரிசல் நிலப் பகுதிகளில் கருப்புக்கட்டி தின்பண்டங்கள் இன்றும் பயன்பாட்டில் உள்ளன. இவற்றுள் 'கருப்புக்கட்டி மிட்டாய்', 'கருப்புக்கட்டிச் சேவு' என்பன பரவலாக அறிமுகமானவை.

விற்பனைக்கு ஆயத்தமான கருப்புக்கட்டி

சிரட்டையில் ஊற்றாது குழியில் ஊற்றி தயாரான கருப்புக்கட்டி

ஆ. சிவசுப்பிரமணியன்

கருப்புக்கட்டி விற்பனைக் கடை

சாலையோர விற்பனைக் கடை

பனை மரமே! பனை மரமே!

'கருப்புக்கட்டி மிட்டாய்' வட இந்தியரின் ஜிலேபியைப் போன்றது. சீனிப்பாகிற்குப் பதிலாகக் கருப்புக்கட்டிப் பாகில் முக்கி எடுக்கப்படுகிறது. இதைத் தயாரித்து இரண்டு அல்லது மூன்றடி உயரத்தில் வட்டமாக அடுக்கி வைத்திருப்பார்கள். இது அழகானதொரு தோற்றமாய் அமைந்திருக்கும்.

இதைத் தயாரிக்க, பச்சரிசி மாவில் தயிர் கலந்து பிசைந்து இரண்டு அல்லது மூன்று மணி நேரம் வைத்திருப்பார்கள். தயிரில் உள்ள ஈஸ்ட் இம்மாவைப் புளிக்கச் செய்து மிருதுவான தன்மையைக் கொடுக்கும். சற்றுக் கெட்டியாக உள்ள புளித்த மாவை ஜிலேபி பிழிவதைப் போல் பிழிவார்கள், இதற்கான அச்சு, வட்டமாக அன்றி சிறிது நீளமாக இருக்கும்.

பின்னர் எண்ணெய்ச்சட்டியில் முறுக்கை வேகவைப்பதுபோல் இதை வேகவைத்து எடுப்பார்கள்.

கருப்புக்கட்டி மிட்டாய் (மேல்தட்டின் இருபுறமும்)

மற்றொரு பக்கம் கருப்புக்கட்டியைப் பாகு ஆகக் காய்ச்சி சூடாக வைத்திருப்பார்கள். இப்பாகில் சுக்கு, ஏலக்காய், சாதிக்காய் ஆகியவற்றைப்

பொடி செய்து போட்டிருப்பார்கள். இதனால் இப்பாகு நறுமணப் பாகாக விளங்கும். எண்ணெயில் வெந்த, பச்சரிசிமாவு ஜிலேபியை இப்பாகில் முக்கி எடுப்பார்கள்.

சூடாக இருக்கும் ஜிலேபி, கருப்புக்கட்டிப் பாகை நன்றாக உறிஞ்சி விடும். இதனால் அதன் வெளிப்புறத்தில் மட்டுமின்றி அதன் உள்ளீடான பகுதியிலும், பாகு படிந்து இனிப்புச் சுவையுடையதாக்கிவிடும். பின்னர் இத்துண்டுகளை மரத்தினால் ஆன மரவையில் (தட்டு) ஒவ்வொரு துண்டையும் ஒன்றின் மேல் ஒன்றாக, இரு முனைகளும் மற்றொன்றின் முனையைத் தொடும்படி வட்ட வடிவில் இரண்டடி உயரத்திற்குக் குறையாமல் அடுக்கிவிடுவார்கள். இதன் அடிப்படையில் 'ரயில் மிட்டாய்' என்றும் இதைக் குறிப்பிடுவது உண்டு.

சூடு ஆறிய பாகு இறுகி, இவற்றை அசையவிடாமல் செய்துவிடும். திருவிழாக் கடைகளில் வழக்கத்தைவிடச் சற்றுக் கூடுதல் உயரத்தில் அடுக்கி வைப்பார்கள். விற்பனை அதிகளவில் நடக்கும் என்பதால் இது நிகழும்.

பாகின் தரத்திற்கேற்ப கருப்புக்கட்டி மிட்டாயின் சுவை அமையும். அதுபோல், சூடாகக் கிடைக்கும் கருப்புக்கட்டி மிட்டாய், பொறு, பொறு என்று இருக்கும். பாகில் முழுமையாக மிட்டாய் ஊறாமையே இதற்குக் காரணம். அதிகமாக ஊறிப்போனால் உளுந்தவடைபோல் மென்மையாக இருக்கும் (நா. சுப்புராம்.நள்ளி.குமாரபுரம்).

* * *

'கருப்புக்கட்டி மிட்டாய்' போன்ற மற்றொரு இனிப்புப் பண்டம் 'கருப்புக்கட்டி சேவு'. கரிசல் நிலப் பகுதியில் 'சேவு' என்பது காரச்சேவைக் குறிக்கும். அதே வடிவில் காரமின்றி கருப்புக்கட்டிபாகில் தோய்த்து எடுக்கப்படும் சேவு 'கருப்புக்கட்டி சேவு' எனப்படும்.

கடலைமாவும் அரிசிமாவும் கலந்து பிசைந்த மாவை, காரச்சேவு ஆக ஆக்கி கருப்புக்கட்டி பாகில் தோய்த்து இதைத் தயாரிப்பர்.

* * *

மேற்கூறிய இரண்டு இனிப்புகளும் மிகப் பெரும்பாலும் விற்பனைக்காகத் தயாரிக்கப்படுகின்றன. விற்பனைக்காக அன்றி வீட்டுப் பயன்பாட்டிற்காகவும் கருப்புக்கட்டியைப் பயன்படுத்தி உணவு தயாரிப்பதுண்டு.

இவை அதிகச் செலவில்லாத எளிமையான இனிப்புத் தின்பண்டங்களாக இருந்தன. எள் விளையும் காலத்தில் எள்ளை நன்றாகப் புடைத்து கல்நீக்கி அதனுடன் கருப்புக்கட்டி கலந்து உரலிலிட்டு இடிப்பார்கள். எள்மாவும் கருப்புக்கட்டியும் கலந்து விடும். எள்ளில் உள்ள எண்ணெய்ப் பசை இம்மாவில் படிந்து இம்மாவை ஈரத்தன்மை ஆக்கிவிடும். இதனால் இதைப் பிசைந்து, வேண்டிய அளவுக்கு உருண்டையாக உருட்டிவைப்பார்கள். எள்ளின் மணமும், கருப்புக்கட்டியின் இனிப்பும் இரண்டறக் கலந்து மிகவும் சுவையான தின்பண்டமாக அமையும். இவ்வுருண்டையில் சேரும் எள்ளின் பெயரால் இது 'எள்ளுருண்டை' எனப்படுகிறது. பிள்ளையார் சதுர்த்தி அன்று எள்ளுருண்டை படைத்து வழிபடுவது வழக்கம்.

எண்ணெய்த் தன்மை குன்றிய எள்ளைப் பயன்படுத்தியும், மிக்சியில் பொடியாக்கியும் பிசையும் எள் உருண்டை சற்றுச் சுவை குறைந்தே காணப்படும். எள், கருப்புக்கட்டி என்ற இரண்டும், எளிதாகக் கிடைக்கும் பொருளாகவும் விலை மலிவானதாகவும் ஒரு காலத்தில் இருந்தமையால் 'ஏழைக்கேத்த எள் உருண்டை' என்ற சொலவடை உண்டு. எள் உருண்டையின் அளவு வேறுபாடும் கூட இச்சொலவடையில் இடம்பெற்றிருக்க வாய்ப்புள்ளது.

எள்ளிலிருந்து நல்லெண்ணெய் தயாரிக்கும்போது, எள்ளில் இடம்பெறும் சிறிது கசப்பை நீக்கவும், சுவையூட்டவும் சிறிதளவு கருப்புக்கட்டியையும், செக்கில் இட்டு ஆட்டுவர். இதனால் எள்ளுப் புண்ணாக்கு உலரும் முன்னர் அதைத் தின்பண்டம் போன்று பயன்படுத்துவர்.

கம்பு, கேழ்வரகு, தானியங்களை அரைத்து மாவாக்கி தோசை சுடும்போது, தோசை மாவில் சிறிதளவு கருப்புக்கட்டியை நசுக்கிப் போட்டு, இரண்டறக் கலந்துவிடுவர். இதனால் இத்தோசை இனிப்பாக இருக்கும். சிறுபிள்ளைகளுக்கு உணவாகவும் தின்பண்டமாகவும் இது ஒருசேர அமையும்.

கருப்புக்கட்டி வகைகள்

பதநீரிலிருந்து கருப்புக்கட்டி தயாரிக்கும் முறையில் சிற்சில மாறுதல்களைச் செய்து வேறுபாடான வகையிலான கருப்புக்கட்டிகள் தயாரிக்கப்படுகின்றன. அடிப்படையில் பதநீரைக் கொதிக்கவைத்து பாகாக்கி அச்சில் ஊற்றவதன் மூலம்தான் உற்பத்தி செய்யப்படுகின்றன என்றாலும், பாகில் சேர்க்கப்படும் பொருட்கள், அச்சின் வடிவமைப்பு என்பனவற்றின் அடிப்படையில்

வெவ்வேறு பெயர்களைப் பெற்றுள்ளன. அத்துடன் இவற்றின் சுவையும் பயன்பாடும் கருப்புக்கட்டியிலிருந்து வேறுபடும் தன்மை கொண்டவை.

சில்லுக் கருப்புக்கட்டி

பேச்சுவழக்கில் 'சில்லுக் கருப்பட்டி' என்பர். இனிப்புச் சத்து கூடிய பதநீரையே இதைச் செய்யப் பயன்படுத்துவார்கள். பதநீர்ச் சுரப்பு தொடங்கும் பருவத்தில் சேகரிக்கும் பதநீரில் இனிப்புச் சத்து குறைவாகவே இருக்கும். பிற்பகுதியில் கிடைக்கும் பதநீரில் இனிப்புச் சத்து அதிகமாக இருப்பதால் இப்பருவப் பதநீரிலிருந்தே இது உற்பத்தி செய்யப்படுகிறது.

இறக்கிய பதநீரைப் பெரிய மண்பானைகளில் ஊற்றி வைப்பது சில்லுக்கருப்புக்கட்டி உற்பத்தியின் முதல் தொழில்நுட்ப முறையாகும். பதநீரில் உள்ள சுண்ணாம்பையும், நீரையும் மண்பாண்டங்கள் ஈர்த்துக் கொள்ளும். பானையில் ஆடாமல் வைத்திருப்பதால் சுண்ணாம்புப் பானையின் அடியில் படிந்து பதநீர் தெளிவாகிவிடும்.

இப்பதநீரை நன்றாக வடிகட்டி மண்பானையில் ஊற்றிக் காய்ச்சுவார்கள். இப்படிக் காய்ச்சுவதால் பதநீர் பாகுவடிவம் பெறும். இது இறுகலாக இராமல் திரவ நிலையில் இருக்கும்படி பார்த்துக் கொள்ளுவார்கள். இது இரண்டாவது கட்டம்.

மூன்றாவது கட்டமாக இப்பாகை மண்சட்டியில் ஊற்றி மீண்டும் காய்ச்சுவார்கள். இப்படிக் காய்ச்சும்போது, கருப்புக்கட்டித் தயாரிப்பில் நிகழ்வது போன்று பாகு பொங்கி வடியத் தொடங்கும். அப்போது செய்வது போன்றே இங்கும் தேங்காய் எண்ணெய் அல்லது நல்லெண்ணெயைத் தெளித்து, பொங்குதலை மட்டுப்படுத்துவார்கள். பாகு வற்றிப் போய் உறையும் நிலையை அடையும் வரை காய்ச்சும் பணி தொடரும்.

உறையும் நிலையை அடைந்த பாகுடன் கூடிய மண்சட்டியைக் கீழே இறக்கி, மோர்கடையப் பயன்படுத்தும் பிரிமணையில் வைத்து தொடர்ச்சியாக அகப்பையால் கடைவார்கள். இதனால் வெண்மையான நிறம் கொண்டதாகப் பாகு மாறுதல் அடையும். இது நான்காவது கட்டம்.

நான்காவது கட்டத்தின் ஒரு பகுதியாக, சுக்கு, ஏலம், கிராம்பு ஆகியவற்றின் பொடிகளில் ஒன்றை வெண்ணிறமான பாகின்மீது தூவுவார்கள். பாசிப்பயறு, எள், பொரிகடலை ஆகியவற்றைத் தனித்தனியாகவோ கலந்தோ தூவுவார்கள்.

அடுத்த கட்டப் பணிக்குச் சிறுசிறு குழிகளுடன் கூடிய மரப்பலகை ஆயத்தமாக இருக்கும். இக்குழிகள் அனைத்தும் ஒரே சீரான விட்டமும், ஆழமும் கொண்டதாக இருக்கும். 200–250–300 எனக் குழிகளின் எண்ணிக்கை இருக்கும். பல்லாங்குழிப் பலகையை இப்பலகை நினைவூட்டினாலும் அதைவிடப் பெரியது. தேவைக்கேற்ப பலகைகளின் எண்ணிக்கை இருக்கும்.

இறுதிக் கட்டமாக சூடான பாகைப் பலகையில் உள்ள குழிகளில் அகப்பையின் துணையால் ஊற்றுவர். ஊற்றும் முன் இக்குழிகள் தண்ணீர் ஊற்றி நனைக்கப்படும். இதனால் குழியில் பாகு ஒட்டாது. இது ஒருபக்கம் நடைபெறும்போதே மற்றொரு பக்கம் சூடான பாகு ஆயத்தமாய்க் கொண்டிருக்கும்.

நீண்ட பனை ஓலைப் பாயை விரித்துப் பலகையின் குழிகள் பாயைப் பார்க்கும் வகையில் திருப்பிப் பிடித்துக்கொண்டு, பின்புறம் கையால் தட்டினால் சில்லுக் கருப்புக்கட்டிகள் பாயில் விழுந்துவிடும். ஒன்றிரண்டு துண்டுகள் விழாவிடில் கோணி ஊசி போன்ற ஊசியால் பக்கவாட்டில் நெம்பி கீழே விழச் செய்துவிடுவார்கள். அடுத்து ஊற்றப்படும் பாகிற்காகக் குழிகள் நீரில் நனைக்கப்படும்.

ஓட்டாஞ்சில்லு என்பது போல் சிறிய அளவில் உள்ள கருப்புக்கட்டி என்பதால் சில்லுக் கருப்புக்கட்டி என்று பெயர் பெற்றதாகக் குறிப்பிடுவர். எளிதாகப் புட்டுவிடும் (விட்டுவிடும்) தன்மை கொண்டதால் புட்டுக் கருப்புக்கட்டி என்ற பெயரும் இதற்கு உண்டு.

அச்சுப் பலகையின் குழியைச் சற்று அகலமாக்கி வட்டமாகச் செய்யப்படும் இக்கருப்புக்கட்டி, வட்டுக்கருப்புக்கட்டி எனப்படும். சில்லுக் கருப்புக்கட்டியைவிடச் சற்று பெரிதாகக் கருப்புக்கட்டியைச் செய்து கோடைக் காலங்களில் விற்பதைத் தருமபுரி மாவட்டத்தில் காண முடிகிறது.

பானைக் கருப்புக்கட்டி

அடிப்படையில் சில்லுக் கருப்புக்கட்டி போன்றே இப்பாகு காய்ச்சப்பட்டாலும் அதைவிடச் சற்று இறுக்கமாகப் பாகைக் காய்ச்சுவர். பானை என்று அடைமொழி இட்டாலும் சிறிய கலையம் போன்றே புதிய பானைகள் வாங்கப்படும். கலையக் கருப்புக்கட்டி என்றும் இது அழைக்கப்படும். இப்பானைகளில் விருப்பம்போல் எள், வறுத்த அரிசி, கடலை, பயறுவகைகள் ஆகியனவற்றைத் தூசு நீக்கியும், பூச்சி அரித்தவற்றை நீக்கியும் இட்டு அக்கானியை /

கூப்பதனியை (கொதித்த பாகை) ஊற்றுவர். இப்பானைகளின் வாயைக் கருத்த துணியால் கட்டிவிடுவர். பாகின் ஈரத்தன்மையைப் புதியமண்பானை உறிஞ்ச பாகு தன் ஈரத்தன்மையை இழந்து கட்டியாகிவிடும். பானையில் இட்ட பொருட்கள் பாகுடன் உறைந்து ஒன்றாகிவிடும்.

இம்முறையின் வளர்ச்சி நிலையாக மாங்காய், திருகிய தேங்காய், கத்தரிக்காய், காரட், பீட்ரூட், தடியங்காய், கொட்டை நீக்கிய பலாச்சுளை, அன்னாசிப் பழத்துண்டுகள் ஆகியனவற்றைக் கலையத்தில் இட்டு அக்கானியை ஊற்றிவிடுவர். இது தின்பண்டம் போல் பின்னர் பயன்படும்.

பனை மரங்கள் மிகுந்த அடைக்கலாபுரம், ஆறுமுகநேரி ஆகிய ஊர்களுக்கு அருகில் உள்ள ஊர், காயல்பட்டினம். இங்குள்ள இஸ்லாமியர்களில் பலர் வளைகுடா நாடுகளில் பணிபுரிகின்றனர். தம் ஊருக்கு வந்து திரும்பிச் செல்லும்போது, பானைக் கருப்புக்கட்டியைத் தம்முடன் கொண்டுசெல்கின்றனர். விமானத்தில் மண்பானையைக் கொண்டுபோக முடியாத நிலையில் மூடியுடன் கூடிய எவர்சில்வர் பால் குவளைகள், தூக்குகள் ஆகியனவற்றைப் பயன்படுத்துகின்றனர்.

தம் சொந்த மரத்துப் பதநீரையோ மொத்தமாக விலைக்கு வாங்கிய பதநீரையோ அக்கானி காய்ச்சுபவரிடம் கொண்டு செல்கின்றனர். சிறு தொழிற்கூடம் போல் அவரது வீடு செயல்படுகிறது. ஒருபுறம் திருமண வீட்டில் சோறு பொங்கும் வாயகன்ற மிடா போன்று துத்துநாகத்தால் செய்த பாத்திரத்தில் பதநீர் கொதித்துக்கொண்டிருக்கும். மற்றொரு பக்கம் திருமண வீட்டின் சமையல் கூடம் போல் காய்கறிகள், பழங்கள் ஆகியனவற்றைப் பெண்கள் அறிந்து துண்டுகளாக்கிக் கொண்டிருப்பார்கள்.

உரிய பதத்திற்கு அக்கானி வந்ததும் காய்கறி அல்லது பழத்துண்டுகளைப் பாத்திரத்தில் போட்டு அதில் ஊற்றிவிடுகிறார்கள். இப்பாத்திரங்கள், பின்னர் விமானத்தில் பயணிக்கும் 2010ஆம் ஆண்டு மே மாத நிலவரப்படி பத்து லிட்டர் அல்லது 12, 13 லிட்டர் பதநீரைக் காய்ச்சி அக்கானியாகக் கொடுக்க ரூபாய் நூறு கட்டணமாகும். எரிபொருள் செலவு தனி. காய்கனிகளை அவரவர் விருப்பப்படி கொண்டு வந்துவிடுவர்.

தூத்துக்குடி மாவட்டத்தில் உள்ள குலசேகரன்பட்டினம் என்ற கடற்கரை நகரைச் சுற்றியுள்ள பகுதிகளில் விளையும் இராமக் கத்திரிக்காய் என்ற ஒருவகைக் கத்திரிக்காய் சுவைக்குப் பெயர் பெற்றது. இவ்வூரின் மேற்கு,

தெற்கு, வடக்கு திசைகளில் பல மைல் சுற்றளவுக்குப் பனை மரங்கள் மிகுதியாய் வளர்ந்திருக்கும் (தற்போது அழிவுநிலையில்). ஊருக்குக் கிழக்கே உள்ள கடற்கரையிலும் கூட்டம் கூட்டமாகப் பனை மரங்கள் வளர்ந்திருக்கும். எனவே, பதநீரும் கத்தரிக்காயும் இவ்வூரின் சிறப்படையாளங்களாக இருந்துள்ளன.

இங்கு விளையும் கத்திரிக்காயைத் துண்டு துண்டாக வெட்டி பதநீர்ப் பாகில் போட்டு நன்றாகக் கிளறி புதுப்பானையில் போட்டு வைப்பர். குறைந்தது ஒரு மாதம் வரை அப்படியே வைத்திருந்து பின்னர் உண்பர். இதைப் 'பாகு கத்திரிக்காய்' என்பர். மரபணுமாற்றத்தில் வந்துள்ள கத்திரிக்காய் அழிக்க உள்ள நமது பாரம்பரியக் கத்தரி வகைகளின் பட்டியலில் இது சேரப்போகும் நாள் தொலைவில் இல்லை.

ஏற்றுமதிப் பொருள்

உள்நாட்டுத் தேவையை நிறைவு செய்வதாக மட்டுமின்றி பிறநாடுகளுக்கான ஏற்றுமதிப் பொருள்களில் ஒன்றாகவும் கருப்புக்கட்டி விளங்கியுள்ளது. இவ்வுண்மையைத் தமிழ்க் கல்வெட்டுகள் வாயிலாக அறிய முடிகிறது (ஜெயக்குமார் 2001: 236). 'பழங்காலத்தில் கருப்புக்கட்டி நாசரேத்தில் இருந்து ஏற்றுமதி செய்யப்பட்டது' என்று தம் 'நாசரேத் வரலாறு' என்ற நூலில் சசீகரன் தங்கசாமி (2002:112) குறிப்பிட்டுள்ளார். இதற்குமேல் அவர் விரிவாக எதுவும் கூறவில்லையென்றாலும், பின்வரும் செய்தியுடன் இதைத் தொடர்புப்படுத்திப் பார்க்கலாம்.

1526ஆம் ஆண்டு மார்ச் ஏழாம் நாளன்று, ஒரு பலம் கருப்புக்கட்டி ஏழு பணம் என்ற விலையில், மானுவல் காமா (வாஸ்கோடா காமாவின் மகன்) என்ற போர்ச்சுக்கீசிய வணிகர் விலைக்கு வாங்கி தூத்துக்குடி மாவட்டத்தின் பழைய காயல் துறைமுகம் வாயிலாக அனுப்பியுள்ளார் (ஜெயசீல ஸ்டீபன், 1998:124). இம்மாவட்டத்தின் பனை மரங்கள் மிகுந்த தேரிக்காட்டுப் பகுதியில் இருந்தே ஏற்றுமதிக்காகக் கருப்புக்கட்டி சேகரிக்கப்பட்டிருக்கும் வாய்ப்புள்ளது. தேரிக்காட்டுப் பகுதியில் உள்ள ஊர்தான் நாசரேத் என்பது குறிப்பிடத்தக்கது.

வரிப்பொருளாக

நாணய வடிவிலான பணம் புழக்கத்தில் இருந்தபோதும் உழுகுடிகள், கைவினைஞர்கள் ஆகியோரிடம் இருந்து அவர்கள் உற்பத்தி செய்யும்

பொருளை, பணத்திற்கு மாற்றாகப் பெரும் வழக்கம் இருந்துள்ளது. இவ்வரிசையில் கருப்புக்கட்டியும் இடம்பெற்றிருந்தது என்பதைச் செப்பேடுகள் சிலவற்றால் அறிய முடிகிறது.

விஜயநகர ஆட்சிக் காலத்தில், கொங்கு நாட்டைச் சேர்ந்த சத்தியமங்கலம் என்ற ஊரில், முடவர் காப்பகம் ஒன்றை நிறுவி உள்ளனர். இதன் பராமரிப்புச் செலவுக்காகக் குடிகளிடம் இருந்து 'வர்த்தினை' (வரி) வாங்கப்பட்டுள்ளது. இச்செய்தியைக் கூறும் பட்டயம் ஒன்றை 'மொடவாண்டிப் பட்டயம்' என்ற பெயரில், செ.இராசு *(1991:255–263)* பதிப்பித்துள்ளார்.

இப்பட்டயத்தில் கருப்புக்கட்டி உற்பத்தியாளர்கள் தரவேண்டிய வர்த்தினை, 'சாணார் வர்த்தினை ஒரு வூட்டுக்கு அரைதுலாங் கருப்பிட்டி' என்று குறிப்பிடப்பட்டுள்ளது *(மேலது 263)*.

சேதுபதி அரசமரபினரான ரகுநாத சேதுபதி என்ற திருமலை சேதுபதி *(1647–1672)* என்பவர், இராமநாதபுரம் துர்க்கை அம்மன் கோவிலுக்கு (தற்போது மாரியம்மன் கோவில்) அல்லிகுளம் என்ற கிராமத்தைக் கொடையாக வழங்கி உள்ளார். இச்செய்தி அடங்கிய செப்பேட்டின் காலம் *10–10–1659* ஆகும். இச்செப்பேடு காணாமல் போன நிலையில் இதன் நகல், அரண்மனை அலுவலகத்தில் உள்ளது. இக்கோவிலுக்குக் குடிமக்கள் வழங்க வேண்டிய மகமை எவ்வளவு என்பது இச்செப்பேட்டில் இடம்பெற்றுள்ளது. வணிகர், தலைச் சுமை விற்பனையாளர், சாராயம் காய்ச்சுவோர், ஆயர், வாணியர், நெசவாளர் எனப் பல்வேறு தொழில் சார்ந்தோர் வழங்க வேண்டிய மகைமைகள் இச்செப்பேடில் வரையறுத்துக் கூறப்பட்டுள்ளன. இவர்களுள் பனைத் தொழிலாளிகள் தரவேண்டிய மகமை

> . . . பனையேரி சாணான் குடி ஒண்ணுக்கு
> திருப்பணி வேலைக்கு முப்பது பல கருப்புக்கட்டியும்

என்று குறிப்பிடப்பட்டுள்ளது *(இராசு.செ. 1994: 77)*.

பண்டமாற்று மதிப்புடைய கருப்புக்கட்டியை வரிப்பொருளாகவும், மகமைப் பொருளாகவும் பெற்றுள்ளனர். மற்றொரு பக்கம் வழிப்பறிக் கொள்ளையர்களின் கொள்ளைப் பொருட்களில் ஒன்றாகவும் கருப்புக்கட்டி இருந்துள்ளது. உபதேசியார் சவரிராயன் தமது நாட்குறிப்பில் "கருப்புக்கட்டியைக் கள்ளர் பறித்துக் கொண்டார்களாம்" என்று குறிப்பிட்டுள்ளார்.

வாழ்க்கை வட்டச் சடங்குகளில்

கருவுறுதல் தொடங்கி இறப்பு வரை, பல்வேறு சடங்குகள் மனித சமூகத்தில் இடம்பெற்றுள்ளன. இச்சடங்குகளையே வாழ்க்கை வட்டச் சடங்குகள் என்று மானுடவியலார் குறிப்பிடுவர். இச்சடங்குகளுடன் தொடர்புடையதாய் சில உணவுப் பொருட்கள் அமைகின்றன. படையற்பொருளாகவோ உண்ணும் பொருளாகவோ இவை இடம்பெற வேண்டியது கட்டாயமானது.

தமிழர்களின் வாழ்க்கை வட்டச் சடங்குகள் சிலவற்றில் கருப்புக்கட்டி இடம்பெற்றுள்ளது. குழந்தை பிறந்ததும் உணவுப்பொருள் ஒன்றை நசித்து அதன் நாவில் தடவுவர். இது அக்குழந்தையின் முதல் உணவாகும். 'சேனை கொடுத்தல்' என்று தென்மாவட்டங்களில் இதைக் குறிப்பிடுவர். காயம், கருப்புக்கட்டி இரண்டையும் தூளாக்கி அதைப் பழைய சோற்றில் ஊறிய தண்ணீரில் கரைத்து விரலால் அதைத் தொட்டுப் பிறந்த குழந்தையின் நாவில் தடவுவர். இவ்வாறு பிறந்த குழந்தையின் முதல் உணவில் கருப்புக்கட்டி இடம்பெற்றிருந்தது. பிராமணர்களைத் தவிர ஏனைய சாதியினரிடம் பெரும்பாலும் இப்பழக்கம் இடம்பெற்றிருந்தது. தற்போது கருப்புக்கட்டியின் இடத்தை, சீனியும், குளுக்கோசும் பிடித்துள்ளன. ஆயினும், ஆங்காங்கே இம்மரபு தொடர்கிறது.

பெத்லகேமில் பிறந்த யேசுநாதருக்கு சம்மனசுகள் சேனை கொடுத்த நிகழ்வைக் கூறும் நாட்டார் பாடல் ஒன்றும் உண்டு. அதில் கருப்புக்கட்டி இடம்பெற்றுள்ளது.

குழந்தை பெற்ற தாய்க்கு வழங்கப்படும் மருந்திலும் கருப்புக்கட்டி இடம்பெறுகிறது. இஞ்சிக்களி, சுக்குக்களி, வெந்தயக்களி என்ற பெயர்களில் கிண்டப்படும் லேகியங்களே 'களி' எனப்படுகின்றன. இக்களி தயாரிப்பில், கருப்புக்கட்டி முக்கிய இடம்பெறுகிறது.

பழைய கிராமப்புற விளையாட்டுக்களை, சிறுவர் மட்டுமே விளையாடும் விளையாட்டு, சிறுமியர் மட்டுமே விளையாடும் விளையாட்டு, சிறுவர் சிறுமியர் இணைந்து விளையாடும் விளையாட்டு என மூன்று வகையாகப் பகுக்கலாம். இவற்றுள் சிறுவர், சிறுமியர் என இருபாலரும் இணைந்து விளையாடும் விளையாட்டாக 'தானாப்புளி இடித்தல்' என்ற விளையாட்டு அமைந்திருந்தது. இது விளையாட்டாகவும், கிராமப்புறப் பொருட்களைக் கொண்டு தின்பண்டம் தயாரிக்கும் செயலாகவும் இருந்தது. தின்பண்டம்

ஆ. சிவசுப்பிரமணியன்

தயாரிப்பதால் இதை விளையாட்டு என்ற வகைமைக்குள் அடக்கலாமா என்று வினா எழுந்தால் வியப்படைய வேண்டியதில்லை.

இத்தயாரிப்பு சிறுவர் சிறுமியரால் பெரும்பாலும் திருட்டுத்தனமாகவும், கூட்டு முயற்சியாலும் நிகழ்கிறது. பெரும்பாலும் வீடுகளில் பெரியவர்களால் இது தயாரிக்கப்படுவதில்லை. இதை அவர்கள் விரும்பி உண்ணுவதும் இல்லை. உண்பதுடன் அதைத் தயாரிக்கும் ஆர்வமும் தயாரிப்பிற்குப் பின் ஏற்படும் மகிழ்ச்சியும் ஒரு விளையாட்டு என்றே கருதத் தூண்டுகின்றன.

கூட்டாக விளையாடும்போது, திடீரென்று ஒருவனோ, சிலரோ, 'தானாப்புளி இடிப்போமா' என்ற கருத்தை முன்வைப்பர். இது அனைவராலும் ஏற்றுக்கொள்ளப்பட்டால் தானாப்புளி இடிக்கத் தேவையான பொருள் சேகரிப்பு குறித்த விவாதம் தொடங்கும். யார் யார் என்ன பொருள் கொண்டு வருவது என்பது முடிவாகும். இம்முடிவை யாரும் யார் மீதும் திணிக்க மாட்டார்கள். ஏனெனில், தேவையான பொருட்களைப் பெரும்பாலும் அவரவர் வீடுகளிலிருந்து திருடித்தான் கொண்டுவர வேண்டும். வீட்டின் பொருளாதார நிலை, குடும்ப உறுப்பினர்களின் விழிப்புணர்வு என்பன இதன் பின்னணியில் இருக்கும். புளியங்காய், எலுமிச்சை இலை, மிளகாய்வற்றல், உப்பு, கருப்புக்கட்டி என்பன தானாப்புளிக்குத் தேவையான மூலப் பொருட்கள் ஆகும். புளியங்காய் கிடைக்காவிட்டால் புளி பயன்படுத்தப்படும். ஆனால், இது புளியங்காய்க்கு ஈடாகாது.

புளியங்காய் பறித்து வருவது சிறுவர்களின் வேலை என்பதைச் சொல்ல வேண்டியதில்லை. தத்தம் வீடுகளில் கேட்டு வாங்கி வந்த அல்லது திருடி எடுத்து வந்த இப்பொருட்களை உரலில் போட்டு இடித்துக் களி போல் ஆக்குவர். பாயசத்தில் தூவ சீனி கிடைப்பது போல் சிறிது நல்லெண்ணெய் கிடைத்தால் வெகு சிறப்பு. ஆனால், இது எளிதில் கிடைக்காது.

இவ்வாறு இடித்ததை உருண்டையாக்கி குச்சி ஒன்றில் குத்தி இன்றைய லாலிபாப் போல் சப்பிச் சாப்பிடுவர். புளிப்பு – உவர்ப்பு – இனிப்பு என மூன்று சுவைகளின் சங்கமமாக இது இருக்கும். இடிபட்ட எலுமிச்சை இலை ஒருவகையான நறுமணத்தை வழங்கும்.

தானாப்புளி தயாரிப்பில் விலை உயர்ந்த பொருளாக அமைவது கருப்புக்கட்டிதான். ஆனால், அவ்வளவு எளிதில் வீட்டில் கேட்டு வாங்கவும் முடியாது. திருடி எடுத்து வரவும் முடியாது. இத்தடைகளைக் கடந்து

கருப்புக்கட்டி கொண்டுவருபவன் கூடுதல் பங்கு கேட்பான். இடித்த தானாப்புளியின் அளவிற்கேற்ப அவனது வேண்டுகோள் ஏற்றுக்கொள்ளவும் படும் மறுக்கவும் படும்.

* * *

பூப்படைந்த சிறுமிக்கான சிறப்புணவுகளில் ஒன்று உளுந்த மாவால் செய்யப்படும் களி. இதில் கருப்புக்கட்டி கட்டாயம் சேரும். கருப்புக்கட்டி இல்லாமல் உளுந்தங்களி இல்லை.

உளுந்தமாவும் கருப்புக்கட்டிப் பாகும் கலந்து இது தயாரிக்கப்படுகிறது. உருண்டைகளாக உருட்டி வைப்பர். கையில் இது ஒட்டுவதைத் தடுக்க சிறிது நல்எண்ணெய் தடவிக் கொள்வதுடன் களியிலும் சிறிது நல்லெண்ணெய் ஊற்றிப் பிசைவர். களி உலர்ந்து போவதை நல்லெண்ணெய் தடுக்கும்.

உளுந்தங்களியானது மருத்துவ நோக்கிலும் சிறப்புடையது. கருப்பையில் தங்கி இருக்கும் கசடுகளை நீக்கும் ஆற்றல் எள்ளுக்குண்டு. களியில் இடம்பெறும் நல்லெண்ணெய் இப்பணியைச் செய்கிறது. இதே நோக்கில்தான் கன்றை ஈன்ற மாடுகளுக்கு எள்ளுப் புண்ணாக்கு வைக்கப்படுகிறது.

உளுந்து இடுப்பெலும்புக்கு வலுவூட்டுகிறது. தாய்மை அடையப்போகும் பெண்ணுக்கு இது தேவையானது. வளம் படைத்தவர்கள் எண்ணெய்க் குளியல் அன்று உளுந்தங்களியையே காலை உணவாகக் கொள்ளும் வழக்கம் திருநெல்வேலிப் பகுதியில் முன்னர் இருந்தது.

நாடார் சாதியினரில் ஒரு பிரிவினர் முன்னர் பனை தொடர்பான தொழில்களைச் செய்து வந்தனர். இப்பிரிவினரின் திருமணம் உறுதி செய்யும் நிகழ்ச்சியின்போது, மணமகன் வீட்டாரும் மணமகள் வீட்டாரும் வெற்றிலைத் தட்டை மாற்றிக் கொள்ளும்போது, இரு குடும்பத்தாரின் தட்டுகளிலும், வெற்றிலை, பாக்கு, பழம் ஆகியனவற்றுடன் கருப்புக்கட்டியும் இடம்பெற்றிருக்கும்.

செட்டிநாடு என்றழைக்கப்படும் நிலப் பகுதியில் வாழும் நகரத்தார் சமூகத்தினர், தம் வீட்டுத் திருமணங்களின்போது, திருமண நிகழ்வுக்கு முன் குலதெய்வ வழிபாடு நிகழ்த்துவர். இறந்துபோன முன்னோர்களை நினைவுகூர்ந்து வழிபாட்டுப் படையல் நடத்துவர். இவ்விரண்டு நிகழ்வுகளிலும்

கருப்புக்கட்டியால் செய்த பணியாரம், கட்டாயம் இடம்பெற வேண்டும் என்ற மரபு இன்றும் பின்பற்றப்படுகிறது (இராமநாதன், மு, 2014).

நாட்டார் வழிபாடுகளில்

நகரத்தார் சமூகத்தினர் தம் வீடுகளில் பிள்ளையார் நோன்பு என்ற நோன்பை மேற்கொள்ளுவார்கள். இந்நோன்பின்போது, படையல் பொருட்களாக அவல், நெல்பொறி, எள், சோளம், கம்பு ஆகியனவற்றுடன் வடையும் கருப்புக்கட்டியும் பணியாரமும் இடம்பெறுவது கட்டாயமாகும் (இராமநாதன், 2014).

பிள்ளையார் நோன்பின்போது, பச்சரிசி மாவில், கருப்புக்கட்டி சேர்த்து, வட்டமாகப் பிடித்து வைப்பர். இது பிள்ளையாரின் குறியீடாகும் (இராமநாதன், மு., 2014).

தென்மாவட்டங்களில் ஆடிமாதத்தின் இறுதிநாளை 'ஆடி இறுதி' (ஆடி அறுதி) என்ற பெயரில் சிறப்பாகக் கொண்டாடுவர். இக்கொண்டாட்டத்தின் போது, 'கும்மியாணம்' என்ற பெயரில் பாயாசம் போன்ற இனிப்பு ஒன்றைச் செய்வர்.

நவதானியங்களையும் தனித்தனியாக வறுத்துத் திரித்து ஒரே மாவாக்கிக் கொள்வர். கருப்புக்கட்டியைக் காய்ச்சி எடுத்த பாகுடன் இதைக் கலப்பர். இது கட்டியாக அமையாமல் பாயாசம் போல் கூழ்வடிவில் அமையும்படிப் பார்த்துக் கொள்வர். நவதானியங்களைச் சேகரிக்க முடியாவிடில் பாசிப்பருப்பை மட்டும் பயன்படுத்திக் கொள்வதும் உண்டு.

மணிமேகலை இருபத்தி ஏழாம் காதையில் "பயற்றுத் தன்மை கெடாது கும்மாயம் இயற்றி" (185–186) என்னும் தொடர் இடம்பெற்றுள்ளது. மணிமேகலைக் காப்பியத்தைப் பதிப்பிக்கும் முயற்சியில் ஈடுபட்டிருந்த உ.வே. சா.வுக்கு இத் தொடரில் இடம்பெறும் "கும்மாயம்" என்னும் சொல்லின் பொருள் விளங்கவில்லை. பலரிடம் கேட்டும் பயனில்லை. இந்நிலையில் கும்பகோணம் சாரங்கப்பெருமாள் கோவிலுக்குப் பட்டாச்சாரி ஒருவரின் அழைப்பின் பேரில் சென்றார். அங்கு அவர் வழங்கிய பிரசாதம், உ.வே. சா. அதுவரை அறியாத ஒன்றாக இருந்தது. அதன் பேர் என்னவென்று கேட்டபோது, "கும்மாயம்" என்று பட்டாச்சாரியார் விடையளித்தார். கும்மாயம் செய்யும் முறையைப் பட்டாச்சாரியாரிடம் அறிந்து கொண்டார்.

பின்னர், நீலகேசிக் காப்பியத்திலும் வேறு நூல்களிலும் கும்மாயம் என்ற சொல் பயின்று வந்துள்ளதை அறிந்துகொண்டார். இவையனைத்தையும் இணைத்துத் தமது மணிமேகலைப் பதிப்பில் மேற்கூறிய தொடருக்கான குறிப்புரையில் பின்வருமாறு எழுதினார்.

> கும்மாயம் – புழுக்கிய பச்சைப் பயிற்றோடு சருக்கரை முதலியன கூட்டி ஆக்கப்படுவதொரு சிற்றுண்டி. இப்பெயரோடு இது விஷ்ணு ஆலயங்களில் இக்காலத்தும் வழங்கி வருகின்றது (உ. வே. சா. 1991 ஆ. 170).

இன்றும் நெல்லைச் சீமையில் "கும்மியானம்" என்னும் பெயரில் ஆடி மாத இறுதியில் "கும்மாயம்" தயாரிக்கப்படுகிறது. பாசிப் பருப்புடன் நவதானியங்களையும் சேர்த்துக்கொள்கின்றனர்.

கற்கண்டு

கருப்புக்கட்டி தயாரிப்பிற்குப் பதநீர் மூலப் பொருளாக அமைவது போன்றே கற்கண்டு தயாரிப்புக்கும் பதநீர்தான் மூலப் பொருள்.

பதநீரைக் காய்ச்சி, பாகு பருவத்திற்குக் கொண்டு வருவார்கள். மணல் பரப்பப்பட்ட தரையைக் கொண்ட அறையில் மட்பானைகளை அதன் விளிம்புப் பகுதி மட்டும் வெளியில் தெரியும் வகையில் மணலில் புதைத்து வைத்திருப்பார்கள்.

காய்ச்சிய பாகை, சிரட்டை அகப்பையில் முகர்ந்து, அதன் பாகுநிலையைச் சோதிப்பார்கள். சிரட்டையால் செய்யப்பட்ட அகப்பையின் பின்பகுதியில் ஒட்டும் பாகு, கீழே வடிந்தால், பாகு பதம் பெற்றுவிட்டதன் அடையாளம் ஆகும். அப்பாகை மேலே குறிப்பிட்ட பானைகளில் ஊற்றுவார்கள்.

பாகை ஊற்றியதும் 'கொரண்டி' என்ற குத்துச் செடியின், இலைகள் நீக்கப்பட்ட குச்சிகளைப் பாகினுள் செருகுவர். அவ்வாறு செருகும்போது, அதன் நுனி, மண்பானையின் அடிப்பகுதியைத் தொடாது பார்த்துக் கொள்வார்கள். பின்னர், மண்ணாலான முடிகளாலோ ஓலைப் பெட்டிகளாலோ மூடுவர்.

பாகு ஊற்றியதில் இருந்து நாற்பது நாட்கள் வரை பானைகள் அப்படியே இருக்கும். பானையைத் திறந்து பார்ப்பதில்லை. பானைகள் புதைக்கப்பட்ட அறையில் அயலவரை அனுமதிப்பதும் இல்லை.

பாகு ஊற்றி நாற்பது நாட்கள் கடந்து நாற்பத்தியொன்றாவது நாள் அன்று மூடியைத் திறந்து கொரண்டிச் செடியை அசைத் தெடுப்பர்.

கொரண்டிச் செடி முழுவதும் கொத்தாகக் கற்கண்டு மணிகள் காட்சியளிக்கும். பானையின் உட்பகுதியிலும் கற்கண்டு மணிகள் ஒட்டிக்கொண்டிருக்கும். இதற்கென்று உரிய பல் கரண்டியால், பானையை மெதுவாகச் சுரண்டி மணிகளைச் சேகரிப்பர்.

பின்னர், தூர்ப் பகுதியில் தூவரமிடப்பட்ட வாளிகளில் இக்கற்கண்டு மணிகளைக் கொட்டி தண்ணீர் ஊற்றிக் கழுவுவர். கழுவிய மணிகள் ஓலைப் பாயில் பரவலாகக் கொட்டப்பட்டு, வெயிலில் உலரவைக்கப்படும். நன்றாக உலர்ந்தபின் அவை ஓலைப் பெட்டிகளில் சேமித்து வைக்கப்படும். சாக்குகளில் சேமிப்பதும் உண்டு. அப்போது, சாக்கினுள் ஓலைப் பாய் வைப்பர். இது, தூத்துக்குடி மாவட்டம் உடன்குடிப் பகுதியில், கற்கண்டு தயாரிக்கும் முறையாகும்.

பானையிலிருந்து கற்கண்டு மணிகளைச் சேகரிக்கும்போது, மணியாக விளையாத பாகும் காணப்படும். பல பானைகளில் இருந்து சேகரிக்கப்படும். இப்பாகை ஒன்றாகக் கலந்து மீண்டும் காய்ச்சி, பதமான பாகாக்கி மீண்டும் மேற்கூறிய முறையில் கற்கண்டு தயாரிப்பார்கள். காய்ச்சும் அளவுக்கு இப்பாகு இல்லாவிடின், பதநீரையும் இதனுடன் கலந்து பாகாகக் காய்ச்சி கற்கண்டு தயாரிப்பார்கள்.

இவ்வாறு இரண்டாவது முறையாகக் காய்ச்சிப் பயன்படுத்தும் பாகைக் கற்கண்டாக்கும் போதும், பாகு கிடைக்கும். ஆனால், இப்பாகு முந்தையதைப் போன்று தரமானதாய் இராது. இதைக் கழிவுப்பாகு என்று கூறுவதும் உண்டு. ஆனாலும், இதை வீணாக்காது காய்ச்சி கருப்புக்கட்டி ஆக்கிவிடுவார்கள்.

இவ்வாறு தயாரிக்கப்படும் கருப்புக்கட்டி தரமானதாய் இராது. இதைக் **காணாங்கருப்புக்கட்டி** என்பதும் உண்டு. நாட்டு வைத்தியர்கள் சிலர், லேகியங்கள் கிண்ட இக்கருப்புக்கட்டியைப் பயன்படுத்துவர். இதற்குக் காரணம் இதன் மருத்துவக் குணமன்று. இதன் விலைமலிவே காரணமாகும். தண்ணீர் குடியாத மாடுகளுக்கு இக்கருப்புக்கட்டி கலந்த நீரில் சிறிது உப்பைப் போட்டுக் கொடுப்பதும் உண்டு.

காணாங்கருப்புக்கட்டி என்று தனியாகச் சந்தையில் விற்பது தற்போது பெரும்பாலும் மறைந்துவிட்டது. கருப்புக்கட்டியுடன் இது இரண்டறக் கலந்துவிட்டது.

விற்பனைக்காக மட்டுமின்றி வீட்டுப் பயன்பாட்டிற்காகவும் வீட்டில் பணங்கற்கண்டு தயாராக்கும் பழக்கமும் இருந்துள்ளது. இம்முறையில் கற்கண்டைக் கழுவும்போது, கிடைக்கும் இனிப்பான தண்ணீரை எப்படிப் பயன்படுத்துவது என்பதை சவரிராயபிள்ளை என்ற உபதேசியார் 1865 செப்டம்பர் மாதம் 13 ஆம் நாள் எழுதிய கடிதத்தில் இவ்வாறு கட்டளை இட்டுள்ளார்: *(யோவான் தேவசகாயம் : 697).*

> கூழ்ப் பதநீர்ப் பானையில் இருந்து கல்கண்டெடுத்துக் கழுவிக் காயவைக்கவும். நீ கழுவிய தண்ணீரைக் காய்ச்சி, பொரியரிசி திரித்துப் பொருவிளங்காய் பிடித்து பகிர்ந்து வைத்துக்கொள்ளவும்.

கல்கண்டைக் கழுவிய நீரையும் வீணாக்காது பயன்படுத்தும் பாங்கு இக்கடிதத்தில் வெளிப்படுகிறது.

உடற்சூட்டைத் தணிக்கும் ஆற்றல் பனங்கற்கண்டில் இருப்பதால் அம்மை நோயாளிகளின் உணவில் இது இடம்பெறுவதாக டி.கே.வேலுப்பிள்ளை, தமது திருவாங்கூர் அரசு மேனுவலில் *(1996:575)* குறிப்பிடுகிறார்.

குமரி மாவட்டத்தின் அகஸ்தீஸ்வரம், ராஜாக்கமங்கலம் ஆகிய ஊர்களில் கற்கண்டு தயாரித்தல் பெருமளவு நிகழ்ந்ததாகவும் அது நின்று போய்விட்டதாகவும் அவர் குறிப்பிடுகிறார் *(மேலது).* இந்நூலின் முதற் பதிப்பு *1940* இல் வெளிவந்துள்ளது என்பதால் அதற்கு முன்னரே இது நின்று போயிருக்க வேண்டும்: காய்ச்சிய கூழ்ப்பதநீரைப் பானையில் ஊற்றி அதில் குரண்டிச் செடியை வைப்பதை இவரும் குறிப்பிடுகிறார். இச்செடியை சிவனார் கொரண்டி என்றழைக்கிறார் *(மேலது: 576).*

கூழ்ப்பதநீர் ஊற்றிய பானையில் இச்செடியைப் போடாவிடில் எவ்வளவு நாட்கள் ஆனாலும் கற்கண்டு விளையாது என்ற செய்தியையும் பதிவுசெய்துள்ளார். தண்ணீருக்குப் பதில் இனிப்பான கள்ளில் கற்கண்டைக் கழுவுவதாகவும், அய்ந்து அல்லது ஆறு மாதம் கழித்தே பானையில் விளைந்துள்ள கற்கண்டை எடுப்பதாகவும் அவர் கூறும் செய்திகள், சற்று வேறுபாடான முறையாக உள்ளன *(மேலது: 576).* நாட்டார் தொழில்நுட்பம் வட்டாரத் தன்மை கொண்டது என்பதற்கு இச்செய்தி ஓர் எடுத்துக்காட்டாகும்.

8

மருந்துப் பொருள்

மருந்தாகித் தப்பா மரத்தற்றால்......   (குறள்: 217)

தமிழரின் உணவுவகைகளில் இடம்பெறும் காய், கனிகளும் சுற்றுப்புறங்களில் வளரும் தாவரங்களும் உணவுப் பொருளாகமட்டுமின்றி, மருந்துப் பொருளாகவும் பயன்படுகின்றன. பனை மரமும் இதற்கு விலக்கல்ல. பல்வேறு மருத்துவக் குணங்களைக் கொண்டதாக அது தரும் பொருட்கள் உள்ளன. இவ்வுண்மையை 'பதார்த்த குணபாடம்' என்ற நூலும் ஏனைய சித்த வைத்திய நூல்களும் கூறுகின்றன.

பதார்த்த குணபாடம் (1992) என்ற நூல் ஏட்டுச் சுவடியில் இருந்து படியெடுத்து அச்சிடப்பட்ட நூலாகும். செய்யுள் வடிவில் அமைந்த இந்நூலில் பனையின் மருத்துவக் குணங்கள் இடம்பெற்றுள்ளன. பனைவெல்லம் (101) பனங்கற்கண்டு (104) பனைமது (105) பனங்கிழங்கு (181) பனங்குருத்து (225) பனம்பூ (263) பனை நுங்கு (280) பனம்பழம் (298) பனை விசிறி (539) என்ற தலைப்புகளில் இது இடம்பெற்றுள்ளது (அடைப்புக் குறிக்குள் இடம்பெற்றுள்ள எண்கள் செய்யுள் எண்கள் ஆகும்).

இவை தவிர வாய்மொழி வழக்காறுகளாகவும் சில வைத்திய முறைகள் மக்களிடையே வழக்கில் உள்ளன.

பனையின் மருத்துவக் குணத்தை வெளிப்படுத்தும் தரவுகளைப் பதிவுசெய்வது மட்டுமே இவ்வியலின் நோக்கமாகும். எனவே, இவ்வியலில் இடம்பெறும் சிகிச்சை முறைகளை, இந்நூலை வாசிப்போர் தாமாக மேற்கொள்ள வேண்டாம். முறையாகப் பயின்ற சித்த வைத்தியர்களின் துணையுடனே மேற்கொள்ள வேண்டும்.

* * *

பல்வேறு தொழில்களில் ஈடுபடுவோருக்கு, அப்பணியின் விளைவால் சில நோய்கள் ஏற்படுவதுண்டு. இந்நோய்களைத் தொழில்வழி நோய்கள் என்பர். பனைத் தொழிலில் ஈடுபடுவோருக்கும் தொழில் சார்ந்த நோய்கள் சில ஏற்படுவதுண்டு. நவீன மருத்துவம் அறிமுகமாகாத காலத்தில் இவற்றைப் போக்க அவர்கள் பின்பற்றிய சிகிச்சை முறைகள் வாய்மொழி வழக்காறுகளாக அவர்களிடம் நிலைபெற்றுள்ளன. ஆவணப்படுத்த வேண்டும் என்ற நோக்கில் இச்சிகிச்சை முறைகளும் இவ்வியலில் இடம்பெற்றுள்ளன.

இனி பனைபடு பொருட்களின் மருத்துவக் குணங்களைக் காண்போம்.

பனங்கிழங்கு

மூலச் சூட்டையும், பித்தமேகம் முதலியவற்றையும் பனங்கிழங்கு போக்கும் (பதார்த்த குணபாடம் 441). நார்ப் பொருள் பனங்கிழங்கில் இருப்பதால் மலச்சிக்கலைப் போக்கும்.

கள்ளும் பதநீரும்

நோஞ்சான் உடலைத் தேற்றவும், குத்திருமலைக் குணப்படுத்தவும் ஒரு மண்டலம் (41 நாள்), காலையில் முடிந்த அளவுக்கு ஒரு பனைக் கள் வெறும் வயிற்றில் குடிக்க வேண்டும். இங்கு ஒரு பனைக் கள் என்பது, பலமரங்களிலிருந்து சேகரித்த கள்ளின் கலவையாக இல்லாமல் ஒரு பனையில் மட்டுமே சேகரித்த கள்ளாகும்.

விந்து ஊறுதலை அதிகரிக்கச் செய்யும் ஆற்றல் கள்ளிற்கு உண்டு. உடற் சூடும் தாகமும் நீங்கும். நச்சுப் பொருட்களை உடலில் இருந்து வெளியேற்றும். அதே போழ்து உடலில் பித்த ஆதிக்கத்தை உண்டாக்கும் (பதார்த்தகுணபாடம் செ.எ.197). நுங்கின் நீர் வியர்க்குருவை நீக்கும். பசியை உண்டுபண்ணும். நுங்கைச் சுற்றியுள்ள தோலுடன் பருகினால் சீதபேதியைப் போக்கும் (மேலது: 754).

பேறு காலத்தை அடுத்து தாய் இறந்துபோனாலோ தாயிடம் பால் சுரக்காமல் போனாலோ அக்குழந்தைக்குப் பதநீர் கொடுப்பர். பதநீரைக் கொதிக்கவைத்து ஆறச்செய்து, சங்கு அல்லது கெண்டியில் ஊற்றிப் புகட்டி வருவர். கொதித்த பதநீரைக் குடித்து வளர்ந்த குழந்தைகள் உடல் வலுவுடனும் நோய் எதிர்ப்புத் திறனுடனும் இருக்கும்.

காசநோய் தாக்கியவர்கள் அதைப் போக்க காலையிலும் மாலையிலும் புளிக்காத கள்ளை மரத்திலிருந்து இறக்கியவுடன் முடிந்த அளவு வெறும் வயிற்றில் குடிக்க வேண்டும். இது உடல் வெப்பத்தைக் குறைப்பதுடன் சிறுநீர்ப் பிரிதலை அதிகரிக்கும். இதனால் மருந்தின் வீரியத்தால் நீக்கப்படும் காசநோய்க் கிருமிகள் சிறுநீருடன் வெளியேறும். அத்துடன் பசியைத் தூண்டுவதால் நன்றாக உண்பர். இதனால் உடல் வலுப்பெற்று நோய் எதிர்ப்பாற்றால் அதிகரிக்கும்.

மஞ்சள் காமாலைக்கு

மஞ்சள் காமாலை நோய்க்கான சிகிச்சையில் பனை மரத்தில் இருந்து கிடைக்கும் கள் இடம்பெறுகிறது. இது பயன்படுத்தப்படும் முறை வருமாறு:

மிளகு, ஏலம், கிராம்பு, சுக்கு, சீரகம், சாதிக்காய், மருத மரத்தின் பட்டை என்பனவற்றைச் சம அளவில் இடித்துப் பொடி செய்து கலந்துகொள்ள வேண்டும். குழம்புக் கரண்டி அளவு இக்கலவைப் பொடியை எடுத்து சுத்தமான மெல்லிய துணியில் சிறு பொட்டலமாகக் கட்ட வேண்டும். பின்னர் பனையின் இனிப்பான சாறு வடியும் பாளையின் நுனிப் பகுதியானது பொட்டலத்தின் உள் இருக்கும்படி கட்டிவைக்க வேண்டும்.

இப்படிச் செய்வதால் பாளையிலிருந்து வடியும் சாறானது பொட்டலத்தில் உள்ள மருந்துப் பொடியில் வடிந்து, மருந்து கலந்த சாறாகக் கலையத்தில் சொட்டுச் சொட்டாக விழும்.

இச்சாறைச் சேகரிக்க புதிய மண் கலையத்தையே பயன்படுத்துவர். வடியும் சாறானது பதநீராக மாறுவதைத் தடுக்கும் வழிமுறையாக, கலையத்தின் உட்பகுதியில் சுண்ணாம்பு தடவ மாட்டார்கள்.

முதல்நாள் காலையில் கட்டும் கலையத்தில் வடியும் மருந்துகலந்த கள்ளை மறுநாள் காலையில்தான் சேகரிப்பார்கள். இதனால் இருபத்தி நான்கு மணிநேர அளவுக்கு, மருந்து கலந்த பனைச்சாறு கலையத்தில் தங்கி இருக்கும்.

பனை மரமே! பனை மரமே!

சுண்ணாம்பு தீட்டப்படாத கலையத்திலிருந்து இச்சாறு சேகரிக்கப் பட்டாலும் இதைக் கள் என்று குறிப்பிடுவதில்லை. **நிராலம்** என்ற பெயரிலேயே இதை அழைப்பர்.

மஞ்சள் காமாலை நோய்த் தாக்குதலுக்கு ஆளானவர் காலையில் வெறும் வயிற்றில் பத்து நாட்கள் முதல் அறுபது நாட்கள் வரை நிராலம் குடித்து வர வேண்டும். குடிக்கும் அளவு வயதுவந்தோருக்கு முக்கால்படி (அரையே அரைக்கால்படி: ஒரு லிட்டர் ஆகும்). ஒரே நேரத்தில் இந்த அளவு குடிக்க இயலாதவர்கள் சற்று இடைவெளிவிட்டுக் குடிக்கலாம். சிறுவர், சிறுமியர் இதைவிடக் குறைந்த அளவு குடிக்கலாம். ஆனால், வெறும் வயிற்றில் (உணவு உண்ணுமுன்) குடிக்க வேண்டும் என்பது கட்டாயம்.

பொதுவாக, மஞ்சள் காமாலை, நோய்கண்டவர்களுக்கு, சிறுநீர் மஞ்சள் நிறத்தில் வெளியேறும். நீராலம் குடிக்க ஆரம்பித்த பின் சிறுநீரின் மஞ்சள் நிறம் படிப்படியாகக் குறைய ஆரம்பிக்கும். இயல்பான நிறத்தில் சிறுநீர் வெளியேறத் தொடங்கிய ஒன்றிரண்டு நாட்கள் கழித்து நிராலம் குடிப்பதை நிறுத்திவிடலாம்.

இருமல் – தொண்டைப் புகைச்சலுக்கு

மிளகை நன்றாகப் பொடி செய்து, அதனுடன் கருப்புக் கட்டியை நசித்துக் கலந்து உருண்டையாக உருட்டிக்கொள்ள வேண்டும். இதைக் காலையிலும் இரவில் உறங்கப்போகும் முன்பும் சாப்பிட்டு வந்தால் இருமலும் தொண்டைப் புகைச்சலும் நின்றுவிடும்.

சளி நீங்க

சுக்கு, திப்பிலி, மிளகு மூன்றையும் சம அளவில் இடித்துப் பொடியாக்கிக் கலந்து வைத்துக் கொள்ள வேண்டும். பனங்கற்கண்டுப் பொடியுடன் இம்மருந்துப் பொடியைக் கலந்து நெல்லிக்காய் அளவுக்கு உருட்டி, காலையிலும் இரவில் உறங்கப்போகும் முன்பும் உண்டு வந்தால் நெஞ்சில் கட்டியுள்ள சளி நீங்கும்.

நெஞ்சுவலிக்கு

சுக்கு, ஓமம், திப்பிலி மூன்றையும் சம அளவில் இடித்துப் பொடியாக்கி இப்பொடியுடன் கருப்புக்கட்டியைக் கலந்து பிசைந்து உருண்டையாக்கி

நாளொன்றுக்கு மூன்று முறை சாப்பிட்டு வந்தால், தசைப்பிடிப்பு, சளிகட்டுதல், பளு தூக்கியமை என்பனவற்றால் ஏற்படும் நெஞ்சுவலி நீங்கும்.

ஒரு லிட்டர் பாலில், தோல் உரித்த கால் கிலோ அளவு வெள்ளைப் பூடைப் போட்டு வற்றக் காய்ச்ச வேண்டும். இதில் சற்று அதிக அளவில் இரண்டு துண்டு வெங்காயத்தைப் பொடி செய்து போட்டுக் கலக்க வேண்டும்.

இக்கலவையில் ஒரு முழுக் கருப்புக்கட்டியைப் பொடி செய்து போட்டுக் கிளற வேண்டும். கருப்புக்கட்டியின் அளவு சிறியதாக இருந்தால் கூடுதலாக அரைத்துண்டு, கருப்புக்கட்டி போட வேண்டும்.

பின்னர், பாலில் வெந்த வெள்ளைப் பூடை வலூன உலோக அகப்பை அல்லது மரத்துடுப்பால் நன்றாக நசிக்க வேண்டும். கருப்பக்கட்டி, வெள்ளைப் பூடு, பெருங்காயம் ஆகிய மூன்றும் ஒன்றாகக் கலக்கும்படிக் கிண்டுவதுடன் பாலையும் நன்றாக வற்றவைக்க வேண்டும்.

பால் நன்றாக வற்றிய பின் இக்கலவை லேகியமாக மாறிவிடும். இந்த லேகியத்தைக் காலையில் வெறும் வயிற்றிலும் இரவில் உறங்கப்போகும் முன்னரும் சாப்பிட வேண்டும். ஒரு கரண்டி அளவு சாப்பிட்டு வந்தால் வலியும், வாய்வுத் தொல்லையும் மேற்கூறிய காரணங்களால் ஏற்படும் நெஞ்சு வலியும் வாய்வுத் தொல்லையால் ஏற்படும் நெஞ்சு வலியும் நீங்கும் (சின்னத்தம்பி, ஆதனூர், தூத்துக்குடி மாவட்டம்)

தோல் நோய்க்கு

கூர்மையான கல்லால் அல்லது அரிவாளால் பனை மரத்தை மெதுவாகக் கொத்த வேண்டும். கொத்திய பகுதியிலிருந்து திரவம் வெளிப்படும். இதை விரலால் தடவி எடுத்து, தோலில் தோன்றும், பத்து, படை என்பனவற்றின் மீது ஒருவாரம் தொடர்ந்து தடவி வந்தால் அவை குணமாகும்.

கருப்புக்கட்டி

ஒரு வயதுக்குட்பட்ட குழந்தைகளுக்கு ஏற்படும் மலச்சிக்கலுக்கு, கருப்புக்கட்டியை நசித்து ஒன்று அல்லது ஒன்றரைக் கரண்டி அளவிலான நீரில் கரைத்துப் புகட்ட வேண்டும். இது தீங்கற்ற மலமிளக்கியாகச் செயல்படும். கருப்புக்கட்டியில் மணல் இருந்தால் நன்றாக வடிகட்டிக் கொடுக்க வேண்டும்.

கண்ணின் ஓரத்தில் (பெரும்பாலும் சிறு குழந்தைகளுக்கு) சிறு கட்டிகள் வருவதுண்டு 'பக்கட்டிகள்' என்று இதைக் குறிப்பிடுவதுண்டு. கருப்புக்கட்டியால் இக்கட்டிகளைத் தடவி, பின் அதை நாய்க்குப் போடுவர். இச்செயல் தீமையை இடமாற்றம் செய்யும் மந்திரச் சடங்காகும். தொத்து மந்திரம் சார்ந்த மந்திர வைத்தியம் என்றும் இதைக் குறிப்பிடலாம்.

மனிதர்களுக்கான வைத்தியத்தில் மட்டும் இன்றி, கால்நடை வைத்தியத்திலும் கருப்புக்கட்டி இடம்பெறுகிறது. மாடுகளின் சீரணக் கோளாறுகளுக்குச் சுக்கை இடித்துப் பொடியாக்கி கருப்புக்கட்டியை இப்பொடியுடன் கலந்து பிசைந்து கொடுப்பர்.

உழுது அல்லது வண்டி இழுத்துக் களைத்து வரும் மாடுகளுக்கு கால்வலி ஏற்படும். இவ்வலியைக் **கால்மாய்ச்சல்** என்றும் குறிப்பிடுவர். கடுகை நன்றாக இடித்துத் தூளாக்கி அல்லது அம்மியில் அரைத்துக் கருப்புக்கட்டியுடன் கலந்து பிசைந்து உருண்டையாக்கிக் கொடுத்தால் கால்வலி நின்றுவிடும்.

அடை மழைக் காலத்திலும், பனிக் காலத்திலும் மாடுகளின் மீதுள்ள மயிர்கள் குளிரால் குத்திட்டு நிற்கும். **புல்லரித்தல்** என்று இதைக் குறிப்பிடுவர். புல்லரித்து நிற்கும் மாடுகளுக்குச் சிறிதளவு கருப்புக்கட்டி கொடுத்தால் புல்லரிப்பு நின்றுவிடும். இதன் பின்னர் அவற்றை வேலைக்காக வெளியில் அழைத்துச் செல்வர்.

தொழில்வழி நோய்களும் மருந்துகளும்

பல்வேறு தொழில்களில் அத்தொழிலை மேற்கொள்வோருக்கு சில நோய்கள் ஏற்படுவதுண்டு. இவற்றையே தொழில்வழி நோய் என்பர். பனைத் தொழிலிலும் தொழில் சார்ந்த நோய்கள் சில உண்டு. மருத்துவ உதவியும், போக்குவரத்து வசதியும் இல்லாத தொலைதூரக் கிராமங்களில் பனைத் தொழிலாளர்கள் முன்பு வாழ்ந்து வந்தனர். இதனால், தம்மைப் பாதிக்கும் நோய்களுக்குத் தாமே சில பாரம்பரிய குணப்படுத்தும் முறைகளை மேற்கொண்டு வந்தனர். இன்று மேற்கத்திய மருத்துவமுறை பரவலானபின் இவை பெரும்பாலும் மறைந்துவிட்டன. இருந்தாலும் ஆங்காங்கே, இது தொடர்கிறது.

கால் வெடிப்பு

உள்ளங்கால்களில் ஏற்படும் கீறல் போன்ற வெடிப்பே கால் வெடிப்பு எனப்படுகிறது. இது பரவலாகும் போது நடப்பது சிரமமாகும். வெடிப்புப்

பகுதியில், சிறு கற்கள், குச்சிகள் குத்தி வலியேற்படுத்துவதுடன், வெடிப்பின் உள்ளேயே தங்கி விடுவதும் உண்டு.

கொல்லாங்கொட்டையை (முந்திரிக் கொட்டை) தீயில் வாட்டினால் அதில் இருந்து சாறு வடியும். அச்சாறை வெடிப்பில் தடவினால் வெடிப்பு மறைந்துவிடும்.

குழவிகொட்டுதல்

பனை மரத்திலும், அது கூட்டமாக வளர்ந்துள்ள பகுதியிலும் குழவிகள் வாழுகின்றன. தம் எல்லைக்குள் வரும் மனிதர்களை எதிரிகளாகக் கருதி, தற்காப்பிற்காக இவை கொட்டிவிடும். கொட்டிய இடத்தில் தோல் தடித்துவிடுவதுடன், கடுப்பும் இருக்கும்.

வெள்ளைப் பூண்டு, கடுகு இரண்டையும் அரைத்துப் பசைபோலாக்கி அதைக் குழவி கொட்டிய இடத்தில் பூசுவர். அதன் ஈரப்பசை காற்றாலும், உடல் வெப்பத்தாலும் உலர்ந்து அப்படியே உடலுடன் ஒட்டி நிற்கும். இது வலியையும், கடுப்பையும் போக்கிவிடும்.

வெட்டுக்காயம்

கருக்கு மட்டை, இரும்பினால் ஆன தொழிற்கருவிகள், கூர்மையான, பனைச் செதில்கள் இவற்றுடன் புழங்கும் தொழில் என்பதால் வெட்டுக் காயங்களுக்கான வாய்ப்பு அதிகம்.

வெட்டுக்காயம் ஏற்பட்டால் ஈரத்துணியால் காயம் ஏற்பட்ட பகுதியைக் கட்டுவர். பின்னர் 'கிரந்தி நாயகம்' என்ற செடியின் இலைகளைப் பறித்துவந்து அதை எண்ணெய் ஊற்றி வதக்கி, பொறுக்குமளவுச் சூட்டில் காயமடைந்த பகுதியில் வைத்துக்கட்டுவர்.

கிரந்தி நாயகம் (பிடுங்கப்பட்டது)

பனை மரமே! பனை மரமே!

கிரந்தி நாயகம் (பிடுங்கப்படாதது)

சிறிய வெட்டுக்காயங்களின் மேல் பனம்பூவை மெதுவாக வைத்தால், காயத்திலிருந்து வடியும் ரத்தம் பட்டு அதில் ஒட்டிக்கொள்ளும். அதை அப்படியே விட்டுவிட்டால் காயம் ஆறிவிடும்.

மருந்துக்கறி

பனை மரத்தில் ஏறி இறங்குவதற்குத் தேவையான வலுவிற்காகச் சிறப்புணவு ஒன்று முன்னர் இருந்துள்ளது. தற்போது பெரும்பாலும் இது மறைந்துவிட்டாலும் சிலர் இதைத் தயாரிக்கிறார்கள். பனை ஏறத் தொடங்கிய நாளில் இருந்து எட்டு நாட்கள் கடந்தபின் இவ்வுணவை உண்பதைப் பழக்கமாகக் கொண்டிருந்தனர்.

சுக்கு, மிளகு, வெள்ளைப்பூடு ஆகிய மூன்றையும் அரைத்துக் கலந்து, இக்கலவையைக் கருவாட்டுக் குழம்புடன் ஒன்றாக்கி உண்பார்கள். வாளை மீன், குதிப்பு மீன், கருவாடு ஆகியன இக்குழம்பில் பெரும்பாலும் இடம்பெறும். உணவுக் கறியாக மட்டுமின்றி உடல் நலத்திற்காகவும் இக்கறி தயாரிக்கப்படுவதால் இக்கறியை மருந்துக்கறி என்பர்.

ஆ. சிவசுப்பிரமணியன்

9

பனையும் சைவமும்

குரும்பைப்பனை
ஈன்குலை ஓத்தூர் (சம்பந்தர்)

மக்களின் சமூக வாழ்வில் பல்வேறு நிலைகளில் இடம்பெறும் மரங்கள் அவர்களது சமய வாழ்விலும் முக்கிய இடத்தைப் பெற்றுள்ளன. தமிழ்நாட்டின் பாரம்பரியச் சமயங்களுள் ஒன்றான சைவம், 'தலமரம்' (தலவிருட்சம்) என்ற பெயரில் பல்வேறு மரங்களைத் தனது கோவில்களுடன் இணைத்துக்கொண்டுள்ளது. இவ்வாறு அது இணைத்துக் கொண்டுள்ள மரங்களுள் பனை மரமும் ஒன்றாகும்.

சைவத் தலங்கள் சிலவற்றிற்கு, அப்பர், சம்பந்தர், சுந்தரர் ஆகியோர் சென்றுள்ளனர். அப்படிச் சென்றவர்கள் அத்தலம் குறித்தும், அத்தலத்தில் உள்ள கோவிலில் வழிபடப்படும் இறைவன் இறைவியர் குறித்தும் தம் தேவாரப் பாடல்களில் பாடியுள்ளனர். இவர்கள் நேரில் சென்று பாடல் பாடிய தலங்கள், 'பாடல்பெற்ற தலங்கள்' என்ற அடைமொழி பெற்று, சிறப்புக்குரிய தலங்களாகப் போற்றப்படுகின்றன. தாம் நேரில் செல்லாத தலங்களைக் குறித்தும் இவர்கள் பாடியுள்ளனர். இவை 'வைப்புத் தலங்கள்' எனப்படுகின்றன.

தமிழ்நாட்டில் உள்ள பாடல்பெற்ற தலங்களுள் ஆறுதலங்களில் பனை தலமரமாக விளங்குகிறது. அத்தலங்கள் வருமாறு:

1. திருப்பனங்காடு (திருவண்ணாமலை மாவட்டம்)
2. திருப்பனந்தாள் (திருவாரூர் மாவட்டம்)
3. திருப்பனையூர் (திருவாரூர் மாவட்டம்)
4. திருமழபாடி (அரியலூர் மாவட்டம்)
5. திருவோத்தூர் (திருவண்ணாமலை மாவட்டம்)
6. புறவார் பனங்காட்டூர் (விழுப்புரம் மாவட்டம்)

திருப்பனங்காடு

திருவண்ணாமலை மாவட்டம் செய்யாறு நகரிலிருந்து, ஏறத்தாழ 36 கி.மீ. தொலைவில் இவ்வூர் உள்ளது. 'வன்பார்த்தான் பனங்காட்டூர்' என்ற பெயரும் இவ்வூருக்குண்டு. கல்வெட்டொன்று 'திருப்பனங்காடு' என்றே இவ்வூரைக் குறிப்பிடுகிறது *(தெ.இ.க. 22:4).*

இங்குள்ள சிவன் கோவிலில் உள்ள இறைவனின் பெயர் 'தாலபுரீஸ்வரர்' என்பதாகும். தாலம் என்ற வடமொழிச் சொல் பனையைக் குறிப்பதாகும். ஆனால். இங்கு கிடைத்த கல்வெட்டுக்களில்

திருப்பனங்காட்டுத் தேவர்	(தெ.இ.க.22: 233:32)
திருப்பனங்காடுடையர்	(மேலது, 234: 28, 235:18)
திருப்பனங்காவுடைய நாயனார்	(மேலது, 241:2)
திருப்பனங்காட்டு ஆளுடையார்	(மேலது: 241)
திருப்பனங்காவுடைய நயினார்	(மேலது: 243)

என்று தூய தமிழில் இறைவனது பெயர் குறிப்பிடப்பட்டுள்ளது. இறைவியின் பெயர் அமிர்தவல்லி. இறைவனது பெயர் பனையுடன் தொடர்புடையதாய் இருப்பதால் 'அமிர்தவல்லி' என்ற பெயர் பனையிலிருந்து பெறப்படும் கள்ளாகிய அமிர்தத்துடன் தொடர்புடையது என்று கூற இடமுள்ளது.

வெளிப்பிரகாரத்தின் வலது மூலையில் சில பனை மரங்கள் உள்ளன. ஆவணிப் புரட்டாசி மாதங்களில் இவற்றில் இருந்து விழும் பனம்பழம், படையல் பொருளாக இறைவனுக்குப் படைக்கப்படுகிறது.

ஊரின்பெயர், இறைவன் இறைவியின் பெயர், தலமரம், படையல் பொருளாகப் பனை மரம் விளங்குதல் என்பனவற்றை ஒருசேரப் பொருத்திப் பார்க்கும்போது, பனங்காட்டிற்குள் இருந்த நாட்டார் தெய்வக் கோவில் ஒன்றை சைவம் தன்னுடையதாக்கிக் கொண்டுள்ளது என்ற கருதுகோளை முன்வைத்து ஆராயத் தூண்டுகிறது.

இங்கு கிடைத்துள்ள பதினான்காம் நூற்றாண்டு *(கி.பி.1300)* கல்வெட்டு

ஸ்வஸ்தி ஸ்ரீ உசிருள்ள பனைவெட்டுவோர்
ஸ்ரீ ஆக்னை. (திருவாணை)

என்று குறிப்பிடுகிறது *(தெ.இ.க.22:246).* இக்கல்வெட்டு உயிருள்ள பனையை வெட்டுபவர் மன்னனது தண்டனைக்கு ஆளாவர் என்று எச்சரிக்கிறது.

பனங்காடு, பனங்காவு என்று இறைவனுடன் தொடர்புபடுத்திக் கூறும் அடைமொழிகளையும் இக்கல்வெட்டுச் செய்தியையும் இணைத்து நோக்கும்போது, முற்றிலும் பனை மரங்களைக் கொண்ட புனிதச் சோலையாக இப்பகுதி இருந்திருக்க வேண்டும் என்று எண்ண இடமுள்ளது.

இக்கல்வெட்டு மட்டுமின்றி வேறு ஒரு கல்வெட்டும் பனை மரத்துடன் இக்கோவில் கொண்டிருந்த நெருக்கமான தொடர்பை நாம் அறியும்படிச் செய்கிறது.

கற்சிற்பமாக பனை (நன்றி: கி. ஸ்ரீதரன், தொல்லியலாளர்)

இடைக்காலத் தமிழகத்தில் நிலங்களை அளக்கப் பயன்படுத்திய நீட்டல் அளவைக் கருவியானது 'கோல்' என்றழைக்கப்பட்டது. இக்கோலின் அளவு 16 அடி (4.8 மீ.), 12 அடி (3.6 மீ.) என வேறுபாடான அளவுகளில் இருந்துள்ளது. அரசனால் கோலின் அளவு (நீளம்) முடிவு செய்யப்பட்டு அதுவே நடைமுறையில் இருந்துள்ளது.

அரசனால் தர நிர்ணயம் செய்யப்பட்ட கோலின் அளவு முக்கிய கோவில்களில் கல்லில் கோடாக வெட்டப்படுவது வழக்கம். நிலம் அளக்கக்

கோல் தேவைப்படும்போது, இக்கோட்டின் மீது ஒரு கோலை (கம்பை) வைத்து அதற்கு இணையான நீளத்தில் தறித்துவிடுவார்கள். பின் இது அளக்கும் கோலாகப் பயன்படுத்தப்படும். அரசனால் உருவாக்கப்படும் அளவுகோலின் வரையறுக்கப்பட்ட நீளம் இவ்வாறு முக்கிய கோவில்களில் பாதுகாக்கப்பட்டுள்ளது.

திருப்பனங்காடுடைய நாயனார் கோவிலில் 15ஆம் நூற்றாண்டுக் காலத்திய ஒற்றை வரிக்கல்வெட்டொன்றுள்ளது. அக்கல்வெட்டு வருமாறு:

தம்பிரானார் பிரமத(தே)
சபப்பற்றுக்கு இட்ட
நாட்டளவுகொல் (கோல்)

இக்கல்வெட்டின் இருமுனைகளிலும் இரு பனை மரங்கள் பொறிக்கப்பட்டு அவற்றின் நடுப் பகுதியில் கிடைமட்டமாக சிறிய அளவிலான அம்புக்குறி பொறிக்கப்பட்டுள்ளது. இவை இரண்டுக்கும் இடையிலான நீளத்தை அறிய இது உதவும் (தெ.இ.க.22:237).

1391ஆவது ஆண்டில் பொறிக்கப்பட்ட ஒரு கல்வெட்டு திருப்பனங்காடு என்ற ஊரைத் தவிர சிறுப்பனங்காடு; 'வன்பாக்கம்' என்ற பெயர்களைத் தாங்கிய ஊர்களையும் குறிப்பிடுகிறது (மேலது: 239).

ஏகப்பச் செட்டியார் (நன்றி: மாலதி)

ஏகப்பச் செட்டியார் என்பவர் இக்கோவிலில் திருப்பணி செய்துள்ளார். இதன் அடிப்படையில் இவரது உருவச் சிலை உட்சுற்றுப்பகுதியில் நிறுவப்பட்டுள்ளது. இத்திருப்பணியின்போது, பல்கல்வெட்டுக்களும்

கற்சிற்பங்களும் அழிந்துபோனதாக இவ்வூர் முதியவர்கள் சிலர் குறிப்பிட்டனர். இதை உறுதிப்படுத்துவது போன்று இந்தியத் தொல்லியல் துறையினரால் இக்கோவிலில் படி எடுக்கப்பட்ட கல்வெட்டுகள் சில தற்போது காணப்பட வில்லை.

இவ்வூரின் சிறப்பு, சுந்தரரால் பாடப்பட்ட தேவாரப் பதிகங்களில் அழகுற இடம்பெற்றுள்ளது.

விடையின் மேல் வருவானை வேதத்தின் பொருளானை
அடையில் அன்பு உடையானை

*

மடையில் வாளைகள் பாயும் வன்பார்த்தான் பனங்காட்டில்

*

மயில் ஆர் சோலைகள் சூழ்ந்த வன்பார்தான் பனங்காட்டில்

*

மஞ்சு உற்றமணிமாட வன்பார்த்தான் பனங்காட்டில்

என்றெல்லாம் வருணிக்கிறார் சுந்தரர். இயற்கைவளம் பொருந்திய ஊராக இவ்வூர் விளங்கியுள்ளது என்பதன் தடயங்களை இன்றும் காண முடிகிறது. இங்குள்ள நீர் ஊற்று ஒன்று சுந்தரருடன் தொடர்புடைய, வாய்மொழிப் புராணம் ஒன்றைக் கொண்டுள்ளது.

திருப்பனந்தாள்

ஆடுதுறை மற்றும் கும்பகோணத்திற்கு அருகில் உள்ள ஊர் இது. பனையின் தாளில் (அடியில்) இங்குள்ள இறைவன் எழுந்தருளியிருப்பதால் ‘பனந்தாள்’ எனப்பட்டு ‘திரு’ என்ற அடைமொழி பெற்று, திருப்பனந்தாள் என இவ்வூர் பெயர் பெற்றது என்பது சைவர்கள் சிலரின் கருத்து.

இங்குள்ள சிவன் கோவிலில் உட் பிரகாரத்தின் பின்னால், தலமரமாக ஆண், பெண் என இரண்டு பனை மரங்கள் நிற்கின்றன. கருவறை மேற்கு முகமாக உள்ளது. பனை மரங்களின்

நன்றி: பொறியாளர் மோகனசுந்தரம்

அருகில் சிவலிங்கம் உள்ளது. ஆதியில் அய்ந்து கிளைகளை உடையதாய் இப்பனைகள் இருந்தன என்ற நம்பிக்கை உள்ளது. தலமரமான பனையில், திருமணப்பேறு வேண்டி மஞ்சள் கோத்த மஞ்சள் கயிறைக் கட்டும் பழக்கம் கன்னிப் பெண்களிடம் உண்டு.

பனை ஓலையைக் குறிக்கும் தாலம் என்ற வடமொழிச் சொல்லால் 'தாலவனேசுவரர்' என்று இறைவனையும் 'தாலவனேசுவரி' என்று இறைவியையும் அழைக்கின்றனர்.

திருப்பனையூர்

திருவாரூர் மாவட்டம் நன்னிலம் அருகில் திருவாரூர் பேரளம்பாதையில் உள்ள சன்னாநல்லூர் அருகில் இவ்வூர் உள்ளது. இவ்வூரின், பெரியநாயகி சௌந்திரநாதர் கோவிலில், துணையிருந்த விநாயகர் கோவிலுக்குப் பின்புறம் தலமரமாகப் பனை மரங்கள் இடம்பெற்றுள்ளன.

இத்துணையிருந்த விநாயகரை மையமாகக் கொண்டு வாய்மொழிக் கதையொன்றுள்ளது. இதன்படி, தாயாதிகளின் சூழ்ச்சிக்காளான சிறுவன் கரிகால் சோழனை அவனது உறவினரான இரும்பிடர் தலையார் இவ்வூரில் ஒளித்து வைத்துப் பாதுகாத்தாராம். சிறுவன் கரிகாலனுக்கு இப்பிள்ளையார்

துணை நின்றமையால் அவருக்குத் ‘துணையிருந்த விநாயகர்’ என்ற பெயர் ஏற்பட்டதாம்.

திருஞான சம்பந்தரின் பதினொன்று பதிகங்களிலும் ‘பனையூர்’ என்றே இவ்வூர் குறிப்பிடப்படுகிறது.

நிரவிப் பலதொண்டர்கள் நாளும்
பரவிப் பொலியும் பனையூரே

*

கள் நின்று எழு சோலையில் வண்டு
பண் நின்று ஒலிசெய் பனையூரே

*

பொறையார் மிகுசீர் விழிமல்க
பறையார் ஒலிசெய் பனையூரே

*

என்றெல்லாம் இவ்வூரின் சிறப்பை அவர் பாடியுள்ளார். சுந்தரரும் பத்துப் பதிகங்களில் இவ்வூரைப் பாடியுள்ளார்.

மாட மாளிகை கோபுரத்தோடு மண்டபம் வளரும் வளர் பொழில்
பாடல் வண்டு அறையும் பழனத் திருப் பனையூர்
பா விரி புலவர் பயிறும் திருப்பனையூர்
பஞ்சின் மெல்அடியார் பயிலும் திருப்பனையூர்

நாறு செங்கழுநீர்மலர் நல்ல மல்லிகை சண்பகத்தொடு
சேறுசெய் கழனிப் பழனத் திருப்பனையூர்

. . .

செங்கண் மேதிகள் சேடு எறிந்து தடம் படிதலின் சேல் இனத்தொடு
பைங்கண் வாளைகள் பாய் பழனத் திருப்பனையூர்

. . .

கொங்கையார் பலரும் குடைந்துஆட நீர்க் குவளை மலர்தா
பங்கயம் மலரும்பழனத் திருப்பனையூர்

என்று இவ்வூரின் சிறப்பை அவர் பாடியுள்ளார். இயற்கை வளமும் பொருள் வளமும் மிக்க ஊராக இவ்வூர் இருந்தமையை இவ்விருவரின் தேவாரப் பாடல்கள் உணர்த்துகின்றன.

நன்றி: பொறியாளர் மோகனசுந்தரம்

தற்போது, சௌந்தரேஸ்வரர் (அழகிய ஈஸ்வரன்) என்ற வடமொழிப் பெயருடன் இக்கோவிலின் இறைவன் காட்சி அளிக்கிறார். ஆனால், இக்கோவிலில் காணப்பெறும் கல்வெட்டுக்களில் இப்பெயர் இடம்பெறவில்லை. மாறாக

அழகியதேவர்   (கி.பி.1110)
அழகியநாயனார்   (கி.பி.1223)

என்றே இக்கோவிலில் உள்ள இறைவனைக் குறித்துள்ளனர் (பத்மாவதி:1980),

வடமொழியில் பாரதம் எழுதிய வியாசரின் தந்தை பராசரருக்குச் சிற்பம் ஒன்று தூணில் உள்ளது. இவையெல்லாம் வைதீக சமயப் பரவலால் ஏற்பட்ட வடமொழித் தாக்கத்தை வெளிப்படுத்தி நிற்கின்றன.

இக்கோவிலுக்கு நிலக்கொடை வழங்கிய அய்வரது பெயருக்கு முன் 'பனையூர்க் கிழவன்' என்ற அடைமொழி இடம்பெற்றுள்ளது (மேலது).

பிற்காலச் சோழர் காலத்திய ஆட்சிப் பிரிவுகளில் ஒன்றான நாடு என்ற பிரிவில் அடங்கியதாகப் பனையூர் இருந்துள்ளதால், 'பனையூர் நாடு' என்று அழைக்கப்பட்டுள்ளது. அத்துடன் பிரம்மதேய ஊராகவும் இருந்துள்ளது. இச்செய்தியை

'சோழவளநாட்டு பனையூர் நாட்டு பிரம்மதேயந்திருபனையூர் ஸபைக்கு'

என்ற 1110 ஆம் ஆண்டுக்காலத்திய கல்வெட்டுத் தொடர் உணர்த்துகிறது (மேலது).

திருமழபாடி

அரியலூர் மாவட்டத்திலுள்ள ஒரு முக்கிய சிவத்தலம் இவ்வூர். அரியலூரிலிருந்து தெற்கில் 28 கி.மீ. தொலைவிலும் தஞ்சை மாவட்டம் திருவையாறுக்கு வடமேற்கில் 15 கி.மீ. தொலைவிலும் இவ்வூர் உள்ளது. மழவர் என்போரால் ஆளப்பட்டதால் மழவார்பாடி என்றழைக்கப்பட்டுப் பின் 'மழபாடி' என்றாகியது என்பர்.

இக்கோவிலின் தலமரம் பனை. மஞ்சள் கோத்த மஞ்சள் கயிறை திருமணப்பேறு வேண்டி கன்னிப் பெண்கள் இப்பனையில் கட்டுகின்றனர் (வ. படம்). சுந்தரர்

நன்றி: பொறியாளர் மோகனசுந்தரம்

தேவாரத்தில் பரவலாக அறிமுகமான 'பொன்னார் மேனியனே' என்று தொடங்கும் பதிகம் இத்தலத்தில் பாடியதுதான். 'மழபாடி மாணிக்கம்' என்ற அடைமொழியால் இங்குள்ள இறைவனை அவர் குறிப்பிடுகிறார்.

(நன்றி: விக்கிப்பீடியா)

திருவோத்தூர்

தற்போது செய்யாறு என்று இவ்வூர் அழைக்கப்படுகிறது. திருவண்ணாமலை மாவட்டத்தில் அடங்கிய செய்யாறு வட்டத்தின் தலைமையிடம் இதுதான்.

ஒத்து என்றால் மறை (வேதம்) என்று பொருள். சமணருடன் புனல்வாதம் செய்த சம்பந்தர் இங்கு ஓடும் செய்யாறில் வேதம் எழுதப்பட்ட ஏட்டை இட்டதாகவும், அந்த ஏடு இவ்வூரில் கரை ஒதுங்கியதாகவும் புராணச் செய்தியுள்ளது. திருவோத்தூர் என்ற பெயர் வரக்காரணமாக இச்செய்தியைக் கூறுகின்றனர். இச்செய்தியுடன் தொடர்புபடுத்தி, இங்குள்ள சிவன் கோவிலில் உள்ள இறைவனை 'வேதபுரீஸ்வரர்', 'வேதநாதர்' என்று அழைக்கின்றனர். இக்கோவிலின் தலமரமாகப் பனை விளங்குவதற்கு புராணச் செய்தியொன்றும் சம்பந்தர் பாடிய தேவாரப் பதிகம் ஒன்றும் காரணமாகக் கூறப்படுகிறது. சம்பந்தரின் தேவாரத்தில்

> குரும்பை ஆண்பனை ஈன்குலை ஓத்தூர்
> அரும்பு கொன்றை அடிகளை
> பெரும் புகலியுள் ஞானசம்பந்தன் சொல்
> விரும்புவார் வினை வீடே.

என்ற பாடல் இடம்பெற்றுள்ளது (கோபாலையர். பூ.வி. 1984, *I*:56).

இப்பதிகம் திருவோத்தூரில் பாடப்பட்டதாகும். இதை முழுமையாகப் புரிந்துகொள்ள இப்பதிகம் பாடப்பட்ட சூழலை அறிந்துகொள்வது அவசியம்.

பொதுவாகப் பல தேவாரப் பதிகங்களின் பொருளை முழுமையாகப் புரிந்துகொள்ள அவை பாடப்பட்ட சூழல் குறித்த அறிவு அவசியம். இச்சூழல் குறித்த குறிப்புகள் தேவாரப் பதிகங்களில் இடம்பெறாமல் போவதும் உண்டு.

இக்குறையைச் சேக்கிழாரின் திருத்தொண்டர்புராணம் போக்குவதுண்டு. சம்பந்தரின் மேற்கூறிய தேவாரப் பதிகம் பாடப்பட்ட சூழலைச் சேக்கிழாரின் துணையுடன் அறிந்து கொள்ளலாம். திருவோத்தூரில் நடந்த நிகழ்வாக அவர் செய்யுள் வடிவில் குறிப்பிட்டுள்ள செய்தியின், உரைநடை வடிவம் வருமாறு:

> சிவனடியார் ஒருவர் பிள்ளையார் (சம்பந்தர்) திரு முன்பு வந்து அழுது வணங்கிநின்று, "சிவபெருமானுக்காக அடியேன் பயிரிட்டு வளர்த்த பனை மரங்களெல்லாம் மிக உயர்வாக வளர்ந்தும், ஆண்பனைகளாகிக் காயாவாயின; அதனைக் கண்ட சமணர்கள், 'இங்கு நீர் வைத்து உண்டாக்கும் ஆண்பனைகள் காய்ப்பதற்கு உபாயம் உண்டோ? என்று மிகவும் எள்ளி நகைத்து இழிவுபடப் பேசுகின்றார்கள்; தேவரீர் அவ்விழிவைப் போக்கப் பனைகள் காய்க்கும்படி அருள்புரிய வேண்டும்" என்று விண்ணப்பஞ் செய்தார்.
>
> பிள்ளையார், சிவனடியாரின் அடிமைத்திறத்தை நோக்கி, அவர் மேல் இரக்கங் கொண்டு எழுந்து விரைந்து திருக்கோயிலை அடைந்து சிவபெருமானுடைய திருவடிகளில் வீழ்ந்து வணங்கி நின்று, திருவருளை இரந்து துதித்து, "பூத்தேர்ந்தாயன" என்று தொடங்கும் திருப்பதிகம் பாடித் திருக்கடைக்காப்பிலே, "குரும்பை ஆண்பனை ஈன்குலையோத்தூர்" என்று அருளிச்செய்தார். அதனால் அந்த ஆண்பனைகள் எல்லாம் நிறைந்த குலைகளையுடைனவாக்கிக் குரும்பை பொருந்தும் பெண்பனைகளாயின (பட்டுச்சாமி ஓதுவார்).

சேக்கிழாரின் நூலில் இடம்பெற்றுள்ள இவ்வியற்கை பிறழ்ந்த நிகழ்வுக்கும் சம்பந்தரின் மேற்கூறிய தேவாரப் பதிக்கத்திற்கும் இடையே ஓர் இயைபு உள்ளது.

மற்றொரு பக்கம் சமணர்கள் ஆண் பனையை மையமாகக் கொண்டு சிவனடியாரை எள்ளிநகையாடியதற்கான காரணம் ஒன்றும் மறைந்துள்ளது. தொடக்கத்தில் வேத சமயமானது. சோம பானம், சுரா பானம் என்ற பெயர்களிலான மதுவை ஏற்றுக் கொண்ட சமயமாகவே விளங்கியது. வேத சமய எதிர்ப்புணர்வைக் கொண்டு, அவைதீக சமயமாக விளங்கிய

சமணம் மது எதிர்ப்பை வலியுறுத்தியது. சமணம் சார்ந்த திருக்குறள் 'கள் உண்ணாமை' என்ற அதிகாரத்தைக் கொண்டுள்ளது. தேனையும் மது எனக் கடிந்தொதுக்கிய கவுந்தியடிகளைச் சிலப்பதிகாரத்தில் சந்திக்கிறோம்.

ஆண் பனைகள் குறித்த செய்திகளை முந்தைய இயல்களில் கண்டோம். கள்ளுடன் ஆண் பனையைத் தொடர்புபடுத்தியும், நுங்கு, பனம்பழத்துடன் பெண்பனையைத் தொடர்புபடுத்தியும் காணும்போக்கு சமணர்களிடம் இருந்துள்ளது. இதற்குச் சான்றாக சமண சமயம் சார்ந்த நாலடியாரில் இடம்பெற்றுள்ள ஒரு செய்யுளைக் குறிப்பிடலாம்.

ஈகை உணர்வுடன், தம்மிடம் இருப்பதைப் பிறருடன் பகிர்ந்துண்ணுவோரை ஊர் நடுவில் வளர்ந்துள்ள பெண் பனையுடனும், செல்வம் இருந்தும் பிறருடன் பகிர்ந்து உண்ணாதாரைச் சுடுகாட்டில் வளர்ந்துள்ள ஆண் பனையுடனும் ஒப்பிட்டு ஈகை என்னும் அதிகாரத்தில் (செய்யுள். 6) நாலடியார் கூறுவது வருமாறு:

> நடு ஊருள் வேதிகை சுற்றுக்கோள்புக்க
> படு பனை (குலை உள்ள பனை) அன்னார் பலர் நச்சவாழ்வார்
> குடி கொழுத்தக் கண்ணும் கொடுத்து உண்ணாமாக்கள்
> இடுகாட்டுள் ஏற்றைப் பனை (ஆண்பனை)

கள் குறித்த எதிர்ப்புணர்வு கொண்ட அவைதீக சமணமும் வைதீக சமயமும் தம் கள் எதிர்ப்புணர்வை ஆண் பனையை மையமாகக் கொண்டு வெளிப்படுத்தியுள்ளன.

ஆண் பனையைப் பெண் பனையாக்கிய புராணக் கதையுடன் தொடர்புடையதாகச் சிற்பம் ஒன்றும் வேதபுரீஸ்வரர் கோவில் உள்ளது. கொடிமரத்தின் அருகில் கல் ஒன்றில் ஓலையுடன் கூடிய பனை மரங்கள் புடைப்புச் சிற்பமாகப் பொறிக்கப்பட்டுள்ளன. இவற்றின் முன்பாக மாவிளக்கு ஏற்றி வழிபடுகின்றனர்.

கோவிலின் தென்கிழக்கு மூலையில் நெருக்கமாக அய்ந்து பனை மரங்கள் வளர்ந்துள்ளன. இம்மரங்களைச் சுற்றிலும் மண்ணை அணைத்து சதுர வடிவில் ஏறத்தாழ மூன்றடி உயரத்தில் மேடை அமைத்துள்ளார்கள். இதன் நான்கு புறமும் கருங்கற்களால் சுவர் எழுப்பியுள்ளதுடன் அதன் மேல், திண்ணைபோல் கல் பாவி இதில் ஏற, படிக்கட்டும் அமைத்துள்ளனர். பனை மரங்களுக்கு அடியில் பனைக் குட்டிகள் (கன்று) சிலவும் வளர்ந்து நிற்பதையும் காண முடிந்தது.

பனைக் குட்டிகளின் ஓலையிலும், கைக்கெட்டும் தூரம் வரை பனை மரத்திலும் குழந்தைப்பேறு வேண்டி துணியால் சிறுதொட்டில் கட்டும் வழக்கம் உள்ளது. மஞ்சளில் தோய்த்த நூல் கயிறில் விரலி மஞ்சள் (காய்ந்த மஞ்சள்) கட்டி அதைத் தாலியாகப் பனை மரத்தில் கட்டுகிறார்கள். இப்படிக் கட்டும் கன்னிப் பெண்களுக்கு உடனடியாகத் திருமணம் நிகழும் என்ற நம்பிக்கை உள்ளது.

இவ்விரு நம்பிக்கைகளிலும் 'ஒத்தது ஒத்ததை உருவாக்கும்' என்ற ஒத்த மந்திரம் இடம்பெற்றுள்ளது.

இப்பனை மரங்களிலிருந்துவிழும் பனம் பழங்களை எடுத்துண்ணும் பெண்கள் திருமணப்பேறு, குழந்தைப்பேறு அடைவர் என்ற நம்பிக்கையுள்ளது. எப்படியோ, இதுவரை இப்பனம் பழங்களை எடுக்கும் உரிமையை ஏலம் விடவில்லை.

புறவார் பனங்காட்டூர்

விழுப்புரம் சென்னை இருப்புப் பாதையில் உள்ள முண்டியம்பாக்கம் அருகில் இவ்வூர் உள்ளது. விழுப்புரத்திலிருந்து திருக்கானூர் வழியாகப் புதுச்சேரி செல்லும் சாலை வழியாக இவ்வூருக்குச் செல்லலாம். இங்குள்ள

(நன்றி: விக்கிப்பீடியா)

சிவன்கோவிலில் 'நேத்திரோத்தர ஈஸ்வரர், கேசவர்' என்ற பெயரில் இறைவன் அழைக்கப்படுகின்றான். இவ்வடமொழிப் பெயர், வழக்கில் வரும் முன் 'கண் உகந்த நாயகர்', 'கண்ணமர்ந்த நாயனார்' என்ற அழகிய தமிழ்ப் பெயர்கள் வழக்கில் இருந்துள்ளன. பனங்காட்டீஸ்வரர் என்ற பெயரும் உண்டு. இதுபோல், மெய்யம்மா (மெய்யாம்பிகை) என்ற இறைவியின் பெயர் ஸ்த்யாம்பா என்ற வடமொழிப் பெயராக மாற்றம் அடைந்துள்ளது. புறவாம்பிகை என்ற பெயரும் உண்டு. இக்கோவிலின் மேற்கே பெரிய பிரகாரத்தில் தலமரமாகப் பனை உள்ளது.

பனையின் அடியில் சிவலிங்கம் உள்ளது. திருமணம் நிகழும் பொருட்டு வேண்டுதலாக மஞ்சள் கயிறில் மஞ்சள் துண்டைக் கோத்து கன்னிப் பெண்கள் பனையில் கட்டும் வழக்கும் உள்ளது. பிரகாரதீபம் என்ற பெயரில் இரவில் கற்பூர ஆராதனை இச்சிவலிங்கத்துக்கு உண்டு. பனம் பழத்தை எடுத்துச் சென்று சாப்பிட்டால் குழந்தைப்பேறு கிட்டும் என்ற நம்பிக்கையும் உள்ளது (ச. கணேசன் குருக்கள், புறவார்பனங்காட்டூர்).

பாடல் பெறாத் தலங்களில் பனை

இதுவரை நாம் பார்த்த ஆறு பாடல் பெற்ற தலங்கள் தவிர, பாடல் பெறாத சில சைவத் தலங்களிலும் தலமரமாகப் பனை உள்ளது.

பனைமலை

விழுப்புரம் மாவட்டம் செஞ்சி வட்டத்தில், விழுப்புரம் நகரிலிருந்து 22 கி.மீ. தொலைவில் அனந்தபுரம் என்ற ஊரின் அருகிலுள்ள சிறிய கிராமம் பனைமலை. பனைமலைப்பேட்டை என்றும் இவ்வூரைக் குறிப்பிடுவர். இவ்வூரின் குளத்தருகில் குன்றின் மீது தாலகிரி ஈஸ்வரர் கோவில் உள்ளது. இதன் தலமரம் பனை.

(நன்றி: விக்கிப்பீடியா)

கி.பி.எட்டாம் நூற்றாண்டைச் சேர்ந்த வடமொழிக் கல்வெட்டொன்று இக்கோவிலில் உள்ளது. இக்கல்வெட்டில் பல்லவ மன்னர்களின் புராண மூதாதையர்கள் இடம்பெற்றுள்ளனர். இரண்டாம் நரசிம்மவர்மன் என்றழைக்கப்படும் இராஜசிம்மனின் (700-728) மெய்க்கீர்த்தியும் இக்கல்வெட்டில் இடம்பெற்றுள்ளது (தெ.இ.க.30:264).

இங்கு இடம்பெற்றுள்ள மற்றொரு வடமொழிக்கல்வெட்டை 1890ஆம் ஆண்டில் பதிப்பித்த கல்வெட்டியலாளர் பனைமலைக் குகைக் கோவில் இரண்டாம் நரசிம்மவர்மனால் கட்டப்பட்டிருக்க வேண்டும் என்று கருதுகிறார் (தெ.இ.க.1:31).

இம்மன்னன் காஞ்சிபுரத்தில் கட்டிய கைலாசநாதர் கோவிலிலும், பனைமலை தாலகிரிஸ்வரர் கோவிலிலும்தான் அதிக அளவில் பல்லவர் கால ஓவியங்கள் எஞ்சியுள்ளதாக திரு.ஜோப் தாமஸ் (2014:34) குறிப்பிடுகிறார். இக்கோயில் ஓவியங்களை 1963ஆம் ஆண்டில் டக்ளஸ் பாரட் என்பவர் வெளி உலகிற்கு அறிமுகப்படுத்தியதாகக் குறிப்பிடும் இவர் (மேலது:41). இக்கோவிலில்

தீட்டப்பட்டுள்ள பார்வதி ஓவியத்தின் வண்ணப் புகைப்படத்தைப் பின்வரும் குறிப்புடன் அவர் வெளியிட்டதாகக் கூறுகிறார்:

> இந்தப் பெண்ணின் உருவம் கட்டுறுதி வாய்ந்த எலும்புகள் கொண்ட தென்னிந்தியப் பெண்ணின் உடலமைப்புக்குச் சிறந்த எடுத்துக்காட்டு *(மேலது:41).*

தாண்டவம் ஆடும் கோலத்தில் காணப்படும் சிவனைப் பார்வதி பார்த்துக்கொண்டிருப்பதுபோல் தீட்டப்பட்டுள்ள ஓவியத்தை ஜோப் தாமஸ் வருணித்துள்ளார் (மேலது:42) பார்வதி தேவியின் உருவம் குறித்த அவரது கவித்துமான வருணனை நம்மைப் பனைமலைக்கு இட்டுச்செல்கிறது. பனைமலைக்குச் செல்ல இயலாதவர்கள் அவரது வருணனையினைப் படித்து ஆறுதல் அடையலாம். அப்பகுதி வருமாறு:

> பார்வதியின் ஓவியம் அருட்பொலிவுடன் திகழ்கின்றது. திரட்சியான கன்னங்கள், மென்மையான வளைந்த தோள்கள் அவள் அழகின் எல்லையை வெளிச்சமிட்டுக் காண்பிக்கின்றன. அவள் தன் இடது காலை வளைத்து, விளிம்பில் ஊன்றி, மனதைக் கவரும் அழகுடன் முன்னால் நீட்டியிருக்கிறாள். ஏற்கனவே தன் கணவரின் நடனத்தைப் பல முறை பார்த்திருப்பது போல, ஆர்வமற்ற முறையில் அதைப் பார்த்து கொண்டிருக்கிறாள்.
>
> பார்வதி ஓவியத்தில் கோடுகள் மூலம் திரட்சி ஆகியவற்றைச் சிறப்பாக காண்பிப்பதில் ஓவியனது திறமை வெளிப்படுகிறது. பார்வதி தன் முகநாடியில் மடித்து வைத்திருக்கும் மெல்லிய, நீணட விரல்கள், கழுத்தில் அணிந்துள்ள அணிகலன்கள், முன்கைப்பட்டி, கிரீடத்திலிருந்து தொங்கும் சிறிய குஞ்சங்கள் போன்றவை வளைகோடுகளைக் கையாளுவதில் ஓவியன் பெற்றிருக்கும் திறமையைப் புலப்படுத்துகின்றன. அவளது மென்மையான விரல்கள் தமிழ்ப் புலவர்கள் பெண்களின் அழகிய விரல்களுக்குக் காந்தள் பூவின் இதழ்களை *(Gloriosa)* உவமையாகக் கூறி வருணிப்பதையும் அவளது காலில் உள்ள வளைந்த மெல்லிய பாதங்கள் ஓடிக் களைத்த நாயின் நாக்கையும் நினைவுபடுத்துகின்றன.

1597 ஆண்டுக் கல்வெட்டொன்று இக்கோவிலில் உள்ளது *(தெ.இ.க.30:265)* 'பனசை நகர் தாளகிரி ஈஸ்வரர்' என்று இதில் குறிப்பிடப்பட்டுள்ளது. பனையைக் குறிக்கும் 'தால' என்ற வடமொழிச் சொல்லையும், மலையைக்

குறிக்கும் ‘கிரி’ என்ற வடமொழிச் சொல்லையும் இணைத்து ‘தாலகிரி’ என்று மாற்றியுள்ளனர். தாலகிரி என்பதே தாளகிரி என்று மாற்றம் அடைந்துள்ளது. ‘தாளகிரியார் தெரு’ என்ற பெயரில் திருவண்ணாமலையில் தெரு ஒன்றும் உள்ளது. இப்பெயர்க் காரணம் குறித்துத் தோழர் இராதா கிருஷ்ணன்(58) கூறிய வாய்மொழிச் செய்தி வருமாறு:

பனையூரைச் சேர்ந்த, அய்யர் ஒருவர் அஞ்சல்காரராகப் பணியாற்றும் பொருட்டுத் திருவண்ணாமலையில் குடியேறினார். அவரது பூர்வீக ஊரை அடையாளமாகக் குறிப்பிட்டு, அவரை தாளகிரி அய்யர் என்று அழைத்துள்ளனர். பழைய சமூக அமைப்பில் அஞ்சல்காரர் பணி குறிப்பிடத்தக்க பணியானதால் அவரை அடையாளமாகக் கொண்டு அத்தெருவை தாளகிரி அய்யர் தெரு என்று அழைக்கத் தொடங்கினர். தற்போது ‘தாளகிரியார் தெரு’ என்று அழைக்கப்படுகிறதாம். திருவண்ணாமலை நகராட்சியை ஒட்டி இத்தெரு உள்ளதாக அவர் குறிப்பிட்டார்.

திருவிரிஞ்சிபுரம்

வேலூர் அருகிலுள்ள திருவிரிஞ்சிபுரத்தில் உள்ள சிவன் கோயிலின் தலமரமாகப் பனை விளங்குகிறது. விரிஞ்சிபுர சிவனின் பெயர் முதலில்

நன்றி: கி. ஸ்ரீதரன், தொல்லியலாளர்

வழித்துணை நாதராக இருந்து, பின்னர் 'மார்க்கபந்து' என்று மாறியுள்ளது. நீராடிவிட்டு, ஈர உடையுடன் பெண்கள் இக்கோவில் மண்டபத்தில் இரவில் படுத்துறங்கினால் குழந்தைப்பேறு கிட்டும் என்ற நம்பிக்கை உள்ளது.

திருப்போரூர்

பனையே வழிபாட்டுக்குரியதாக உள்ள முருகன் தலம் ஒன்றும் உள்ளது. சென்னையிலிருந்து மகாபலிபுரம் செல்லும் சாலையில் மேடவாக்கம் அருகில் இவ்வூர் உள்ளது.

இங்குள்ள முருகன்கோவில் சிறப்பான சைவத் தலமாக விளங்குகிறது. பட்டுப்போன பனை மரம் ஒன்றே முருகனாக இங்கு வணங்கப்படுகிறது. அய்ந்தடி உயரத்தில் இப்பனை நிற்கிறது. இது ஆண் பனை என்று கூறுகிறார்கள். பனையின் இரு மருங்கிலும் வள்ளி, தெய்வானை உலோகப் படிமங்கள் உள்ளன. திரு நீராட்டு நடத்தினால் காலப்போக்கில் பனை சிதைந்து போய்விடும் என்பதால் ஆண்டுக்கு இருமுறை புனுகுப் பூச்சு மட்டுமே நிகழ்கிறது. இதைப் 'புனுகுசாத்துதல்' என்பர்.

திரு நீராட்டுக்காக முருகனின் உலோகப் படிமம் ஒன்றும் உள்ளது. கோவிலின் தலமரம் வன்னி மரம் ஆகும். மீனவர்கள், வன்னியர்கள், கைக்கோளர் ஆகிய மூன்று சமூகத்தினர் அதிக அளவில் இங்கு வழிபட வருகிறார்கள்.

இக்கோவில் உருவானது தொடர்பாக வாய்மொழிக்கதையொன்று உள்ளது.

திருவல்லிப்புத்தூர் அருகில் உள்ள வத்திராயிருப்பு என்ற ஊரையொட்டிய கிராமப்பகுதியில் இருந்து சிதம்பர சுவாமிகள் என்பவர் இங்கு வந்து தங்கி உள்ளார். 'ஒழிபியல் ஒழுக்கம்' என்ற சைவ சமய நூலுக்கு இவர் உரை எழுதிக் கொண்டிருந்தபோது, அதில் இடம்பெறும் 'கலாசம்' என்ற சொல்லுக்கு என்னப் பொருள் என்பது அவருக்குத் தெரியவில்லை. பொருள் தெரியாது அவர் வருந்தியுள்ளார். அப்போது முருகன். தன்னை யார் என்று வெளிப்படுத்திக் கொள்ளாமல், ஒரு பிரம்புடன் அவர் முன் தோன்றினாராம். பின் அப்பிரம்பை அங்கு விட்டுவிட்டு மறைந்து விட்டாராம்.

'கலாசம்' என்ற சொல் பிரம்பைக் குறிப்பது என்பதையே அவ்வாறு முருகன் குறிப்பால் உணர்த்தினாராம்.

பனை மரமே! பனை மரமே!

பின்னர் சிதம்பரம்சுவாமிகள் அங்கேயே தங்கி, அங்கிருந்த ஆண்பனை ஒன்றை முருகனாகக் கொண்டு வழிபட்டு வந்தாராம். இதனால் 'பனங்காட்டுச் சாமி' என்ற பெயர் அவருக்கு வழங்கலாயிற்று.

அவர் வணங்கிவந்த பனை மரம் முதிர்ச்சியடைந்து பட்டுப்போயிற்று, அதைத் தறித்துவிட்டு, தற்போது காட்சியளிக்கும் பகுதியை மட்டும் அப்படியே விட்டு விட்டனராம். இந்நிகழ்வுகளின் காலம் 18 ஆம் நூற்றாண்டாக இருக்கலாம் (ரெங்கையாமுருகன், சென்னை).

பனை மரத்தையே தெய்வமாகக் கருதி வணங்கிவந்த மரபின் வளர்ச்சி நிலையாக இதைக் கருத இடமுள்ளது. தெய்வமாக வணங்கப்பட்ட பனை மரம் ஒன்று முருகனின் வடிவமாக மாற்றம் செய்யப்பட்டுள்ளது என்று கருதலாம். இதை நிலை நிறுத்தும் வழிமுறையாக வள்ளி, தெய்வயானை உருவங்கள் நிறுவப்பட்டுள்ளன.

***

திருக்குறுங்குடி

'ஆழ்வார்களால் பாடப்பெற்ற வைணவத் தலத்தை மங்களா சாசனம்' பெற்ற கோவில் என்று வைணவர்கள் குறிப்பிடுவர். திருநெல்வேலி மாவட்டத்தில் உள்ள திருக்குறுங்குடி என்ற வைணவத் தலம் இத்தகைய சிறப்பிற்குரியது. திருமழிசை ஆழ்வார், பெரியாழ்வார், திருமங்கையாழ்வார் ஆகிய மூவர்களும் இத்தலத்தைப் பாடியுள்ளார்கள். இக்கோவிலின் தலமரம் பனை ஆகும்.

தொல்சமய எச்சம்

பனையையும் பிற மரங்களையும் தலமரங்களாக சைவம் கொண்டுள்ளதானது அது உருவாகும் முன்னர் தமிழர்கள் பின்பற்றி வந்த தொல் சமயத்தின் எச்சமாகும். தொல்சமய நம்பிக்கைகளில் ஒன்று மரங்களில் ஆவி உறைகிறது என்று நம்புவது. ஆவியம் (அனிமிசம்) தொடர்பான இந்நம்பிக்கையின் வளர்ச்சியாகவே மரங்களில் தெய்வம் உறைவதாக நம்பி வழிபடும் வழக்கம் உள்ளது.

சங்ககாலத் தமிழர்களின் ஊர்பொது இடமான மன்றத்தில், வழிபாட்டுக்குரியனவாய் மரங்கள் இருந்துள்ளன. இம்மரங்களை, 'மன்ற' என்ற அடைமொழிட்டு

    மன்றப்பலவு
    மன்ற வேம்பு

என்ற சங்க இலக்கியங்கள் குறிப்பிடுகின்றன. இவ்வரிசையில் 'மன்றப்பனை' என்ற அடைமொழியுடன் பனையும் இடம் பெற்றுள்ளது.

சங்ககால மன்னர்களின் 'காவல் மரம்', 'கடிகா' என்பன மரங்களில் ஆவி அல்லது தெய்வம் உறைகிறது என்ற நம்பிக்கையில் உருவானவைதான். செழிப்பின் அடையாளமாகப் பெண் தொல்சமூகத்தில் கருதப்பட்டதன் குறியீடாகப் பெரும்பாலும் பெண் பனையே தலமரமாக உள்ளது.

தொல்சமய நெறியில் வைதீகசமயம் ஊடுருவியபோது, தொல்சமயக் கூறுகள் சிலவற்றை அது உள்வாங்கிக் கொண்டது. இவற்றுள் ஒன்றாக தொல்சமயத்தில் இடம்பெற்றிருந்த மரவழிபாடு, தலமரமாக மாற்றம் பெற்றுள்ளது. தொல்சமயக் கூறுகளை மிகுதியாகக் கொண்ட நாட்டார் சமயநெறியில் தெய்வமாக வணங்கப்படும் பனைகளும் உண்டு (வ. படம்).

நன்றி: லிங்கராஜ் – ஆதனூர்

சைவமும் கருப்புக்கட்டியும்

தன் கோவில்களில் தலமரமாகப் பனையை ஏற்றுக் கொண்ட சைவம், பனைதரும் பதநீரிலிருந்து உருவாக்கப்படும் கருப்புக்கட்டியை நீண்ட காலமாக ஏற்றுக்கொண்டிருந்தது. இவ்வுண்மையை உறுதிப்படுத்தும் வகையில் கல்வெட்டுச் சான்றுகள் உள்ளன.

கோவிலில் இறைவனுக்குப் படையலாகப் படைக்கப்படும் உணவுப் பொருட்களில் இனிப்புச் சுவையுடைய அப்பமது (அப்பம்), அவல் அமுது (இனிப்புக் கலந்த அவல்), அதிரசம், அக்கார அடிசில் (இனிப்புப் பொங்கல்) ஆகியனவும் இடம் பெற்றிருந்தன.

கரும்புச்சாறைப் பிழிந்தெடுத்து அதைக் காய்ச்சி எடுக்கும் வெல்லமும் பதநீரைக் காய்ச்சி எடுக்கும் கருப்புக்கட்டியும்தான் இந்த இனிப்புகளைச்

செய்யப் பயன்பட்டுள்ளன. காலனிய ஆடசியில்தான் வெள்ளைச்சர்க்கரை (சீனி) அறிமுகமானது. கருப்புக்கட்டியைப் பயன்படுத்திச் செய்த இனிப்புகள் சைவக் கோவில்களின் படையல் பொருளாக இடம்பெற்றமை குறித்த கல்வெடடுப் பதிவுகளை இனிக் காண்போம்.

இரண்டாம் இராசராசனின் ஆட்சிக்காலக் கல்வெட்டொன்று திருவாரூர் மாவட்டம் திருத்துறைப் பூண்டி அருகில் உள்ளதும் நாகை மாவட்டத்தில் அடங்கியதுமான தலைஞாயிறு குற்றம் பொறுத்தநாதர் கோயிலில் உள்ளது. இக்கல்வெட்டின் காலம் கி.பி.1149 ஆகும். ஆண்டார் திருஞானசம்பந்தர் என்பவர் தம் பெயரால் 'திருஞானம் பெற்றபிள்ளையார்' என்ற தெய்வத் திருவுருவை இக்கோவிலில் நிறுவி உள்ளார். இத்திரு உருவிற்கு சிறுகாலைச் சந்தியின்போது அமுதுசெய்ய இக்கோவிலின் பண்டாரத்தில் பதினாலாயிரம் காசு வழங்கியுள்ளார். இதில் இருந்து கிடைக்கும் வட்டியைக் கொண்டு அமுது செய்ய வேண்டும் என்பது அவரது விருப்பமாகும். இச்செய்தியைக் கூறும் கல்வெட்டில் படையல் பொருட்கள் எவை என்பது விரிவாக இடம்பெற்றுள்ளன.

> . . . வெள்ளைக்குத்தல் அரிசி நாழியும்
> கருப்புக்கட்டி . . . பலமும் பால் நாழியும்
> வாழைப்பழம் இரண்டு ஐஞ்சு வறகத்துக் கறியமுதும்

என விரிவாக இக்கல்வெட்டுக் கூறிச் செல்கிறது. இவற்றுள் கருப்புகட்டியை அடுத்து கல்வெட்டு சிதைந்துள்ளது. இதனால் அதன் அளவு எத்தனை பலம் என்பது தெரியவில்லை. என்றாலும், படையல் பொருளில் கருப்புக்கட்டி இடம்பெற்றமைக்கான சான்றாக இக்கல்வெட்டைக் கொள்வதில் தடையேதும் இல்லை (விஜயவேணுகோபால் 2015:51).

வீரராசேந்திரனின் பன்னிரெண்டாம் ஆட்சியாண்டு கல்வெட்டு (கி.பி.1219) கோவை மாவட்டம் உடுமலை வட்டம், கடத்தூரில் உள்ள திருமருதுடையார் கோயிலில் உள்ளது. கைக்கோளர் ஒருவர் இக்கோயில் இறைவனுக்கு அவலமுது படைக்க வழங்கிய பொருட்களை இக்கல்வெட்டு குறிப்பிடுகிறது.

அரிசியால் செய்யப்பட்ட அவலமுதில் தேங்காய், கருப்புக்கட்டி, மிளகு, சீரகம் ஆகியன சேர்க்கப்பட்டிருப்பதைக் குறிப்பிடும் இக்கல்வெட்டு அவலமுது செய்ய, முப்பதுபலம் கருப்புக்கட்டி வழங்கப்பட்ட செய்தியையும் தெரிவிக்கிறது (இராசு, செ., 2009: 75).

திருப்பூர் மாவட்டம் அவினாசி வட்டத்தில் உள்ள திருமுருகன்பூண்டி ஊரில் உள்ள முருகனாத கோவிலில் 1237ஆம் ஆண்டைச் சேர்ந்த கல்வெட்டொன்று உள்ளது.

ராசராசபுரத்தைச் சேர்ந்த பெண்ணொருத்தி இக்கோவிலில் உள்ள இறைவனுக்குப் 'பிட்டு', 'பணியாரம்', 'அப்பம்' ஆகியவற்றை ஞாயிற்றுக்கிழமை தோறும் படைக்க இக்கோவில் பண்டாரத்தில் முதலீடாகப் பணம் வழங்கியுள்ளார். இச்செய்தியைக் கூறும் இக்கல்வெட்டில் இவை தயாரிக்கப் பயன்படும் பொருட்களின் பெயரும், அவற்றின் அளவும் குறிப்பிடப்பட்டுள்ளன.

இவற்றுள் ஒன்றாக, 'கருப்புக்கட்டி அரைப் பலமும்' என்று குறிப்பிடப் பட்டுள்ளது *(தெ.இ.க.30:43).*

மதுரை மாவட்டம் வாடிப்பட்டி ஊராட்சி ஒன்றியத்துக்குட்பட்ட பஞ்சாயத்து தென்கரை. இவ்வூரிலுள்ள மூலநாத சுவாமி கோவிலில் உள்ள இதுவரை படியெடுக்கப்படாத கல்வொட்டொன்றை ஆய்வாளர் வேதாச்சலம் படியெடுத்துள்ளார். இக்கல்வெட்டில் நாள்தோறும் திருப்புதியம் (இனிப்புப் பொங்கல்) படைக்க மாறவர்மன் சுந்தரபாண்டியன் காலத்தில் நிலக்கொடை வழங்கிய செய்தி இடம்பெற்றுள்ளது. திருப்புதியத்தைக் 'கருப்புக்கட்டி அமுது' என்ற சொல்லால் இக்கல்வெட்டு குறிப்பிடுகிறது. கொடையாக வழங்கப்பட்ட நிலத்திலிருந்து கிடைக்கும் வருவாயிலிருந்து அய்ந்து எடை அளவுள்ள கருப்புகட்டி வாங்கியதாகவும் இக்கல்வெட்டு குறிப்பிடுகிறது.

திருவண்ணாமலை மாவட்டம் திருக்கோவிலூர் வட்டத்திலுள்ள நெய்யானல் ஊர்க் கல்வெட்டொன்று அப்பத்துக்கு, கருப்புக்கட்டி பயன்படுத்தியதைக் குறிப்பிடுகிறது *(தெ.இ.க. 12:244).*

நாகை மாவட்டம் திருக்கடையூர் அமிர்தகடேஸ்வரர் கோவிலில் பெருமாள் சுந்தரபாண்டியன் காலத்துக் கல்வெட்டொன்று உள்ளது. இவ்வூருக்கு அருகிலுள்ள குலசேகரன்பட்டினத்து (தரங்கம்பாடி) வணிகர்கள் மார்கழி வழிபாட்டில் அமுதுபடைக்க 125 கழஞ்சுபொன் கொடையாக வழங்கியதை இக்கல்வெட்டு குறிப்பிடுகிறது. அப்பமுது செய்வதற்கான வெஞ்சனப் பொருட்களில் ஒன்றாகக் கருப்புக்கட்டி இக்கல்வெட்டில் இடம்பெற்றுள்ளது *(தெ.இ.க. 22, தொகுதி, 1:51)*

முதலாம் மாறவர்மன் குலசேகர பாண்டியன் (கி.பி. 1268–1318) காலத்தியக் கல்வெட்டொன்று கி.பி.1291 சிவகங்கை மாவட்டம் திருப்பத்தூரில் திருத்தளியாண்டார் கோவிலில் உள்ளது. பாண்டிகப் பெருமாள் என்பவனும் அவன் தம்பிகளும் இணைந்து செய்த குற்றச் செயல்களை இக்கல்வெட்டு பட்டியிலிடுகிறது. இக்கல்வெட்டில் 'உடையாருக்கு அமுதுபடியாக வந்த கருப்புக்கட்டி மிடாவை எடுத்துக் கொண்டு போயும்' என்ற தொடர் இடம்பெற்றுள்ளது. இத்தொடரில் இடம்பெறும் 'உடையார்' என்பது அக்கோவிலில் உள்ள இறைவனையும், அமுதுபடி என்பது அவ்விறைவனுக்குப் படைக்கும் படையல் சோறையும் (நிவேதன உணவு) குறிக்கும் (வெள்ளையம்பட்டுசுந்தரம் 2009:261). மிடா என்பது வாயகன்ற பெரிய பாத்திரமாகும். இம்மிடாவில் கருப்புக்கட்டி வந்ததென்பது அமுதுபடியில் (படையல் சோறு) கருப்புக்கட்டி இடம்பெற்றதன் வெளிப்பாடுதான்.

திருச்செங்கோடு வட்டம் புதுப்பாளையம் ஊரில் உள்ள சிவன் கோவிலில் கி.பி.1259ஆம் ஆண்டைச் சேர்ந்த கல்வெட்டொன்றுள்ளது. இக்கோவிலின் பூசைக் கட்டளைகள் குறித்த செயதிகள் இக்கல்வெட்டில் இடம்பெற்றுள்ளன. 'கருப்புக்கட்டிக்கும் பழத்துக்கும் காசாறும்' என்று தொடர் இக்கல்வெட்டில் இடம்பெற்றுள்ளது (கிருட்டிணன், 2001, க.எண். 282).

திரு அரங்கம் அரங்கநாதர் கோவிலில் கி.பி.1430 ஆம் ஆண்டுக் காலக் கல்வெட்டொன்றுள்ளது. இக்கல்வெட்டில் கறி அமுது, பருப்பமுது எனப் பல்வேறு அமுதுபடிகளின் பெயர்கள் படையல் பொருட்களாகக் குறிப்பிடப்பட்டுள்ளன. இவற்றுள் 'கருப்புக்கட்டி அமுது' என்ற பெயரும் இடம்பெற்றுள்ளது. (தெ.இ.க. 24:32). இது கருப்புக்கட்டிப் பொங்கலாக இருக்கலாம். கி.பி.1430 ஆண்டிலும்கூடத் திருமடைப்பள்ளியில் அனுமதிக்கப்பட்ட பொருளாக, கருப்புக்கட்டி இருந்தமைக்கு இக்கல்வெட்டு சான்றாகிறது.

வெற்றிலை, பாக்கு, பழம், தூபம், திருமஞ்சனம் எனப் படையல் பொருட்கள் வரிசையில் கருப்புக்கட்டியும் இடம் பெற்றுள்ளது. இதனால், 13ஆம் நூற்றாண்டின் நடுப் பகுதிக்குப் பின்னும் (1259) சைவக் கோவில்களில் கருப்புக்கட்டி பயன்பாட்டில் இருந்தமை உறுதிப்படுகிறது.

இக்கல்வெட்டுச் செய்திகளின் அடிப்படையில் பார்க்கும்போது, விலக்கப்பட்ட பொருள் என்ற நிலையில் கருப்புக்கட்டி சைவக் கோவில்களில் இருக்கவில்லையென்பது உறுதியாகிறது.

ஆனால், இன்று சைவக் கோவில்களில் ஓர் உணவுப் பொருளாகக் கருப்புக்கட்டி நுழைய அனுமதிப்பதில்லை. புளியோதரைப் பிரசாதத்தில் போடப்படும் மிளகாய் வற்றலும், தயிர்சாதப் பிரசாதத்தில் போடப்படும் பச்சை மிளகாயும் போர்ச்சுகீசியர்களால் அறிமுகமானவை. பஞ்சாமிர்தம் என்ற பெயரிலான பழக்கலவையில் பேரிச்சம் பழமும், ஆப்பிளும் கலக்கின்றன. சர்க்கரைப் பொங்கலில் முந்திரிப்பருப்பும் உலர் திராட்சையும், புளியோதரையில் நிலக்கடலையும் இடம்பெறுகின்றன. பாரசீகத்தில் இருந்து அறிமுகமான ரோஜாமலரிலிருந்து எடுக்கப்படும் பன்னீர் திருநீராட்டுப் பொருளாகப் பயன்படுகிறது. இவையெல்லாம் இம்மண் சாராப் பொருட்கள். ஆனால், ஏற்கனவே சைவக்கோவில்களில் இடம் பெற்றிருந்த இம்மண்ணின் பாரம்பரிய இனிப்பான கருப்புக்கட்டி விலக்கப்பட்ட பொருளாக முத்திரையிடப்பட்டுவிட்டது. இதற்கான காரணம் ஆய்வுக்குரிய ஒன்று. இந்த ஆய்வை கருப்புக்கட்டியின் மூலப்பொருளான பதநீரைத் தரும் பனை மரத்திலிருந்து தொடங்க வேண்டும்.

விளை நிலங்கள், குடியிருப்புகள் ஆகியவற்றில் மரங்களை வளர்க்கும் உரிமை வழங்கியதை பல்லவர், இடைக்காலத் தமிழகக் கல்வெட்டுகளும் செப்பேடுகளும் குறிப்பிட்டுள்ளன. இப் பதிவுகள் சிலவற்றில், வளர்க்கப்படும் மரங்களின் பெயர்களும் குறிப்பிடப்பட்டுள்ளன. இது தொடர்பாக, ‘பயன்மரம்’ என்ற தலைப்பின் கீழ் தென்னை மரமும் பனை மரமும் இடம்பெற்றிருந்ததை முதல் இயலில் பார்த்தோம்.

பிராமணர்களுக்குக் கொடையாக வழங்கப்பட்ட பிரமதேயக் கிராமங்களிலும் மரம் வளர்க்க அனுமதி வழங்கப்பட்டுள்ளது.

> . . . மாவும் பலாவுங் கமுகும் பனையுங்
> கொடியுமுள்ளிட்ட பல்லுருவில் பயன்மரம்
> இடவுந் நடவும் பெறுவதாகவும்

என்று கல்வெட்டுக்களிலும் செப்பேடுகளிலும் இடம்பெறும் தொடர்கள் வாயிலாக இதை அறிய முடிகிறது. மற்றொரு பக்கம் பிரமதேயக் கிராமங்களை மையமாகக் கொண்டு உருவான எழுத்துப் பதிவுகளில் பின்வரும் தொடர்கள் இடம்பெற்றுள்ளன:

> இவ்வூர் எல்லையிற் தெங்கும் பனையும் ஈழவர்
> ஏறப் பெறாதவராகவும் (தெ.இ.க.2 பகுதி 3, 4 க.எண் 52)

இவ்வூர் எல்லை உள்ளிட்ட தெங்கும் பனையும்இவர்கள்
மனமின்றி ஈழவர் ஏறப் பெறாதாராகவும் (தெ.இ.க 2: பகுதி III 96)

இட்ட தெங்கும் பனையும் ஈழவர்
ஏறப் பெறாதவராகவும் (தெ.இ.க பகுதி 3,4 க.எண் 124)

இவ்வூர் எல்லை வட்டத்துள்ள தெங்கும்
பனையும் ஈழவர் ஏறப்பெறாததாகவும் (மேலது: 205)

பயன்மரம் வரிசையில இடம்பெறும் தென்னை, பனை ஆகிய மரங்களை வளர்க்கும் உரிமையை வழங்கி விட்டு மேற்கூறிய தடைகளை விதித்தமை குறித்து ஆராய்வது அவசியம்.

தென்னையின் ஓலை, மட்டை தேங்காய், பனை மரத்தின் ஓலை, கருக்கு, அதன் தூர், நடுப்பகுதி கொண்டைப்பகுதி ஆகியவற்றின் பயன்பாடு தேவையாய் இருந்தது. இதன் பொருட்டு இவ்விரு மரங்களையும் வளர்க்கும் உரிமை வழங்கப்பட்டுள்ளது.

ஆனால், தென்னை, பனை மரங்களிலிருந்து கள் இறக்க அனுமதிக்கப் படவில்லை. சமணத்தின் தாக்கத்திற்கு ஆளான வைதீக சமயம் கள் உண்ணாமையை மேற்கொண்டிருந்தது. இதனால் கள் இறக்கும் பொருட்டு இவ்விரு மரங்களிலும் ஏறுவது தடைசெய்யப்பட்டது.

பனை மரம் ஏறக் கூடாது என்ற தடையின் தொடர்ச்சியாக அல்லது வளர்ச்சி நிலையாகக் கருப்புக்கட்டிக்கான தடை திருமடைப்பள்ளியில் உருவானது என்று கருதுதல் தகும். இதில் வேடிக்கை என்னவென்றால், பாடல்பெற்ற சைவத் தலங்கள் சிலவும், மங்களாசாசனம் பெற்ற வைணவத்தலமான திருக்குறுங்குடியும் தம் தலமரமாகப் பனையைக் கொண்டுள்ளன. இத்தலங்கள் சிலவற்றில் பனம் பழம் விழும் காலத்தில் படையல் பொருளாகப் பனம் பழம் அமைகிறது. எனவே, சைவக் கோவில்களில் எல்லாக் காலங்களிலும் தடைசெய்யப்பட்ட ஒன்றாகப் பனைதரும் கருப்புக்கட்டி இருந்திருக்கும் என்று கருத வாய்ப்பில்லை.

சிவன் அடியார்களுக்கு வழங்கிவந்த கருப்புக்கட்டியை நிறுத்தும்படி வேனாட்டு மன்னன் கி.பி.1494இல் இட்ட கட்டளையைக் கூறும் கல்வெட்டொன்று கன்னியாகுமரி மாவட்ட அரசு அருங்காட்சியகத்தில் உள்ளது. வேனாட்டு மன்னனின் வைதீக சமய ஆதரவுப் போக்கே இக்கட்டளைக்குக் காரணமாய் இருக்க வாய்ப்புள்ளது.

திருமடைப்பள்ளியில் தயாரிக்கப்படும் உணவு, நைவேத்தியம் (படையல்பொருள்) என்ற பெயரில் கருவறையில் படைக்கப்படுகிறது. சாதாரண உணவைவிட நைவேத்திய உணவு புனிதமானது என்ற கருத்து உருவாக்கப்பட்டுள்ளது.

சைவ, வைணவக் கோவில்களில் இன்று படையல் பொருளாகக் கடலைப் பருப்புச் சுண்டல் விளங்குகிறது. தென் ஐரோப்பிய நாடுகளிலிருந்து குதிரைகளின் உணவாகத் தமிழ்நாட்டில் இது அறிமுகமானதென்று தாவரவியல் அறிஞர் பேராசிரியர் த.வி. கிருஷ்ணமூர்த்தி (2007: 124–125) குறிப்பிடுகிறார். இது தொடர்பாக அவர் மேலும் கூறும் செய்தி வருமாறு: பண்டிகைகளிலும் சடங்குகளிலும் இதன் பயன்பாடு விக்னேசுவரா என்ற ஸ்மிருதி ஆசிரியரால் (ஏறத்தாழ கி.பி.1100) தடை செய்யப்பட்டது. இது ஒரு வெளிநாட்டுப் பொருள் என்பதாலேயே இதற்கு சாத்திர அனுமதி கிடைக்கவில்லை என்பது குறிப்பிடத்தக்கது (மேலது:124).

இச்செய்தியின் அடிப்படையில் பார்க்கும்போது, படையல் பொருளாக ஒன்றை அனுமதிப்பது தொடர்பாகச் சாத்திரங்கள் அவ்வப்போது விதி வகுத்துள்ளன என்பது புலனாகிறது. இத்தகைய விதிமுறையொன்றே திருமடைப்பள்ளியில் கருப்புக்கட்டியைப் பயன்படுத்துவதைத் தடுத்திருக்க வேண்டும்.

புனிதமான நைவேத்தியப் பொருளில் கருப்புக்கட்டி கலந்துவிடக் கூடாது என்ற எண்ணமே திருமடைப்பள்ளியில் அதன் பயன்பாட்டைத் தடுத்து நிறுத்தியுள்ளது. இதற்கான காரணம் கருப்புக்கட்டியின் மூலப்பொருளான பதநீரைப் போதைதரும் கள்ளுடன் தொடர்புபடுத்திப் பார்த்ததுதான்.

இந்த இடத்தில் பனை தொடர்பான ஒரு செய்தியையும், திருஞானசம்பந்தர் வரலாற்றில் இடம்பெறும் புராணச் செய்தியொன்றையும் இணைத்துப் பார்க்க வேண்டும்.

பனையில் ஆண் பனை, பெண் பனை என்ற இரு வகையுண்டு. இரண்டிலுமே கள் சுரக்கும். பெண் பனையில் மட்டுமே நுங்கு (நொங்கு) கிட்டும். பெண்பனையில் கிட்டும் கள்ளைவிட ஆண் பனைக் கள்ளே சுவையுடையது. மேலும், பெண் பனையில் கள் எடுத்தால் அதில் நுங்கு கிட்டாது. இதனால் பெண் பனையை நுங்கிற்காகவும், ஆண் பனையைக் கள்ளுக்காகவும் விட்டு விடுவதுண்டு. அதிக அளவில் கள் அல்லது பதநீர்

தேவைப்படும்போது, பெண் பனையிலும் கள் இறக்குவது பரவலான நிகழ்வு. இப்படிச் செய்தால் நுங்கு வெட்ட முடியாது.

இன்று செய்யாறு என்ற பெயரில் உள்ள ஊர் திருவண்ணாமலை மாவட்டத்தில் உள்ளது. திருவோத்தூர் என்ற பெயரும் இதற்குண்டு. இங்குள்ள சிவன் கோவிலின் தலமரம் பனை மரம்தான். இங்கு வாழ்ந்த சைவ அடியார்களின் வேண்டுகோளுக்கிணங்கி திருஞான சம்பந்தர் பதிகம்பாடி ஆண் பனையைப் பெண் பனையாக்கினாராம். பெரிய புராணத்திலும் இக்கோவிலின் தலபுராணத்திலும் இச்செய்தி குறிப்பிடப்பட்டுள்ளது. இச்செயலை மேற்கொள்ள திருஞான சம்பந்தர் பாடிய பதிகம் அவரது தேவாரத் திரட்டில் இடம் பெற்றுள்ளது.

கள் சுரக்கும் ஆண் பனையை நுங்கு காய்க்கும் பெண் பனையாக மாற்றியதான செய்யாறு தலபுராணச் செய்தி கள்ளின் மீதான சைவத்தின் அணுகுமுறையை அறியச்செய்கிறது.

சுண்ணாம்பின் துணையால் கள் பதநீராக மாறிவிடுகிறது. அதைக் காய்ச்சியே கருப்புக்கட்டி தயாரிக்கப்படுகிறது. கருப்புக்கட்டியின் மூலப்பொருளாகக் கள்ளைக் கருதியதன் வெளிப்பாடே கருப்புக் கட்டியைக் கோவிலிலிருந்து விலக்கி வைத்துள்ளது.

அத்துடன் தீட்டுடன் தொடர்புடைய ஒன்றாகக் கருப்புக்கட்டியைக் கருதி இருக்கவும் வாய்ப்புள்ளது. கருப்புக்கட்டி உருவாக்க பதநீரைக் காய்ச்சும்போது, ஒரு கட்டத்தில் அது பொங்கத் தொடங்கும். அதை அப்படியே விட்டுவிட்டால் பொங்கி வடிந்து வீணாவதுடன் அடுப்பையும் அணைத்துவிடும்.

இதைத் தவிர்க்கும் வழிமுறையாக அது பொங்கும்போது, சிறிது தேங்காய் எண்ணெயை ஊற்றுவர் அல்லது ஒன்றிரண்டு ஆமணக்கு முத்துக்களைப் போடுவர். தேங்காய் எண்ணெயும், ஆமணக்கு முத்து இளகி வெளிப்படும் விளக்கெண்ணெயும் கொதிநிலையிலுள்ள பதநீரின் பொங்குதலைக் கட்டுப்படுத்திவிடும்.

உண்மை இவ்வாறிருக்க பதநீர் காய்ச்சும் பெண்கள் வாயில் புகையிலையுடன் வெற்றிலை போட்டு ஒதுக்கி வைத்திருந்து பொங்கிவரும் பதநீரில் அச்சாற்றைத் துப்பி அதைக் கட்டுப்படுத்திவிடுவர் என்ற தவறான கருத்து கருப்புக்கட்டித் தொழிலை அறியாதவரிடம் உண்டு. வேதநாயக சாஸ்திரியாரின் வேத சாஸ்திரக் கும்மியில்கூட இக்கருத்து இடம்பெற்றுள்ளது.

தற்போது போலன்றி முன்னர் பனை மரங்கள் அடர்ந்த பகுதியில் பதநீர் இறக்கும் பருவத்தில் 'விடுதி' என்ற பெயரில் அமைக்கப்படும் குடிசைகளில்தான் பதநீர் காய்ச்சப்பட்டது. மணல் தரையைக் கொண்ட இக்குடிசைகளில் ஆமணக்கு முத்தைத் தட்டி நொறுக்க முடியாத நிலையில், வாயில் போட்டு மென்று, அதைத் துப்பிவிடுவர் என்ற கருத்தும் உண்டு. இவையெல்லாம் இத்தொழில்நுட்பம் அறியாதாரின் கூற்றாகும்.

எச்சில் என்பது தீட்டுக்குரிய ஒன்றாகக் கருதப்படுவதால் கருப்புக்கட்டி மீதான தடையை உருவாக்குவதில் இந்நம்பிக்கைகள் துணைபுரிந்திருக்கும் அல்லது இந்நம்பிக்கைகள் திட்டமிட்டே உருவாக்கப்பட்டவையாகவும் இருக்கலாம்.

இந்நம்பிக்கைகள் இன்றும் தொடர்வதன் விளைவாகத் தென் மாவட்டத்தில் பிராமணர்கள் கருப்புக்கட்டியைப் பயன்படுத்துவதில்லை. அதைப் பயன்படுத்தும் வேளாளர்கள் விரத நாட்களிலும், சமயம் சார்ந்த சடங்குகளிலும் பயன்படுத்துவதில்லை.

சைவ, வைணவக் கோவில்களிலும் மேட்டிமை சாதியினரிடமும் கருப்புக்கட்டிமீது நிலைபெற்றுள்ள விலக்கானது வெறும் சமயம் சார்ந்த ஒன்றல்ல. இம்மண்ணின் பாரம்பரிய நுகர்பொருள் ஒன்றின் மீதான பண்பாட்டுத் தாக்குதலாகும். கல்வெட்டு சான்றுகளின் அடிப்படையில் பார்க்கும்போது, திரு மடைப்பள்ளியில் இடம்பெற்றிருந்த கருப்புக்கட்டி பின்னர், திட்டமிட்டே புறக்கணிப்புக்காளானது என்பது புலனாகிறது. ஒரு நிறுவன நிலையைத் திருமடைப்பள்ளி பெற்றிருந்ததால் இதை எளிதாகச் செய்ய முடிந்தது.

ஆனால், அடித்தள மக்களின் சமய வாழ்விலும் சடங்குகளிலும் கருப்புக்கட்டியின் பங்களிப்பு தொடர்கிறது. நாகர்கோவில் கன்னியாகுமரி நெடுஞ்சாலையில் பொத்தையடி சாலைக் குளத்தில் மருத மரம் ஒன்றின் அடியில் ஓட்டக்காரசாமி என்ற நாட்டார் தெய்வம் உள்ளது. இத்தெய்வத்திற்குக் கருப்புக்கட்டியும் எள்ளுப் புண்ணாக்கும் படைத்து வழிபடுகின்றனர்.

கருப்புக்கட்டி, கருப்புக்கட்டிச் சேவு, கருப்புக்கட்டி மிட்டாய்ப் படையலை ஏற்கும் நாட்டார் தெய்வங்களும், தர்க்காவில் அடங்கியுள்ள இஸ்லாமிய அவுலியாக்களும் உண்டு. திருமணம் உறுதிசெய்யும் சடங்கில் தாம்பாளத்தில் கருப்புக்கட்டியை வைத்து மணமகன், மணமகள் வீட்டார் அவற்றை மாற்றிக்கொள்வதும் சில சமூகத்தினரிடம் இன்றும் உள்ளது.

ஆ. சிவசுப்பிரமணியன்

சைவமும் கள்ளும்

சைவம் செல்வாக்குப் பெற்றிருந்த பிற்காலச் சோழர் காலத்தில் சங்க காலக் கவிஞர்களால் சிறப்பித்துக் கூறப்பட்ட கள், இழிவுக்குரியதாக மாறியது. சங்ககால நடுகல் வழிபாட்டில் படையல் பொருளாக அரிசிக் கள் இடம்பெற்றிருந்தது.

> இல்லடு கள்ளின் சில்குடிச் சீறூர்ப்
> புடை நடு கல்லின் நாட்பலி யூட்டி (புறநா. 329:1–2)

> நடுகற் பீலி சூட்டித் துடிப்படுத்துத்
> தோப்பிக் கள்ளொடு துருசப்லி கொடுக்கும். (அகநா. 35:8–9)

என்ற தொடர்கள், இல்லில் தயாரிக்கப்பட்ட கள் படையல் பொருளாக படைக்கப்பட்டமைக்குச் சான்று பகர்கின்றன. அரிசிக் கள் என்றாலும் பனையிலிருந்து பெறும் கள் என்றாலும் அடிப்படையில் ஒன்றுதான். கள் மீது பண்டைத் தமிழர்கள் கொண்டிருந்த மதிப்புணர்வை இத்தொடர்கள் வெளிப்படுத்துகின்றன.

ஆனால், இழிவுக்காளான மக்கள் பருகும் பொருளாக, சேக்கிழார் கள்ளைக் குறிப்பிடுகிறார். திருத்தொண்டர் புராணத்தில் இடம்பெறும் திருநாளைப் போவார் நாயனார் புராணத்தில் ஆதனூரில் உள்ள புலைப்பாடியை, சேக்கிழார் வருணிக்கிறார். அவ்வருணனையில்

> ... புன் புலைச்சியார்கள்
> கள்ளுண்டு களிதூங்க

என்ற தொடர் *(1049)* இடம்பெறுகிறது. புலையர் பாடியில் வாழும் புலைப்பெண்களே புலைச்சியர் ஆவர். 'புலைச்சியர்' என்று குறிப்பிடாமல் 'புன்' என்ற அடைமொழியிட்டே அவர் குறிப்பிடுகிறார். 'புன்' என்ற சொல் இழிவு, அசுத்தம் என்ற பொருளைத் தருவதாகும். இத்தொடருக்கு உரை எழுதிய சுந்தரமூர்த்தி 'புன்மையான பழக்கமுடைய புலையர் பெண்டீர் என்ற உரை எழுதியுள்ளார். இழிவான புலைச்சியரால் அருந்தப்படும் பானமே கள் என்ற கருத்தை வலியுறுத்த முற்படுகிறார்.

சொக்கப்பனை கொளுத்தல்

கார்த்திகைத் திங்களில் வரும் கார்த்திகை ஓரை (நட்சத்திரம்) அன்று கார்த்திகைத் திருவிழாவானது வீடுகளில் விளக்கேற்றிக் கொண்டாடப்படும்.

இதே நாளில் தமிழகமெங்கும் உள்ள பல்வேறு சிவன் கோவில்களில் 'சொக்கப்பனை கொளுத்தல்' என்ற பெயரில் சடங்கு ஒன்று கோவிலுக்கு வெளியே வீதிகளில் பெரும்பாலும் முச்சந்தி நாற்சந்தியில் நிகழும்.

வெட்டிய பனை மரம் ஒன்றை இச்சடங்கின் பொருட்டு குழிதோண்டி நேராக நடுவர். இவ்வாறு நடப்பட்ட பனையின் உயரம் ஆறு அடிக்குக் குறையாமல் இருக்கும் சில ஊர்களில் 20 அல்லது 25 அடி உயரம்வரை இருக்கும். பின் இப்பனையைச் சுற்றிக் கம்புகளைநட்டு அதன் மீது பனை ஓலைகளை வட்ட வடிவில் கட்டி நுழைவாயிலுடன் கூடிய குடில் அமைப்பர். இதற்கு மேற்கூரை கிடையாது. நுழைவாயில் வழியாகப் பனை மரத்தை அடையலாம். கோவிலில் இருந்து சீவிலி எனப்படும் சிறு பல்லக்கில் உற்சவ மூர்த்தியுடன் இங்கு வரும் கோவில் அர்ச்சகர் உற்சவ மூர்த்தியைக் கீழே இறக்கி கற்பூர ஆராதனை காட்டுவார்.

நன்றி: திரு. நபார்ட் எஸ். கண்ணப்பன்

அடுத்து தீவட்டியுடன் குடிலின் உள்ளே நுழைந்து மூன்றுபுறமும் உள்ள ஓலைகளுக்கு நெருப்பு வைப்பர். நெருப்புப் பற்றி குடில் எரிந்துபோகும். உள்ளே இருக்கும் பனையின் உயரத்தை விட அதைச் சுற்றிக்கட்டப்பட்ட ஓலையின் உயரம் அதிகமாக இருப்பதால் வெட்டுண்ட பனையின் உச்சியில் உள்ள மென்மையான சிறு சிராய்ப் பகுதியும் தீப்பற்றி எறியும்.

பனை ஓலை விரைவில் எரிந்து முடிந்து போவதால் பனை மரம் முழுமையாக எரியாது கரிப்படிந்து மட்டுமே காட்சி தரும். உச்சிப் பகுதியில் சிறிது நேரம் நெருப்பு கனன்று கொண்டிருக்கும் குடிலின் ஓலைகளை வேய அமைக்கும் கம்புகளில் மூங்கில் இடம்பெறாது பார்த்துக்கொள்வது பழைய மரபு. ஏனெனில், நெருப்பில் எரியும்போது மூங்கில் வெடித்துச் சிதறும் தன்மையது. பெரும்பாலும் சவுக்கு, அகத்தி மரக்கம்புகளை பயன்படுத்துவர்.

சொக்கப்பனை கொளுத்தி எரிந்த ஓலையின் சாம்பலை, அதன் சூடு ஆறிய பின்னர் அள்ளிச்சென்று விளை நிலங்களில் தூவுவர். இப்படிச் செய்வதால் பயிர் செழித்து வளரும் என்பது நம்பிக்கை.

சிவன் கோவிலில் மட்டுமின்றி ஏனைய சைவக் கோவில்களிலும் இச்சடங்கு நிகழ்கிறது. சான்றாகத் தூத்துக்குடி, மட்டக்கடைப் பகுதியில் உள்ள பிள்ளையார் கோவிலிலும் சொக்கப்பனை கொளுத்துதல் நிகழ்கிறது (ப.முத்துக் கோமதி (68) 2015 தூத்துக்குடி).

நன்றி: ஓவியர் கதிர்வேல்

இச்சடங்கானது சிவனை மையமாகக் கொண்ட புராணக்கதை ஒன்றுடன் தொடர்புடையதாகும். இப்புராணக்கதை மூவர் தேவாரப் பாடல்களிலும், கல்லாடம் என்ற நூலிலும் இடம்பெற்றுள்ளது.

முப்புரம் எரித்த கதை

இக்கதையின்படி வித்தியுன், மாலிதாருனட்சன், கமலாட்சன் என்ற மூன்று அவுணர்கள்(அசுரர்கள்) பொன், வெள்ளி, இரும்பு என்பவற்றால்

ஆகிய மூன்று பறக்கும் கோட்டைகளை உரிமையாகக் கொண்டிருந்தனர். இவற்றின் துணையுடன் திரிந்த இவர்கள் திருமால், பிரமன், இந்திரன் உள்ளிட்ட தேவர்களுக்கு இன்னல் விளைவித்தனர்.

இவ்வாறு துன்பத்துக்கு ஆளானோர் முறையிட்டதால் சிவன் இம்மூன்று அவுணர்களின் முப்புரத்தை எரித்து அழித்தார். முப்புரம் என்பதன் வடமொழிவடிவமான திரிபுரம் என்ற சொல்லை அடைமொழியாகக் கொண்டு 'திரிபுரசம்ஹார மூர்த்தி' என்ற பெயரை சிவன் பெற்றார். இந்நிகழ்வு கார்த்திகைத் திங்களில் வரும் கார்த்திகை ஓரை அன்று நிகழ்ந்தது என்பது சைவர்களின் நம்பிக்கை.

எப்போதோ நிகழ்ந்த அல்லது நிகழ்ந்ததாக நம்பும் ஒரு நிகழ்வை மீண்டும் நிகழ்த்திக்காட்டும் வகையில் சில சடங்குகள் அமைவதுண்டு. இச்சடங்கை 'மீண்டும் நிகழ்த்திக்காட்டுதல்' (enactment) என்பர். புராணக்கதையுடன் தொடர்புடையதாக அமையும் சடங்காக இது அமைகிறது. பக்தர்கள் பார்வையாளர்களாக அமைவதாலும், குருக்கள் நெருப்பு வைப்பதாலும். அரங்கம் என்ற மூன்றும் இதில் காணப்படுகிறது.

சொக்கப்பனை கொளுத்தல் சடங்கும் இத்தகைய 'மீண்டும் நிகழ்த்திக்காட்டும் சடங்கு'தான். முன்னர் குறிப்பிட்ட மூன்று அவுணர்களின் மதில் வட்ட வடிவில் அமைந்திருந்தது என்பதை

வட்ட மா மதில் மூன்று உடைவல் அரண்
சுட்ட கொள்கையர் . . .

வட்ட மாமதில் மூன்று உடன் வல் அரண்
சுட்ட செய்கையர்.

என்று திருநாவுக்கரசர் முறையே திருவேட்களம், திருநாகேச்சுவரம் ஆகிய தலங்களில் பாடிய பதிகங்களில் குறிப்பிட்டுள்ளார்.

சொக்கப்பனை கொளுத்த அமைக்கும் பனை ஓலைக்குடில் வட்ட வடிவிலேயே அமைக்கப்படுவது குறிப்பிடத்தக்கது. குடிலின் உள்ளே நடப்படும் பனை, கோட்டையின் உயரம் திண்மை என்பனவற்றைக் குறிப்பதாகக் கொள்ளலாம்.

சீவிலியில் வரும் இறைவன் திரு உருவம் இதன்முன் நிறுத்தப்படுவது இறைவனே இச்செயலை முன் நின்று நடத்துவதான தோற்றத்தை வழங்குகிறது.

சைவசமயம் சார்ந்த இச்சடங்கை மழை தொடர்பான நாட்டார் நம்பிக்கைகளை உள்வாங்கிய சடங்கு என்று குறிப்பிட இடமுள்ளது.

சங்க இலக்கியங்களில் ஒன்றான 'நெடுநல்வாடை' நூலில் (வரி 8) 'கைக்கொள் கொள்ளியர் கவுள்புடையுக நடுங்க' என்ற தொடர் கூதிர்காலத்தில் ஆயர்கள் வருந்தி நிற்கும் நிலையைச் சுட்டுகிறது. குளிரால் நடுங்கிய நிலையில் அதைப் போக்கும் முகமாகக் கொள்ளிக் கட்டையைக் கையில் வைத்திருந்தனர் என்று உரையாசிரியர்கள் பொருள் கொள்கின்றனர். ஆனால், 'கைக் கொள் கொள்ளியர்' என்று தனியாகவும் பிரித்துப் பொருள்கொள்ளவும் இடமுள்ளது. இப்படிப் பிரித்து பார்க்கும்போது, ஒரு சடங்கு சார்ந்த நம்பிக்கையின் அடிப்படையில், எரியும் கொள்ளிக்கட்டையை, ஆயர்கள் கையில் வைத்திருந்தனர் என்று கருத இடமுள்ளது. இதை உறுதிப்படுத்தும் வகையில் நாட்டார் நம்பிக்கைகள் உள்ளன.

தமிழ்நாட்டில் புரட்டாசி அய்ப்பசி கார்த்திகை மூன்றும் மழைக்காலம் 'இம்மாதங்களில், அய்ப்பசி, கார்த்திகையை அடைமழைக்காலம்' என்பர். இவ்விருமாதங்களிலும் தேவைக்கேற்ப மழைபெய்துவிட்டால் அதை நிறுத்த சில சடங்குகள் மேற்கொள்ளப்படுகின்றன (சிவசுப்பிரமணியன். ஆ, *2010: 148–149*). அவற்றுள் ஒன்று எரியும் கொள்ளிக்கட்டை அல்லது துடைப்பத்தை ஆகாயத்தை நோக்கிக் காட்டுவதாகும்.

இவ்வழக்கம் உலகின் பல பகுதிகளிலும் காணப்படுவதை பிரேசர் (*1976:252 –253*) தம் நூலில் பதிவுசெய்துள்ளார். அவர் குறிப்பிடும் செய்திகளில் ஒன்று, இந்தியாவின் தெலுங்குப் பகுதியில், பெண் ஒருத்தி நிர்வாணமான நிலையில் எரியும் தீப்பந்தத்துடன் ஊரைச் சுற்றி வருவதாகும்.

நியூ இங்கிலாந்தில், நன்றாகச் சிவக்கும்வரை கற்களை நெருப்பில் இடுவார்கள். பின்னர், அவற்றை ஆகாயத்தில் எறிவார்கள். சூடான சாம்பலை ஆகாயத்தில் எறிவதும் உண்டு. சுடுகற்களாலும், சாம்பலாலும் எரிந்து போய்விடுவோம் என்றஞ்சி மழை பெய்யாது நின்றுவிடும் என்ற நம்பிக்கையே இச்செயல்களுக்குக் காரணமாகும் (மேலது).

மழைக்காலமான கார்த்திகை மாதத்தில்தான் சொக்கப்பனை கொளுத்தல் சடங்கு தமிழ்நாட்டில் நிகழுகிறது. மேற்கூறிய நம்பிக்கைகளுடன் இச்சடங்கை இணைத்துப் பார்க்க இடமுள்ளது. கார்த்திகை மாதத்தை அடைமழைக் காலம் என்றழைப்பர். ஒரு கட்டத்திற்குமேல் மழை தேவையில்லை என்ற நிலையில் நெருப்பைக் காட்டி அச்சுறுத்தி மழையை நிறுத்தும் சடங்கு உழுகுடிகளிடம் இருந்திருக்கும் வாய்ப்புள்ளது. இச்சடங்கின் தொன்மையை நெடுநல்வாடைச் செய்தி உணர்த்துகிறது.

இத்தகைய நாட்டார் சடங்கொன்றே வைதீக சமயப்பரவலின் தாக்கத்தால், முப்புரம் எரித்த புராணக்கதையுடன் இணைக்கப்பட்டு, மீண்டும் நிகழ்த்திக் காட்டும் சடங்காக, 'சொக்கப்பனை கொளுத்தல்' என்ற பெயரில் நிகழ்கிறது.

சூந்து சுத்துதல்

கார்த்திகை மாதத்தில் 'சூந்து சுத்துதல்' என்ற பெயரில் விளையாட்டொன்றைச் சிறுவர்கள் மேற்கொள்ளுவர். கரி, உப்பு என்ற இரண்டையும் கலந்து கனத்தத் துணியில் சுற்றி அதை Y வடிவிலான மரக்கட்டை அல்லது U வடிவில் வளைக்கப்பட்ட கம்பியின் நடுவில் வைத்துக்கட்டிவிடுவர். கம்பின் நடுப்பகுதி கயிறால் இணைக்கப்பட்டிருக்கும். துணியில் நெருப்பு வைத்து கரியைக் கனலும்படிச் செய்த பின்னர், கயிறின் ஒரு முனையைக் கையில்பிடித்துக் கொண்டு சுற்றுவர். சுற்றும் வேகத்தில் அதில் வீசும் காற்றினால் கரி கனன்று, பொறிப்பொறியாய் விழுந்து அழகாகக் காட்சிதரும். உப்பு வெடித்து ஓசையை உண்டாக்கும்.

கார்த்திகைச் சூந்து தயாரிக்க விறகு எரிப்பதால் கிட்டும் கரியைப் பொதுவாகப் பயன்படுத்துவர். ஆனால், இதில் ஆர்வம் காட்டுவோர் தாமே கரி தயாரிப்பர். மருத மர விதைகளை எரித்து கரி தயாரித்தால் அது எரியாமல் கனன்ற நிலையில் தொடர்ந்து இருப்பதுடன், நன்றாகப் பொரி தெறிக்கும்.

பனையில் தோன்றும் அலகுக்கருது (அரவல், அலவரை) உலர்ந்து போய் கீழே விழுந்து விடும். இதைச் சேகரித்து எரித்துக் கரியாக்கி, இக் கரியைச் சூந்து சுத்தப் பயன்படுத்துவர். இக்கரியில் பொறி நன்றாக வெளிப்படும். அலகுக் கருதை எரிபொருளாகவும் பயன்படுத்துவதுண்டு. அப்போது கிடைக்கும் கரியைச் சேகரித்தும் சூந்துசுத்தப் பயன்படுத்துவதுண்டு.

சொக்கப்பனை கொளுத்தல் என்பது கோவில் என்ற நிறுவனம் சார்ந்த மீண்டும் நிகழ்த்திப் பார்க்கும் சடங்கு என்றால் 'சூந்து சுத்துதல்' பொதுமக்களால் நிகழ்த்தப்படும் மீண்டும் நிகழ்த்திக் காட்டும் சடங்கு எனலாம். மற்றொரு பக்கம், மழையை நிறுத்தும் சடங்காகவும் கருத இடமுள்ளது.

10

பனையும் கிறித்தவமும்

நீதிமான் பனையைப் போல்
செழித்து... வளருவான். *(சங்கீதம் 92: 12-15)*

பனை மரத்திற்குப் புனிதத் தன்மை வழங்கி, சைவசமயம் அதைப் பேணியது போல் இல்லாவிட்டாலும், தமிழ்நாட்டின் தொடக்ககாலக் கிறித்தவம் பனையுடன் தன்னைத் தொடர்புபடுத்திக் கொண்டிருந்தது. இன்றும்கூட இத் தொடர்பின் எச்சங்கள் தமிழ்க் கிறித்தவத்தில் இடம்பெற்றுள்ளன. "பண்பாடு ஏற்றல்" *(acculturation)* என்று சமூகவியலாளர்கள் குறிப்பிடுவதற்கு எடுத்துக்காட்டாக பனையுடன் கிறித்தவம் கொண்டுள்ள தொடர்பு அமைந்துள்ளது.

தமிழகக் கிறித்தவத் திருச்சபைகள், கத்தோலிக்கமாக இருந்தாலும், சீர்திருத்தக் கிறித்தவமாக இருந்தாலும் இருவகையான வழிபாட்டு நெறிகளைக் கொண்டுள்ளன. முதலாவது, திருச்சபையின் இறையியல் கோட்பாடுகளை அப்படியே, பிறழாது கடைப்பிடிக்கும் வழிமுறை. இவ் வழிமுறையில் முக்கியமானதாக, கிறித்தவத் தேவாலயங்களில் நிகழும் வழிபாடுகள் அமைகின்றன. இவ்வழிபாட்டு முறையில் வழிபாட்டை நடத்திவைக்கும் குரு, தேவாலய ஊழியர்கள், பாடகர் குழு, வழிபட வருவோர் ஆகியோரின் பங்களிப்பு என்ன என்பது வரையறுக்கப்பட்டுள்ளது.

ஒரு நாட்டின் அரசியலமைப்புச் சட்டம் போல் எளிதில் மாற்ற முடியாத வகையில் எழுத்து வடிவிலான சட்டதிட்டங்கள் இவை தொடர்பாக உருவாக்கப்பட்டுள்ளன. இவ்விதி முறைகளே கிறித்தவத் தேவாலயங்களையும் அத்தேவாலயம் சார்ந்த திருச்சபை அதிகாரிகளையும், இறை மக்களையும் வழிநடத்திச் செல்கின்றன.

மற்றொரு பக்கம், கிறித்தவத்தின் அடிப்படைக் கோட்பாடுகளுக்கு முரண்படாத வகையில், சில நம்பிக்கைகளும் சடங்கு முறைகளும் நிலவுகின்றன. இது வட்டாரத்திற்கு வட்டாரம் மாறுபடும். இதையே "வெகுதிரள் மக்கள் கிறித்தவம் அல்லது வெகுசனக் கிறித்தவம்" (பாப்புலர் கிறிஸ்டியானிட்டி) என்பர்.

கிறித்தவப் பரவலின் தொடக்கத்தில் 'வெகுதிரள் மக்கள் கிறித்தவம்" தொடர்பான நம்பிக்கைளும் சடங்குகளும் தமிழகக் கிறித்தவ சபையால் ஏற்றுக்கொள்ளப்பட்டன. கிறித்தவம் நிலைபெற்றபின் இவற்றுள் சில கைவிடப்பட்டன. சில கூறுகள் இன்னும் நிலைத்துள்ளன. என்றாலும். இதற்கு எதிரான குரல்களும் திருச்சபைக்குள் உண்டு.

தமிழ்நாட்டின் நிறுவன சமயங்களான சைவம், வைணவம் ஆகியவற்றிலும், நாட்டார் தெய்வ வழிபாடுகளிலும் தேர் இழுத்தலும், சப்பரம் சுமத்தலும் இன்றுவரை தொடர்கின்றன. தமிழ்நாட்டில் கத்தோலிக்கம் பரவியபோது, இவற்றை உள்வாங்கிக் கொண்டது. தேரோட்டமும் சப்பர உலாக்களும் பல்வேறு கத்தோலிக்க ஆலயங்களில் இன்றும் நடைமுறையில் உள்ளன.

இதுபோல், பனையை மையமாகக் கொண்டு உருவான கிறித்தவ சமயச் சடங்குகள் சிலவும் நடைமுறையில் உள்ளன.

பனை குறித்த பதிவுகள்

தொடக்ககாலக் கிறித்தவ மறைப் பணியாளர்களாக ஐரோப்பியர்களே இருந்தனர். வெப்ப மண்டல மரமான பனை மரம் குறித்து எதுவும் அறியாத நிலையில் பனை மரத்தின் உயரமும் பயன்பாடும் இவர்களுக்கு வியப்பை அளித்துள்ளன. வேறுபாடான ஒரு மரமாகப் பனை மரத்தை நோக்கிய இவர்கள் இது குறித்த தம் அவதானிப்புகளை அதிகாரப்பூர்வமான மறைத்தள ஆவணங்களிலும் தம் நாட்குறிப்புகளிலும் தாம் எழுதிய கடிதங்கள், கட்டுரைகளிலும் பதிவு செய்துள்ளனர். அயற்பண்பாட்டுக்காரர் நம்

பண்பாட்டின் ஓர் அங்கமான பனை மரத்தை எவ்வாறு நோக்கியுள்ளனர் என்பதை இச்செய்திகளால் புரிந்துகொள்ள முடிகிறது. சான்றாக, சில பதிவுகளைக் காண்போம்.

தாசிஸ் (Thassis Ludovicus 1801-1888)

பிரான்சு நாட்டைச் சேர்ந்த 'தாசிஸ்' என்ற சேசு சபைத் துறவி, 1840இல் தமிழ்நாட்டின் மறைப் பணிக்காக வந்து 48 ஆண்டுகள் பணிபுரிந்து மறைந்தார். ஃபிரெஞ்சு மொழியில் இவர் எழுதிய கடிதம் ஒன்றில் பனை மரம் குறித்து விரிவான பதிவைச் செய்துள்ளார். அது வருமாறு (அன்பரசு.ம.2015:184–185):

> பனை மரம், தென்னை மரத்தைப் போலவே எல்லா விதங்களிலும் மக்களுக்கு உதவுகின்றது. இதனுடைய மரத்தை வெட்டி, தங்கள் வீடுகளைக் கட்டுவதற்கும், குறிப்பாகத் தங்கள் வீடுகளில் மேற்கூரை அமைக்க விட்டம், சட்டம் எனப் பயன்படுத்துகிறார்கள். இதனுடைய இலையைக் (ஓலை) கூரையாக வேய்கிறார்கள். ஒரு இலை (ஓலை) குடையாகவும் பயன்படுத்தப்படுகிறது. ஓலையைக் கொண்டு பாய் பின்னுகிறார்கள். கூடை முடைகிறார்கள், பனைநாரைக் கொண்டு கட்டில் பின்னுகிறார்கள். ஏழைகள் இந்த ஓலையைப் பயன்படுத்தி உணவு உண்ணக் கூடிய தட்டாகவும், குடிப்பதற்குரிய குவளையாகவும், கரண்டியாகவும் பயன்படுத்துகிறார்கள். பனை மரத்தில் பெண்வகைப் பனை மரத்திலிருந்து பந்து போன்ற பழம் காணப்படுகின்றது. அதில் ஒவ்வொரு பழத்திலும் இரண்டு அல்லது மூன்று கண்கள் போன்ற அமைப்புக் காணப்படுகிறது. இது 'நுங்கு' என்று அழைக்கப்படுகிறது. நுங்காக இருக்கும்போது சாப்பிட்டால் பாதாம் சுவை தருகின்றது. இதுவே முற்றினால் சாப்பிடும்போது கடுக்காய் போன்று சுவை தருகின்றது. அதையும் இவர்கள் சாப்பிடுகிறார்கள்
>
> இதிலுள்ள ஆண் வகை பனை மரங்கள் ஒரு வகையான நீரைச் சுரக்கின்றன. அதனுடைய பாளையைச் சீவி அதில் மட்கலையத்தைக் கட்டுகிறார்கள். அந்தக் கலையத்தின் உட்புறமாகச் சுண்ணாம்பைத் தடவி இருந்தால் அது மிகவும் சுவையான பானமாக இருக்கிறது. அதைப் 'பதநீர்' என்று அழைக்கிறார்கள். அவ்வாறு சுண்ணாம்பு தடவாத வெறும் பனையில் சேகரிக்கப்படும் பால், 'கள்' என அழைக்கப்படுகிறது. இந்தக் கள்ளின் சுவை நன்கு காய்ச்சி வடிகட்டப்பட்ட நம் நாட்டு

'பிராண்டி'யின் சுவையையும் போதையையும் கொடுக்கும் தன்மை கொண்டது. பதநீரைக் காய்ச்சி, கருப்புக்கட்டி செய்கிறார்கள். அது பந்து போன்று கறுமை நிறத்தில் காணப்படுகிறது. இதைத் தங்கள் உணவுக்கு இனிப்புச் சுவையூட்டப் பயன்படுத்துகிறார்கள். இதைக் கட்டிடத்தின் வலிமைக்காகச் சுண்ணாம்போடு கலந்தும் கட்டுகிறார்கள்.

கால்டுவெல்லின் பதிவு

இதுபோன்று, சீர்திருத்தக் கிறித்தவப் பிரிவின் மறைப் பணியாளர் கால்டுவெல்லும் பனை குறித்து விரிவாக எழுதியுள்ளார். அது வருமாறு:

நம்முடைய பெருவாரியான மறைத்தளங்கள் விதைக்கப்பட்டுள்ள மாவட்டங்களில் மக்கள் பனையைச் சார்ந்து வாழ்கின்றனர். வங்காளத்தில் அரிசியையும், இங்கிலாந்தில் கோதுமையையும் போல் இதுதான் இங்கு வாழ்வாதாரமாகும். ஓரளவு வளமான நிலங்களில், வட கிழக்கு பருவமழைக் காலங்களில் விழும் சிறிதளவு மழையைக் கொண்டு சிறு தானியங்கள் பயிரிடப்படுகின்றன. பாசனத்திற்கு நீருள்ள பகுதிகளில் பெரும்பாலும் வாழை பயிரிடப்படுகிறது. தென்கிழக்குப் பகுதியில் உள்ள பனை மாவட்டங்களின் சிறப்பம்சமான 'தேரி' அல்லது செம்மணல் திட்டுகளின் இறக்கங்களில், வாழைக்குப் போதுமான நீர் கிடைக்கும் இடங்களில், இவ்வாழைகளின் பளபளக்கும் வளமான பச்சை நிறம், வெறுமையான சிவப்பு நிறத் தேரிகளுக்கு மாற்றாகக் காட்சியளிக்கின்றது. இருப்பினும், இம்மாவட்டங்களின் முக்கியப் பயிர் பனைதான்.

பொதுவாக, இப்பகுதியைப் பார்ப்பவர்கள் இங்கு மனிதக் குடியிருப்புகள் இருக்கக் கூடுமென்று கருதமாட்டார்கள். ஆனால், கிழக்கில் வேறெங்கும் இல்லாத அளவு இங்கு செழித்து வளரும் இப்பனை, தன் இனிப்பான சாறினால், இப்பகுதியின் பெரும் மக்கள் தொகையின் வாழ்க்கைக்கு ஆதாரமாக வேண்டுமென்று கடவுள் தயவு காட்டினார். தென்கிழக்குப் பகுதியின் மணல் நிறைந்த பகுதிகளில் ஏராளமான மக்கள் வாழ்கின்றனர். இம்மக்களிடையேதான் கிறித்தவம் பெரும் வளர்ச்சி கண்டுள்ளதென்பது குறிப்பிடத்தக்கது. இதுவரை பல்வேறு காரணங்களுக்காகக் கிறித்தவமும் பனையும் இணைந்தே வளர்ந்துள்ளன. பனைகள் ஏராளமாகக்

ஆ. சிவசுப்பிரமணியன்

காணப்படும் இடங்களில் கிறித்தவ சபைகளும் பள்ளிகளும் ஏராளம்; பனையற்ற இடங்களில் கிறித்தவம் அதிக முன்னேற்றம் காணவில்லை.

திருநெல்வேலி மாவட்டத்தில் கிறித்தவராக மாற்றப்பட்ட மக்களில் பலர் பனைத் தொழில் செய்வதாலும், என்னுடைய பணியின் பெரும்பாலான நாட்கள் பனங்காடுகளில் கழிவதாலும், என்னுடைய வாசகர்களுக்கு இந்த மரத்தை இங்கு வர்ணிப்பதும் விளக்குவதும் அவசியம்.

பனையின மரங்களிலேயே அழகற்ற மரம் இப்பனைதான்; ஆனால், மிக அதிகப் பயன்பாடுள்ளதும் இப்பனைதான். கப்பலின் பாய்மரத்தைப் போல நேராக – ஆனால் வழவழப்பற்று – ஏறத்தாழ 60–90 அடி உயரம் வரை இது வளரும். மற்ற பனைகளைப் போன்றே இதற்கும் இலைகள் இல்லை. ஆனால் இதன் உச்சியில், பெரிய கொண்டையைப் போன்ற இலைக்கற்றை உண்டு. இவை தென்னை இலையைப் போல ஊசியாக இல்லாமல், விசிறி போல இருப்பதால் இதன் அறிவியல் பெயர் *Bolassus Flahelliformis* – விசிறி வடிவ *Borassus*. இவ்விலைகள் தென்னை இலையைப் போல நீண்டு நளினமானவை அல்ல. ஆனால், இறுக்கமானவை, இலைகளிலேயே மிக அதிகப் பயன்பாடு கொண்டவை பனை இலைகள்தான். இடைநிலை, கீழ்த்தட்டு மக்களின் வீட்டுக் கூரை பனையோலைகளைக் கொண்டு வேயப்படுகின்றது; எல்லா வகையான பாய், கூடை, பாத்திரங்கள் செய்ய இவை பயன்படுகின்றன. மடக்கிய இலை நீர் இறைக்கும் வாளியாகிறது.

இவற்றையெல்லாம்விடச் சிறப்பான பயன்பாடு இந்த இலைக்கு உண்டு தென்னிந்தியாவின் ஒவ்வொரு இந்து வீட்டிலும் இளம் பலையோலைத் துண்டுகள் எழுது பொருளாகப் பயன்படுகின்றன. அதாவது ஓலையில் எழுதுகிறார்கள். விசிறியின் ஒவ்வொரு மடிப்பிலும் இரண்டு பகுதிகள் உண்டு. ஒரு சராசரிக் கடிதம் எழுத ஒரு துண்டு இலை போதும். இத்துண்டுகளின் தொகுப்பு ஒரு புத்தகமாகிவிடும். எழுதுவதற்கேற்ப இவ்விலைகளை வழவழப்பாகவோ, நேராகவோ செய்ய வேண்டிய அவசியமில்லை; மரத்திலிருந்து பெறப்படும் நிலையிலேயே பயன்படுத்தலாம். ஒரு இலையிலிருந்து ஒரு நூறு துண்டுகள் கிடைக்கும். ஒரு சில பைசாக்களுக்கு வண்டி நிறைய இலைகள் கிடைக்கும். எனவே, இந்துக்களுக்கு உலகிலேயே மலிவான எழுதுபொருள் கிடைத்துவிடுகிறது.

பனை மரமே! பனை மரமே!

கூர்மையான இரும்பு எழுதுகோல் கொண்டு எழுதுபவர் இதன்மேல் வேகமாக எழுத்துக்களைப் பொறிக்கிறார். தோல் அல்லது தாள் போல இந்த ஓலைகள் நீண்ட காலம் நிலைக்கக் கூடியவை இல்லையென்றாலும், 200 ஆண்டு கால பழமையான ஆவணங்கள் எழுதப்பட்ட ஓலைகளைப் பார்த்திருக்கிறேன்.

பனைவகைகளிலேயே பலவகையாகப் பயன்படும் பனை இது ஒன்றுதான். இப்பனைக் கட்டைகளால் செய்யப்பட்ட உத்திரங்களும் தூண்களும் வலுவானவையாகக் கருதப்படுகின்றன. இவற்றையெல்லாம்விட, உணவாகப் பயன்படும் இப்பனையின் பாகங்களுக்குத்தான் முக்கியத்துவம் அதிகம். இதன் இளம்வேரும் (பனங்கிழங்கு) பழுத்த பழமும் மலிவாக இருந்தாலும், நல்ல உணவாகும்.

பழுக்காத இளம் காயைப் பலர் விரும்புவர். உலகிலேயே முழுமையான புத்துணர்வு தரும் விழுது இதனுள் இருக்கும்.

ஆனால், இவற்றையெல்லாம் தாண்டிய சிறப்பு இம்மரத்திலிருந்து கிடைக்கும் இனிப்பான சாறு. இப்பனையிலிருந்து கிடைக்கும் பொருட்களிலேயே அதிக மதிப்புள்ளது ‘பதநீர்’ என்றழைக்கப்படும், சாறு. புளிக்க வைக்கப்படாத, சமைக்கப்படாத பதநீர் மிகவும் சத்தானது. அது தாராளமாகக் கிடைக்கும் பருவங்களில் ஏழைகள் செழிப்பாகத் தோன்றுவர்; சிறுவர்களின் தோல் முகம் பார்க்கும் அளவிற்குப் பளபளப்பாகும். மரத்திலிருந்து கிடைத்த நிலையிலிலேயே பருகப்படும் பதநீர், சாணார், கீழ் நிலைச் சாதியினரின் காலை உணவாகும். பனை இலையால் இதற்காகச் செய்யப்படும் பட்டைகளில் பதநீர் குடிக்கப்படும். பருகத் தேவையான அளவைவிட அதிகமாகக் கிடைக்கும் பதநீர் காய்ச்சப்பட்டு கருமையான, வெல்லமாக மாற்றப்படுகிறது. இது இம்மக்களின் மதிய உணவாகிறது. உபரி வெல்லத்தை விற்று இரவு உணவிற்குத் தேவையான அரிசியும், இதர உணவு பொருட்களும் வாங்கப்படுகின்றன. இது ஏராளமாகத் தேவையிருப்பதால், கணிசமான அளவிற்கு இவ்வெல்லம் விற்பனை செய்யப்படுகிறது. வெள்ளைச் சர்க்கரையாக மாற்றப்பட்டு ஐரோப்பிய சந்தைக்கு அனுப்பப்படுகிறது. இம்முறையைச் சற்றே மாற்றி மிட்டாயாகவும் செய்யப்படுகிறது.

இப்பதநீர் புளிக்க வைக்கப்பட்டால், சிறிது நேரத்திலேயே மதியத்திற்குள்ளேயே புளித்து, ‘கள்’ என்றழைக்கப்படும் போதை தரும்

பானமாகிவிடும். இந்தியாவில் ரொட்டி மாவைப் புளிக்கவைக்கும் பொருளாக (ஈஸ்ட்டாக) இது தான் பயன்படுத்தப்படும். பெருநகரங்களைச் சுற்றி வாழும் கீழ்நிலைச் சாதியினரால் போதைக்காக இப்பானம் பயன்படுத்தப்படுகிறது. தென்பகுதியில் பனை மரம் வளர்க்கும் சாணார் இதை அருந்துவதில்லை. இதில் இவர்கள் பிற கீழ்நிலைச் சாதியினரிடமிருந்து வேறுபடுவதால், தங்களை உயர் சாதியினருடன் சேர்ந்தவராகக் கூறுவர். இப்பனங்காடுகளுக்குள் பல மைல் தூரம் நடந்தாலும் கள்ளுக்கென குறிக்கப்பட்ட ஒரு பனை மரத்தைக் கண்பது அரிது. நான் அடிக்கடி செல்லும் இடையன் குடி – சாயர்புரம் இடையேயுள்ள முப்பத்தி இரண்டு மைலுக்குள் 'உரிமம்' பெற்ற ஒரேயொரு கள் இறக்கும் மரத்தைத் தான் பார்த்திருக்கிறேன்.

சமைக்க வேண்டிய அவசியமில்லாத, இம்மரம் தரும் உணவு இம்மக்களிடையே சோம்பேறித் தனத்தை உருவாக்கியிருக்கக் கூடும். ஆனால் மாறாக, திருநெல்வேலியிலும் – கடவுளின் உலகின் எப்பகுதி யிலும் – ஒவ்வொரு இனமும் தன் நெற்றி வியர்வையின் பலனைக் கொண்டுதான் வாழ்கிறது. இந்தியாவின் பிற கடின உழைப்பாளிகளைப் போல் சாணாரும் நல்ல உழைப்பாளர், ஏனென்றால் அவர்களுடைய காலை உணவு சமைக்காமலேயே கிடைத்தாலும், அது மரத்தின் உச்சியில் உள்ளது. இந்த மெலிந்த உயரமான மரத்தில் ஏறுவது உலகிலுள்ள மிகக் கடினமான செயல்களிலொன்று.

இம்மரத்தின் பதநீர் 'மேபிள்' மரத்தில் கிடைப்பது போல வருவதில்லை; இதன் உச்சியிலிருக்கும் இலைகளுக்கிடையே பருவகாலத்தில் பல பூங்கொத்துக்கள் தோன்றும். இவற்றின் இளந்தண்டுகளைச் சீவினால் சொட்டு சொட்டாக விழும் பதநீர் ஒரு நாளுக்கு ஒரு கலையம் சேரும். தண்டுடன் ஒரு மண் கலையம் கட்டப்பட்டு இந்தப் பதநீர் சேகரிக்கப்படும் பனையேறும் சாணார், தினமும் காலையிலும் மாலையிலும் இப்பனைகளில் ஏறி கலையங்களில் சேர்ந்திருக்கும் பதநீரை இறக்குவர்; அப்போது பாளைகளையும் சீவிவிடுவர். பதநீரை அருகே இருக்கும் காய்ச்சுமிடத்திற்குக் கொண்டு செல்வர்; அங்கே பெண்கள் இப்பதநீரைக் காய்ச்சி வெல்லமாக்குவர்.

கர்நாடகாவின் வட பகுதியில் பனையேறுவோர் பனையேற உதவுமொரு கருவியைப் பயன்படுத்துகின்றனர். ஆனால், பனைத் தொழில்

பரவலாக நடைபெறும் திருநெல்வேலி, திருவாங்கூரில் பனையேறும் சாணார் எவ்விதச் செயற்கைத் துணையையும் பயன்படுத்துவதில்லை. மரத்தை இரண்டு கைகளாலும் தழுவிக்கொண்டு, உடல் பாரத்தைக் கால்முட்டிகளில் தாங்காமல், உள்ளங்காலில் தாங்குவர். உள்ளங்கால்களைக் கைகளைப் போல் உள்நோக்கி திருப்பி, இரண்டு கால்களையும் ஒரு வளையத்திற்குள் வைத்துக் கொள்வர். கைகளைப் போல் கால்களையும் கொண்டு மரத்தைத் தழுவி, தாவித்தாவி மரத்தில் ஏறுவர். இரண்டு கைகள் ஒரே நேரத்திலும், இரண்டு கால்களும் ஒரே நேரத்திலும், மேல் நோக்கி நகரும்போது, உடலும் மேலே நகரும். தரையில் நடக்கும் வேகத்தில் ஒரு சாணார் மரத்தில் ஏறுவார். இவ்வாறு ஒரு மரத்திற்கு இரண்டு அல்லது மூன்றுமுறை, ஒரு நாளுக்கு ஐம்பது மரங்களென்று, எட்டு மாதத்திற்குப் பனையேறுவர்.

அறுபது அடியை, சராசரி மரத்தின் உயரமாக எடுத்துக் கொண்டால், எவ்விதக் கருவியின் துணையுமின்றி, தன் கை, கால்களின் வலுவை மட்டுமே நம்பி தினமும் ஐம்பது மரங்களில் ஏறி இறங்குவதைக் கணக்கிட்டால், ஒரு நாளுக்கு ஏறத்தாழ 3,000 அடிகள் ஏறி இறங்குவதைப் புரிந்து கொள்ளலாம்! இந்த வெப்பப்பிரதேசத்தில் இதைவிடக் கடினமான வேலை இருக்க முடியாது.

பனை மரம் ஒரு கொடிக்கம்பம்போல் இருக்கும். ஆனால், வழவழப்பாக இருக்காது. காய்ந்து உதிர்ந்த மட்டைகளின் வடுக்களில் மேடு பள்ளங்கள் நிறைந்திருக்கும். இது ஏறுவதை எளிதாக்கும், ஆபத்தைக் குறைக்கும். விபத்துக்கள் அரிது, வேகமான காற்றாலோ மழை பெய்த ஈரத்தாலோ பனையேறி கீழே விழக்கூடும். எனக்கு தெரிந்த ஒருவர் பனை மரத்தின் உச்சியிலிருந்த பனையோலை மீது உட்கார்ந்திருந்த போது கடுங்காற்றால் கீழே தள்ளப்பட்டார். ஆனால், அந்தவோலையை அவர் பிடித்துக் கொண்டதால் பாராசூட் போல சிறு காயம் கூட இல்லாமல் அம்மட்டை அவரை எண்பது அடி கீழே கொண்டுவந்து சேர்த்தது. பனையைப் போல் சிரமமில்லாத, செலவில்லாத பயிர் வேறேதுவுமில்லை. அதன் கொட்டையை மணலில் புதைத்துவிட்டால் போதும் வேறு கவனமும், கவலையும் தேவையில்லை. அது தானாகவே முளைத்து, பெரிதாகி பலன் தரும். கொட்டையைப் புதைக்க வேண்டிய அவசியமும் பெரும்பாலும் தேவையில்லை. காக்கை பனம்பழத்தை

தின்றுவிட்டு கொட்டைகளை மட்டும் மணலில் விட்டுச் செல்லும்போது அவை முளைத்து மரமாகிவிடும். சில சமயங்களில் புதைக்கப்பட்ட கொட்டையிலிருந்து எந்தச் சலனமும் இருக்காது. ஆனால், கொட்டை செத்துப் போய்விட்டதாகிவிடாது. மணலுக்குள், கீழ் நோக்கி, நீரை நோக்கி அதன் வேர்கள் நகர்ந்து கொண்டிருக்கும். இவ்வாறு கவனிப்பாரின்றி விடப்படும் இந்த விந்தை மரம், இருபது ஆண்டுகள் கழித்து, தன் மீது எவ்வித அக்கறையும் காட்டாத உரிமையாளருக்குப் பலன் தரும். எனவே மிகச் சிறந்த ஈகைக்குப் பனையை எடுத்துக்காட்டாக இந்துக்கள் கூறுவர்.

மற்றொரு விந்தையும் உண்டு. இம்மரம் தன்னுடைய சுவையான சாற்றை மழை பெய்து எங்கும் நீர் நிறைந்திருக்கும் காலத்தில் தராது; மாறாக, வெயில் காலத்தில்தான் தரும். கோடைக்காலத்தில் சூரியன் உச்சத்திலிருக்கும் போதுதான் பதநீர் பானையில் நிறைந்திருக்கும். திருநெல்வேலியில் சூரியன் நேர் மேல் இருக்கும் ஏப்ரல் தொடங்கி ஆகஸ்ட் வரை பதநீர் காலம். வெப்பம் மிகக் கடுமையாக இடைவிடாது தகிக்கும் போதுதான், நிலத்தில் புற்கள்கூடக் கருகிவிட்ட போதுதான் தென் –மேற்கிலிருந்து வீசும் கடும் காற்று செம்மண்ணுடன் கலந்து வீசும் போதுதான், பூமி மழைக்காகத் தவிக்கும் போதுதான் மக்களின் தேவையை உணர்ந்தது போல தன்னுடைய சுவையான இதம்தரும் சாற்றை வழங்கும். மிகுதியாக இந்தச் சாறு எங்கிருந்து வருகிறதென்று அறிந்து கொள்ள இம்மணல் பகுதிகளைத் தோண்டிப் பார்த்த போது, இம்மரத்தின் வேர்கள் நாற்பது அடிக்கும் கீழே சென்று நீரைத் தேடுவதைக் கண்டேன். கடும் வறட்சிகள் எட்ட முடியாத ஆழத்திற்குள் பாய்ந்து அங்கிருக்கும் ரகசியச் சுனைகளிலும், நீரோடைகளிலுமிருந்து இவை நீரருந்துவதைக் கண்டேன். இதையும் தாண்டி, என்னால் பின் தொடர முடியாத ஆழத்திற்குள் இவை ஊடுருவதை பார்த்தேன்.

அப்பொழுதுதான் திருநெல்வேலியின் இறுக்கமில்லாத மணல் பகுதிகளில் இம்மரங்கள் ஏன் செழித்து வளர்கின்றன என்பதையும், கடும் கோடையில் எப்படி இம்மரங்கள் தடையில்லாமல் சுவை மிகுந்த பதநீரைத் தருகின்றன என்பதையும் அறிந்து கொண்டேன். உலகின் ஒவ்வொரு பகுதியின் தனித்தன்மைக்கேற்ப, ஏதாவதொரு வகையில் மனிதருக்குத் தேவையான வாழ்வாதாரத்தைக் கடவுளின் இரக்கம் எப்படித் தருகிறதென்பதற்கு இப்பனையொரு சிறந்த எடுத்துக்காட்டு.

திருநெல்வேலியில் கிறித்தவரானவரில் பெரும்பாலோர் பனை மர உரிமையாளர் அல்லது பனையேறுவோர். எனவே, பனையேறும் காலம் வந்தவுடன் இவர்களை ஆலயத்தில் கூட்டுவது எனக்கு வழக்கமாகிவிட்டது. அப்போது பலன் நிறைவாக இருக்க வேண்டுமென்றும், விபத்துக்கள் ஏற்படக் கூடாதென்றும் வேண்டும்போது, "நீதிமான் பனையைப் போல செழிப்பான்" என்ற சங்கீதத்தை கூறுவது பொருத்தமாகிவிடும். பனை மரம் வறண்ட பகுதிகளில் ஆழமாக வேரூன்றி வளருவதைப் போல, நீதிமானும் சாதகமற்ற சூழல்களில், அடக்குமுறைகளையும், துன்பங்களையும் மீறி, கிறிஸ்துவின் ஆவியில் வேரூன்றி பலன் தருவர் என்று என்னைச் சுற்றியிருக்கும் சாணாரிடம் கூறுவதுண்டு. எனவே, உலகின் பிற பகுதிகளைப் போல, கற்களிலும், மரங்களிலும் கடவுளின் வார்த்தை இருக்கிறது.

ஓலையும் கிறித்தவமும்

பனை மரத்துடன் கிறித்தவம் கொண்ட முக்கியமான தொடர்பு பனையின் ஓலை சார்ந்தது. சில அடிப்படைச் சமய உண்மைகளை எழுத்து வடிவில் புதிய கிறித்தவர்களிடம் கொண்டு செல்ல வேண்டிய கட்டாயம் அவர்களுக்கு இருந்தது. அத்துடன் கிறித்தவத்தின் புனித நூலான விவிலியத்தை அறிமுகப்படுத்த வேண்டிய கடமையும் இருந்தது. அவற்றின் பொருட்டு, தமிழ்மொழியைக் கற்றுத் தேர்ந்த ஐரோப்பிய குருக்கள் சிலர் நம் முன்னோர்களைப் போன்றே எழுத்தாணி கொண்டு ஓலைச் சுவடியில் எழுதக் கற்றுக்கொண்டார்கள்.

தத்துவ போதகர், வீரமாமுனிவர் போன்ற கத்தோலிக்கத் துறவியரும், தரங்கம்பாடியில் அச்சகம் நிறுவிய சீசன்பால்கும் ஓலைச்சுவடிகளில்தான், தம் சமய நூல்களை எழுதினர். வீரமாமுனிவர் தமது 'சதுரசராதி' என்ற அகராதியை ஓலைச்சுவடியில்தான் தொகுத்துள்ளார். தமிழ்நாட்டில் உள்ள வைத்திய சுவடிகளைச் சேகரித்தும், படியெடுத்தும் சீகன் பால்கு ஜெர்மனிக்கு அனுப்பியுள்ளார்.

விவிலியம் முழுமையான வடிவில் தமிழில் வெளிவருவதற்கு முன்னர், பகுதி பகுதியாக வெளிவந்துள்ளது. இவ்வகையில் "சல்லாபச் சுவடிகள்" என்ற பெயரில் பிரான்சு நாட்டின் தேசிய நூலகத்திலுள்ள தமிழ்ச் சுவடிகள் குறிப்பிடத்தக்கன. 'சல்லாபம்' என்ற வடமொழிச்சொல் உரையாடலைக்

குறிக்கும். உரையாடல் வடிவில் அமைந்த விவிலியப் பெயர்ப்புகளே சல்லாபச் சுவடிகளாகும் (முத்துராஜா, 1986).

சின்ன சவேரியார் என்றழைக்கப்படும் 'ஜேம்ஸ் தாமஸ் ரோஸி' என்ற இத்தாலிய நாட்டுச் சேசு சபைத் துறவி இன்றைய சிவகங்கை மாவட்டப் பகுதியில் 18ஆம் நூற்றாண்டில் தங்கியிருந்து சமயப் பரப்புதலில் ஈடுபட்டு வந்தார்.

தமிழக் கத்தோலிக்கர்களின் அன்றாடச் சமய வாழ்வில் பயன்படும் நோக்கில் ஞாயிறு தொடங்கி சனி வரையிலான ஏழு கிழமைகளின் பெயரில் தனித்தனியாக மறையுரையை ஓலைச் சுவடிகளில் எழுதினார்.

இவை 'புதுமைச் சுவடிகள்' எனப் பெயர் பெற்றன. ஏனெனில், இவற்றின் பெயரில் கிழமையை அடுத்து 'புதுமை' (அற்புதம்) என்ற சொல் இடப்பெற்றிருந்தது. இப்புதுமைச் சுவடிகளின் எண்ணிக்கை 364 ஆகும். 1859ஆம் ஆண்டு வரை இவை ஓலைச் சுவடி வடிவிலேயே மக்களிடம் புழக்கத்தில் இருந்துள்ளன. (சாமி முத்து, 2016:68–69).

தமிழ்க் கத்தோலிக்கர்கள் இப்புதுமைச் சுவடிகளைப் புனிதமாகக் கருதியுள்ளனர். இவற்றைப் பனை ஓலையில் படியெடுத்துத் தேவாலயங்களில் காணிக்கைப் பொருளாக வைத்துள்ளனர் (மேலது: 44, 47).

அத்துடன் நற்குறி காணவும் இச்சுவடிகளைப் பயன்படுத்தியுள்ளனர் (மேலது:68). எவ்வாறெனில், ஒரு செயலைச் செய்யும் முன்னர் புதுமைச் சுவடி ஒன்றை நூலால் அடையாளம் இட்டோ, விரலாலோ பிரித்துப் பார்ப்பதாகும். இவ்வாறு பிரித்துப் பார்க்கும்போது, தென்படும் ஓலைச் சுவடியில் இடம்பெற்றுள்ள செய்தியின் அடிப்படையில் இச்செயலை மேற்கொள்வதா, கைவிட்டுவிடுவதா? என்று முடிவுசெய்வர்.

புத்தக வடிவத்திலுள்ள விவிலியத்தில் நூல் வைத்துப் பார்க்கும் வழக்கம் இன்னும் கூடச் சில கிறித்தவர்களிடம் உள்ளது. இப்பழக்கமானது சுவடியில் நூல் வைத்துப் பார்த்ததன் தொடர்ச்சியாகும். இன்றும்கூடக் 'கயிறு சார்த்திப் பார்த்தல்' என்ற பெயரில் சைவ, வைணவ சமயத்தினர் அச்சு வடிவம் பெற்றுள்ள தம் சமயத்தின் சமய நூல்கள், பக்திப் பனுவல்கள் போன்றவற்றில் மட்டுமன்றிச் சமய இலக்கியங்களிலும் கூட இவ்வழக்கத்தை மேற்கொள்கின்றனர்.

இருபதாம் நூற்றாண்டில்கூட சில கத்தோலிக்கத் துறவியர் ஓலைகளில் எழுதி அதைப் பொதுமக்களிடம் வழங்கும் பழக்கத்தைக் கொண்டிருந்தனர். 'லூயி லெவே' (1884–1973) என்ற ஃபிரெஞ்சு நாட்டுச் சேசு சபைத் துறவி 1908இல் தமிழ்நாட்டிற்கு வந்து கிறித்தவப் பரப்பலில் ஈடுபட்டு 'சருகணி' என்ற ஊரில் மரணமடைந்தார். இவருடைய பணிகளைக் குறித்து எழுதும்போது,

> பூச்சிகளால் விவசாயம் பாதிக்கப்பட்டிருப்பின் தந்தையிடம் வந்து அவரால் மந்திரிக்கப்பட்ட ஓலைகளை வாங்கிச் சென்று, வயல்களில் குச்சிகளை நாட்டி அவற்றில் கட்டி வைப்பார்கள் 'தீமையிலிருந்து எங்களை விடுத்தருளும்' என்னும் ஜெபம் அந்த ஓலைகளில் இலத்தீன் மொழியில் எழுதப்பட்டிருக்கும்

என்று ஆயர் சூசை மாணிக்கம் (2016:17) குறிப்பிட்டுள்ளார். பணியாளர் லோவே 1908ஆம் ஆண்டில் தமிழ்நாட்டுக்கு வந்தபோது காகிதம் அறிமுகமாகியிருந்தது. இதைப் பயன்படுத்தி பத்திரிகைகளும், நூல்களும் வெளிவந்து கொண்டிருந்தன. இச்சூழலில் அவர் ஓலையைப் பயன்படுத்தியமைக்கு, வயல் வெளிகளில் குச்சிகளில் கட்டி வைக்கப்படும் ஓலையானது, வெயில், மழை, காற்று என்று மூன்றையும் தாக்குப் பிடிக்கும் என்பதே காரணமாகும்.

ஓலையைப் போன்று காகிதம் இம்மூன்றையும் தாக்குப் பிடிக்காது. மேலும், காகிதத்துடன் ஒப்பிடும்போது ஓலை விலையில்லாப் பொருளாகும்.

கத்தோலிக்கக் கிறித்தவக் குருக்கள் 18ஆம் நூற்றாண்டில் ஓலைச்சுவடிகளில் எழுதி அவற்றைப் பராமரித்து வந்துள்ளனர். கௌசானல் (1850–1934) என்ற சேசுசபைத் துறவி தமது 'திருநெல்வேலி வரலாறு' என்ற கையெழுத்துப்படியில் (பக்கம். 44) திருநெல்வேலி மாவட்டத்தில் உள்ள சேர்ந்தமரம் என்ற ஊரின் பழமையான கத்தோலிக்கத் தேவாலயத்தில் 18ஆம் நூற்றாண்டில் எழுதப்படட அய்நூறு ஓலைச்சுவடிகள் கிடைத்துள்ளதாகக் குறிப்பிட்டுள்ளார். இவ்வோலைச்சுவடிகளைப் பின்வரும் மூன்று பிரிவுகளாகப் பகுத்துள்ளார்:

1. சொக்கம்பட்டி சமிந்தார், உபதேசியார்கள், கோவில்பிள்ளை, மணியக்காரர் ஆகியோர் எழுதிய ஓலைகள், தேவாலயங்களை மேற்பார்வையிடுவது தொடர்பான செய்திகள் இவ் ஓலைகளில் இடம்பெற்றுள்ளன.
2. 1775இல் சேசுசபை கலைக்கப்பட்ட பின்பு அவர்களுக்கு மாற்றாக கொச்சி நகரில் இருந்து குருக்கள் வந்து பணியாற்றினர். இக்குருக்களுக்கு கொச்சியில் இருந்த தலைமை மறைப்பணியாளர் எழுதிய கடிதங்கள்

3. தாதம்பட்டி, பொன்னாபள்ளம், குருக்கள்பட்டி, தென்காசி, கயத்தாறு ஆகிய ஊர்களில் இருந்த கத்தோலிக்கத் தேவாலயங்களில் நிகழ்ந்த முக்கிய நிகழ்வுகளை விவரிக்கும் ஓலைகள்.

கௌசானல் குறிப்பிடும் இவ்வோலைச்சுவடிகள் தற்போது எங்குள்ளன என்பதைத் தெளிவாக அறிய முடியவில்லை. சேசுசபையினரின் செம்பகனூர் ஆவணக்காப்பகத்தில் இவை இல்லை. இச்சுவடிகள் கிடைப்பின் அக்காலச் சமூக நிலையை ஓரளவுக்காவது அறிந்துகொள்ள உதவும்.

குருத்தோலைத் திருநாள்

கிறித்தவர்களின் திருநாட்கள் 'நாள்மாறும் திருநாள்', 'நாள் மாறாத் திருநாள்' என இருவகைப்படும். நாள் மாறாத் திருநாள் என்பது நாளும் மாதமும் மாறாது ஆண்டுதோறும், ஒரே திங்களில் ஒரே நாளில் வரும். நாள்மாறும் திருநாள் என்பது ஆண்டுக்கு ஆண்டு நாளும் திங்களும் மாறி வருவதாகும்.

யேசு உயர்த்தெழுந்த திருநாள் ஈஸ்டர் என்ற பெயரில் நாள்மாறும் திருநாளாக ஞாயிற்றுக் கிழமையன்று கொண்டாடப்படும். புனிதஞாயிறு என்றும் ஈஸ்டர் திருநாளை அழைப்பர்.

குருத்தோலையுடன் தேவாலயத்தில்

ஈஸ்டர் திருநாள் கொண்டாடப்படும் ஞாயிற்றுக்கிழமைக்கு முந்தைய ஞாயிறு அன்றும் திருநாள் ஒன்று கொண்டாடப்படும். இதைக் குருத்தோலைத் திருநாள் *(Palm Sunday)* என்பர். சிலுவையில் அறைபடுவதற்கு முன் ஞாயிறு அன்று யேசு கோவேறு கழுதை மீது அமர்ந்து தன் சீடர்களுடன் ஆரவாரமாக யேருசலேம் நகருக்குள் நுழைந்ததை நினைவுபடுத்தி இத்திருநாள் கொண்டாடப்படுகிறது.

தமிழ்நாட்டின் கிராமப்புறங்களில் உள்ள தேவாலயங்களில் குருத்தோலைத் திருநாளன்று தென்னை அல்லது பனை ஓலைக் குருத்துக்களைக் கிராம மக்கள் கொண்டுவருவர். இவ்வாறு கொண்டுவரப்பட்ட ஓலைகளைக் குரு புனித நீர் தெளித்து ஆசிர்வதிப்பார்.

பின் இவ்வோலைகளைக் கையில் உயர்த்திப் பிடித்தவாறு ஊர்வலமாகச் சென்று மீண்டும் தேவலாயம் திரும்புவர் (வ. படம்). இதன் பின்னர் வழிபாடு நிகழும்.

குருத்தோலைத் திருவிழா கொண்டாடும் ஆர்வத்தில் இளம் ஓலையை வெட்டும்போது, குருத்தையும் சேர்த்து வெட்டிவிடுவதும் உண்டு. குருத்து வெட்டப்படும் பனைகளில் புதிதாக ஓலை தோன்றுவது இதனால் தடைபட்டுப் போய் பனை மரம் பட்டுப்போகும் (காய்ந்துபோகும்) ஆபத்தும் நிகழும். ஆர்.எஸ். ஜேக்கப் தமது 'பனையண்ணன்' *(2009:89)* நாவலில் இடம்பெறும் பாட்டி என்ற கதை மாந்தரின் கூற்றாக,

> நம்ம சபையைச் சேர்ந்த வாலிபப் பையங்க அஞ்சாறு பேர் காலையில வந்தாங்க. குருத்தையும் சேர்த்து இள்ஓலை முழுசையும் வெட்டிட்டுப் போறாங்க. இன்னிக்கு நம்ம கோயில்ல குருத்தோலைப் பண்டிகையாமே. நாடுமுழுவதும் நடக்கும் 'குருத்தோலை ஞாயிறு' என்ற சிறப்புநாட்களில் – முறைகேடாக வெட்டும் குருத்தோலைகளினால் பட்டுப்போகும் பனைகள் ஏராளம்.

என்று இச்செயலுக்கு வருந்துகிறார். இந்நாவலாசிரியர் கிறித்தவ நற்செய்தியறிவிக்கும் பணியை மேற்கொண்டு வரும் இலக்கியவாதி என்பதும் குறிப்பிடத்தக்கது.

ஊர்வலம் செல்லும்போது, பனை மரங்களை மிகுதியாகக் கொண்ட கிராமங்களில் ஆங்காங்கே விலையின்றி பதநீர் வழங்குவர். இவ்வாறு பதநீர்

வழங்குவதாக நேர்ச்சை செய்து கொள்வதும் உண்டு. காலை வெயிலில் நடந்து செல்வோருக்கு ஏற்படும் நீர்வேட்கையும் களைப்பும், இதனால் நீங்கும்.

இவ்வாறு வழங்கப்படும் பதநீர் இனிப்பாக இருக்கும் பொருட்டு, சுண்ணாம்பின் அளவு குறைவாக இருக்கும்படிப் பார்த்துக்கொள்வர். இதனால், விரைவில் பதநீர் புளித்துவிடும். இதைத் தவிர்க்க காலை நேரத்திலேயே, 'குருத்தோலைத் திருநாள்' ஊர்வலத்தைத் தொடங்கி முடித்துவிடுவர் (ஜான்சி எமீமா).

பதநீர் குடிப்பதற்குப் பனை ஓலைப் பட்டையைப் பயன்படுத்துவதுதான் முன்னர் இருந்துள்ளது. தற்போது, இது தவிர்க்கப்பட்டு, நெகிழியினால் (பிளாஸ்டிக்) செய்த சிறு குவளைகளைப் பயன்படுத்தும் வழக்கம் அறிமுகம் ஆகியுள்ளது. இச்செயலால் பனை ஓலையின் பயன்பாட்டைக் குறைத்துள்ளனர்.

புனித வெள்ளிக்கு முதல்நாளான வியாழன் பெரிய வியாழன் (Maundy Thursday) என்று கிறித்தவர்களால் குறிப்பிடப்படும். இந்நாளிலும் நேர்ச்சை செய்து கொண்டு பதநீர் வழங்குவதுண்டு. இதைத் 'தருமப்பதநீர்' என்பர்.

சைவ, வைணவக் கோவில்களின் விழாக்களை ஒட்டி பானகம், அல்லது நீர்மோர் வழங்கும் வழக்கம் இன்றும் உள்ளது. தம் முந்தைய சமய வாழ்வின் தாக்கமாகவே தமிழ்க் கிறித்தவர்கள் இதைப் பின்பற்றுகிறார்கள் என்று கூறலாம்.

ஊர்வலத்தில் எடுத்துச் சென்ற குருத்தோலையால், சிலுவை, சிறிய அழகுப் பொருட்களைச் செய்வர். இவற்றுள் ஓலையால் செய்த சிலுவையை வீட்டின் வாயில் கதவில் செருகிவைப்பர். கூரை வீடுகளில் கூரையில் செருகிவைக்கும் பழக்கமும் உண்டு.

பனை மரமே! பனை மரமே!

இவ்வாறு குருத்தோலைத் திருநாளன்று செய்த ஓலைச் சிலுவையை அடுத்த ஆண்டில் வரும் 'திருநீற்றுப்புதன்' (சாம்பல் புதன் விபூதித் திருநாள் என்றும் குறிப்பிடுவர்) அன்று எரித்துச் சாம்பலாக்கிவிடும் வழக்கம் கத்தோலிக்கர்களிடம் உண்டு. இச்சாம்பலை, பங்குக்குரு கத்தோலிக்கர்களின் நெற்றியில், "மண்ணால் உண்டாக்கப்பட்ட நீ மண்ணுக்கே திரும்பிச் செல்வாய்" என்று கூறியவாரே பூசுவார். மந்திரம் ஓதி புனிதப்படுத்தப்பட்ட சாம்பலை மையமாகக் கொண்டு நிகழ்வதால் 'ஓதின சாம்பல் திருநாள்' என்று 16 ஆம் நூற்றாண்டுத் தமிழ்நாட்டில் வாழ்ந்த அண்டிரிக் அடிகளார் என்ற போர்ச்சுக்கல் நாட்டுத் துறவி 'அடியார் வரலாறு' என்ற தம் நூலில் (1586) குறிப்பிட்டுள்ளார்.

சொக்கப்பனையை எரித்த சாம்பலை புனிதமானதாகக் கருதும் வழக்கத்திற்கு இணையானதாக இதைக் குறிப்பிடலாம்.

ஓலைப் பட்டையில் புனித வெள்ளிக் கஞ்சி (நன்றி: ஜான்சி எமீமா)

யேசு சிலுவையில் அறையுண்ட வெள்ளிக்கிழமை ஆண்டுதோறும் புனித வெள்ளி அல்லது பெரிய வெள்ளி என்ற பெயரில் நினைவு நாளாகக்

கொண்டாடப்படும். தென்மாவட்டங்களில் சீர்திருத்தக் கிறித்தவ சபையின் தேவாலயங்களில், வழிபட வருவோர் அனைவருக்கும் கஞ்சி காய்ச்சி வழங்குவர். பதநீர் குடிக்கப் பயன்படுத்தும் பனை ஓலைப் பட்டையே இக்கஞ்சியைக் குடிக்கப் பயன்படுத்தப்படும். தற்போது பல தேவலாயங்களில் பனை ஓலைப் பட்டையின் பயன்பாடு மறைந்து நெகிழிக் குவளைகள் புழக்கத்திற்கு வந்துள்ளன.

தவக்கால வண்டி

ஈஸ்டர் விழா்விற்கு முந்தைய நாற்பத் தொன்று நாட்களும் தவக்காலம் (*LEND PERIOD*) எனப்படும். தவக்காலம் தொடங்கும் முதல் நாளன்று தூத்துக்குடி மாவட்டம், காமநாயக்கன்பட்டிக் கத்தோலிக்கர்களில் பெரும்பாலோர் இறைச்சி உணவு சமைத்து, அதைச் சிறு பாத்திம் ஒன்றில் வைத்து ஊருக்கு வடபகுதியில் உள்ள காட்டாறுக்கு எடுத்துச் செல்வர். மழைக் காலங்களில் மட்டுமே இவ்வாற்றில் ஒன்றிரண்டு நாட்கள் தண்ணீர் ஓடும். ஏனைய நாட்களில் முற்றிலும் வறண்டு மணல்வெளியாக ஆறு காட்சி அளிக்கும்.

தவக்கால வண்டி
(பணி: சூசை அடிகள், காமநாயக்கன்பட்டி)

இப்பாத்திரத்தை எடுத்துச் செல்ல, பனை மட்டையால் சிறு வண்டி ஒன்றினை உருவாக்குவர். பனை மட்டையின் அடிப்பகுதியில் ஓடை போல் உள்ள பகுதி ஆகாயத்தைப் பார்க்கும்படியாகவும் மேடான பகுதி தரையில் படும்படியாகவும் அமைந்திருக்கும். பின்னர், குச்சிகளால் கூண்டு வண்டியைப் போல் மேற்பகுதியை அமைப்பர். புனிதர் அல்லது தேவமாதாவின் படத்தால் கூண்டு வண்டியின் மேற்பகுதியை

அலங்கரிப்பதும் உண்டு. இறைச்சி அடங்கிய பொட்டலம் அல்லது பாத்திரத்தை இவ்வண்டியில் வைத்து சிறுவர்களும் சிறுமியரும் காட்டாற்றுக்கு இழுத்துச் செல்வர். ஆற்றுப் பகுதியை அடைந்ததும் அதன் மணற்பரப்பில் ஆங்காங்கே அமர்ந்து தாம் கையில் கையில் கொண்டு வந்த உணவிற்கு பனைமட்டை வண்டியில் கொண்டு வந்த இறைச்சியைத் தொடு கறியாகப் பயன்படுத்தி உண்டு மகிழ்வர். இதற்கு மறுநாளில் இருந்து புனித சனிக்கிழமை வரை(ஈஸ்டர் பண்டிகைக்கு முதல் நாள்) இறைச்சி உணவை உண்பதில்லை

முகூர்த்தக்கால்

திருமண நிகழ்வுக்காக ‘முகூர்த்தக்கால்’ என்ற பெயரில் உறுதியான மரக்கம்பு ஒன்றைக் குழிபறித்து ஊன்றி வைக்கும் சடங்கு தமிழ்நாட்டின் பல்வேறு சமூகத்தினரிடம் உள்ளது. மணமகன், மணமகள் இருவரில் யார்வீட்டில் திருமணம் நிகழ்கிறதோ அங்கு இச்சடங்கு நிகழும்.

இதற்காக நடப்படும் கம்பு உறுதியானதாகவும் ஆறு அல்லது எட்டடி உயரம் கொண்டதாகவும் இருக்கும். இக்கம்பின் மீது காவி, வெள்ளை என அடுத்தடுத்து வண்ணம் தீட்டப்படும். அதன் உச்சியில் மாவிலையைக்கட்டி, மலர்மாலையால் அலங்கரிப்பர். உரிய நேரத்தில் குழிவெட்டி, அக்குழியில் பால் ஊற்றி இக்கம்பை ஊன்றிவைப்பர். இதன் பின்னரே திருமணப் பந்தல் வேலை தொடங்கும்.

இதன் அடிப்படையில் ‘பந்தல் கால் நடுதல்’ ‘கொட்டகைக்குக் கால் நடுதல்’ என்று இச்சடங்கு அழைக்கப்படுகிறது. திருமண மண்டபங்கள் அறிமுகமானாலும் இச்சடங்கு பெயரளவில் இன்றும் ஆங்காங்கே தொடர்கிறது.

நாசரேத் வட்டாரத்தின் கிறித்தவ நாடார்களிடம் இச்சடங்கு இருந்தமை குறித்து,

> திருமணத்திற்கு முந்தினநாள் பனங்கட்டை முகூர்த்தக் காலாக நடப்பட்டு அதில் சந்தனத்தில் குருவானரவரால் சிலுவையடையாளம் இடப்படுகிறது.

என்று சசீகரன் தங்கையா (2002:97) குறிப்பிட்டுள்ளார். வாழ்வாதாரமான பனையையும், மத அடையாளமான சிலுவையையும் இவ்வாறு இணைத்துள்ளார்கள்.

ஓய்வுநாளில் பதநீர் இறக்குதல்

ஞாயிற்றுக்கிழமையை ஓய்வுநாளாகக் கடைப்பிடிப்பது கிறித்தவ சமய மரபு. சீர்திருத்தக் கிறித்தவம் பரவிய 18, 19ஆம் நூற்றாண்டுகளில் இம்மரபை இறுக்கமாக நடைமுறைப்படுத்தியுள்ளனர். சீர்திருத்தக் கிறித்தவ சபையின் உபதேசியராக 19ஆம் நூற்றாண்டில் பணிபுரிந்தவர் மரியசவரிராயன். இவரது, 'உபதேசியார் நாட்குறிப்பில்' (22.01.1848) ஓய்வுநாளில் வேலை செய்த புதிய கிறித்தவர் ஒருவருக்குத் தண்டம் விதிக்கப்பட்ட செய்தியைப் பதிவுசெய்துள்ளார்.

இத்தகைய சூழலில் கிறித்தவ சமயம் தழுவிய தேரிக்காட்டுப் பகுதியின் பனை வினைஞர்கள் ஞாயிற்றுக் கிழமை அன்று பனைத் தொழிலை மேற்கொள்ள முடியாது. இதனால், சனிக்கிழமையன்று கட்டிய கலையத்தில் இருந்து திங்கள் கிழமையன்றுதான் கள் அல்லது பதநீரைச் சேகரிக்க முடியும்.

ஒருநாள் இடைவெளியில் கலையத்தில் உள்ள கள் அல்லது பதநீர் புளிப்படைந்துவிடும். புளிப்படைந்த கள்ளால் சிக்கல் ஏற்படாது. அதிக மதிப்பு கூட அதற்குக் கிட்டிவிடும். ஆனால் பதநீர் புளித்துப்போனால் விற்கமுடியாது. இதைத் தவிர்க்க சனி அன்று சற்று அதிகமாகச் சுண்ணாம்பைக் கலையத்தில் தீட்டுவதும் உண்டு. பதநீர் விற்பனையைத் தவிர்த்து, திங்களன்று அதைக் கருப்புக்கட்டித் தயாரிப்புக்கு சிலர் பயன்படுத்துவர். நன்றாகச் சுரக்கும் பனைகளில் கலையம் நிரம்பி வடிவதும் நிகழ்ந்துள்ளது.

அரிசிப்பெட்டி

திருநெல்வேலி மாவட்டத்தில், 18, 19ஆம் நூற்றாண்டுகளில் கிறித்துவத்தைத் தழுவியவர்கள், தம் ஊரவராலும், உறவினராலும் புறக்கணிக்கப்பட்டார்கள். இதனால், பாதிக்கப்பட்ட ஏழைக் குடும்பங்களுக்கு உதவும் நோக்கில் 'ஓய்வு நாள் அரிசிக் காணிக்கைத் திட்டம்' என்ற பெயரில் ஒரு திட்டம் நடைமுறைப்படுத்தப்பட்டது. முத்தையன் என்ற உபதேசியாரால் 1869இல் அறிமுகப்படுத்திய இத்திட்டம், பின்னர் ரேனியஸ் அய்யர் என்ற ஐரோப்பிய மதக்குருவால் விரிவான முறையில் நடைமுறைப்படுத்தப்பட்டது.

இதன்படி ஒவ்வொரு ஞாயிற்றுக் கிழமை அன்றும் கிறித்தவக் குடும்பங்களில் ஒரு கைப்பிடி அரிசியை எடுத்து வைத்துப் பின்னர் அதைத் தேவாலயத்திற்குக் காணிக்கையாக வழங்குவர். இது 'கோயில் அரிசி' எனப்பட்டது. 'கோயில் கூட்டி' என்ற பெயரில் ஊதியமின்றிப் பணிபுரியும் சிறுவர்கள் இதை வீடுவீடாகச் சென்று சேகரிப்பர். இதற்காக அரிசிப் பெட்டியைத் தலையில் சுமந்து செல்வர். தற்போது அரிசியை ஏலம் விட்டுவிடுகின்றனர். ஏலம் விடுவதால் கிடைக்கும் பணத்தை அறச்செயல்களுக்குப் பயன்படுத்துகின்றனர். அரிசியின் மதிப்பை விட அதிகத்தொகைக்கே ஏலத்தில் எடுக்கின்றனர். ஏலத்தில் எடுத்த அரிசி கால்நடைகள் கோழிகள் புறாக்கள் ஆகியவற்றின் உணவாகப் பயன்படுத்தப்படுகிறது.

அரிசிப் பெட்டியுடன் கோயில் கூட்டி

விவிலிய மொழிபெயர்ப்பில் பனை

விவிலியத்தின் தமிழ் மொழி பெயர்ப்பில், பனை, எழுத்தாணி ஆகியனவற்றின் தாக்கம் ஏற்பட்டுள்ளது. சான்றாக *"The righteous will flourish like a palm tree"* என்ற விவிலிய வசனம், 'நீதிமான் பனையைப் போல் செழித்து வளருவான்' (சங்கீதம்: *92:12–15*) என்றே மொழிபெயர்க்கப்பட்டுள்ளது. ஆங்கிலத்தில் குறிப்பிடப்படும் *Palm* மரம் ஈச்ச (பேரிச்சை) மரமாகும். விவிலியம் உருவான யூதப் பண்பாட்டில் பேரிச்சை புனிதமான மரமாகும்.

பேரிச்சை மரம் அறிமுகம் ஆகாத தமிழ்ச்சூழலில் அது பனையாக மொழிபெயர்க்கப்பட்டுள்ளது. *"My tongue is the pen of a skillfull writer"* என்ற விவிலியத் தொடர் 'என்நாவு விரைவாய் எழுதுகிறவனுடைய எழுத்தாணி' *(சங்கீதம். 45:1)* என்று மொழிபெயர்க்கப்பட்டுள்ளது.

ஓலை வாசித்தல்

இது போன்றே திருமணம் உறுதி செய்யப்பட்டதை ஒரு குறிப்பிட்ட தேவாலயத்தின் உறுப்பினர் அனைவருக்கும் ஞாயிறு வழிபாடு முடிந்ததும் அறிவிப்பதை 'ஓலை வாசித்தல்' என்றே குறிப்பிடுகின்றனர். மூன்று ஞாயிற்றுக்கிழமைகளில் இது வாசிக்கப்படும். 'முதல் ஓலை வாசிப்பு', 'இரண்டாவது ஓலை வாசிப்பு', 'மூன்றாவது ஓலை வாசிப்பு' என்றே இதைக் குறிப்பிடுகின்றனர்.

'பண்பாடு ஏற்றல்' என்று சமூகவியலாளர்கள் குறிப்பிடுவதற்கு எடுத்துக்காட்டாக இம்மூன்று சொல் ஆக்கங்கள் அமைந்துள்ளன.

செபக் கூட்டங்களில்

முன்னர் குறிப்பிட்ட குருத்தோலைத் திருநாள் தொடங்கி புனித ஞாயிறு (ஈஸ்டர் பண்டிகை) வரையிலான நாற்பத்தியொன்று நாட்கள் தவக்காலம் *(Lent Period)* எனப்படும். இக்காலத்தில் சீர்திருத்தக் கிறித்தவ சபையினர் கூட்டு செபம் மேற்கொள்வர்.

இதன்படி தேவாலயத்தின் போதகர் *(Reverend)* தலைமையில் ஒரு குழுவினர் இல்லங்களுக்குச் சென்று செபம் செய்வர். அப்போது அவ்வில்லத்தினர், அவர்கள் அனைவருக்கும் அவித்த பனங்கிழங்கும் கருப்புக்கட்டியும் வழங்கும் வழக்கம் முன்னர் பனைத் தொழில் மிகுந்த கிராமங்களில் இருந்துள்ளது. தற்போது இது பெரும்பாலும் மறைந்து விட்டது.

இனிப்பு, கார திண்பண்டங்களும் குளிர்பானங்களும் தேநீரும் இவற்றின் இடத்தைப் பிடித்துவிட்டன. திருநெல்வேலி மாவட்டம் களக்காடு அருகிலுள்ள மஞ்சுவிளை என்ற கிராமத்தில் இவ்வழக்கம் இன்றும் தொடர்கிறதாம் (ஜான்சி எமீமா. டோனாவூர்).

செய்தித் துணுக்குகள்

பனை மரத்திற்கும் கிறித்தவத்திற்கும் இடையிலான உறவு தொடர்பான வேறு சில செய்திகள் வருமாறு:

- இடையன்குடி, டோனாவூர்ப் பகுதியில் சீர்திருத்தக் கிறித்தவ சபையினர் பள்ளிகள் தொடங்கியபோது, பெண் குழந்தைகள் பள்ளிக்கு வருவதில் ஆர்வம் காட்டவில்லை. இவர்களை ஈர்க்கும் வழிமுறையாகக் கருப்புக்கட்டியும் பொரிகடலையும் கொடுத்து அழைத்துவருவது வழக்கமாக இருந்துள்ளது.

- நெல்பயிரிடும் பகுதிகளில் நெல் அறுவடை ஆனவுடன் புது நெல் அரிசியில் மாவிடித்து சலித்து, அதனுடன் தேங்காய்ப்பூவும் கருப்புக்கட்டியும் கலந்து உருண்டையாகப் பிசைந்து தேவாலயத்தில் கொடுக்கும் வழக்கம் கிறித்தவ விவசாயிகளிடம் இருந்துள்ளது.

- பதநீர் இறக்கும் பருவம் தொடங்கியவுடன் முதல் பதநீரைத் தேவாலயத்தில் வழங்கும் பழக்கம் உண்டு. குருத்து ஞாயிறன்று நிகழும் ஊர்வலத்தில் ஆங்காங்கே பதநீர் வழங்கும் பழக்கம் இருந்துள்ளது. பதநீர் சுவைக்காகச் சுண்ணாம்பு குறைவாகவே கலந்திருக்கும். நேரமானால் இது புளித்துவிடும் என்பதால் காலை நேரத்திலேயே ஊர்வலத்தைத் தொடங்கி முடித்துவிடுவர்.

- பனை மரத் தொழிலாளியைக் கிறித்தவத்தைத் தழுவச்செய்யும் பொருட்டு உபதேசியார்களும், ஐரோப்பியக்குருக்களும், சுதேசக்குருக்களும் பனங்காட்டிற்கே சென்றுவிடுவர். பனையின் உச்சியில் அவர் இருக்கும்போது அவர் இறங்கும் வரை காத்திருப்பர். சில நேரங்களில் இறங்கியவர் 'எனக்கு நேரமாச்சு, அடுத்த பனை ஏறப்போணும்' என்று கூறிப் போய்விடுவதும் உண்டு.

ஒன்றிணைந்த திருநெல்வேலி மாவட்டத்தில் செயல்பட்டு வந்த சீர்திருத்தக் கிறித்தவ சபையின் பணியாளர்கள், உறுப்பினர்கள் ஆகியோரிடம் பனையையும் பனைதரு பொருட்களையும் மையமாகக் கொண்டு சில நடைமுறைகள் இருந்துள்ளன. இவற்றுள் சில ஆங்காங்கே இன்றும் தொடரவும் செய்கின்றன. அவை வருமாறு:

தேவாலயங்களில் நிகழும் ஆராதனைப் பண்டிகைகளின் போது, 'காணிக்கைப் பணம்' என்ற பெயரில் கொடையாகப் பணம் வழங்குவது மரபு. இப்பணத்தைப் பெறும் ஆயரோ பேராயரோ அவற்றைப் பனைநார்ப் பெட்டியில் போடும் வழக்கம் சில தேவாலயங்களில் உள்ளது. பெட்டி நிறைந்துவிட்டால், மற்றொரு பெட்டியில் போடுவர். பொருள் வளமும் அதிக எண்ணிக்கையிலான கிறித்தவர்களையும் கொண்ட ஊர்களில் நான்கு அல்லது அய்ந்து பெட்டிகள் நிறையப் பணம் சேருவதுண்டு.

இதற்குப் பயன்படுத்தும் பனைநார்ப் பெட்டியைப் புதிதாக ஆண்டுதோறும் வாங்கும் வழக்கம் சில தேவாலயங்களில் உண்டு. இத்தேவாலயங்களில் காணிக்கைப் பணத்தை எண்ணி முடித்தவுடன் காலிப்பெட்டிகளை ஏலம் விடுவர். பெட்டியின் விலையைவிடப் பன்மடங்கு அதிகத் தொகைக்குப் பெட்டியை ஏலத்தில் எடுப்பர். வளமையின் குறியீடாகக் காணிக்கைப் பெட்டியைக் கருதுவது இதற்குக் காரணமாக இருக்கலாம்.

கருவுற்றிற்கும் பெண்ணை பேறுகாலத்திற்காகப் பிறந்த வீட்டிற்கு மாட்டுவண்டியில் அழைத்து வருவது பழைய மரபு. ஆள் நடமாட்டமில்லாத பகுதிகளில் கருவுற்ற பெண்கள் வண்டியில் வரும்போது அவர்களைப் பேய் பிடித்துக்கொள்ளும் என்பது பரவலான நம்பிக்கை. பேய்பிடிப்பதைத் தவிர்க்க வண்டியின் மேலும் முன்னும், பின்னும் வேப்பிலையை பேய்க்காப்பாகச் செருகிவைப்பது வழக்கம்.

புதிய கிறித்தவர்களுக்கும் பேய் குறித்த அச்சம் இருந்தது. ஆனால் வேப்பிலையைச் செருகி வைப்பது பழைய சமய நம்பிக்கை சார்ந்ததன் வெளிப்பாடாக அமையும் என்ற தயக்கமும் இருந்தது. இதற்கு மாற்று வழியாக, பனை ஓலையில் செய்யப்பட்ட சிலுவையை வண்டியில் செருகிப் பயணித்துள்ளார்கள் (ஜான்சி எமீமா).

பனை மரமே! பனை மரமே!

11

ஆங்கிலக் காலனியமும் பனையும்

18ஆம் நூற்றாண்டின் இறுதியில் திப்புவுடனான மைசூர்ப் போர்களையும், தமிழகத்தின் தென்பகுதியில் பாளையக்காரர்கள் ஒரு சிலருடன் நிகழ்த்திய போர்களையும், அடுத்து ஆங்கிலக் கிழக்கிந்தியக் கம்பெனி தமிழகத்தில் தன்னை வலுவாக நிலை நிறுத்திக் கொண்டது.

வருவாய் ஒன்றையே குறிக்கோளாகக் கொண்டிருந்த ஆ.கி. கம்பெனி, பனை மரத்தையும், தன் வருவாய் இனங்களுள் ஒன்றாக அடையாளம் கண்டு கொண்டது. இது தொடர்பான செய்திகள் அவர்களது நிர்வாகம் தொடர்பான ஆவணங்களில் மட்டுமின்றி, தனிமனிதர்கள சிலர் எழுதிய நூல்களிலும் பதிவாகியுள்ளன.

இவ்வகையில் கொங்குப்பகுதியில் பயணம் செய்துள்ள பிரான்சிஸ் புக்கனன் என்ற ஆங்கிலேயர் எழுதியுள்ள பயண நூல் குறிப்பிடத்தக்கதாகும்.

பிரான்சிஸ் புக்கனன்

இந்தியாவின் கவர்னர் ஜெனரல்களில் ஒருவரான வெல்லெஸ்லியின் ஆட்சிக் காலத்தில் ஆங்கிலக் கிழக்கிந்தியக் கம்பெனியில் மருத்துவராகப் பணியாற்றியவர் பிரான்சிஸ் புக்கனன் (1769–1829). பின்னாளில் ஹாமில்டன் என்றும் இவர் அழைக்கப்பட்டார்.

எடின்பர்க் பல்கலைக்கழகத்தில் மருத்துவக் கல்வி பயின்ற இவர். தாவரவியலிலும், விலங்கியலிலும்கூட ஆர்வம் கொண்டிருந்தார். இந்தியாவின் கவர்னர் ஜெனரலாய் இருந்த வெல்லெஸ்லியின் உத்தரவுப்படி இவர் கர்நாடகப் பகுதியிலும், கொங்குப் பகுதியிலும் ஒரு பெரிய பரிவாரத்துடன் அரசுப் பணிசார்ந்த சுற்றுப் பயணம் ஒன்றை மேற்கொண்டார். அப்பயணத்தில் பெற்ற அனுபவங்களை எல்லாம் ஒரு நூலாக ஆங்கிலத்தில் எழுதி 1807ஆம் ஆண்டில் இங்கிலாந்தில் வெளியிட்டார்.

அயற்பண்பாட்டுக்காரர் என்ற நிலையில் இப்பகுதியின் பொருளாதாரச் செயல்பாடுகளையும், மக்களின் நடவடிக்கைகளையும் கூர்ந்து அவதானித்து இந்நூலில் பதிவு செய்துள்ளார். இவ்வகையில் பனை மரம் குறித்த அவரது அவதானிப்புகளும் இந்நூலில் இடம்பெற்றுள்ளன.

ஆடி மாதத்தில் மூன்று உழவுகள் உழுதுவிட்டு மூன்றாவது உழவில், மூன்று கியுபிட்ஸ்[1] (cubits) இடைவெளியில் பனங்கொட்டைகள் ஊன்றப்படுவதாக அவர் குறிப்பிட்டுள்ளார். கொங்குப் பகுதியில் உள்ள கரிசல், செம்மண், மணற்பாங்கான நிலங்களில் பனை மரம் வளரும் என்று குறிப்பிடும் அவர் இம்மூன்றனுள் கரிசல் பனைக்கு ஏற்றது என்கிறார் (ப. 193).

வளமான நிலத்தில் ஊன்றப்பட்ட பனங்கொட்டைகள் 30 ஆண்டுகளிலும் வளம் குறைந்த பகுதிகளில் ஊன்றப்பட்டவை 50 ஆண்டுகளிலும் பயன் தரும் என்றும் குறிப்பிட்டுள்ளார். 1000 ஆண்டுக்காலம் பனை மரம் பயன் தரும் என்ற தவறான பதிவும் இடம்பெற்றுள்ளது.

11 ஜனவரி தொடங்கி 11 ஜூன் முடிய உள்ள காலம் பதநீர்ப் பருவம் என்று கூறும் இவர் பதநீர் இறக்குதல் குறித்தும் கருப்புக்கட்டி தயாரித்தல் குறித்தும் விரிவாக விளக்கியுள்ளார்.

கருப்புக்கட்டி காய்ச்சும்போது, பதநீர் பொங்குவதைத் தடுக்க ஆமணக்கு முத்தைப் போடும் வழக்கத்தைக் குறிப்பிடுகிறார். காட்டு சுண்டைக்காய் (solanum pubesecnus) செடியின் கிளையால் பதநீர்ப்பாகைக் கிண்டுவதாகக் குறிப்பிட்டுள்ளார். இதற்கான காரணத்தை அவர் விளக்கவில்லை என்றாலும் இது ஆய்வுக்குரிய ஒரு செய்தி என்பதில் ஐயமில்லை.

---

1. ஒரு கியுபிட்ஸ் ஒரு கைமுழம். ஏறத்தாழ 45 செ.மீ. அல்லது 52.5 செ.மீ. அங்குலம் கொண்டது ஒரு கைமுழம்.

தாவரவியலில் ஆர்வம் கொண்ட ஒரு ஆங்கில மருத்துவரைப் பனை மரமும் பனைத் தொழிலும் ஈர்த்துள்ளதை இப்பதிவுகள் வெளிப்படுத்துகின்றன. இக்காலத்தில் ஒரு லட்சம் பனங்கொட்டைகள் ஈரோடு பகுதியில் ஊன்றப்பட்டதாக அவர் பதிவுசெய்துள்ளமை குறிப்பிடத்தக்கது.

பாலமும் பனையும்

திருநெல்வேலியிலிருந்து மதுரை செல்லும் சாலையில், 'சித்திராநதி'க் கரையில் உள்ள ஊர் கங்கைகொண்டான். 19ஆம் நூற்றாண்டில் இக்கிராமம் ஓட்டப்பிடாரம் வட்டத்தில் அடங்கி இருந்தது. சித்திராநதியில் தம் சொந்தச் செலவில் பாலம் ஒன்றை எட்டயபுரம் சமீன்தார் கட்டியுள்ளார். இப்பாலம் கட்டியபின் அமைக்க இருந்த சாலை, கங்கைகொண்டான் அக்கிரகாரம் வழியாகச் செல்ல வேண்டியிருந்தது.

தம் அக்கிரகாரம் வழியாகச் சாலை அமைப்பதை அக்கிரகாரவாசிகள் விரும்பவில்லை. இதனால், புதிதாக வேறுவழியில் சாலை அமைக்க வேண்டினர். இதற்காக வேறு நிலத்தை அக்கிரகாரவாசிகள் சமீன்தாருக்கு வழங்கினர்.

இவ்வாறு வழங்கப்பட்ட நிலத்தில் பதினேழாயிரம் வரையிலான பனங்கொட்டைகள் ஊன்றப்பட்டிருந்தன. பாலத்தின் பராமரிப்புக்காக எதிர்காலத்தில் இப்பனை மரங்களின் வருவாயைப் பயன்படுத்திக்கொள்ள இசைவு தெரிவித்து அவர்கள் எழுதிக் கொடுத்தனர் (இளசை மணியன் 2008: 116–117).

இந்த ஒப்பந்தத்தை அப்போதைய திருநெல்வேலி மாவட்ட ஆட்சியர் இ.பி. தாம்சன் ஏற்றுக்கொண்டு ஓட்டப்பிடாரம் வட்டாட்சியருக்கு ஆணை அனுப்பி உள்ளார் (பின் இணைப்பு: 5)

பனை மரங்களிலிருந்து பெறும் ஆதாயத்தை முக்கியத்துவம், உடையதாக ஆங்கிலக் கிழக்கிந்தியக் கம்பெனி கருதியமைக்கு இச்செய்தி சான்றாக உள்ளது.

பனைவரி

கிழக்கிந்தியக் கம்பெனியை அடுத்து ஆட்சிப் பொறுப்பை ஏற்றுக்கொண்ட ஆங்கில அரசு முறையாகத் திட்டமிட்டு பனை மரம் மீதான வரியை விதிக்கத் தொடங்கியது.

1886ஆம் ஆண்டில் 'ஆப்காரிச் சட்டம்' என்ற பெயரில் அது அறிமுகப்படுத்திய சட்டத்தின்படி பனை மரங்கள் வரிவிதிப்பிற்கு ஆளாயின. ஆனால், பதநீர் இறக்கும் மரங்களுக்கு வரிவிலக்கு அளிக்கப்பட்டது. கருப்புக்கட்டியும் வரிவிதிப்பிற்கு ஆளாகவில்லை.

பணம் செலுத்தி உரிமம் பெற்றவர்கள் மட்டிலுமே கள் இறக்க அனுமதி பெற்றார்கள். கள் விற்கும் கள்ளுக்கடை நடத்தும் உரிமை ஏலத்தில் விடப்பட்டது.

பதநீர், கருப்புக்கட்டி விற்பனையைவிடக் கள் விற்பனை அதிக ஆதாயம் தந்தமையால் கள் இறக்க உரிமம் வழங்கப்பட்ட பனைகளின் எண்ணிக்கை அதிகரிக்கத் தொடங்கியது. அரசுக்கு உரிமையான, புறம்போக்கு நிலங்கள், நீர்நிலைகளின் கரைகள் என்பனவற்றில் வளர்ந்துள்ள பனைகளின் எண்ணிக்கை கணக்கிடப்பட்டுக் கிராமக் கணக்கேடுகளில் பதிவுசெய்யப்பட்டன. ஆப்காரிச் சட்டத்தின்படி ஆண்டுதோறும் கிட்டும் வருவாயைக் கணக்கிடும்போது, கள், சாராயம், இறக்குமதி செய்யப்பட்ட மதுவகைகள் என்பனவற்றின் வாயிலாகக் கிட்டிய வருவாய் தனித்தனியாகக் கணக்கிடப்பட்டு அரசின் வருவாய் ஆவணங்களில் பதிவுசெய்யப்பட்டது.

பதநீர்ச் சீனி

இயந்திரத் தொழிலில் வளர்ச்சி பெற்ற நாட்டிலிருந்து வந்த ஆங்கிலேயர்கள், நம்நாட்டு மூலப்பொருட்களைப் பயன்படுத்தி, ஆலைப் பொருட்களை உற்பத்தி செய்ய முயன்றனர். அம்முயற்சியில் அவர்கள் உருவாக்கிய ஆலைகளில் ஒன்று குலசேகரன்பட்டினம் சர்க்கரை ஆலையாகும்.

'இ.ஐ.டி. பாரி கம்பெனி' என்ற ஆங்கில நிறுவனம் நெல்லிக்குப்பத்தில் இருபதாம் நூற்றாண்டின் தொடக்கத்தில் சர்க்கரை ஆலையை நடத்திவந்தது.

பனை மரமே! பனை மரமே!

குலசேகரன்பட்டினத்தில் அவர்கள் நிறுவிய ஆலையில் இருந்து மூலப்பொருளாகக் கருப்புக்கட்டிப் பாகு அனுப்பப்பட்டு வந்தது. போக்குவரத்துச் செலவைக் குறைக்கும் நோக்கில் குலசேகரன்பட்டினத்திலேயே பதநீரை மூலப்பொருளாகக் கொண்டு, சீனி உற்பத்தி செய்ய இந்நிறுவனம் முடிவெடுத்தது (ராமசாமி, முத்தையா, 1988:110–111).

குலசேகரன்பட்டினம்

இன்றையத் தூத்துக்குடி மாவட்டத்தில் திருச்செந்தூர் – கன்னியாகுமரி சாலையில் உள்ள சிறிய, கடற்கரை நகரம் குலசேகரன்பட்டினம். குலசேகரபாண்டியன் என்ற பாண்டிய மன்னனின் பெயரைக் கொண்ட இவ்வூர், பாண்டியர் காலத் துறைமுகப் பட்டினங்களுள் ஒன்றாகத் திகழ்ந்துள்ளது. இந்த ஊரைச் சுற்றியுள்ள பகுதிகள் பனை மரக் காடுகளாக இருந்தன. உடை மரங்களும் ஏராளமாக வளர்ந்திருந்தன. ஆலைக்குத் தேவையான மூலப்பெருளாக அமையும் பதநீருக்குப் பஞ்சமில்லை.

இன்று தூத்துக்குடியில் மட்டும் இயங்கும் ‘தோணி’ என்ற பெரிய மரக்கலங்கள் அப்போது குலசேகரன்பட்டினத்திலும் இயங்கின. இதனால் எரிபொருளான நிலக்கரியைக் கொண்டுவர இயலுமாய் இருந்தது. உடை மரங்களையும், எரிபொருளாகப் பயன்படுத்தும் வாய்ப்பிருந்தது.

இச்சூழல்களைக் கணக்கில் எடுத்துக்கொண்டு ஏற்கெனவே இங்கு பதநீரைக் காய்ச்சிப் பாகாக்கி நெல்லிக்குப்பம் ஆலைக்கு 1848இலிருந்து அனுப்பிக்கொண்டிருந்த ஆலையைச் சர்க்கரை உற்பத்தி செய்யும் ஆலையாக மாற்றினர். எரிபொருளுக்காகச் சவுக்கு பயிரிட்டனர் (இராமசாமி & முத்தையா, 1988:111)

திருவெண்ணெய் நல்லூரில் அவர்கள் நடத்திவந்த ஆலையை 1904இல் மூடியதால் அதன் கொதிகலன்களைக் கடல் வழியாகக் குலசேகரன்பட்டினம் கொண்டுவந்தனர் (மேலது., 111). ஆங்கில அரசு நடைமுறைப்படுத்திய குற்றப்பரம்பரைச் சட்டம் என்ற கொடிய சட்டத்திற்கு ஆளாகியிருந்த குறவர் சமூகத்தினர் இதன் தொழிலாளர்களாக்கப்பட்டனர் (மீனா ராதாகிருஷ்ணன், 2001:15). சீனி ஆலைக்குத் தேவையான பதநீரைச் சேகரிக்க அவர்கள் பின்பற்றிய வழிமுறை பின்வருமாறு இருந்தது:

ஆலையில் கிணறு போன்ற பெரிய அளவிலான சிமெண்ட் தொட்டிகள் கட்டப்பட்டன. சுற்றுவட்டாரங்களில் இருந்து இத்தொட்டிகளைச் சென்றடையும் வகையில் குழாய்கள் பதிக்கப்பட்டன. குறிப்பிட்ட இடங்களில் சிறு தொட்டிகளுடன் இக்குழாய்கள் ஆங்காங்கே இணைக்கப்பட்டன.

ஆலையின் ஊழியர்கள் பதநீரைச் சேகரித்து, பதநீரின் அளவைப் பதிவுசெய்துகொண்டு இத்தொட்டிகளில் ஊற்றுவர். ஊற்றப்பட்ட பதநீர் குழாய்கள் வழியாகத் தொட்டியை வந்தடையும். இப்பதநீர் புளித்துப்போனதால் சீனி தயாரிப்பு தோல்வியில் முடிந்தது.

எனவே, பதநீரைக் காய்ச்சிப் பாகாக்கி மூலப்பொருளாக நெல்லிக்குப்பம் ஆலைக்கு அனுப்பலாயினர். 1926இல் இதுவும் நின்றுபோனது.

குலசேகரப்பட்டினம் லைட் ரயில்வே

இம்முயற்சியில் போக்குவரத்துச் சிரமங்களை அவர்கள் எதிர்கொள்ள வேண்டி இருந்தது. இதனால், தமக்கென ரயில் பாதையை 1915இல் உருவாக்கிக்கொண்டனர். இந்த ரயில் பாதை டிராம் தண்டவாளத்தைவிடப் பெரியதாகவும், வழக்கமான ரயில் தண்டவாளத்தைவிடச் சிறியதாகவும் இருந்தது. இதனால், இது 'குலசேகரப்பட்டினம் லைட் ரயில்வே' என்றழைக்கப்பட்டது. ஆங்கிலத்தில் சுருக்கமாக K.L.R. என்றழைத்தனர்.

சர்க்கரை ஆலை, துறைமுகம், மத்திய நிலையம் என்ற பெயர்களில் மூன்று இரயில் நிலையங்கள் குலசேகரன்பட்டினத்தில் இருந்தன. குலசேகரன்பட்டினம் மத்திய நிலையம் ரயில் சந்திப்பாக விளங்கியது. இங்கிருந்து திருச்செந்தூருக்கும் திசையன்விளைக்கும் உடன்குடிக்கும் ரயில்பாதை பிரிந்தது. குலசேகரன்பட்டினத்திலிருந்து பதநீர்ப் பாகைக் கொண்டு செல்லவும் ஆலைக்கான எரிபொருளான உடைமர விறகை ஏற்றி வரவும் இந்த ரயில் பயன்படுத்தப்பட்டாலும், கட்டணம் வாங்கி, பொதுமக்களையும் ஏற்றிச் சென்றது. போக்குவரத்து இல்லாத, பனை மரங்களும், உடைமரங்களும் மிகுந்த பகுதிக்கு இது சிறப்பான பங்களிப்பாக அமைந்தது.

இந்த ரயில் நிற்கும் ரயில் நிலையங்களின் பெயர், ரயில் புறப்படும் நேரம், கட்டண விவரம் அடங்கிய அட்டவணை ஒன்றும் இருந்துள்ளது. 'தமிழ் விக்கிபீடியா' அதைத் தேடிப்பிடித்து வெளியிட்டுள்ளது. அது வருமாறு:

KULASEKHARAPATNAM LIGHT RAILWAY Tissianvilai—Tiruchendur.

Fares Rs. A. P.	STATIONS.		1 Train. H. M.	2 Train. H. M.
	Tissianvilai ..	d	6 0	13 30
0 1 6	Edachivilai ..	d	6 16	13 42
0 3 0	Thattamadam	d	6 41	14 5
--	Sokankudieruppu	d	6 54	14 15
0 5 0	Padugapathu	d	7 9	14 28
--	Pichivilai ..	d	7 22	14 37
0 7 6	Central Station	a	7 44	14 52
		d	7 51	15 3
0 8 6	K. P. M. Port	a	8 1	15 13
		d	8 5	15 18
0 9 0	K.P.M. Factory	a	8 15	15 28
		d	8 20	15 33
0 11 6	Alanthalai	d	8 45	15 58
0 13 0	Tiruchendur	a	9 2	16 15

Fares. Rs. A. P.	STATIONS.		1 Train. H. M.	2 Train. H. M.	3 Train. H. M.
	Tiruchendur S. I. R. 275	d	9 25	13 25	20 15
0 1 6	Alanthalai ..	d	9 43	13 45	20 33
0 4 0	K.P.M. Factory	a	10 5	14 10	20 55
		d	10 10	14 15	21 0
0 4 6	K. P. M. Port	a	10 20	14 25	21 10
		d	10 25	14 30	21 13
0 5 6	Central Station	a	10 35	14 40	21 23
		d	10 38	15 2	21 28
--	Pichivilai ..	d	10 55	15 19	21 48
0 8 0	Padugapathu ..	d	11 5	15 28	21 58
--	Sokankudieruppu	d	11 15	15 38	22 8
0 10 0	Thattamadam ..	d	11 25	15 49	22 20
0 11 6	Edachivilai ..	d	11 47	16 10	22 42
0 13 0	Tissianvilai	d	11 58	16 22	22 55

K. P. M. CENTRAL—UDANGUDI BRANCH.

Fares. Rs. A. P.	STATIONS.		1 Train. H. M.	2 Train H. M.	3 Train. H. M.	4 Train. H. M.	H. M.
	K.P.M. Central	d	7 52	10 40	15 0	21 25	
--	Kattangadu ..	d	8 2	10 50	15 10	21 35	
--	Udangudi	a	8 9	10 57	15 17	21 42	

STATIONS.		1 Train. H. M.	2 Train. H. M.	3 Train. H. M.	4 Train. H. M.
Udangudi ..	d	7 25	10 17	14 40	21 8
Kattangadu ..	d	7 33	10 25	14 48	21 16
K.P.M. Central	a	7 42	10 34	14 57	21 29

Tissianvilai Friday Market Special Train will start from Tissianvilai at 17-0 and arrive K. P. M. Factory at 20-0.

276

திசையன்விளையில் வெள்ளிக்கிழமைச் சந்தை நடைபெறும்போது, சிறப்பு ரயில் இயக்கப்பட்டது. இதை இந்த அட்டவணையால் அறிய முடிகிறது. மேலே உள்ள அட்டவணைப்படி மாலை 5 மணிக்குத் திசையன்விளையிலிருந்து புறப்படும் இச்சிறப்பு ரயில் இரவு 8 மணிக்கு குலசேகரன்பட்டினம் சர்க்கரை ஆலையை வந்தடைந்துள்ளது. ரயில் நிலையங்களில் மட்டும் இன்றி, பயணிகள் தாம் விரும்பிய இடத்தில் ரயிலை நிறுத்தி ஏறிக்கொள்ளவும் அனுமதிக்கப்பட்டார்கள் (பின் இணைப்பு 6).

1915இல் இருந்து செயல்பட்டு வந்த ரயில் போக்குவரத்து 1940இல் நிறுத்தப்பட்டதாகவும் இந்நிறுவனம் வழங்கிய ரயில் பயணச்சீட்டு ஒன்று பாரி நிறுவனத்தில் நினைவுப் பொருளாகப் பாதுகாக்கப்பட்டு வருவதாகவும் பாரி நிறுவன வரலாறு குறிப்பிடுகிறது (மேலது., 112).

* * *

குலசேகரன்பட்டின சீனி ஆலையின் எச்சங்கள் இன்றும் காணப்படுகின்றன. இடிபாடுகளுடன், பெரிய அளவிலான பதநீர்த் தொட்டியும், கிணறும் ஆலை இருந்த இடத்தில் உள்ளன.

ஆலை அருகில் உள்ள சி.எஸ்.ஐ, தேவாலயத்தின் நுழைவாயில் சுவரில் அதைக் கட்ட உதவிய அந்நிறுவன ஊழியரான ஆங்கிலேயரின் பெயர் பொறிக்கப்பட்ட பித்தளைத் தகடு பதிக்கப்பட்டுள்ளது. தேவாலய மணி கட்டப்பட்டுள்ள சிறிய இரும்புக் கோபுரம் ஆலை மூடப்பட்டபோது, அதன் நிர்வாகத்தால் வழங்கப்பட்டதாகும். அது தண்ணீர் இறைக்கும் காற்றாலையின் கோபுரமாக ஆலையில் பயன்பட்டுள்ளது.

ஆலையில் பணிபுரிந்தபோது, இறந்துபோன ஆங்கிலேயர்கள் இத்தேவாலயத்தின் எதிரே உள்ள கல்லறைத் தோட்டத்தில் அடக்கம் செய்யப் பட்டுள்ளனர். இதனால், இக்கல்லறைத் தோட்டத்தில் வெள்ளையர்களுக்கெனத் தனிப் பகுதி இருந்துள்ளது.

* * *

காலனிய ஆட்சி, தன் சுயநலத்துக்காகவேனும் பனை வளர்ப்பிலும், பனைசார்ந்த ஆலைத் தொழிலிலும் இவ்வாறு ஆர்வம் காட்டியுள்ளது. ஆனால் இன்று?

12

பனையின் சிதைவு

> பனை அழிஞ்சா இந்த நாடும் அழியப் போகுது.
> பதினீருக்குப் பதிலா விஷபானங்களைக் குடித்துச் சாகப்
> போகுது.
> *(ஆர்.எஸ்.ஜேக்கப்)*

இரண்டாயிரம் ஆண்டுகட்கும் மேலாகத் தமிழகத்தின் சமூக, பண்பாட்டு வரலாற்றில், இடம் பெற்றிருந்த பனை மரத்தின் பயன்பாடுகளைக் கண்டறிந்த நமக்கு அதன் இன்றைய நிலை அதிர்ச்சியூட்டுவதாக உள்ளது.

பனைபடு பொருட்கள், கிடைப்பருமைமிக்க பொருட்களாக இன்று மாறிவருகின்றன. கிடைத்தாலும் தரம் குன்றி கலப்படம் மிக்க பொருட்களாகவே கிடைக்கின்றன. சாக்கரைன் என்ற இனிப்பான இரசாயனப் பொருளும், தண்ணீரும் கலந்த பதநீரே இன்று பரவலாகக் கிடைக்கிறது. கருப்புக்கட்டியில் சீனிப்பாகு கலக்கப்படுவதும் ஆங்காங்கே நிகழத் தொடங்கி உள்ளது. நமது மரபுவழி வைத்தியத்தில் பயன்படுத்தும் கருப்புக்கட்டியும், பனங்கற்கண்டும் கலப்படத்திற்கு ஆளாகி வருகின்றன.

இவற்றைவிடக் கொடுமையானதாக அமைவது பனை மரத்தின் அழிவு. இன்று பனை மரங்கள் வெட்டிச் சாய்க்கப் படுகின்றன. பனை மரக் காடுகள் என்ற பெயரிட்டு ஆங்கிலேயர் களால் அழைக்கப்பட்ட பகுதிகளில் இன்று பனைகளின் எண்ணிக்கை மிகவும் குறைந்துவிட்டது வேகமாகக் குறைந்தும் வருகிறது.

ஆ. சிவசுப்பிரமணியன்

இந்நிகழ்வுக்கான காரணங்களாகப் பின்வருவனவற்றைக் குறிப்பிடலாம்.

1. பண்பாட்டு இழிவுக்காளான்மை

2. மாறுதல்களுக்கு உட்படாமை

இவற்றுள் முதலாவதான பண்பாட்டு இழிவுக்குப் பனைத் தொழில் நீண்டகாலமாகவே ஆளாகத் தொடங்கிவிட்டது. பனைத் தொழிலைக் கைவிடும்படிச் செய்வதில் இதன் பங்களிப்பு குறிப்பிடத்தக்கதாகும்.

பண்பாட்டு இழிவுக்காளாதல்

ஒரு காலத்தில் சோம பானமும், சுரா பானமும் பருகிய வைதீக சமயத்தவர் ஒரு கட்டத்தில் மது எதிர்ப்பாளராக மாறிப்போனார்கள். அனைத்துப் பாவங்களையும், மேற்கொள்ளத் தூண்டும் பொருளாகக் கள் பார்க்கப்பட்டது. இதனால், கடிந்தொதுக்கப்பட்ட பொருளாகக் கள் மாறியது.

சங்க இலக்கியங்களுள், காலத்தால் பிந்திய பரிபாடலில் இது தொடர்பான பதிவொன்று உள்ளது.

வையை ஆற்றில் வெள்ளம் வருகிறது. அவ்வெள்ளத்தில் பல்வேறு மணப்பொருட்களும், மதுவும் கலந்து வருகின்றன. இதனால்

நார் அரி நறவம் உப்பய நலன் அழிந்து
வேறாகின்று இவ்விரிபுனல் வரவு

என்று கூறி பிராமணர்கள் அந்நீரில் நீராடுவதைத் தவிர்த்தனர் என்று பரிபாடல் (6:49–50) குறிப்பிடுகிறது.

சங்க காலத்திற்குப் பிந்திய காலத்தில் தோன்றிய சிலப்பதிகாரத்தில் இதனையொத்த நிகழ்வு இடம்பெற்றுள்ளது. சமணப் பெண் துறவியான கவுந்தியடிகளிடம் வழிகேட்கிறான் கோவலன். அதற்கு விடை அளிக்கும் கவுந்தியடிகள், தவிர்க்க வேண்டிய சில பாதைகளையும் குறிப்பிடுகிறார். அவற்றுள் ஒன்று கரும்புகள் வளர்ந்துள்ள வளமான வயல்களின் வரப்பு வழியாக நடந்து செல்லல். இப்பாதையைத் தவிர்க்க வேண்டியதற்கான காரணமாக அவர் கூறுவது வருமாறு:

கரும்பில் தொடுத்த பெருந்தேன் சிதைந்து
சுரும்புசூழ் பொய்கைத் தூநீர் கலக்கும்
அடங்கா வேட்கையின் அறிஅறுர் எய்தி
குடங்கையின் கொண்டு கொள்ளவும் கூடும் (சிலம்பு 10:82–85)

கரும்பில் உள்ள பெரிய தேனடையில் இருந்து தேன் சிந்தி, தூய்மையான பொய்கையின் நீரில் கலக்கும். நீர் வேட்கை மீதூர, தேன் கலந்த அந்நீரைக் கையால் அள்ளிக்குடிக்கும் நிலை ஏற்பட்டுவிடும் என்பதே இத்தொடர்களின் பொருளாகும்.

மதுவுடன் இணைத்தே சமணம் தேனை நோக்கியுள்ளது. எனவே, தேன் கலந்த நீரைப் பருகுவது தவறான செயலாக கவுந்தியடிகளுக்குத் தோன்றுகிறது. இன்றும் மது என்ற பெயரிலேயே மலையாள மொழியில் தேன் குறிப்பிடப்படுகிறது. தமிழ் நிகண்டுகளிலும், தேனும், தேனைக் குறிக்கும் மது, பிரசம் என்ற சொற்களும் கள் என்ற தலைப்பிலேயே இடம்பெற்றுள்ளன.

பதினென் கீழ்க்கணக்கு நூல்களில் கள்ளுக்கு எதிரான கருத்துகள் சமணர்களால் முன்வைக்கப்படுகின்றன.

வைதீக சமய நெறிக்கு எதிராக உருவான சமயங்களில் ஒன்றுதான் சமணம். ஆயினும் இவ்விரு சமயங்களும் கள்ளைப் பொறுத்த அளவில் ஒரே நிலைப்பாட்டையே கொண்டிருந்தன. இது கள் தொடர்பான சங்ககாலச் சிந்தனைப்போக்கில் இருந்து விலகி நிற்கும் போக்காகும். வெறுத்து ஒதுக்கப்பட வேண்டிய ஒன்றாகக் கள் பார்க்கப்பட்டதன் வளர்ச்சியாகவே, பனைபடுபொருளான கருப்புக்கட்டியின் பயன்பாடு சைவ வைணக் கோவில்களில் தடைசெய்யப்பட்டது. பிரமதேயக் குடியிருப்புகளில் பனை ஏறத் தடையிருந்ததையும் சைவமும் பனையும் என்ற இயலில் காண்போம்.

பனை மரத்தில் ஏறுவது குறித்த 'பனை ஏறி' என்ற சொல் கூட இழிவுக்குரியதாக மாற்றப்பட்டது. மரத்தில் ஏறுபவனை மரமேறி என்று குறிப்பிடும்போது, வராத இழிவு, பனையேறி என்றழைக்கும்போது வரத்தொடங்கிவிட்டது.

இப்போக்கின் வளர்ச்சியாகப் பனைத் தொழில் செய்வோர், இழிவுக்குரியவர்களாக ஆக்கப்பட்டார்கள். இத்தொழில் புரியும் குடும்பத்தில் பிறந்தவர்கள். கற்றறிந்தவர்களாக விளங்கினாலும் கூட இழிவுக்காளானார்கள். இக்கருத்தின் தாக்கம் ஐரோப்பியக் கிறித்த மறைப் பணியாளர்களிடம்கூட ஊடுருவி இருந்தது. சான்றாக, அசரியா என்பவர் பேராயராக நியமிக்கப்பட்டபோது, ஆர்டில் என்ற ஐரோப்பிய பெண் மறைப் பணியாளர் தன் எதிர்ப்பை வெளிப்படுத்திய முறையைக் குறிப்பிடலாம்.

வேதநாயகம் சாமுவேல் அசரியா (1874–1945) என்பவர் பனைத் தொழிலுடன் தொடர்புடைய குடும்பத்தில் பிறந்தவர். இவருடைய தந்தை வழிப்பாட்டனார் கருப்புக்கட்டி வியாபாரி. பொதிமாடுகளின் மேல் கருப்புக் கட்டியைக் கொண்டுசென்று பண்டமாற்று வாணிபம் செய்து வாழ்ந்தவர்.

சீர்திருத்தக் கிறித்தவ சபையின் குருவானவரான அசரியா, தம் அறிவாலும் பணியாலும் ஐரோப்பிய மறைப் பணியாளர்களை ஈர்த்தார். இந்தியாவில் இச்சபையின் பேராயர்கள் அனைவரும் ஐரோப்பியர்களாக இருந்தனர். முதல்முறையாக ஓர் இந்தியரைப் பேராயராக நியமிக்கலாம் என்ற முடிவுக்கு வந்த இச்சபையினர். 1912இல் அசரியாவை, பேராயராகத் தேர்வு செய்தனர். பேராயாராகத் தேர்வுசெய்யப்பட்ட முதல் இந்தியர்; என்ற பெருமை அசரியாவுக்குக் கிடைத்தது.

பேராயராக ஒருவரை நியமிக்கும்போது, சமயச் சடங்கு ஒன்றுக்கு அவர் ஆட்பட வேண்டும். 'திருநிலைப்படுத்தல்' என்று இச்சடங்கைக் குறிப்பிடுவர். பேராயருக்குரிய அடையாளங்களுள் ஒன்றான செங்கோல், இச்சடங்கின்போது, அவரிடம் வழங்கப்படும்.

பேராயராக, அசரியா நியமிக்கப்படுவதை விரும்பாத ஆர்டில் என்ற ஐரோப்பியப் பெண், 'செங்கோலுக்குப் பதில் குறுக்கந்தடி வழங்கலாம்' என்று கூறினார். குறுக்கந்தடி என்பது, பனைத் தொழிலாளர்களின் முக்கிய தொழிற்கருவியான 'முருக்குத்தடி' ஆகும்.

இத்தொழிற் கருவியைத் துறந்து, உயர்நிலையை அடைந்தாலும்கூட அவரது அடையாளமாக அதைக் குறிப்பிட்டமை, பனைத் தொழிலின் மீதான வெறுப்புணர்வையும், இகழ்ச்சியுணர்வையும் வெளிப்படுத்தி நிற்கிறது.

சென்ற நூற்றாண்டில் 1973ஆம் ஆண்டில்கூட இத்தகைய சிந்தனைப் போக்குடையோர் நம்மிடைய வாழ்ந்துள்ளனர். பாளையங்கோட்டையில் வாழ்ந்து வந்த வெ. கிருஷ்ணமூர்த்தி, இலக்கிய விமர்சகர் வெங்கடசாமிநாதனின் விமர்சனத்தை மறுத்து 'ஆராய்ச்சி' இதழில் கட்டுரை ஒன்று எழுதினார். அதற்கு விடை அளித்து, தாம் எழுதிய கட்டுரையில் 'ஒன்றும் தெரியாதவர்கள் பாளையங்கோட்டைப் பனை மரங்களில் நொங்கு இறக்கப்போகலாம்' என்று வெங்கட்சாமிநாதன் (1973:425) குறிப்பிட்டிருந்தார்.

பனை ஏறுதலும் பனைபடுபொருட்களும், பனைத் தொழிற்கருவிகளும், பண்பாட்டு நிலையில் இழிவுக்களான நிலையில் இத்தொழிலை மேற்கொண்டிருந்தோரில் பலர் இதை வெறுத்து ஒதுக்கியதில் வியப்பில்லை.

மற்றொரு பக்கம் சமூக மதிப்பின் அடையாளமாகக் குளிர்பானங்களும், சீனியும் மாறின. இவற்றிற்கு மாறாக, கள், பதநீர், கருப்புக்கட்டி என்பனவற்றைப் பயன்படுத்துவது மதிப்புக்குறைவானது என்ற கருத்து நுகர்வோரிடம் உருவானது. இவையெல்லாம் பண்பாட்டுத் தளத்தில் இருந்து பனையின் மீது தொடுக்கப்பட்ட தாக்குதல்கள் ஆகும்.

மாறுதல்களுக்கு உட்படாமை

சமூகம் வளர்ச்சி பெற்று மாறுதல்களுக்கு ஆளாகும்போது, அதன் வேளாண் உற்பத்திப் பொருட்களும் மாறுதல்களை எதிர்கொள்ளும் நிலைக்குத் தள்ளப்படுகின்றன. குறிப்பிட்ட ஒரு பொருளின் தேவை அதிகரிப்பும், அது விநியோகிக்கப்படும் முறையும், அவற்றை மூலப்பொருளாக்கும் தொழிற்கூடங்களும், ஒரு வேளாண் பொருள் உற்பத்தியைத் தொடர்ந்து தக்கவைப்பதிலும், புறக்கணிக்க வைப்பதிலும் பங்காற்றுகின்றன.

அந்நிய நாட்டு எண்ணெய்வித்தான நிலக்கடலை, நாட்டுச் செக்குகளில் ஆட்டப்பட்டு, குறுகிய வட்டாரங்களில் எண்ணெயாகப் பயன்பட்டது. இதுபோன்றே தோல் உரிக்காத வறுத்த நிலக்கடலை மக்களிடம் சென்றடைந்தது.

வறுகடலை இயந்திரம், ரோட்டரிச் செக்கு, தோல் உரிக்கும் கருவி, எண்ணெய் அடைக்கும் கொள்கலன்கள், கடலைமிட்டாய் தயாரிப்பு என நிலக்கடலையின் பயன்பாடும் பயன்பாட்டுடன் தொடர்புடைய கருவிகளும் விரிவடைந்தன. உணவுப் பொருள், எண்ணெய்த் தொழிற்சாலைகளுக்கும், சிறு வாணிப நிறுவனங்களுக்குமான மூலப்பொருள் என்ற நிலையை நிலக்கடலை பெற்றுவிட்டதுடன், தனக்கென ஒரு சந்தையையும் தக்கவைத்துக் கொண்டுள்ளது.

இதுபோன்றே சிறிது நேரம் கடந்தால் கெட்டுப்போய்விடும் என்றஞ்சிய பால் விற்பனை, பல புதிய வடிவங்களை எடுத்துள்ளது. உலோகப் பாத்திரங்களில் நிரப்பப்பட்டு, தலைச்சுமையாகவும், இருசக்கர வாகனங்கள், ரயில், பேருந்து ஆகியனவற்றின் வாயிலாகவும் குறுகிய தூரத்துக்குள் மட்டுமே

இடம்பெயர்ந்த பால் இன்று டாங்கர் லாரிகள், டாங்கர் சரக்கு ரயில்கள் வாயிலாக அதிகளவில் நீண்ட தூரம் பயணித்து வருகிறது.

தயிர், யோகாட், பால்கோவா, வெண்ணெய், நெய், லசி, பாக்கட் பால், நறுமணப்பால், கொழுப்பு நீக்கிய பால் எனப் பல வடிவங்களில் இது மக்களைச் சென்றடைகிறது. விரைவில் கெட்டுப்போகும் விற்பனைப் பொருளாக ஒரு காலத்தில் கருதிய பால், இருப்பு வைத்து விற்கும் பொருளாக இன்று மாறிவிட்டது.

ஆனால், கருப்புக்கட்டி, கற்கண்டு தவிர நீண்டநாள் இருப்பு வைக்கும் பொருளாகப் பதநீர் மாற்றப்படவில்லை. குப்பிகளில் அடைத்து விற்கும் பதநீர் விரிவான சந்தையைப் பெற வாய்ப்பிருந்தும், அதன் சந்தை விரிவுபடுத்தப்படவில்லை. அரசின் மதுவிற்பனைக் கொள்கை கள்ளிற்கு எதிராகவே உள்ளது.

****

பனைத் தொழிலின் அடிப்படையான சிக்கலாக அமைவது அதன் உயரம்தான். ஆய்வுகளின் வாயிலாக, குட்டைரகத் தென்னை அறிமுகப்படுத்தப்பட்டு பரவலாகிவிட்டது. தொட்டிகளில் கூட அதை வளர்க்கும் நிலை உருவாகிவிட்டது. இயற்கையாக உள்ள சற்று உயரம் குறைந்த பனைகளைத் தவிர தென்னையைப் போன்ற குட்டைவகைப் பனையை உருவாக்கத் தமிழக ஆட்சியாளர்கள் தவறிவிட்டனர்.

ஏணிகளைப் பயன்படுத்தி, மரம் ஏற, உரிய அளவில் ஏணிகளை மானியத்துடன் அனைவருக்கும் வழங்கும் திட்டம் பரவலாக உருவாகவில்லை. இதற்கான முயற்சியை அரசு முன் எடுக்கவில்லை.

சுருங்கக் கூறின், மரபு சார்ந்த தொழில்நுட்ப முறையில் இருந்து வளர்ச்சியுற்ற தொழில்நுட்பத்தை, பனை சார்ந்த தொழில்கள் உள்வாங்க உதவும் ஆய்வுப் பணிகளில் அரசு ஈடுபடவில்லை. இத்தொழிலை மேற்கொண்டு வாழ்வோருடன் இணக்கமான உறவுடன், ஆய்வுகள் நிகழ்த்தப்படும்போதே இது நிறைவேறும். ஆனால், அலுவலகக் கோப்புகளுக்குள்ளேயே ஆய்வுகளை நடத்த விரும்புகின்றனர்.

பனையில் ஆண் பனை, பெண் பனை என்ற இருவகைப் பனைகள் இருப்பதை முன்னர் கண்டோம். இது தொடர்பாக ஆய்வு மேற்கொண்ட

தாவரவியல் அறிஞர் சீனிவாசன் (1987:710–711) தாம் மேற்கொண்ட ஆய்வையும், அதன் முடிவையும் பின்வருமாறு பதிவுசெய்துள்ளார்:

> பனை மரம் ஆணா, பெண்ணா என்று அறிவியல் முறைகளால் ஆய்ந்து கூறமுடியுமா என்று சில ஆண்டுகட்கு முன்னர் யாம் அண்ணாமலைப் பல்கலைக் கழகத்தில் சில ஆய்வுகளை மேற் கொண்டோம். பனை மட்டைகளில் (இலைக் காம்பு) வலிய நார்த்திசு மிகுந்திருக்குமென முன்னர்க் கூறினோம். ஆண்பனை மட்டைகளையும், பெண்பனைமட்டைகளையும் தனித்தனியாக வெவ்வேறு நாள்களில் கொண்டு சேர்த்து அவற்றின் நார்த்திசுக்களைத் தனித்தெடுத்துக் கொண்டோம். அவற்றைத் தனித் தனியாகப் பல்கலைக் கழகத்தின் இயற்பியல் துறையில் உள்ள 'எக்ஸ்ரே' கருவியில் இடையில் வைத்து நிழற்படம் எடுத்தோம். ஆண்பனை மர நாரில் இரண்டு வட்டமான கற்றைகளும் *(bands)*, பெண்பனை நாரில் மூன்று கற்றைகளும் இருப்பதைக் கண்டு வியந்தோம். உடனே பால்வேறுபாடு தெரியாத சற்று முதிர்த்த பல பனங்கன்றுகளிலிருந்து அடையாளமிட்டு அவற்றின் நார்த்திசுவைக் கொண்டு வந்து தனித்தனியாக எக்ஸ்ரே படம் எடுத்து வைத்திருந்தோம். நான்கு ஆண்டுக் கழிந்த பின்னர் மூன்று கற்றைகளைக்கொண்ட பனங்கன்று பெண்பனையாகவும் இரண்டு கற்றைகளைக் கொண்டவை ஆண்பனையாகவும் பூத்ததை அறிந்து மகிழ்ந்து வியந்தோம்.
>
> இதனால் ஓரிரு ஆண்களிலேயே ஒரு பனங்கன்று ஆணா, பெண்ணா என்று அறிய முடியுமென்ற ஆய்வு பயனளித்தது. ஆனால், ஆய்வாளர்க்குப் பயனில்லை, ஆய்வு செய்யப்பட்டவிடம் தமிழ்நாடு தானே! நொந்து கொண்டதில் வியப்பில்லை.

இத்தகைய அறிவுச் சூழலில் பனை குறித்த ஆய்வுகள் வளராமல் போனதில் வியப்பில்லை.

வெட்டப்படும் பனைகள்

வைரம் பாய்ந்த பனைகள் என்றழைக்கப்பட்ட முற்றிய பனைகளே முன்னர் தச்சு வேலைக்காக வெட்டப்பட்டன. இன்று செங்கல் சூளைக்காகவும் கட்டிடம் கட்டும் பணிக்காகவும் பனைகள் வெட்டப்படுகின்றன. இச்செயலால் பனையின் எண்ணிக்கை குறைந்துவருகிறது.

செங்கல் சூளையின் எரிபொருளாக

பனை மரத்தின் அழிவைக்கண்டு, ஆர்.எஸ்.ஜேக்கப் (2009) தமது 'பனையண்ணன்' என்ற நாவலின் முன்னுரையில்

நாடு முழுவதும் பனைகள் அருகி வருவதைக் காணும்தோறும் மனம் நொந்தேன். ஒரு பெரிய தேசிய பொருளாதாரம் சீரழிவதைப் பார்த்து உள்ளம் விண்டேன். மொட்டைப் பனைகளைப் பார்க்கும்போதெல்லாம் உள்ளம் வெட்டுண்டு வெட்கி நிற்பேன்.

வானுயர வளர்ந்து, மானுட சமூகத்திற்குப் பல நன்மைகளை அள்ளி வழங்கும் அபூர்வ விருட்சம் பனை.

ஒரு தேசிய முக்கியத்துவம் வாய்ந்த பனைத் தொழில், 'இல் பொருளாகி விடுமோ' என்று மனம் நொந்தேன்.

வன விலங்குகளில் டைனோசர் இப்பொழுது இல்லை. வனவிருட்சங்களில் அசல் இரங்கூன் தேக்கு இப்போ கிடையவே கிடையாது. இதுபோல் பனையின் நிலையும் ஆகிவிடுமோ என்று அஞ்சினேன்.

என்று தம் அச்சத்தைப் பதிவுசெய்துள்ளார். இது மிகைப்படுத்தப்பட்ட கூற்றல்ல என்பதை இன்றை நிகழ்வுகளைக் காண்போர் உணர்வர்.

பராமரிக்கப்படாத பனைகள்

பனை வளர்ச்சியின்போது, வெளிப்படும் பத்தை மட்டை களையும் அதில் படரும் காட்டுக் கொடிகளையும் வெட்டுவது பனையின் பராமரிப்பில் அவசியம் என்பதை 'பனைத் தொழில்நுட்பம்' என்ற இரண்டாவது இயலில் கண்டோம். தற்போது, கொடிகளால் சுற்றப்பட்டு ஆல், வேம்பு ஆகிய மரங்களின் கன்றுகள் களைகளாக வளர்ந்துள்ள, பத்தை மட்டை சீவப்படாத, பனைகள் பரவலாகக் காணப்படுகின்றன. 'கைவிடப்பட்ட பனைகள்' என்று இவற்றைக் கூறலாம்.

பனை மரங்கள் அடர்ந்து வளர்ந்துள்ள பகுதிகளில் மழைக் காலத்திற்கு முன் நிலத்தை உழுதுபோடுவார்கள். இதனால், பனை மரத்தின் வேர்களில் மேலோட்டமாக உள்ளவை அறுபட்டு, புதிய வேர்கள் உருவாகும். அத்துடன் மழைபெய்யும்போது, மழைநீர் ஓடிச்செல்லாமல் உழுத சால்களில் தேங்கி நின்று நிலத்தின் ஈரப்பதத்தைக் காக்கும்.

உழும் முன்னர் ஆட்டுக்கிடை (பட்டி) போடுவார்கள். உழும்போது, ஆடுகளின் புழுக்கை மண்ணுடன் கலந்து நிற்கும். மழை பெய்த பின்னர் மக்கி பனைக்கு உரமாகும்.

ஆ. சிவசுப்பிரமணியன்

தற்போது உழுவதும், கிடை போடுவதும் பெரும்பாலும் குறைந்துவருகிறது. வந்தவரை ஆதாயம் என்ற மனநிலை உருவாகிவருவதன் அடையாளமாக இதைக் கொள்ளலாம். அல்லது விரைவில் வெட்டப்போகும் பனைக்கு இதெல்லாம் வீண்செலவு என்ற எண்ணமாகவும் இருக்கலாம்.

செய்ய வேண்டுவன

நீர் நிலைகளில் கரை அரிப்பைத் தடுக்கும் முகமாக நம் முன்னோர்கள் கரை ஓரங்களில் பனை மரங்களை வளர்த்தார்கள். அவை பெரும்பாலும் அழிக்கப்பட்ட நிலையில் மீண்டும் பனங்கொட்டைகளை ஊன்றி வளர்க்க முயற்சி எடுக்க வேண்டும்.

முதிர்ச்சியுறாத பனைகளை வெட்டத் தடை விதிக்க வேண்டும்.

பனங்கிழங்கு மாவு தயாரிக்கவும் காற்றுப்புகா பெட்டிகளில் நுங்கையும் பனம்பழச் சாறையும் அடைத்து விற்பனை செய்யவும், வழிகாண வேண்டும்.

ஒருசில நகரங்களில் மட்டுமே, குப்பிகளில் அடைக்கப்பட்டு விற்பனை செய்யப்படும் பதநீர் விற்பனையை மேலும் பல நகரங்களுக்கும், ரயில் சந்திப்புகளுக்கும், பெரிய அளவிலான பேருந்து நிலையங்களுக்கும் விரிவுபடுத்த வேண்டும்.

கலப்படமற்ற கள் விற்பனையை அனுமதிக்க வேண்டும் (நம் மாநிலத்தைச் சுற்றியுள்ள ஆந்திரம், புதுச்சேரி, கேரளம் ஆகிய மாநிலங்களில் கள் விற்பனை அனுமதிக்கப்பட்டுள்ளது).

கருப்புக்கட்டியில் இருந்து தயாரிக்கப்படும் இனிப்பு வகைகளைப் பரவலாக அறிமுகம் செய்ய வேண்டும்.

***

தமிழ்நாட்டின் அடையாளங்களுள் ஒன்றாக ஏற்றுக் கொள்ளப்பட்ட பனை மரத்தை வளர்ப்பதும், பாதுகாப்பதும் தமிழனின் அடையாளத்தைப் பாதுகாத்துப் பேணுவதன் வெளிப்பாடாக அமையும்.

பின்னிணைப்புகள்

1

பனையின் பெயர்கள்

1. அசவத்திரு
2. ஆசவத்திருமரம்
3. ஆசவத்துரு
4. உடுபாதகம்
5. உபதாகம்
6. உலோகபத்திரம்
7. எட்கம்
8. எட்கை
9. ஏடகம்
10. ஏடகாமரம்
11. ஐந்தரம்
12. ஐந்தார்
13. ஐலந்தார்
14. ஐலந்தால்
15. ஐலந்தால்மரம்
16. ஐலந்தாலம்
17. கரகாளம்
18. கரதாளம்
19. கரதாளமரம்
20. கருபுறம்
21. கருபுறமரம்
22. கரும்பனை
23. கரும்புல்
24. கரும்புறம்
25. கற்பகம்
26. காமம்
27. காய்ப்பனை
28. காய்ம்பனை
29. காயின்பனை
30. கிருஷ்ணகாயா
31. கிருஷ்ணகெந்தம்
32. குலீரம்
33. சடாபலம்
34. சாத்துப்பனை
35. சாற்றுப்பனை
36. சாறுபனை
37. சீர்பாகி
38. சீவந்திக்கிரியம்
39. சீவந்திக்கிரியமரம்
40. தருராசம்
41. தருராசன்
42. தருராஜம்
43. தருராஜமரம்
44. தருவிராகம்
45. தருவிராகமரம்

46. தருவிராகன்
47. தருவிராசன்
48. தலதாலம்
49. தலம்
50. தாட்டி
51. தாலம்
52. தாளம்
53. தாளவிலாசம்
54. தாளி
55. திரணராசன்
56. திருணபதி
57. திருணராசன்
58. தீர்க்கதரு
59. துராபோகம்
60. துராரோகம்
61. துருமசிரேட்டம்
62. துருமேகம்
63. துருமேகமரம்
64. துருமேசுவர்
65. துருமேசுவரம்
66. நற்பனை
67. நீலம்
68. நீலமணி
69. நீலமணிமரம்
70. நுங்கு
71. நெடினி
72. நெடுஞ்சேவிகம்
73. நெடுஞ்சேவிகமரம்
74. நெடுமி
75. நேயம்
76. பகற்பலி
77. பனம்
78. பனை மரம்
79. பிராஞ்சுதீர்க்கம்
80. புத்தாளி
81. புல்
82. புல்லூதியம்
83. புற்பதி
84. புற்றாளி
85. புறப்பி
86. பூமிபிசாசம்
87. பெண்ணை
88. பெண்ணைமரம்
89. போந்து
90. போந்துகம்
91. போந்துகமரம்
92. போந்தை
93. போநாந்தை
94. மகாபத்திரம்
95. மகோந்நதம்
96. மதுரசம்
97. மதுராசம்
98. மதுராசமரம்
99. மால்
100. வரானிகம்
101. வரானிகமரம்

தஞ்சை தமிழ்ப் பல்கலைக்கழகம் வெளியிட்ட 'மரப்பெயர் அகர வரிசை' என்ற நூலிலிருந்து

2

பனையின் பெயர்க் காரணம்

(நல்லூர், சுவாமி ஞானப்பிரகாசர்)

(மதுரையில் இருந்து வெளிவரும் செந்தமிழ் இதழ் தொகுதி 34 பகுதி 3 இல் (சனவரி–பிப்பரவரி 1937) இக்கட்டுரை வெளியாகி உள்ளது. இதை ஒளிநகல் செய்து கொடுத்தவர் பேராசிரியர் பா. ஆனந்தகுமார்)

தொல்காப்பியத்து மரபியலில் (85) "புறக்காழனவே புல்லெனமொழிப" எனும் சூத்திரத்தில், புல்லும் மரமும் எனும் இரு சொல்லின் உற்பத்தி ஒருவாறு கூறப்பட்டிருத்தல் நோக்கத்தக்கது. இச்சூத்திரத்துக்கு நச்சினார்க்கினியர் பின்வருமாறு பொருள் கூறுவர்: "புறத்துக் காழ்ப்பு உடையனவற்றைப் புல் எனவும் அகத்துக் காழ்ப்பு உடையனவற்றை மரம் எனவும் சொல்லுப. புறக்காழன எனவே அல்வழி வெளிறு என்பது அறியப்படும். அவை, பனையும் தெங்கும் கமுகும் முதலாயின புல் எனப்படும். இருப்பையும் புளியும் ஆச்சாவும் முதலாயின மரம் எனப்படும்" என்கின்றார்.

புறத்தே வைரமுள்ளனவாய், உள்ளே ஓட்டையாகுந் தன்மையான சொற்றியைக் கொண்டனவாய் இருக்கும் தாவரங்களைப் 'புல்' எனவும், வெளியிற் சொற்றியாய் உள் வைரமாயிருப்பனவற்றை 'மரம்' எனவும் பெயரிட்டுவழங்கியதில், பொருள்களின், இயல்பை அவதானித்து அவற்றிற்குத் தக்க பெயரிடும் வன்மை காணப்படுகின்றது. உண்மையில், புல் எனும் சொல் உட்டுளையைக் காட்டுகின்ற ஓர் அடியிலும், மரம் எனும் சொல் வைரத்தைக் காட்டுகின்ற ஒரு அடியிலும் நின்றே பிறந்தன என நாம் அறிவோம். இச்சிறுகட்டுரையில், புல் எனுஞ் சொல் எழுந்த வரலாற்றை முதலிற் பார்ப்போம்.

புல் எனுஞ் சொல்லைச் சிங்களத்தில் பொல் எனவைத்துத் நெங்கின்பெயராகச் சொல்லுவர். சிங்களத்தில் இதுபோன்ற வேறு பல பழந்தமிழ் சொற்கள், பழைய உச்சரிப்பின்படி போலும், இன்றைக்கும் நிலவுகின்றன. பிற்காலத் தமிழினின்றுபோய்ச் சிங்களத்திற் கலந்தன எனச் சொல்லக்கூடியன, தட்டுகறணவா உஸ்கறணவா முதலிய ஒரு முந்நூறு நானூறு சொற்களே, ஆயின் எலிய (வெளிச்சம்) எலு (= எலி, யாடு) கொணு (=குடம், பசு, மாடு) ஆதிய பன்னூறு பழஞ்சொற்களும், ஓஹீ (உவன் = அவன்) ஆதிய பிரதிப் பெயர்களும் அதிற் காணப்படுகின்றன. நம் இலங்கையில் இருந்த பழந்தமிழர்களே சிங்களத்தை ஆக்கிக் கொண்டு தாங்களும் சிங்களர் ஆனார்கள். முந்திய தமிழச்சிங்களர் வைத்த ஊர்ப்பெயர் காணிப்பெயர்களையே நாம் இன்றைக்கும் வழங்கிக்கொண்டு அவற்றைச் சிங்களப்பெயர்கள் என்கின்றோம். ஒரு உதாரணம்மாத்திரம்: எத்தனையோ காணிப்பெயர்களின் ஈற்றில் “வத்தை” என வருகின்றதன்றே? வத்தை எனும் சொல், இன்றைக்கும் தஞ்சாவூர் முதலிய சில இடங்களில் வழங்குகின்ற வட்டம் என்பதே. வட்டம் = தோட்டம். இக்காலத்து வளவு (= வளைவு= அடைப்பு) என்பதும் வட்டமும் பெயரளவில் ஒன்று தான். வத்தையின் வேலியைச் சிங்களர் வய்ற்ற என்கின்றார்கள். வட்டம், வட்ட, வய்ற்ற, வத்த, வத்தை எனச் சொல் திரிந்து வந்ததைக் காண்க. இவ்வாறே பழந்தமிழ் வட்டம், தமிழ்ச்சிங்களத்தில் வத்தையாகி வந்து, இன்றைக்கும் யாழ்ப்பாணத்திற் பிந்திவந்த தமிழரால் காணிப்பெயர்களில் எடுத்தாளப்படுகின்றது! உண்மை எவ்வாறு எனில், ஒருகாலம் பழந்தமிழ் ஒன்றேயாயிருந்து பின் பாகதங்களாய்ப் பிரிந்துபோனபொழுது, இலங்கைத் தமிழ், சிங்களம் எனும் பாகதம் ஆயிற்று. சிங்களத்தீவுக்கு = ஈழம் என்றும் சிலர் உற்பத்தி கூறுவர். இது சரியாயின், ஈழ பாஷையை சிங்களம் எனச் சொல்லப்பட்டது ஆகலாம். புழைய சிங்களபாஷையை எலு(ஈழ) என அழைக்கும் வழக்கும் ஒன்று இருக்கின்றது. இவ்விஷயத்தை இங்கு அதிகமாய் விரித்துக்காட்டல் அமையாது. (எனது *The Dravidian Element in Sinhalese* எனும் கட்டுரையைக் காண்க). மேலும், சிங்களமானது கன்னடம் ஆதிய பிற திராவிட பாகதங்களுக்கு முற்பட்டது; ஆதித் தமிழோடு ஒற்றுமைகொண்டது. பழைய ஈழபாஷை, புத்தசமயம் இலங்கைக்குவந்த பின்னர் மாகதம் ஆதிய வட பாகதங்களினின்றும், பாளி ஸம்ஸ்க்ருதம் ஆகியவைகளிலிருந்தும் பல்லாயிரம் சொற்களை எடுத்துத் திரித்துத் தற்பவமாகத் தன்னோடு சேர்த்துக்கொண்டமையால், பிற்காலம் நமக்குச் சிங்களம் “தனக்கடாச் சிங்களம்” ஆகி, மேலோட்டமாய்ப் பார்ப்போருக்கு ஆரிய பாஷைகளுள் ஒன்றாகத் தோன்றும். அதை நாம்

தமிழ்மொழி நூல் எனும் துணைக்கருவியோடு ஆராய்வது உண்டாயின், அது அடித்தளத்தில் (வசனக்கட்டிலும், ரூபகரம் வியக்தி ஆதியவைகளிலும், அதிக பழமைவாய்ந்த சொற்றொகுதியிலும்) தமிழே என்பது கரதலாமலகம் ஆகும். "பொல்" என்பது பழைய ஈழச் சொற்களுள் ஒன்றென்பதில் மயக்கமில்லை. பொல்கஹவெல ஆதிய இடப்பெயர்களிலும் பழைய சிங்களநிகண்டுகளிலும் அதனைக் காணலாம். றுவன்மல் நிகண்டில்: "நெறள, மஹறுக், கஸ, பொல்" என வருகின்றது. இவற்றுள் ஈற்றில் நிற்பதே முந்தியது என்பது பல ஏதுக்களாகற் பெறப்படும்.

ஆதலால் தென்னை பனை ஆதிய உட்டுளைத் தாவரங்களின் பெயர் ஆதியில் பொல் என இருந்தது எனலாம். இப் பொல் அல்லது புல் பொள்—ளுதல் எனும் வினையோடு சம்பந்தப்பட்டது என்பதில் ஐயப்பாடில்லை. பொள் என்பது அவ்வினைச்சொல்லோடு சேர்ந்த ஒரு பெயர். இதற்குப் பொருள் உட்டுளை அல்லது ஓட்டையேயாம். பொளி என்பதும் அது பொள்—ளிலிருந்து பொள்—எல் பொள்—ளை எனுஞ் சொற்களும் கிளைத்து, உட்டுளை என்ற அர்த்தத்தையே அடிப்பொருளாகக் காட்டும். ஆதலால், பொல் அல்லது புல் எனும் சொல்லிற்கு உற்பத்தி பொள்ளுதலே எனக் கொள்ளலாம். பொள்ளுதலினின்று பொள் எனும் சொல் வந்து, உட்டுளையைக் குறித்தது. அப்பால் ஆகுபெயராய் உட்டுளையுள்ள தாவரவர்க்கங்களைக் குறிக்குமிடத்து, ஈற்றுளகரம் தன்னோடு பிறப்பொத்ததாகிய லகரமாகத் திரிந்ததனால் பொல் என்று ஆயிற்று, மேலும் 'பொல்' புல்லென்று ஆயிற்று, ஒகரமும் உகரமும் தம்முள் மாறிநடப்பது தமிழிலும் பிறபாஷைகளிலும் பெருவழக்கு.

புல் எனுஞ்சொல் உட்டுளையுள்ள தாவரங்கள் எல்லாவற்றிற்கும் பொதுப்பெயர்; ஆகவே, பனை ஆதியவற்றிற்கு வெவ்வேறு சிறப்புப்பெயர்களும் வேண்டப்பட்டன. அவற்றுள் பனைக்குப் பொள் என்ற அடியினின்றே ஒரு பெயர் எழுந்தது. அது "போந்து" என்ற பெயர். பொள்ளுதலே போழ்தல் என்று ஆகி, போழ்ந்தது (உட்டுளையுள்ளது) போந்து என வந்தது. போந்து பனைப்பெயராவதை உதயணன்கதை இலாவாணகாண்டம் 12, 24இல் காணலாம். பிங்கலந்தையும் போந்து பனை எனவும் போந்தை இளம்பனை எனவும் குறிக்கின்றது. போந்துச்சொல்லே போந்தை என மாறிற்று என்பது வெளிப்படை, பொய்கையார் பாடலிலும் "அவன் பொன்முடிமேற் போந்து கண்டாள்" என வரும். இம்மேற்கோளில் போந்து பனம்பு+வை (சேரன்மாலையை) ஆகுபெயராயக் குறித்தது. (பெருந்தொகை,

690) பதிற்றுப்பத்தில் *(51)* "போந்தைப்பொழில்" பனஞ்சோலை, "போந்தைத் தோடு" பனந்தோடு என வரும். புறநானூற்றில் *(85)* "முழாவரைப் போந்தை" "மடல்வன் போந்தை" *(297)* எனப் பனை குறிக்கப்படும். ஆயின், "இரும்பனம் போந்தைத்தோடும்" என்பது பொருநராற்றுப்படை *(143)*, இங்கு, போந்தை என்பது முதலின்பெயர் சினைக்குப் பொருந்திய ஆகுபெயராய் வந்தது; பனையின் பெயர் குருத்துக்கு ஆயிற்று, பூவுக்கும் ஆவதைத் தொல், பொருள் 60இல் காண்க.

இனி, பனைப்பெயர் எழுந்த வரலாற்றை நோக்குவாம். முன்பு கட்டிய பிங்கலநிகண்டு மேற்கோள் பின்வருவது:

பனையின்பெயர்

போந்து, தாலம், பெண்ணை, புற்பதி,
தாளி, கரும்புறம், புற்றாளியும் பனை.

இளம்பனையின் பெயர்

போந்தை, இளம்பனை

கூந்தற்பனையின் பெயர்

தாளி, கூந்தற்பனை

பனைக்குக் கூறப்படும் இச்சொற்களுள் தாலம் வடமொழி வழக்கு. அதுவும் தாளி எனுந் தமிழ்ச்சொல்லின் மரூஉவாம் எனக்கொள்ளல் வேண்டும்போலும். ஸமஸ்கிருத அகராதிகளில் தாலச்சொல் தட்(டுதல்) எனும் அடியினின்று பிறந்தது என்பர். பாலி அகராதிகார் இச்சொல்லைக் கிரேக்க talis telethao (செழுமையாயிருப்பது, தழைப்பது); லத்தீன் talea (தழை, கிளை) எனுஞ் சொற்களோடு ஒற்றுமைப்படுத்துவர். ஆயின், தொங்குகின்ற கூந்தல்களின் நிமித்தம் தமிழில் தாளிப்பனை என வந்த பெயரே, பின், வடமொழியில் தாலம் ஆயிற்று என்பதுதான் தகுதி. மிக்க கூந்தலுடைய பனைவருக்கத்தைத் தித்திப்பனை தளப்பற்றுப்பனைகளிற் காண்க. பனை வடநாட்டில் இல்லாது தென்னாட்டில்மட்டும் உள்ள மரமாகவே, வடமொழியாளர் தமிழ்ப்பெயரையே திரித்து அதற்கு வழங்கியிருப்பர் என்றலும் ஒன்று. தாளிச்சொல் வடமொழியினின்றும் வந்தது என்று சொல்லிவிடவும் இடமில்லை. அது தமிழில் தொங்குகின்ற, படர்கின்ற பல கொடிகளுக்குப் பெயராயிருத்தல் பிரசித்தம், கம்பந்தாளி, காட்டுத்தாளி,

குறுகுற்றாளி, செந்தாளி, தேவதாளி முதலாக இப்பெயர் பல கொடி செடிகளுக்கு வழங்குதல் காண்க.

தாலச்சொல் எவ்வாறாயினும், பிங்கலத்தை எடுத்தோதிய ஏனைச்சொல் எல்லாம் தமிழே என்பதில் மயக்கம் இல்லை. இவற்றுள் கரும்புறம் என்றது கருமையான புறப்பாகத்தை உடைய காரணத்தால் பனைக்குப் பெயர். உட்டுளையுடைமையால் புல் என அந்த பெயரே பிற உட்டுளைபொருந்திய தாவரங்களுக்கும் பெயாறிடு ஆனமையால், பனையைப் புற்களுள் விசேடம்பெற்றது எனக்காட்டிப் புற்பதி என்றார் நம்முன்னோர். இதனையே திருணராஜா என மொழிபெயர்த்தார் வடமொழியாளரும். இனி, புற்றாளி என்ற பெயரும் வெளிப்படை. இது புல்லும் தாளியும் எனும் இருபெயர் ஒட்டிவந்த ஒருபெயர். போந்து எனும் பெயர்வரலாற்றை முன்கண்டுகொண்டோம். அப்பால், பெண்ணையும் பனையுமே மிகுந்திருக்கின்றன. இவை இரண்டுபெயரும் ஒன்றே என்பது ஒருசிறிது ஆராயுங்கால் ஊகிக்கக்கிடக்கின்றது. பொள்ளுதலே புல்லுக்கு அடி என்றனமே. அப்பொள்ளுதல் போல் எனவும், அப்பால் பேழ் எனவும் நின்று, பேழை எனுஞ் சொல்லுக்கு அடியாயிற்று. போழ்வாய் என்றும் பேழ்வாய் என்றும் இரு உருவமாய் வழக்கு இருந்தலும் காண்க. பேழுற்றது பேழை; அதுபோலவே பெள்ளுற்றது (பொள்ளுற்றது) பெட்டி என வந்தது. பெள்ளுதல் எனும் உருவம் தமிழில் இப்போது இல்லையாயினும், போழ் என்றது பேழ் என வந்ததுபோல, பொள்ளுதல் பெள்ளுதல் என்று ஆகியே பெட்டி எழுந்தது என நாம் ஒலி நூல்விதிகளுக்கு ஒப்ப முடிக்கலாம். பேழையும் பெட்டியும் துளைக்கப்பட்டவையாய் உள்ளே போழ்வுள்ளவையாய் இருத்தலால் அப்பெயரடைந்தன. தொள்ளுதலினின்று தோணி வந்தமையையும் நோக்குக. துளைத்தலே தொள்ளுதலாகி, தொள்ளுதலினின்று தொட்டலும், தோண்டுதலும் தொட்டியும் தோணியும் முறையே உருவங்கொண்டன. தோண்டி உள்ளிடம்வகுத்த மரம் தோணி. அவ்வாறே போழ்ந்திருப்பன (பேழ்ந்திருப்பன) பேடை (பெட்டி) என்றும் பெண்ணை என்றும் வரலாயினபோலும். ‘பெண்ணை’ பண்ணை எனும் வழக்கொழிந்த உருவத்தினூடு பனை என மருவிநிற்றல் ஒலி நூல்விதிகட்குப் பொருத்தமுடையதேயாம்.

ஆதலால் புல், புற்பதி, புற்றாளி, போந்து, பெண்ணை, பனை ஆகிய இவ் ஐந்து சொல்லும் உட்டுளையுடைமையால் தால விருட்சத்திற்குப் பொருந்திய பெயர்களாம் எனக் காண்கின்றோம்.

3

பனை மர சோபனம்

(குஜிலிக் கடைப் பதிப்புகள் என்றழைக்கப்பட்ட குறு நூல் வரிசையில் வெளியான இந்நூலின் படியை வழங்கியவர்.ரெங்கையாமுருகன். சோபனம் என்பது வாழ்த்தைக் குறிக்கும். பனை மரத்தை வாழ்த்திக் கும்மிப் பாடலாகப் பாடப்பட்டமையால் இக்குறுநூல் இப்பெயரைப் பெற்றுள்ளது)

சோபனமடி சோபனமே சுபசோபனம்தமிழ்பாட
அச்சோடி பெண்களாசோபனமே அம்மாடி பெண்களாசோபனமே
பனை மரமே பனை மரமே யேன் வளர்ந்தாய் பனை மரமே
நான்வளர்ந்தகாரியத்தை நாட்டாரே சொல்லுகிறேன்கேள்
அறியாவிட்டால் சொல்லுகிறேன் அச்சோடி பெண்களா (சோபனமே)

தெரியாவிட்டால் சொல்லுகிறேன் தேசமெங்கும் சோபனமே
பராமரியாயிருக்காமல் பட்சமுடன் கேட்டிருங்கள்
படுக்கப்பாய் நானாவேன் பாய்முடையத் தோப்பாவேன்
வெட்ட நல்ல விறகாவேன் வீடுகட்ட வாரையாவேன்
பட்டுபோற பயிர்களுக்கு பலத்தநல்ல யேத்தமாவவேன்

அட்டடுக்குப் பெண்களுக்கு அடுப்பெரிய மட்டையாவேன்
கட்டநல்லகயிறாவேன் கன்றுகட்டத்தும்பாவேன்
மட்டமுள்ளவுரியாவேன் மாடுகட்டத்தும்பாவேன்
பசுவணைக்குங்கயிறாவேன் பால்தயிருக்குறியாவேன்
வாரவட்டைநானாவேன் வலைச்சல்களுந்தானாவேன்

தொட்டிலுக்குக்கயிறாவேன் துள்ளியாடவூஞ்சலாவேன்
கிணற்றுஜலமொண்டுவரக் கைதாம்புக்கயிறாவேன்
பலத்தசுமைபாண்டங்கட்குப் பிரிமணையுந்தானாவேன்
ஏழை நல்லசுமங்கிலிக்கு யேற்ற காதோலையாவேன்
மங்கிலியப்பெண்களுக்கு மஞ்சள்பெட்டிநானாவேன்

பாக்கியமுள்ள பெண்களுக்கு பாக்குப்பெட்டி நானாவேன்
விருந்தாப்பியப்பெண்களுக்கு வெற்றிலைப்பெட்டி நானாவேன்
குணமுள்ள பெண்களுக்குக் குங்குமப்பெட்டி நானாவேன்
பெரியோர்கள் தோள்மேலே திருப்பங்கூடை நானாவேன்
திருப்பக்கூடைக்குள்ளிருக்குந் திருமண்பெட்டி நானாவேன்

திருப்பாவைசேவிப்போர்க்கு திருத்துழாய்பெட்டி நானாவேன்
எழுதுகின்றபிள்ளைகளுக்கு எழுத்தாணிகூண்டாவேன்
வாசிக்கின்றபிள்ளைக்ட்கு வண்ணநல்லதடுக்காவேன்
ஓதுகின்றபிள்ளைகட்கு ஓலைத்தடுக்காவேன்
நனைந்துவருவார்க்கு ஜம்பங்குடைநானாவேன்

பசித்துவருவார்க்குப் பனம்பழமுநானாவேன்
களைத்துவருவார்க்கு கள்ளமுதம்நானாவேன்
பாலர்பெரியோர்க்குப் பனம்பதநீர்நானாவேன்
சித்திரைக்கோடையிலே சிறந்தநல்லநுங்காவேன்
காளையர்க்குங்கன்னியர்க்குங் களைதீர்க்கும்விசிறியாவேன்
கண்டபிள்ளைதாய்மார்க்குக் கற்பகக்கட்டியான் தருவேன்

வேலிகட்ட கயிறாவேன் விறகுகட்டநாராவேன்
வருஷத்திற்கோர்தினத்தில் சரஸ்வதியம்மன் பூசைசெய்து
ஆமெழுகிகோலமிட்டு அச்சோடி பெண்களாசோபனமே
மணையலம்பிக்கோலமிட்டு மணை நிறையபுராணம்வைத்து
பூவும்புதுமலரும் பொன்னறுகு அட்சதையும்

அட்சதையுமலரெடுத்து அர்ச்சிப்பாருலகமெல்லாம்
விஸ்தாரமாயிரண்டாநாள் விஜயதசமியென்றுசொல்லி
நாட்டிலுள்ளபிள்ளைகட்கு நாள்பார்த்துமுகூர்த்தமிட்டு
எண்ணெய்தேய்த்து நீராட்டி யியல்புடனேயலங்கரித்து
மாலைபோட்டுசந்தனம்பூசி மடிநிறையபுஸ்தகம்வைத்து

மஞ்சள்படிந்துவர மங்களங்கள்பாடிவர
காம்புநறுக்கியர் கணுக்காம்புவேரறுத்தி
பக்கமிருபுறமும்வாரி பல்வரிசைகரம்பார்த்து
என்னைத்திருத்தியவர் எழுத்தாணிகைபிடித்து
ஆணிப்பொன்னெழுத்தாணி அழகாகவேபிடித்து

வெள்ளிகட்டெழுத்தாணி வேடிக்கையாய்க்கைபிடித்து
ஆரியரும்வேதியரும் ஹரிநமோவென்றெழுதி
ஹரிஹரியென்றெழுதி அர்ச்சிப்பாரென்னையவர்
அரிச்சுவடியென்னாலே வரிக்காய்பாடமென்னாலே
எண்சுவடியென்னாலே குழிமாற்றுமென்னாலே

தர்க்கங்களென்னாலே சாஸ்திரங்களென்னாலே
இராமாயணமென்னாலே பாரதமுனென்னாலே
பாகவதமென்னாலே பலசாஸ்திரங்களென்னாலே
திருவாய்மொழியென்னாலே திவ்யபிரபந்தமென்னாலே
நாலுவேதமுமென்னாலே ஆறுசாஸ்திரமென்னாலே

கங்கைக்கும்லங்கைக்கும் கீர்த்திமிகப்பெற்றிருப்பேன்
மங்கையர்க்குமன்னவர்க்கு மணமறிவதுமென்னாலே
வர்த்தகருஞ்செட்டிகளும் வழியறிவதுமென்னாலே
கணக்கர்களுமுதலிகளும் கணக்கறிவதுமென்னாலே
பலசரக்குமண்டிகளில் பத்திரமாய்நானிருப்பேன்

காசிக்கடைசவுளிக்கடையில் கருத்துடனே நானிருப்பேன்
கொடுக்கல்வாங்கலுள்ளவர்க்கு குறிப்புசொல்லிவாங்கிவைப்பேன்
கார்த்திகைமாதத்திலே கருத்தறிந்தபிள்ளைகட்கு
திருத்தமுள்ளமாபெலியாய்த் தெருவெங்குஞ்சுற்றிடுவேன்
பட்சமுள்ளவாசலுக்குப் பட்டோலைநானாவேன்

காதத்துப்பெண்களுக்குக் காதோலைநானாவேன்
தூரத்துப்பெண்களுக்குத் தூதோலைநானாவேன்
கலியாணவாசலுக்குக் கட்டோலைநானாவேன்
சீமந்தவாசலுக்கு சீருடனே நான்போவேன்
பிள்ளைபிறந்ததென்றால் பெருமையுடன் நான்போவோன்

மந்தன்பிறந்தானென்றால் மகிழ்ச்சியுடன் நான்போவேன்
அரண்மனையில் நானிருப்பேன் ஆஸ்தானத்தில் நானிருப்பேன்
மச்சுக்குள்ளே நானிருப்பேன் மாளிகையில் நானிருப்பேன்
குச்சுக்குள்ளே நானிருப்பேன் குடிசைக்குள் நானிருப்பேன்
எருமுட்டை குதிரையெல்லாம் ஏந்திக்கொண்டு நானிருப்பேன்

ஏரிக்கரைமேலே எந்நாளும்வீற்றிருப்பேன்
எமலோகம்போனாலு மெல்லார்க்குந்தெரியவைப்பேன்
சிவலோகம்போனவர்க்கு சீட்டோலையாயிருப்பேன்
சகலமானகாரியத்திற்கும் சாக்கிரதையாயிருப்பேன்
இத்தனைக்குமுதவியென்று என்னை ஐயன் சிருஷ்டித்தான்

கற்பகவிருட்சமெனக் கயிலையிலும் நானிருந்தேன்
திருப்பாளையூர் தன்னிற் சிவன்புனைந்தானெந்நாமம்
நான் வளர்ந்தசேதிதன்னை நலமுடனே கேட்டவரும்
பாடிப்படித்துவரும் பட்சமுடன்கேட்டவரும்
சொல்லப்படித்தவரும் சுகிர்தமுடன்கேட்டவரும்

அச்சிலடித்தவரும் அழகுசென்னையாள்பவரும்
எல்லைவுலகளந்த எம்பெருமாள்கோத்திரம்போல்
ஆல்போல் தழைத்து அருகுபோல்வேரூன்றி
அறுகுபோல் வேரூன்றி ஆதிசிவன் போல்வாழ்வார்
மூங்கில்போல் தழைத்து முசியாமல்வாழ்வார்

ஊழியூழிகாலமட்டும் உலகுதனிலேயிருந்து
வாழிவாழியென்று சொல்லி வரமளித்தாரீஸ்வரனார்

***

4

கள் குத்தகைச் சீட்டு

பத்துப் பனை மரங்களிலிருந்து ஓராண்டுக்குக் கள் இறக்கும் உரிமையைக் குத்தகைக்கு எடுத்தவர் இக்குத்தகைச் சீட்டை ஓலையில் எழுதிக் கொடுத்துள்ளார்.

தரங்கம்பாடியில் 110 ஆவண ஓலைகளைச் சேகரித்து அவற்றைத் **தரங்கம்பாடி ஓலை ஆவணங்கள்** என்ற பெயரில் தொல்லியலாளர் சீ. இராமச்சந்திரன் நூலாக வெளியிட்டுள்ளார். இத்தொகுப்பில் இக்குத்தகைச் சீட்டு இடம்பெற்றுள்ளது. பனை மர உரிமையாளருக்குச் செலுத்த வேண்டிய குத்தகைத் தொகையை மட்டுமின்றி, பனை மரத்தைப் பராமரிப்பது குறித்த விதிமுறைகளும் இவ்வோலையில் குறிப்பிடப்பட்டுள்ளன.

. . .

1. சாத்தங்குடியிலிருக்கும் ஸ்ரீ ஸ்ரீ அ. சபாபதி செட்டியாரவர்களுக்கு தில்லையாளியிலிருக்கும் சானாற் நீலமுத்து
2. யெழுதிக் குடுத்த குத்தகை சீட்டு யென்ன வென்றால் தில்லை யாளியில் தங்களுதாகிய நீலத் தொட்டி தோட்டத்திலிருக்கும் யிசப்பு மாமரம்
3. **உ** தென்னமரம் **உ** கொடி முந்திரிப் பந்தல் மேல வாசல் சாலைக்கு தெக்காக யிருக்கும் நிலமும் யிதுகள் தவிர மத்த யெல்லாத்த
4. யும் **சரு** வருட குத்தகை ஒப்புக் கொண்டது வருழம் **க** க்கு ரூ **௩ச** க்குமாசம் **க**க்கு ரூ **௩** ஆக மாசம் பிறந்த ரு ௳ யில் பணம் செலு
5. த்தி வச்சு ரசீது வாங்கிக் கொள்வெனாகவு(ம்) தோட்டத்தில் யென் குத்தகை வரைக்கும் பத்து மரம் கள்ளூ பேறிக் கொண்டு மத்த

பின் பக்கம்

6. மரத்தில் பச்சை மட்டை வெட்டாமல் பழுப்பு மட்டை புடுங்கிக் கொண்டு ௲௯௨ ஷு ஆடி மீ ௫ ௨ வரையிலனுபவிச்சு வருவேனாகவ குத்தகை

7. விட்டுப் போற போது நிராடுங் காயம் உரிபொறாக்காயி பழுப்பு மட்டையும் புடுங்கி கொண்டு விடுவேனாகவும் மேலெழுதியபடி பச்சை மட்டை வெட்டினாலும்

8. பத்து மாசத்துக்கு மேலதிகமாயி கள்ளேறினாலும் மாசமாசம் பணம் செலுத்த தவக்கபட்டாலும் உடனே குத்தகை யெழந்து ஒரு

9. வருழத்து பணமும் செலுத்தி வப்பேனாகவும் யிந்தப்படி சம்மதிச்சு சாஷ்ச்சு சாஷிகள் முன்னுக்கு யிதில் கையொப்பம் வைத்துக் குடுத்தேன்.

10. நீலமுத்து கை எழுத்து நெட்டெழுத்து சிதம்பரம்–ராமசாமி படையாச்சி அறிவன் பணிக்கன் மனிமுத்தா பிள்ளை அறிவேன்.

5

பாலத்தின் பராமரிப்புச் செலவும் பனையும்

ஓட்டாப்பிடாரந் தாலுகா ஆ–தாசில்தார் அண்ணாஜி ராவுக்குத் தாக்கீது என்னவென்றால்,

கங்கைகொண்டான் சித்திராநதியிற் கட்டப்பட்டிருக்கிற பாலத்திலிருந்து தெற்கே போகப்பட்ட ரஸ்தா அக்கிரகாரத்துக்கு மத்தியிற் போடப் போகிறதை நிறுத்தி வேறே வழியாய் ரஸ்தாப்போட வேணுமென்று மேற்படியூர் மகாஜனங்கள் கேட்டுக் கொண்டதற்கு அப்படியே வேறே ரஸ்தாப்போட வேண்டுமானாலதற்குப் பதில் நிலம் விடவேண்டுமென்றும் அந்தப் பிரகாரம் விடுகிற நிலம் பின்னாலே மேற்படிபாலஞ் சவரஷ்சனைக்குதவும் படி பனைகளைப் போட்டு விருத்தி செய்யலாமென்று உத்தரவு கொடுத்ததற்கு மேற்படி மகாசஜனங்கள் அதற்குச் சம்மதித்து நதிக்கு வடகரையில் அவர்கள் கிராமஞ்சேகரம் அனாதிதரிசு பூசை நிலத்தில் யிருப்பத்தைந்தே முக்காலரை மாகாணி காலணி நிலம் விட்டுக் கொடுத்திருக்கிறதாய் அளவு அடையாளங் கண்டு கங்கைகொண்டான் சின்ன ஆனந்தய்யன் வகையறாக்கள் 1843ஆம் வருடம் ஜூன் மாதம் 11ஆம் தேதி போட்டு மனுக்கொடுத்து அந்தப்படிவேறே மார்க்கமாய் ரஸ்தாப்போட்டிருப்பதுந்தவிர அவர்கள் விட்டுக் கொடுத்த யிருபத்தைந்தே முக்காலரை மாகாணி காணி நிலத்திலும் 17,000 பனங்கொட்டை வரையும் போடப்பட்டிருப்பதால் அந்த நிலமும் பனையும் யினிமேல் மேற்படி பாலத்தைச் சேர்ந்த தென்பக்கதிற்குப் பின்னாலேயாதொரு ஆட்சேபனைகளையும் வராமலிருக்க வேண்டியதற்காக மேற்படி மகாஜனங்கள் யெழுதிக் கொடுத்திருக்கிற மேற்படி அரிஜிக்கு நகல் யித்துடனே அனுப்பியிருக்கிறோம். அதைத்தாலுகா ரிக்காட்டிற் பத்திரமாய்க் கட்டிவைக்கவும். முகாம் கழுகுமலை 1844ஆம் வருடம் ஜனவரி மாதம் 8ஆம் நாள்.

ஈ–பி. தாம்ஸன் துரையவர்கள் என்ற கையொப்பம் வைக்கப்பட்டிருக்கிறது.

(இளசை மணியன், பதிப்பாசிரியர், ‘வம்சமணிதீபிகை’, 2008, பக்கம். 117)

6

குலசேகரன்பட்டினத்தில் இயங்கிய இரயில்

குலசகரன்பட்டினத்திற்கு மேற்கிலுள்ள சிறு நகரம் திசையன்விளை. இங்கு நிகழும் சந்தைக்கு சிறப்பு இரயில் இயக்கப்படுவது தொடர்பாக வெளியான அறிவிக்கையை திரு. சோமலெ, 'திருநெல்வேலி மாவட்டம்' என்ற தமது நூலில் வெளியுட்டுள்ளார். இதன் நகலை வழங்கி உதவியவர்: ஆய்வாளர் திரு.முத்தலாங்குறிச்சி காமராசு. பெற உதவியவர் ஆய்வாளர் தோழர் நாறும்பூநாதன் (திருநெல்வேலி).

திசியன்விலை வெள்ளிக்கிழமை சந்தை ஸ்பெஷல்

வண்டி கே. பி. எம். துறைமுகத்திலிருந்து 8-5 க்கு விட்டு திசியன் விலைக்கு 10-30 க்குப் போய்ச் சேரும்.

திரும்ப திசியன் விலையை 17-க்கு விட்டு கே. பி. எம். துறைமுகத்திற்கு 19-30 க்கு வந்து சேரும்.

குறிப்பு :—(1) குலசேகரப் பட்டணம் லைட் இரயில்வே கம்பெனியாருக்கு மேல் கண்ட அட்டவணையில் குறித்த எந்த டிரெயினையும் எந்த சமயத்தில் யாதொரு காரணமும் சொல்லாமலும் ஜனங்களுக்கு முன்னமே தெரிவிக்காமலும் ரத்து செய்ய சுதந்திரம் உண்டு.

(2) உத்ஸவ காலங்களில் ஸ்பெஷல் டிரெயின்கள் தேவையான போது விடப்படும்.

(3) ஜனங்கள் ஏறவும் இறங்கவும் இரயில் எந்த இடத்தில் வேண்டுமானாலும் நிற்கும்.

7

பின்பற்றிய கள ஆய்வு முறை

தாவர வழக்காறுகள், பொருள்சார் பண்பாடு என்பன குறித்த ஆய்வுகள் பெரிதும் கள ஆய்வைச் சார்ந்தவை. கள ஆய்வின் துணையின்றி எழுதப்பட முடியாதவை. இவ்வகையில் பனை மரம் குறித்த ஆய்வும் பெரிதும் கள ஆய்வு சார்ந்ததே.

இந்நூலுக்கு முன்னுரை வழங்கிய மானுடவியல் அறிஞர் முனைவர் பக்தவத்சல பாரதி, நான் பின்பற்றிய கள ஆய்வு முறை குறித்து சுருக்கமாகவேனும் எழுதும்படிக் கூறினார். அதன் அடிப்படையில் இச்சுருக்கமான பதிவு இடம் பெற்றுள்ளது.

கள ஆய்வு

கள ஆய்வு என்பது பொதுவாக, அவதானிப்பு (உற்றுநோக்கல்), தகவலாளரிடம் நேர்காணல் நிகழ்த்தி அவர் கூறும் செய்திகளை எழுத்துவடிவில் அல்லது ஒலி வடிவில் பதிவு செய்தல், சில நிகழ்வுகளை அல்லது காட்சிகளைப் புகைப்படமெடுத்தல் எனபனவற்றை உள்ளடக்கியது.

தொழில்நுட்ப வளர்ச்சியின் விளைவாய், காணொலிக்காட்சி (வீடியோ) உருவாக்கலும் கள ஆய்வு முறைகளில் ஒன்றாகி உள்ளது.

நேர்காணலுக்கான வினாநிரலை உருவாக்குவதும், ஆய்வுப் பொருளுடன் தொடர்புடைய எழுத்து ஆவணங்களான ஓலைச்சுவடிகள், கையெழுத்துப்படிகள், குறுநூல்கள், பழமையான நூல்கள், பத்திரிகைகள்,

பத்திரிகைச் செய்திநறுக்குகள், வழக்குமன்ற ஆவணங்கள், புகைப்படங்கள், அறிவிக்கைகள், வாய்மொழி வழக்காறுகள் என்பனவற்றைச் சேகரித்தலும் கூட கள ஆய்வில் அடங்கும். நிகழ்த்துக்கலைகள், விளையாட்டு, கைவினைப் பொருட்கள் தயாரித்தல் குறித்த கள ஆய்வில் கள ஆய்வாளனே பங்கேற்பாளனாகி அவதானித்தால் ஆய்வு எளிதாவதுடன் சிறப்பானதாகவும் அமையும்.

கள ஆய்வு குறித்த இச்சுருக்கமான அறிமுகத்துடன் என் கள ஆய்வு குறித்த சில செய்திகளைப் பகிர்ந்து கொள்ள விழைகிறேன்.

ஆய்வு குறித்த அச்சம்

பனை மரம் குறித்த கள ஆய்வை மேற்கொள்ளும் முன்னரே இம்மரம் குறித்தும் இதன் பயன்பாடுகள் குறித்தும் அறிதல் எனக்குண்டு. இவ் அறிதலே பனை குறித்து நூல் எழுதுவது எளிதானதன்று என்பதை உணர்த்தியது.

கள ஆய்வை மேற்கொள்ளுவோனுக்கும் அவன் சந்திக்கும் தகவலாளருக்கும் இடையே உள்ளத்தளவில் நெருக்கமான உறவு அல்லது பிணைப்பு இருத்தல் அவசியம். இப்பிணைப்பை உருவாக்குதலில் கள ஆய்வாளனின் பங்களிப்பே முக்கியமானது. 'பிணைப்பை உருவாக்கல்' *(Rapport Making)* என்பது பல்வேறு புறக்காரணங்களால் இன்று சிக்கலாகிவிட்டது. இதற்கான காரணங்களாகப் பின்வருவனவற்றைக் குறிப்பிடலாம்.

- தம் அன்றாடவாழ்வில் சந்திக்கும் அரசு ஊழியர்கள், ஆசிரியர்கள் ஒரு சிலரிடம் பெற்ற கசப்பான அனுபவங்களினால் ஏற்பட்ட வெறுப்புணர்வை, படித்தவர்களாகத் தம்மிடம் வருவோர் மீது வெளிப்படுத்தல்

- சாதி, மதம், வாழும் பகுதி என்பனவற்றால் அயலவராகக் காட்சியளிக்கும் அயலவர் மீதான அய்யப்பாடு

- தெய்வம் குறித்த ஆய்வென்றால், நம் கோவிலை அரசு எடுத்துக்கொள்ளப் போவதன் முன்முயற்சியாய் இருக்குமோ என்ற அச்சவுணர்வு

- சாதி, சடங்குகள் குறித்த ஆய்வென்றால் நம்மைப் பகடி செய்தோ இழிவு செய்தோ எழுதிவிடுவார்கள் என்ற எண்ணம்
- தொழில் குறித்த ஆய்வென்றால் தம் தொழில் இரகசியங்களைப் பாதுகாக்க வேண்டுமென்ற தற்காப்புணர்வு அல்லது வரிவிதிப்பு குறித்த அச்சம்.

இத்தடைகளைத் தாண்டிதான் கள ஆய்வை நடத்த வேண்டியுள்ளது. இத்தகைய சூழலில், பாரம்பரியத் தொழில் நுட்ப அறிவு, நம்பிக்கைகள், சடங்குகள், பொருளியல் என்பனவற்றையெல்லாம் உள்ளடக்கி நிற்கும் பனை மரம் குறித்த கள ஆய்வு எளிதானதன்று என்பதை உணர்ந்து கொண்டேன். இவ் எச்சரிக்கை உணர்வுடன் ஆய்வுக்கு உறுதுணையாக அமையும் வகையில் விரிவான வினாநிரல் ஒன்றை உருவாக்க விரும்பினேன். இதன் பொருட்டு நான் மேற்கொள்ளவுள்ள கள ஆய்வுகள் வெறும் அவதானிப்புகளாகவே தொடக்கத்தில் அமையவேண்டும் என முடிவெடுத்தேன். எனவே குறிப்பேடு, எழுதுகோல், ஒலிப்பதிவுக் கருவி என்பனவற்றை எல்லாம் ஓரங்கட்டிவிட்டு, “செவி, கண், வாய்” என்ற மூன்று உறுப்புகளே துணையாகக் கொண்டு களத்தில் இறங்கினேன்.

ஆய்வுக்களம்

பனை மரங்கள் மிகுந்த திருநெல்வேலி தூத்துக்குடி மாவட்டங்களையே என் ஆய்வுக்களமாகக் கொண்டேன். இவ் இரு மாவட்டங்களும் திருநெல்வேலி மாவட்டம் என்ற பெயரில் ஒரே மாவட்டமாக இருந்தவை. சங்க இலக்கியங்கள் குறிப்பிடும் அய்வகை நிலப் பிரிவுகளையும் கொண்டதாய் அன்றையத் திருநெல்வேலி மாவட்டம் விளங்கியது. இதன் அடிப்படையில் மலைப்பகுதி (குறிஞ்சி)அல்லாத நான்கு நிலப் பகுதிகளில் உள்ள ஊர்கள் சிலவற்றைத் தேர்வு செய்து கொண்டேன். அவை வருமாறு:

1. மலை அடிவாரப்பகுதி	:	1. சிவகிரி (திருநெல்வேலி மாவட்டம்) 2. இராமனாதபுரம் (திருநெல்வேலி மாவட்டம்)
2. நன்செய் நிலப்பகுதி	:	3. கொண்டாநகரம் (திருநெல்வேலி மாவட்டம்), 4. சேந்தமங்கலம் (தூத்துக்குடி மாவட்டம்)
3. கரிசல் நிலப் பகுதி	:	5. வேடப்பட்டி (தூத்துக்குடி மாவட்டம்) 6. அயன் வடமலாபுரம் (தூத்துக்குடி மாவட்டம்)

4. தேரிக்காட்டுப் பகுதி : 7. இடையன்குடி (திருநெல்வேலி மாவட்டம்)
8. குட்டம் (திருநெல்வேலி மாவட்டம்)
9. இடைச்சிவிளை (தூத்துக்குடி மாவட்டம்)
10. உடன்குடி (தூத்துக்குடி மாவட்டம்)

5. கடற்கரைப்பகுதி : 11. உவரி (திருநெல்வேலி மாவட்டம்)
12. குலசேகரன்பட்டினம் (தூத்துக்குடி மாவட்டம்)
13. பெரியசாமிபுரம் (தூத்துக்குடி மாவ்ட்டம்)
14. வேம்பாறு (தூத்துக்குடி மாவட்டம்)

ஆய்வு முறை

இவ்வூர்களில் எல்லாம் வழிப்போக்கன், பதநீர்குடிப்பவன், நுங்கு வாங்குபவன், பனை மரம் குறித்து எதுவுமே அறிந்திராத நகரவாசி என இடத்திற்கும் சூழலுக்கும் ஏற்ப என்னை வெளிப்படுத்திக் கொண்டு, இயல்பான முறையில் அளவான உரையாடல்களை பனைவினைஞர்களிடமும் பனைப்பொருள் விற்பனையாளர்களிடமும் நடத்தி வந்தேன்.

பனை மரம், பனைபடு பொருட்கள் குறித்த ஆழமான புரிதலை இவ்வனுபவங்கள் எனக்கு வழங்கின. வீடு திரும்பியதும் என் உள்ளத்தில் பதிந்த செய்திகளை மட்டும் குறிப்புகளாக எழுத்தில் பதிவு செய்து வந்தேன்.

1995இல் திட்டமிட்டுத் தொடங்கிய இந்நிகழ்வு 2009 வரை நீடித்தது. ஆனால இத்தனை ஆண்டுகளும் தொடர்ச்சியாக இது நிகழ்ந்தது என்று கூற முடியாது. ஓர்அவதானிப்பிற்கும் மற்றொரு அவதானிப்பிற்கும் இடையே நீண்ட அளவில் இடைவெளி அமைந்ததும் உண்டு.

மற்றொருபக்கம் அன்புத்தோழர் ஏ. சிவன் (பாரதி ஸ்டுடியோ, கோவில்பட்டி), தூய சவேரியார் கல்லூரியின் நாட்டார் வழக்காற்றுத் துறைப் பேராசிரியர் பீட்டர் ஆரோக்கியராஜ், நூலகர் முத்துராஜ் ஆகிய இருவரும் பனை தொடர்பான படங்களை எடுத்துதவினர்.

வினாநிரல்

அடுத்தகட்டமாக, எழுதிவைத்த குறிப்புகளை அடிப்படையாகக் கொண்டு வினா நிரல் ஒன்றை 2010ஆம் ஆண்டில் உருவாக்கினேன். இதனை அடிப்படையாகக் கொண்டு தமிழ்நாட்டின் பிறபகுதிகளிலும் கள ஆய்வு செய்துவிட்டு நூலை எழுதிவிடலாம் என்று முடிவெடுத்தேன்.

அதற்கு முன் இவ்வினாநிரலை அடிப்படையாகக் கொண்டு தொடக்க நிலைக் கள ஆய்வு (Preliminary Field Work) ஒன்றினை நிகழ்த்தி வினாநிரலைச் செழுமைப்படுத்திக் கொள்ள எண்ணினேன். இதன் பொருட்டு தூத்துக்குடி மாவட்டத்திலுள்ள அடைக்கலாபுரம், பூந்தோட்டம் என்ற ஊர்களைத் தேர்வு செய்தேன். இவற்றுள் அடைக்கலாபுரம் பனை மரங்கள் மிகுந்த பகுதி. பதநீர் இறக்குதலும் கருப்புக்கட்டி தயாரித்தலும் குறிப்பிடத்தக்க அளவில் நடைபெறும் ஊர். காயல்பட்டினம் நகரின் அருகிலுள்ள சிற்றூர் பூந்தோட்டம். இங்கு பானைக் கருப்புக்கட்டி தயாரிப்பு நிகழ்ந்துவந்தது.

தொடக்கநிலைக் கள ஆய்வு

திட்டமிட்டபடி தொடக்கநிலைக் கள ஆய்வை இவ்விரு ஊர்களிலும் 2010 மேத்திங்களில் நடத்திமுடித்தேன். வினாநிரலில் சிற்சில மாறுதல்ககளைச் செய்துகொள்ள இக்கள ஆய்வு உதவியது. இதன் தொடச்சியாகப் பெரியசாமிபுரம் என்ற கடற்கரைச் சிற்றூருக்குச் சென்று கள ஆய்வு மேற்கொண்டேன். இவ்வூர் ஏற்கெனவே அவதானிப்பை மேற்கொண்ட ஊர்தான். இவற்றின் அடிப்படையிலும் ஏற்கெனவே கைவசம் இருந்த குறிப்புகளின் துணையுடனும் தற்காலிகமாக நூலின் இயல்களைப் பகுத்துக் கொண்டேன்.

தேக்கநிலை

2010 ஆகஸ்டில் விபத்து ஒன்றுக்காளாகி கிட்டத்தட்ட பத்துமாத கால அளவு கட்டில்வாசி ஆகிப்போனேன். என் குறிப்புகள் சிதறிப்போயின. இடைப்பட்ட காலத்தில் "பண்பாட்டுப் போராளி நா. வானமாமலை" என்ற நூலைப் படுக்கையில் இருந்தவாறே எப்படியோ எழுதிமுடித்தேன். இது நூல் வடிவில் வந்ததும் உற்சாகமும் நம்பிக்கையும் தோன்றியது. ஆயினும் பனைகுறித்த நூல் எழுதுவதென்பது இயலாத ஒன்று என்றே எனக்குத் தோன்றியது. ஏனெனில் கள ஆய்வு முற்றுப் பெறவில்லை. இனி மேற்கொள்ள முடியாத நிலையை விபத்து ஏற்படுத்திவிட்டது.

என்றாலும் முயற்சி செய்யலாம் என்று குறிப்புகளை ஒழுங்குபடுத்திப் பார்த்தபோது மீண்டும் நம்பிக்கை தோன்றியது. எனக்கு ஆறுதல் கூற அடிக்கடி வந்து சென்ற அன்பிற்குரிய மாணவர் நா.சுப்புராம் இது தொடர்பாக நல்ல செய்தி ஒன்றை அலைபேசி வாயிலாகத் தெரிவித்தார். கோவில்பட்டி நகரில் அவர், பதநீர் குடிப்பது வழக்கம். பெரும்பாலும் குறிப்பிட்ட ஒருவரிடமே

பதநீர் வாங்கி வந்ததால் இருவருக்கும் இடையே நல்ல நட்பு ஏற்பட்டிருந்தது. பனை குறித்த என் நூலாக்க முயற்சியை அவரிடம் கூறியபோது அவர் உதவுவதாக வாக்களித்துள்ளார். எனவே தேவையான செய்திகள் எவை என்று குறித்து வைக்கும்படியும் நேரில் சந்திக்கும் பொழுது பெற்றுக்கொளவதாகவும் கூறினார்.

மீட்சி

அடுத்தமுறை அவர் சந்திக்க வந்தபோது திருத்தி அமைத்திருந்த வினாநிரலைக் கொடுத்தேன். வினர்நிரலை அவர் வாங்கிச் சென்றபின்னர்தான் அத்தகவலாளரை மையமாகக் கொண்ட சில உண்மைகளை அறியநேர்ந்தது.

திருநெல்வேலி மாவட்டத்தின் வடமேற்குப் பகுதியில் உள்ள சிற்றூர் 'வேலப்பநாடார் ஊர்'. இங்கு பனைசார் தொழில் புரியும் சிலர் கூட்டாக ஒரு சிறிய சரக்குந்தில் நுங்கு பதநீர் ஆகியவற்றுடன் நாள்தோறும் கோவில்பட்டி வருவதை வழக்கமாகக் கொண்டுள்ளனர்.

ஆங்காங்கே பிரிந்து சென்று விற்பனை செய்கின்றனர். விற்பனை முடிந்ததும் விற்பனைக்குத் துணை புரியும் அரிவாள், பதநீர் அளக்க உதவும் அளவுகருவிகள், பதநீர்ப் பானை ஆகியனவற்றை வழக்கமான ஓர் இடத்தில் வைத்துவிட்டு ஊர் திரும்பி விடுகின்றனர்.

என் வினாநிரல் இக்குழுவினரிடம் சென்றடைந்தது. அதைப்படித்துப் பார்த்ததும் இத்தொழில் குறித்து நன்கு அறிந்த ஒருவரால்தான் இப்படிக் கேள்விகள கேட்க முடியும். அவருக்கு உதவுகிறோம் என்று கூறியதுடன் திரு.த. வேலுசாமி எனபவரைத் தொடர்பாளராக அறிவித்து அவரது தொலைபேசி எண்ணையும் தந்தனர்.

தேர்ந்த பனைவினைஞர் குழுமம் ஒன்று என் வினாநிரலைப் பாராட்டியதுடன் உதவ முன் வந்தமையும் ஊக்கமும் உற்சாகமும் அளித்தன.

அடுத்து என் நூல்களைப் படித்து என்னை சந்திக்க வந்த திரு. லிங்கராஜ் நூல்களை வாசிப்பதில் மிகுந்த ஆர்வம் கொண்டவர். நான் விபத்துக்கு ஆளான பின்னரே அவரது அறிமுகம் கிடைத்தது. தூத்துக்குடி மாவட்டத்திலுள்ள ஆதனூர் என்ற கிராமத்தைச் சேர்ந்த இவரது தாத்தாவும் நெருங்கிய உறவினர் சிலரும் தேர்ந்த பனைவினைஞர்கள். பனை குறித்த என் தேடலைப் புரிந்து கொண்ட இவர் என் அய்யங்களைப் போக்க ஆர்வத்துடன் முன்வந்தார்.

திருநெல்வேலி மாவட்டத்திலுள்ள டோனாவூர் என்ற கிராமத்தை ஆய்வு செய்து முனைவர் பட்டம் பெற்றவர் திருமதி. ஜான்சி எமீமா. ஆய்வின் பொருட்டு தன் கணவருடன் என்னைச் சந்திக்க வந்த இவர், பனை குறித்த என் தேடலை அறிந்து கொண்டார். அவரது சொந்த ஊரான கண்ணம்மாநல்லூர் பனைவினைஞர்கள் வாழும் ஊர். அவரும் அவரது கணவர் திரு. பால்ராஜ் அவர்களும் என் கள ஆய்வில் விடுபட்ட செய்திகளை அறிய உதவியதுடன் புகைப்படங்களை அனுப்பியும் உதவினர்.

நூலாக்கம்

மொத்தத்தில் இந் நூலானது பல ஆண்டுகளாக (*1995 – 2009*) நான் மேற்கொண்டிருந்த அவதானிப்பையும் இதன் அடிப்படையில் நான் உருவாக்கிய வினாநிரலை அடிப்படையாகக் கொண்டு அடைக்கலாபுரம், பூந்தோட்டம் (காயல்பட்டினம்), பெரியசாமிபுரம் என்ற மூன்று ஊர்களில் நடத்திய கள ஆய்வின் துணையுடனும் எழுதப்பட்டுள்ளது.

எழுதும்போது ஏற்பட்ட அய்யப்பாடுகளை திருநெல்வேலிமாவட்டத்தின் வேலப்பநாடார் ஊர், கண்ணமாநல்லூர், தூத்துக்குடி மாவட்டத்தின் ஆதனூர் ஆகிய ஊர்களில் வாழும் பனைவினைஞர்கள் போக்கினர்.

பனை மரத்தை தலமரமாகக் கொண்ட திருப்பனந்தாள், திருவோத்தூர் (செய்யாறு), திருப்பனங்காடு, திருக்குறுங்குடி ஆகிய ஊர்களில் தலமரம் தொடர்பான செய்திகள் மட்டுமே சேகரிக்கப்பட்டன. இத்தல யாத்திரையில் தோழர் தஞ்சை சாம்பானும் (தஞ்சாவூர்), தோழர் த.ம. பிரகாஷ் (திருவண்ணாமலை), பொறியாளர் மோகனசுந்தரம் (தஞ்சாவூர்) ஆகிய மூவரும் உடன் வந்து உதவினர். இம்மூவருக்கும் என் நன்றி உரியது.

ஏனைய சைவத்தலங்கள் தொடர்பான செய்திகள் தலபுராணங்கள் வழி பெறப்பட்டன.

இடம்பெறத் தவறியவை

ஒருவாறு இந்நூலை எழுதிமுடித்து விட்டாலும் இந்நூலில் இடம் பெறத் தவறிய செய்திகள் சிலவுண்டு. அவை வருமாறு:

1. சில்லுக்கருப்புக்கட்டி குறித்த பதிவு இடம் பெற்றிருந்தாலும் அது தொடர்பான படங்கள் இடம் பெறவில்லை. அனுமதி கிடைக்காமையே காரணம்.

2. திட்டமிட்டிருந்தபடி தமிழ்நாடு அரசின் ஆவணக்காப்பகத்திற்குச் செல்ல இயலாமல் போனதால் குலசேகரன்பட்டினம் சீனி ஆலை, ஆப்காரி சட்டத்தின் விளைவுகள் குறித்து விரிவாக எழுத முடியாமல் போய்விட்டது.

3. நாட்டு விடுதலைக்குப் பின் தமிழ்நாட்டில் உருவான முதல் சட்டமன்றத்தில் (1952–1957) பனைவரி குறித்து நடந்த விவாதங்கள், பனைவரி பனைத்தொழிலாளர் நலன் தொடர்பாகக் கம்யூனிஸ்ட் கட்சியின் சட்டமன்ற உறுப்பினர்களும், *தினத்தந்தி* நாளிதழின் நிறுவனர் திரு. சிபா. ஆதித்தனாரும் முன்வைத்த கருத்துக்களும் உரைகளும் அறிமுகம் செய்யப்படாமை.

4. செங்கல்பட்டு மாவட்டத்தில் செயல்பட்டுவந்த மதுமரத் தொழிலாளர் சங்கம், அது நடத்திய மாநாடு, வெளியிட்ட மாநாட்டு மலர் குறித்த செய்திகள்.

5. அரசுக்கு உரிமையான பனை மரங்கள் 'ஒப்படைப் பனை' என்ற பெயரில் நிலவுடைமையாளர்களின் கட்டுப்பாட்டிற்குள் இருந்தமை குறித்த செய்திகள்.

6. தும்பு ஈர்க்குத் தொழில் குறித்த செய்திகள்.

இவை தவிர என் பார்வைக்கு வராத செய்திகள் பல இருக்க வாய்ப்புண்டு. இவற்றை வாசகர்கள் சுட்டிக்காட்டினாலும் புகைப்படங்களை அனுப்பி உதவினாலும் அடுத்த பதிப்பில் இணைத்துக்கொள்ள சித்தமாக உள்ளேன்.

துணைநூற் பட்டியல்

அன்பரசு *(2015)*
புதிய மதுரை மறைத்தள இயேசு சபைக் குருக்களின் ஆண்டுமடல்கள் காட்டும் தமிழ்ச்சமுதாயம் *(1887 – 1900)*
அச்சிடப்படாத முனைவர் பட்ட ஆய்வேடு

ஆயன் *(1988)*
ஆயன் கடிதங்கள், சென்னை

இளஞ்செழியன் *(1999)*
பாண்டியர்குல நாடார்கள் குலமுறை கிளத்தல், விருதுநகர்

இராகவன் (ப.ஆ.)
ஹீராட்டட்டஸ்

இராசகோபால், சு. *(1997)*
ஓலைச்சுடிகளில் எழுத்துமுறை, **ஆவணம்** இதழ் 8
தஞ்சாவூர்

இராசகோபால், சு. *(1997)*
சோழர் காலத்தில் ஆவணப் பதிவு முறைகள், **ஆவணம்** 2001, தஞ்சாவூர்

இராசகோபால், சு. *(1998)*
வரலாற்றுக் கலம்பகம்
(பேரா. செ. இராசு மணிவிழா ஆய்வுக் கட்டுரைகள்)

இராசு, செ. (ப.ஆ.), *(1994)*
சேதுபதி செப்பேடுகள், தஞ்சை

இராசு, செ. *(1995)*
கொங்குநாட்டுச் சமுதாய ஆவணங்கள், தஞ்சை

இராசு, செ. *(2001)*
ஓலை ஆவணங்களும் முத்திரை ஓலைகளும்
தமிழ்க் கல்வெட்டியலும் வரலாறும்
(பதிப்பாசிரியர்கள்: எ.சுப்பராயலு – செ. இராசு)

இராசு, செ. *(2009)*, **செங்குந்தர் ஆவணங்கள்**, ஈரோடு

இராமச்சந்திரன், சி. *(2004)*
வலங்கை மாலையும் சான்றோர் சமூகச் செப்பேடுகளும்
சென்னை

இராமச்சந்திரன், சி. *(2005)*
தரங்கம்பாடி ஓலை ஆவணங்கள், சென்னை

இராமலிங்க அடிகளார்
மூலிகை குண அட்டவணை, சென்னை

இராமநாதன், ஆறு. (பொதுப் பதிப்பாசிரியர்) *(2001)*
நாட்டுப்புறப்பாடல் களஞ்சியம், சென்னை

இராமநாதன், ஆறு. *(2001)*
தமிழில் புதிர்கள், சென்னை

இளசை மணியன் *(ப.ஆ.), (2008)*
வம்சமணி தீபிகை, சென்னை

கமால், எஸ்.எம். *(1997)*
இராமேசுவரம் பண்டகசாலை விலைச் சாதனம்
ஆவணம் (இதழ் 8) 1997, தஞ்சாவூர்

கன்னையன், பா. *(2001)*
ஓலைச்சுவடிகளில் ஆவணங்களும் பதிவேடுகளும்
தமிழில் ஆவணங்கள் *(2001)*
ஆ. தசரதன் (பதிப்பாசிரியர்), சென்னை

கிருட்டினன் *(2001)*
சேலம் மாவட்டக் கல்வெட்டுகள், சென்னை

கிருட்டினசாமி, க. *(1978)*
கொங்கு நாட்டுப்புறப் பாடல்கள், சென்னை

கிருஷ்ணமூர்த்தி, கு.வி. *(2007)*
தமிழரும் தாவரமும்

கோபாலையர் *(ப.ஆ.), (1984)*
தேவாரம் – பண்முறை, புதுச்சேரி

கோவிந்தராசன், சி. *(ப.ஆ.)*
கரந்தைச் செப்பேடுகள், மதுரை

கோவிந்தராஜன், ந. *(2016)*
அதிகாரமும் தமிழ்ப்புலமையும், சென்னை

கோல்பிங் சிறு தொழில் வளர்ச்சிக்குழு *(2002)*
பனைவளம் . . ., கோவை

சந்திரமூர்த்தி, மா., வேதாசலம் *(2002)*
பாராக்கிரம பாண்டியபுரம்

சம்பந்தம், கே. *(1966)*
இனிக்கும் பதநீர், சென்னை

சம்பந்தம், கே. *(1968)*
பனைத்தொழில் *(முதல்பாகம்)*, சென்னை

சம்பந்தம், கே. *(1981)*
பனைத்தொழில் *(இரண்டாம் பாகம்)*, சென்னை

சஞ்சீவிகுமார், *(2015)*
மடையர்களைப் போற்றுவோம், நவம்பர் 16, **தி இந்து** *(தமிழ்)*

சர்வேஸ்வரன் *(ப.ஆ.), (1982)*
ஒட்டன்கதை

சாந்தலிங்கம், *(1983)*
நடுகற்களில் குலச்சின்னங்கள்,
தொல்லியல் கருத்தரங்கு (தொகுதி 1)
(பதிப்பாசிரியர்கள் ஆ. பத்மாவதி, இரா. நாகசாமி)
தமிழக வரலாற்றுப் பேரவை, சென்னை

சாமிநாதையர், உ.வே. *(1990)*
என் சரித்திரம், சென்னை

சாமிநாதையர், உ.வே. *(1991)*
நல்லுரைக் கோவை, தொகுதி 4, சென்னை

சிட்டி – சிவபாதசுந்தரம் *(1977)*
தமிழ் நாவல் இலக்கியம், சென்னை

சிவசுப்பிரமணியன், ஆ. *(2003)*
தமிழ் அச்சுத்தந்தை அண்ட்ரிக் அடிகளார், சென்னை

சிவசுப்பிரமணியன், ஆ. (ப.ஆ.), *(2006)*
உபதேசியார் சவரிராயன், நாகர்கோவில்

சிவசுப்பிரமணியன், ஆ. *(2007)*
தோணி, பாளையங்கோட்டை

சிவசுப்பிரமணியன், ஆ. *(2010)*
மழையும் நாட்டார் வழக்காறுகளும்
மந்திரமும் சடங்குகளும், நாகர்கோவில்

சிவசுப்பிரமணியன். ஆ. *(2011)*
ஓலைமுதல் சுவடிவரை
நியூ செஞ்சுரி புக் ஹவுஸ் வைரவிழா மலர் சென்னை

சிற்றம்பலம், சி.க. *(1999)*
பண்டையத் தமிழகம், சென்னை

சீனிவாசன் *(1987)*
சங்க இலக்கியத் தாவரங்கள், திருச்சி

சுசிகரன் தங்கசாமி *(2002)*
நாசரேத் வரலாறு *(1800–2002),* சென்னை

சுந்தரமூர்த்தி, இ. *(2005)*
பதிப்பியல் சிந்தனைகள், சென்னை

சுப்பராயலு, எ. *(2008)*
மண்கல தமிழ் பிராமி எழுத்துப் பொறிப்புகள் பக். *189–221*
ஆவணம் *19. 2008*

சுப்பராயலு, எ. *(2014)*
கொடுமணல் ஒரு பிராமி எழுத்துப் பொறிப்புப் பற்றி பக். *242–243*
ஆவணம் *21, 2014*

சுப்பராயலு, எ., கௌ. முத்துசங்கர், பா. பாலமுருகன் *(2014)*
இடைக்காலத் தமிழ்நாட்டில் நாடுகளும் ஊர்களும்
தஞ்சாவூர்

சுப்பராயலு, எ. – செ. இராசு (பதிப்பாசிரியர்கள்)
தமிழ்க் கல்வெட்டியலும் வரலாறும், தஞ்சாவூர்

சுப்பிரமணியன், தி.நா. *(2011)*
கல்வெட்டுச் சொல்லகராதி, சென்னை

சுப்பிரமணியன், தி.நா. *(ப.ஆ.)*
பல்லவர் செப்பேடுகள், சென்னை

சுப்பிரமணியன், தி.நா. *(2011)*
பண்டைத் தமிழ் எழுத்துக்கள், சென்னை

சுப்பிரமணியம், பூ. *(2004)*
சுவடிப் பதிப்புக்கலை வழிகாட்டி, சென்னை

சுந்தரசோபிதராஜ், கே.கே. *(1994)*
தலமரங்கள், சென்னை

சூசை மாணிக்கம் *(2016)*
இறை இரக்கத்தின் முகமாய்த் திகழும் இறையடியார்
லூயிலெவே **'திரு இருதய தூதன்'** மார்ச் *2016*

சூசை ராஜா *(1982)*
பனை மரம், சென்னை

சௌரிராஜன், மு. *(1992)*
பதார்த்த குணபாடம்
தஞ்சாவூர்

ஞானப்பிரகாசர் *(1937)*
பனையின் பெயர்கள்
செந்தமிழ்

டேவிட் பாக்கியமுத்து *(2001)*
திருநெல்வேலிக்குக் கிறித்தவம் வந்தது, சென்னை

தசரதன், ஆ. *(1995)*
வலங்கைச் சான்றோரும் சோழரும், சென்னை

தென்னிந்தியக் கல்வெட்டுகள்
தொகுதிகள் 3, 5, 7, 12, 22, 30

நடராசன், *(2005)*
நாட்டுப்புறக் கதைக்களஞ்சியம், தொகுதி 13,
சென்னை

நடேசக் கவுண்டர் *(2009),*
நியாயக்களஞ்சியம், போரூர்

நாகசாமி, இரா. *(ப.ஆ.), 1972,*
செங்கம் நடுகற்கள்,
தமிழ்நாடு அரசு தொல்பொருள் ஆய்வுத்துறை, சென்னை.

பகவதி
தமிழர் அளவை முறை, சென்னை

பத்மாவதி *(1980)*
நன்னிலம் வட்டக் கல்வெட்டுகள், சென்னை

பட்டுசாமி ஓதுவார் *(2005)*
திருத்தொண்டர் புராணம் உரைநடை
திருப்பனந்தாள்

பெருமாள், அ.கா. *(2006)*
முதலியார் ஆவணங்கள், சென்னை

பெருமாள், அ.கா. *(ப.ஆ.), (2009)*
அய்யா வைகுண்டசாமி அருளிய அகிலத்திரட்டு அம்மானை
நாகர்கோவில்

பூங்குன்றன், ர. (ப.ஆ.), *(2010)*
ஈரோடு மாவட்டக் கல்வெட்டுகள் *(தொகுதி 3)*

மகாலெட்சுமி, தி., வித்யாதரன், க.ப. *(2009)*
சுவடியியல் ஆய்வு, சென்னை

மாதவன், இ.ரா. *(2000)*
சுவடிப்பதிப்பியல், தஞ்சாவூர்

முத்துகுமார் *(2015)*,
தமிழக மதுவிலக்கு கடந்து வந்தபாதை, **தி இந்து**

யோவான் தேவசகாயம் சவரிராயன் *(2006)*
சவரிராய பிள்ளையவர்கள் சர்னலும் கடிதங்களும்,
பாளையங்கோட்டை

ராமன், மு. கோ. *(2006)*
தமிழ்ச் சுவடிப்பதிப்பு

ரெங்கையா முருகன் *(2010)*
அனுபவங்களின் நிழல்பாதை, சென்னை

வசந்தகல்யாணி, அர. *(1999)*
சுவடிகட்டும் பலகைகளில் ஓவியங்கள்,
ஆவணம் *(இதழ்–10) 1999*, தஞ்சாவூர்

வானமாமலை, நா. (தொ.ஆ.), *(1976)*
தமிழர் நாட்டுப்பாடல்கள்

விஜயவேணுகோபால், கோ. *(2015)*
தலைஞாயிறு குற்றம் பொருத்த நாதர் கோயில் கல்வெட்டுகள்,
ஆவணம் *(இதழ்: 26) 2015*, தஞ்சாவூர்

வேதாசலம், வெ.
நந்தவனங்கள், **கல்வெட்டு** இதழ் *10*

ஸ்ரீதர், தி.ஸ்ரீ. (ப.ஆ.), *(2006)*
தமிழ்–பிராமி கல்வெட்டுகள், சென்னை

ஸ்ரீநிவாஸ். மு.தொ., த.கோ. பரமசிவம், தி. புஷ்கலா *(2001)*
**திருப்போரூர் மற்றும் வடக்குப்பட்டு
பதினெட்டாம் நூற்றாண்டின் ஆவணங்கள்**

ஜெயக்குமார், பா. *(2001)*
தமிழகத் துறைமுகங்கள்

ஜோப் தாமஸ், ஐ. *(2014)*
தமிழக ஓவியங்கள் ஒரு வரலாறு, நாகர்கோவில்

தலபுராணங்கள்
**திருப்பனங்காடு என வழங்கும் திருவன்பார்த்தான் பனங்காட்டூர்
தலவரலாறும் தேவாரப் பதிகங்களும்
திங்கள்முடியார் இனிதமரும் திருவோத்தூர் தலவரலாறு**

Al - Biruni (1983)
India
Edited by Qeyamuddin Ahmed, New Delhi

Amirthalingam.M (2005)
Sacred Groves of Tamilnadu: A Survey
Chennai

Amirthalingam, M. (2005)
Sacred Trees of Tamilnadu, Madras

Appadorai, A. (1936)
Economic Conditions in Southern India (1000-1500 AD), Vol. II
Madras

Caldwell, R. (1857)
Lectures on the Tinnevelly Mission, London

Census of India 1961 Volume IX Madras.
(1964) Part VIIA. Palm Leaf Products.

Das, J.P. (2007)
Chitra-Pothi
Illustrated Palm-leaf manuscripts from Orissa, New Delhi

Dennis V. Johnson (1997)
Non-Wood Forest Products: Tropical Palms, Bangkok

Francis Buchanan, M.D. (1807)
A Journey from Madras through the countries of Mysore, Canara and Malabar, Vol. 2, London

Frazer
The Golden Bough, Part I. Vol. I (1976)

Immanuvel (2002)
The Dravidian Lineages

Iravatham Mahadevan
Early Tamil Epigraphy From the Earliest times to the Sixth Sentury C.E. Chennai

Jeyaseela Stephen (1998)
Portuguese in the Tamil Coast: Historical Exploration in Commerce and Culture, 1507-1749, Puduchery

Jeyaseela Stephen, S. (2016)
A Meeting of the Minds: European and Tamil Encounters in Modern Sciences 1507-1857, New Delhi

Lenin Tangappa, M.
Palmyra Tree and the Native People
Puduchery

Ludden, David (1989)
Peasant History in South India

Muthuraj, J.G. (1986)
A Bibliography of Christian Writing in Tamil in the Libraries of U.K and Europe
Madurai

Meena Radhakrishna (2001)
Dishonoured by History: 'Criminal Tribes' and British Colonial Policy
New Delhi

Pate, H.R. (1917)
Tinnevelly District Gazetteer, Madras

Rajan Gurukkal (2016)
Rethinking Classical Indo-Roman Trade, New Delhi

Ramaswami. N.S. & Muthiah. S (1998)
Parrys 200: A Saga of Resilience

Robert L.Hardgrave (1969)
The Nadars of Tamilnad: The Political Culture of a Community in Change
New Delhi

Sinha, R.P.N. (1968)
Our Trees, New Delhi

Susan Billington Harper
In the Shadow of the Mahatma: Bishop V.S.Azariah and the Travails of Christianity in British India, United Kingdom.

Ulloure Paramesvara Iyer:
Progress of Travancore under H.H. Sreemoolam Tirunal

Velupillai, T.K. (1996)
Travancore State Manual

Vijayan, K. (1997)
Ramayana in Palm Leaf Pictures: Citra Ramayana
Thiruvananthapuram

William Ferguson
The Palmyra Palm: Borassus Flabelliformis (1888)
U.S.A

ஆண்பனை

பெண்பனை

வடலிபனை (வளர்ச்சி நிலையில்)

பாலாட்டம் கொடி சுற்றி வளர்ந்த பனை

ஓலை அறுக்கப்பட்ட பனைகள்

ஆலங்கன்று வளரும் பனை

ஓலைப் பட்டையில் நுங்கு

பனம்பழம்

பனங்கொட்டையும் பனங்கிழங்கும்

கும்பிடுபனைச் சடங்கு

நாட்டார் தெய்வம் உறையும் பனை

மஞ்சள் கயிறு, துணித்தொட்டில் கட்டப்பட்ட பனை – திருவிரிஞ்சிபுரம், நன்றி: கி. ஸ்ரீதரன்

முத்திரை ஓலைப்பத்திரம், நன்றி: பேரா. மோ.கோ. கோவை மணி

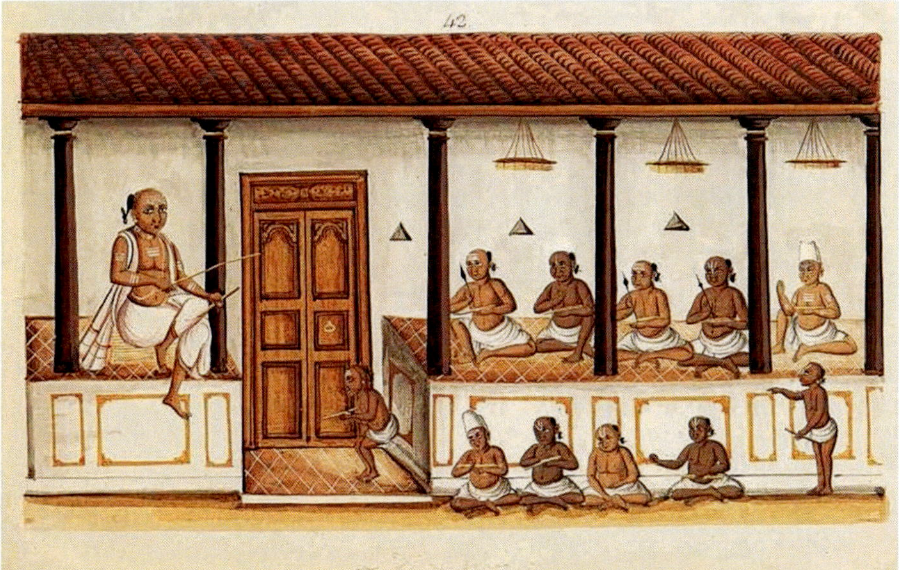

திண்ணைப் பள்ளிக்கூடம் (வண்ண ஓவியம், நன்றி: London Missionary Society / Council for World Mission Archives and Library, London)

கிடைக்கூடு

கிடைக்கூடின் உட்பகுதி

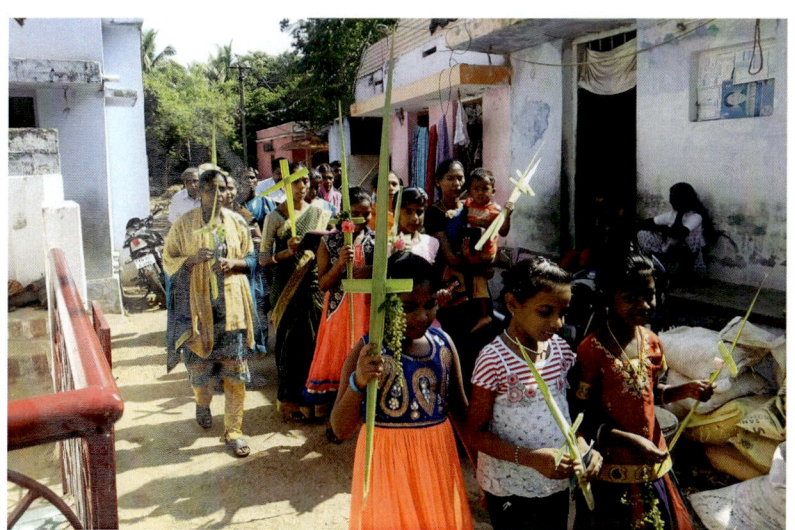

குருத்தோலை நாள் ஊர்வலம், நன்றி: ஜான்சி எபிமா

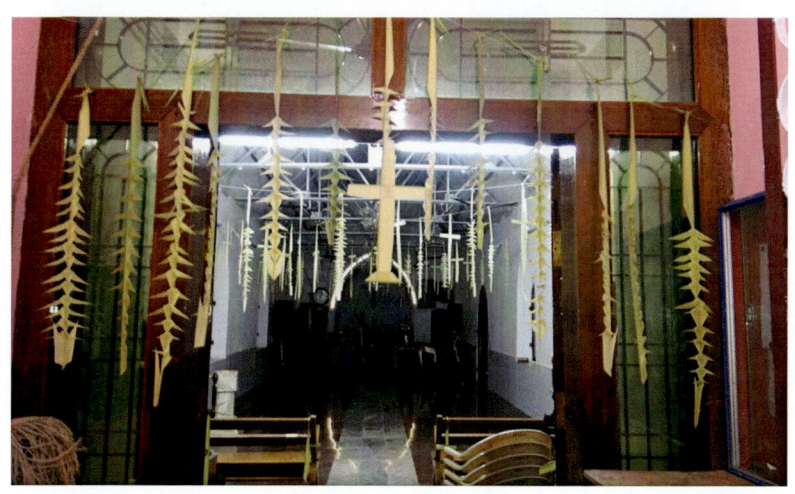

பனைஓலை அலங்காரம்

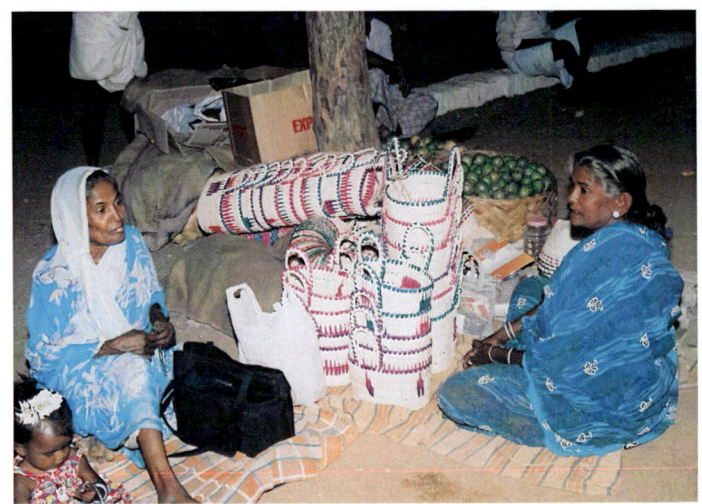

நார்க்கூடை விற்பனை (கள்ளிகுளம்), நன்றி: பேரா. பீட்டர் ஆரோக்கியராஜ்

முறம் (சுளவு) விற்பனை (கள்ளிகுளம்), நன்றி: பேரா. பீட்டர் ஆரோக்கியராஜ்

விசிறி

மணப்பாடு கைவினைப் பொருள்

மணப்பாடு கைவினைப் பொருள்கள்

மணப்பாடு கைவினைப் பொருள்கள்

மணப்பாடு கைவினைப் பொருள்கள்

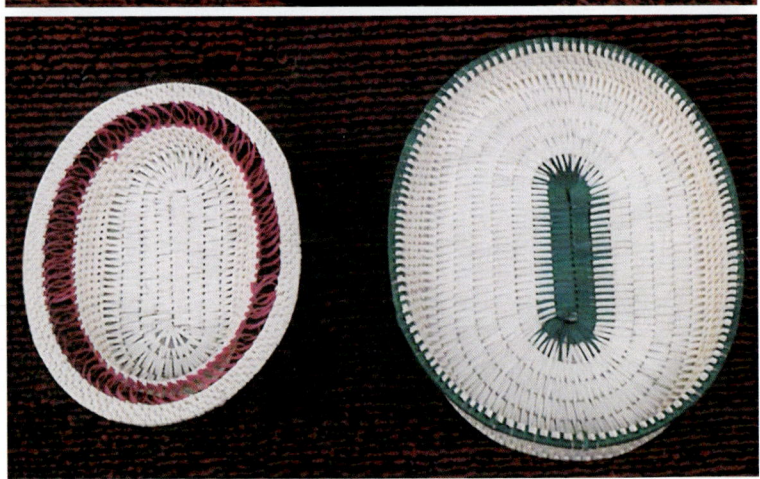

மணப்பாடு கைவினைப் பொருள்

அரிசிப் பெட்டி

திருமழபாடி

தூக்கணாங்குருவிக் கூடுகள்